વિશ્વમાનવ

જીતેશ દોંગા

મુખ્ય પ્રાપ્તિસ્થાન

નવભારત સાહિત્ય મંદિર

જૈન દેરાસર પાસે, ગાંધી રોડ, અમદાવાદ - ૩૮૦ ૦૦૧

૨૦૨, પેલિકન હાઉસ, ગુજરાત ચેમ્બર ઓફ કોમર્સના કંપાઉન્ડમાં,
આશ્રમ રોડ, અમદાવાદ - ૩૮૦ ૦૦૯

☎ (૦૭૯) ૨૨૧૩૯૨૫૩, ૨૨૧૩૨૯૨૧
૯૮૨૫૦ ૩૨૩૪૦

e-mail : info@navbharatonline.com
www.navbharatonline.com
fb.com/NavbharatSahityaMandir

VISHWAMANAV

by Jitesh Donga

Navbharat Sahitya Mandir

AHMDEDABAD

2021

ISBN No. : 978-93-86669-65-0

પ્રથમ આવૃત્તિઃ ૨૦૧૫

પુનર્મુદ્રણ: ૨૦૧૬, ૨૦૧૭, ૨૦૨૧

પૃષ્ઠ: ૩૯૨

પ્રકાશક

મહેન્દ્ર પી. શાહ

નવભારત સાહિત્ય મંદિર

જૈન દેરાસર પાસે, ગાંધી રોડ, અમદાવાદ-૩૮૦૦૦૧

ફોન : (૦૭૯) ૨૨૧૩૯૨૫૩, ૨૨૧૩૨૯૨૧

E-mail : info@navbharatonline.com

Web : www.navbharatonline.com

fb.com/NavbharatSahityaMandir

અર્પણ

મારાં સાક્ષાત્ પરમાત્મા એવાં **બા** અને **બાપુ**ને...

વહાલા વાચકોને...

(૧) આ નવલકથા ચાર સત્ય ઘટનાઓને સમજીને એનાથી પ્રેરિત થઈને રચાયેલી છે. એ ઘટનાઓ વિશેની વાસ્તવિક વાત મેં નવલકથાના અંતમાં લખી છે. એ ખૂબ જ જરૂરી છે કે તમે એ વાતોને અગાઉથી ન વાંચો, કારણ કે એ ઘટનાઓ અગાઉથી જાણી લેવાથી આખી વાર્તાનું આત્મતત્ત્વ જતું રહેશે. નવલકથા પૂરી કરીને જ એની પાછળ થયેલી ઘટનાઓ વાંચવી.

(૨) આ નવલકથા ૨૦૧૧માં લખવાનું ચાલુ કરેલું અને ૨૦૧૪માં સમાપ્ત થઈ અને પહેલીવાર પ્રકાશિત થયેલી. નવલકથા પ્રકાશિત થઈ ત્યારે મારી ઉંમર ૨૩ વર્ષ હતી. એ ઉંમરે કરેલા મારા લખાણમાં મને અમુક એવી ત્રુટિઓ લાગી જે સુધારી લેવાથી નવલકથા વધુ સારી બને. એટલે એ મૂળ આવૃત્તિમાં થોડા ફેરફાર કરીને ૨૦૨૧માં આ નવી સંવર્ધિત આવૃત્તિ પ્રકાશિત થઈ રહી છે.

(૩) નવલકથા લખતી વખતે હું હંમેશાં Instrumental music સાંભળું. વાંસળી, પિયાનો, ગિટાર વગેરે. આ મ્યુઝિકના મહાસાગરમાંથી મને અમુક એવાં મોતી મળ્યાં છે જેને આ નવલકથા વાંચતી વખતે તમે સાંભળશો તો પાત્રોની જિંદગીને એક અલગ ઊંડાણ અને ઊંચાઈથી અનુભવી શકશો. જો વાંચવાનું અને મ્યુઝિક સાંભળવાનું (છતાં ઇન્ટરનેટથી દૂર રહેવાનું) તમને ફાવે તો આર્ટિસ્ટ મુજબ Ludovico Einaudi, Estas Tonne અને Hans Zimmer આ ત્રણનાં મ્યુઝિક જરૂરથી સાંભળશો. એમનાં ઉપરાંત Max Richter અને lafur Arnalds ને પણ સાંભળી શકો.

(૪) વાર્તા વાંચ્યા અગાઉ સર્જક બીજું કશું વધુ બોલે એ મહત્ત્વનું નથી, એટલે અહીંથી આગળ માત્ર વાર્તાને જ બોલવા દઈએ.

ઑડિયોબુક્સ પ્રોજેક્ટ

વર્ષ ૨૦૨૧માં Storytel પ્લૅટફૉર્મ દ્વારા લેખક જીતેશ દોંગાની નવલકથાઓને મલ્ટિનેરેટર ઑડિયોબુક સ્વરૂપે ગુજરાતી ભાષામાં રજૂ કરવા ખૂબ જાણીતા ગાયક, RJ, એક્ટર્સના અવાજોને લઈને મલ્ટિનેરેટર ઑડિયોબુક બનાવવાનો ભગીરથ પ્રોજેક્ટ પાર પાડવામાં આવ્યો.

હાલ આ સંપૂર્ણ નવલકથા Storytel એપ્લિકેશન પર ઑડિયોબુક સ્વરૂપે ઉપલબ્ધ છે. તમે મોબાઇલમાં Storytel એપ ડાઉનલોડ કરીને Jitesh Dongaને સર્ચ કરીને આ નવલકથા મેળવી શકશો.

ઉપરાંત જીતેશ દોંગાની અન્ય ખૂબ જ લોકપ્રિય નવલકથાઓ 'નૉર્થપોલ' અને 'ધ રામબાઈ' પણ આ જ રીતે ગુજરાતી ભાષાના ઉત્કૃષ્ટ કલાકારો દ્વારા બનાવવામાં આવી છે. Storytel પર આ નવલકથાઓ પણ સાંભળી શકશો.

આ ઑડિયોબુક્સની ખાસિયત એ છે કે તમે સાંભળતા હશો ત્યારે આખી ફિલ્મ સાંભળતા હો એ રીતે અવાજો અને સંગીતની દુનિયા આંખો સામે જીવતી થશે. તમારા પ્રિયજનો કે જેઓ પુસ્તક વાંચવાને બદલે સાંભળવા માંગતા હોય તેમના સુધી ઑડિયોબુક્સ પહોંચતી કરજો.

અનુક્રમ

વિશ્વમાનવ

The wound is the place where the Light enters you.

—Rumi

અ બુક ઑફ રામ – મુસ્કાન

દુનિયાની સૌથી મોટી અદાલત અંત:આત્માની અદાલત છે.

—Les Miserables

૧

"અબ્બા... આ ભગવાન ક્યાં રહે છે?"

"કોણ?"

"ભગવાન."

"કેમ?"

"એમને ઘરે જવું છે મારે. ઍડ્રેસ કહોને."

"એમનું ઘર તો નથી ખબર દીકું. કદાચ એમને ઘર નહીં હોય. એ તો સર્વત્ર રહેતા હશે."

"સર્વત્ર મતલબ?"

"બધે જ. ભગવાન બધે જ હશે."

"ના. એમ નહીં. સરખું ઍડ્રેસ આપોને."

"બેટા...સાચું જ તો કહું છું. ભગવાનનું ઠેકાણું ન હોય."

"ના. મને ઍડ્રેસ આપો."

"ઓકે. એ આપણા હૃદયમાં રહે છે. એ એમનું ઍડ્રેસ છે."

"તો પછી સૌ લોકો મંદિરમાં અને મસ્જિદમાં કેમ જાય છે? પેલા કુરેશી અંકલ તો રોજ પાંચ વાર નમાજ પઢવા જતા રહે છે. તેમના હૃદયમાં ભગવાન નહીં હોય?"

એ સવાલ પૂછનાર દસ વર્ષનું ભોળું માસૂમ બાળક હતું. એને જવાબ આપનાર અબ્બાજાન ત્રીસ વર્ષનો યુવાન હતો. એ યુવાન ચામડાનાં બૂટ સીવી રહ્યો હતો અને બાજુમાં શણના કોથળા પર બેઠેલો એનો દીકરો ભગવાનના ઘરનું ઍડ્રેસ વિચારી રહ્યો હતો. એ ટાઇમપાસ કરવા માટે પોતાના અબ્બાએ સીવેલા બૂટ ઉપર કાળી પૉલિશ ઘસી રહ્યો હતો. અબ્બાએ દીકરાનો સવાલ સાંભળીને બૂટ સીવવાનું પડતું મૂકીને થોડીવાર વિચાર્યું, અને પછી લાંબો શ્વાસ લઈને દીકરાના માથા પર હાથ ફેરવીને પોતાના ઘાટા અવાજમાં કહ્યું:

"ભગવાન બધે જ છે. મંદિર-મસ્જિદ બંનેમાં રહે છે."

"પણ અબ્બા...જો એ હૃદયમાં રહેતા હોય તો મંદિર કે મસ્જિદમાં જવાનું જ કેમ?"

"યાર...હું આ ભગવાનની બાબતમાં ખૂબ કન્ફ્યુઝનમાં છું." એ દીકરાના ભોળા અને અઘરા સવાલો સામે થાકીને બોલ્યો. દીકરો પણ વિચારે ચડ્યો અને છેવટે બોલ્યો:

"ભગવાન મંદિરમાં તો નહીં જ હોય. મસ્જિદમાં પણ નહીં હોય. કુરેશી અંકલ ખોટા ત્યાં માઇક પર રોજ રાડો નાખે છે. આખું શહેર ગજવે છે."

અબ્બા કશું બોલ્યા નહીં. હવે પોતાના નાનકડા દીકરાને કેમ સમજાવવું કે એના બાળ-સહજ વિચારો પાછળ દુનિયા પોતાની સહજતા ગુમાવી બેસતી હોય છે! છતાં, દીકરાને કોઈ જવાબ દેવો એ બાપની ફરજ હતી એટલે એણે પોતાનો જવાબ આપ્યો:

"રૂમી બેટા...મને લાગે છે કે ભગવાન ક્યાં રહે છે, અને કોણ છે, અને એ છે કે નહીં એ સવાલ પાછળ ટાઇમપાસ ન કરવો જોઈએ. એણે આપણને જીવ આપ્યો છે તો જીવી લેવું જોઈએ. એ હશે તો પણ આપણે એનું ઍડ્રેસ શોધી રહ્યા છીએ એનાથી ફર્ક નહીં પડતો હોય. એ આ અખિલ અનંત બ્રહ્માંડમાં એટલો સૂક્ષ્મ અથવા વિરાટ બનીને ચારેતરફ ફેલાયેલો હશે કે આપણું મગજ ક્યારેય સમજી જ નહીં શકે. એટલે ભગવાન માણસને આવેલો એક વિચાર માત્ર છે અને હું એના અસ્તિત્વ વિશે ભારે કન્ફ્યુઝ છું. પણ હા...આ મારા વિચારો છે. તારે એને સાચા માનવા જરૂરી નથી. તું તારી રીતે ઍડ્રેસ શોધજે. જો કે એ ખરું કે મને પણ લાગે છે કે ભગવાન મંદિર-મસ્જિદમાં નહીં જ હોય."

એ જવાબ સાંભળીને રૂમીને ઍડ્રેસ શોધવું ભારે અઘરું થઈ પડ્યું! એ દુકાન બહાર જોતો વિચારે ચડ્યો.

"...પણ અબ્બા" રૂમીએ છેવટે વિચારવાનું પડતું મૂકીને પૂછ્યું, "મને એ કહો કે ભગવાન ખરેખર હોય છે ક્યાં?"

"મારા માથામાં!" અબ્બાએ હસીને કહ્યું.

"માથામાં કે હૃદયમાં? સરખું ઍડ્રેસ આપો."

"એક ચોક્કસ ઍડ્રેસ છે જ્યાં ભગવાન રહે છે. મને ખબર છે. મેં ત્યાં જોયા છે. પણ એ અત્યારે તને નહીં કહું. સમય આવ્યે કહીશ."

પછી એણે દીકરાને આ સવાલ પૂછતો બંધ કરવા બૂટ સીવવાની દોરી આપી અને દોરીને આંગળીઓમાં ફેરવીને મોરપિચ્છ બનાવતાં શીખવ્યું. રૂમી એકલો એકલો રમવા લાગ્યો. નાનકડી દુકાનમાં અબ્બાની બાજુમાં બેઠોબેઠો એ બાળક થોડીવાર કાગળનું પ્લેન બનાવતો અને દુકાનમાં ઉડાડ્યા કરતો. પ્લેનથી થાકે એટલે કાગળને વાળીને કેમેરો બનાવતો અને વચ્ચે રાખેલા કાણા પર આંખ રાખીને બૂટ સીવતા અબ્બાનો ફોટો પાડતો. થોડીવાર પછી બહારથી માટીનું ગોળ ઠીકરું લઈ આવતો જેમાં એના અબ્બાજાન બે હોલ કરી મજબૂત દોરી પરોવી આપતા. એ દોરીને બંને હાથેથી ગોળ-ગોળ ફેરવીને એ ચકરડી બનાવતો. વળી ચકરડીથી કંટાળે એટલે દુકાન બહાર વડલા પાસે પડેલી અબ્બાની સાઇકલને ત્રાંસી કરીને પછી એક હાથથી પેડલ ફેરવી એ ટાયરના અને ચેઈનના અવાજને સાંભળ્યા કરતો. ફરતા ટાયરની અંદરથી સામે દેખાતું ધૂંધળું રેલવેસ્ટેશન જોયા કરતો.

*

આ નાનકડું શાંત શહેર હતું. શહેરમાં નાનકડું શાંત રેલવેસ્ટેશન હતું. સ્ટેશન બહાર નીકળતાં થોડે જ દૂર સામે વડલાની બાજુમાં આ એકલી ઊભેલી દુકાન હતી. વડલા નીચે રમતું આ બાળક રૂમી જ્યારે સામે રહેલા રેલવેસ્ટેશન પર ટ્રેનનું હોર્ન સાંભળી જાય એટલે તરત દોડે અને સ્ટેશનથી દૂર પાટાઓ પાસે જઈને ટ્રેન આવવાની રાહમાં બેસે.

રૂમીને એકવાર એની મમ્મીએ એક વાર્તા કહી હતી જેમાં એક શહેર હતું. એ શહેર અબ્બાની શેવિંગ માટેની બ્લેડ બનાવતું હતું! એ શહેરમાં બ્લેડ બનાવવાની તરકીબ અલગ હતી. ત્યાં મશીન ન હતાં, પરંતુ સ્ટેશન નજીક આવતી ધીમી-ધીમી ચાલતી ટ્રેનના પાટા ઉપર પચાસ પૈસાનો સિક્કો મૂકવામાં આવતો! એ સિક્કો તરત જ ટ્રેનના વજનથી બ્લેડ બની જતો! રૂમીને એ વાર્તા સાચી લાગેલી! હવે રોજ તેના ગલ્લાને ઊલટો કરીને એ પચાસ પૈસાનો સિક્કો કાઢી બ્લેડ બનાવવા લઈ જતો.

થતું એવું કે એ ગોળ સિક્કાઓ ઉપર ટ્રેન ચાલે એટલે મોટા ભાગે સિક્કા દૂર ઘાસમાં ફેંકાઈ જતા! ટ્રેન જાય એટલે નીચેથી બ્લેડ મળશે એવી આશા સાથે દૂર ઊભેલો રૂમી જ્યારે ટ્રેનના ગયા પછી પાટા પાસે જાય ત્યારે બ્લેડ કે સિક્કો કશું ન હોય! જ્યારે મમ્મીને પૂછ્યું કે આ સિક્કાઓ કોણ લઈ જાય છે? ત્યારે મમ્મીએ કહેલું - ભગવાન.

બસ...ત્યારથી એ ભગવાનના ઘરનું ઍડ્રેસ શોધ્યા કરતો!

વળી કોઈવાર સિક્કો છટકતો નહીં અને ટ્રેનના વજનને લીધે દબાઈને ધારદાર બની જતો. રૂમી એ બ્લેડ જેવો સિક્કો અબ્બાની શેવિંગ માટેની પેટીમાં મૂકી દેતો જેથી અબ્બા એને રેઝરમાં વાપરી શકે.

૨

દસ વર્ષ પહેલાં શિયાળાની સાંજના પાંચ વાગ્યે આ નાનકડા રેલવેસ્ટેશન પર એક ધીમી હાંફતી ટ્રેન ઊભી રહી. ટ્રેનના ત્રીજા ડબ્બામાંથી વીસ વર્ષનો છોકરો અને એટલી જ ઉંમરની છોકરી એકબીજાનો હાથ પકડીને ઊતર્યાં.

બંનેના ખભે એક-એક થેલા હતા. બંનેના ચહેરાઓ જિજીવિષાથી છલકાતાં હતા. બંનેની આંખોમાં મહાન જીવન જીવી લેવાનાં માસૂમિયતભર્યાં સપનાં હતાં. છોકરાએ સાદો સીવેલો શર્ટ અને પેન્ટ પહેરેલાં હતાં. છોકરીએ રંગીન ડ્રેસ અને સફેદ સલવાર પહેરેલાં હતા.

સ્ટેશનથી બહાર નીકળીને બંને ઘેઘૂર વડલા નીચે આવીને બેઠાં. ચૂપ હતાં. સામે રહેલા રેલવેસ્ટેશનના બિલ્ડિંગની છત નજીક પહોંચેલા સૂરજ સામું જોતાંજોતાં આ બંને પોતાની જીવવાની ઇચ્છાઓની વાતો કરી રહ્યાં હતાં.

આ વડલો એ બે પ્રેમીઓની વાતો અને જિંદગીનો પહેલો સાક્ષી હતો.

બીજો સાક્ષી હતો એ વડલાના થડની પાછળની તરફ થડને ટેકે બેઠેલો લાંબી દાઢી અને કેસરી કપડું પહેરેલો એક સાધુ. લોકો એને ફકીર કહેતા. એ ફકીર પોતાનું આસન પાથરીને આંખો બંધ કરીને માળા ફેરવતો ધ્યાનમાં બેઠો હતો.

ત્રીજું સાક્ષી હતું એક ભૂંડનું બચ્ચું. ગંધાતું કાળું પ્રાણી. સ્ટેશનના પાટાઓ વચ્ચેની ગટરમાંથી નીકળીને આવ્યું હતું અને આ પ્રેમીઓની સામે આંખો ફાડીને તાકીને ઊભું હતું. સાંભળી રહ્યું હતું.

વડલાએ, ફકીરે અને આ ભૂંડે નામ યાદ રાખ્યાં હતા.

છોકરાનું નામ હતું - રામ.

છોકરીનું નામ હતું - મુસ્કાન.

વાતો સંભળાઈ રહી હતી. રામ શાંત હતો. પોતાની દોસ્તને મનની વાત કહી રહ્યો હતો—

"મુસ્કાન...આપણે ખૂબ-ખૂબ-ખૂબ જીવી લેવું છે હો. દરેક પળને જીવી લેવી છે. ભૂતકાળ જતો રહ્યો છે અને ભવિષ્ય આપણા હાથમાં નથી. આ પળ છે. આ પળને એના સ્વભાવ મુજબ જીવી લેવી છે. ભવિષ્યની ચિંતા કરીને થોડું પણ દુઃખી નથી થવું. તું પણ ન થતી. આપણે આ શહેરમાં કશુંક તો ફોડી જ લઈશું."

"હા..." મુસ્કાને રામની આંખોમાં જોઈને હા કહી. રામ શાંત હતો, પણ એના દોસ્ત મુસ્કાન અંદર આગ હતી—

"રામ...સારું છે તને ખબર છે કે તારે કેવું જીવવું છે. મને એટલી જ ખબર છે કે મારે કેવું નથી જીવવું!" એ બોલી.

"કેમ તને આટલો બધો ગુસ્સો છે જગત સામે?" રામે પૂછ્યું.

"જગત ભૂંડ છે. ગટરમાંથી નીકળીને ગંધાતું ચિચિયારીઓ કરતું ભૂંડ." મુસ્કાન બોલી. બંને સામે ઊભેલાં ભૂંડનાં બચ્ચાંને જોતાં રહ્યાં. ભૂંડના શરીરની વાસ એમના શ્વાસમાં આવતી હતી એની અનુભૂતિ થઈ. મુસ્કાન આગળ બોલી—"મને એવું જ લાગ્યાં કરે કે કોઈને જીવતાં જ નથી આવડતું! મને મોટાભાગની માનવતા જંગલી દેખાય છે. એ દિલ ફાડીને જીવી નથી શકતાં. એ મન ભરીને પ્રેમ નથી કરી શકતા. પોતાની જિંદગીનો મોટો ભાગ એ ન ગમતાં કામો કરવામાં અને એ કામને સાંજ પડ્યે ધિક્કારવામાં કાઢે છે. બળતરા કરીકરીને દિવસ-રાત પસાર કરે. અઠવાડિયાને અંતે રવિવારની રાહ જુએ અને મહિનાને અંતે પગારની રાહ. પરિસ્થિતિનો સ્વીકાર કરી લેતાં ટોળામાં ભરાઈ રહેલાં ઘેટાંઓ. જ્યારે તેમની વાર્તા પૂછો તો તે પાંચ વાક્યોમાં ખતમ થઈ જાય છે."

મુસ્કાનની છાતીમાં બળતી આગની વરાળ એની આંખોમાં આવી. રામે મુસ્કાનની ભીની આંખો જોઈ લીધી.

"તારી અંદર જેટલો ગુસ્સો હોય એ બોલી નાખ મુસ્કાન."

"ગુસ્સો તો એટલો છે કે આ જગત સામે મારા ગળામાંથી એક જ અવાજ નીકળે..."

"શું?"

"થૂં..." એ બોલી અને ગુસ્સામાં પેલાં ભૂંડ સામે થૂંકી લીધું. ભૂંડ

ભડકીને થોડું પાછળ ગયું અને ફરી આગળ આવીને આ બંને સામે તાકીને ઊભું રહ્યું. સાંભળવા લાગ્યું.

"આ સડેલી પ્રજાતિ વળી મને શિખામણ આપે–'આમ જીવ. તેમ જીવ. આ કર. આવું ના કર. સમાજમાં રહેતાં શીખ મુસ્કાન. તું મુસ્લિમ છે તો બુરખો પહેર. તું રામને મળવાનું બંધ કર. નિકાહ કર. સારા છોકરાને કબૂલ હે બોલી દે. બસ બધું કબૂલ કર!' મને કશું જ કબૂલ નથી. મારે જે ધર્મની સામે સતત નમવું પડે એ કબૂલ નથી. મારે રીત-રિવાજોના નામે મારા અંતરમાં ઊઠતા અવાજને દબાવીને જીવવું પડે એ કબૂલ નથી. મારે તમારા પસંદ કરેલા માણસ સાથે જિંદગીના છેડા જોડવા પડે એ કબૂલ નથી. મને ડર કબૂલ નથી. મને પરોપજીવી બનવું કબૂલ નથી. તમારી નમાઝ, તમારી કિતાબ, તમારી બુરખાની જીદ...મને કશું જ કબૂલ નથી. યાર રામ...આ ગંધાતી પબ્લિક શોપિંગ કરવા જતા હોય તેમ છોકરી જોવા જાય છે, નિકાહ પછી કૃત્રિમ પ્રેમ જગાડે છે, પરણીને સ્થિર થાય છે, સંતાનોમાં છોકરો થાય ત્યારે પ્રોડક્શન અટકાવે છે."

"તારે કેવો સમાજ જોવો છે મુસ્કાન?"

"રામ...મારે તો એવી માનવજાત જોવી છે કે જે આપણી જેમ ધર્મોની સરહદો તોડીને પ્રેમ કરે. જે રિવાજો તોડીને આગળ વધે. જે તારી જેમ દરેક ક્ષણને જીવી જાણે, અને છાતી ઠોકીને કહે કે–હું મારું ગમતું કામ કરીને જેટલું મળે એટલું ખાઉં છું. હારું છું, પડું છું, છતાં કોઈ ડર વિના વારંવાર ઊભો થાઉં છું. એવા માણસો કે જે પોતાના છેલ્લા શ્વાસ લેતી વખતે જ્યારે પોતાની જીવેલી જિંદગીને યાદ કરે ત્યારે અફસોસ ના કરવા જોઈએ. જેમને ખુશીઓ માટે વલખા ન મારવાં પડતાં હોય.

આનંદ એમના સ્વભાવ હોય. એવો સમાજ જોવો છે જે સાચું જીવતો હોય, અને સાચે જ જીવતો હોય. એવો સમાજ જે નિંદાઓ અને બળતરાઓ મૂકીને કોઈની નિષ્ફળતાના પણ ઉત્સવ મનાવી જાણતો હોય."

"તને સપનામાં દેખાતો સમાજ અને આ સામે જીવતો સમાજ ઘણાં અલગ છે." રામ બોલ્યો.

"હા...મને એનો જ ગુસ્સો છે. મારી અંદર શાંતિથી જન્મેલી એક

બળવાખોરી છે. મને દિવસે દેખાતો સમાજ અને રાત્રે સપનામાં દેખાતો સમાજ અલગ છે. હું એવું જીવી લઈશ જેવું મારે આ સમાજમાં જોવું છે. હું કદાચ એવું કરવામાં ફ્લોપ થઈશ તો પણ ખુશ હોઈશ, કારણ કે આપણે નિષ્ફળતાના પણ ઉત્સવ મનાવી જાણીશું."

બંનેએ સરહદો તોડીને પ્રેમ કર્યો હતો. દિલ ફાડીને જીવવું હતું. ગમતાં કામ કરીને જીવન ઉત્સવ મનાવવા હતા. એમનાં ઊકળતા લોહીમાં પ્રેમ હતો. સચ્ચાઈ હતી. ગુસ્સો હતો. ગાંડપણ હતું. જિંદગી હતી. સપનાં હતા.

એ વાતો સાંભળીને ફકીરને સતયુગ દેખાતો હતો. ભૂંડને કલિયુગ. વડલાએ આ વાર્તા જોવી હતી.

"આ બાજુમાં રહેલી ઓરડી ભાડે મળી જાય તો અહીં બૂટની દુકાન બનાવીશું" રામ સાંજે કહી રહ્યો હતો. વડલાની બાજુમાં રહેલી જૂની ઓરડી કોની હતી એ તપાસ બંને કરી રહ્યાં હતાં.

3

દસ વર્ષ પહેલાં રામ-મુસ્કાન આ વડલાની બાજુમાં રહેલી જૂની, ધૂળ ખાતી ઓરડી ખરીદીને ત્યાં બૂટની દુકાન બનાવવાનું એમનું સપનું સાકાર કરવાની વાતો કરતાં હતાં.

એ નાનકડી ઓરડી હકીકતમાં અમુક વર્ષ પહેલાં રેલવેસ્ટેશનના ઝંડી ફરકાવતા માણસનું ઘર હતું. હવે એ માણસ ઘરડો થઈ ગયેલો. એ દાદાજી પેન્શન પર જીવતા. એ એકલા રહેતા. કોઈ સાથે બોલતા નહીં. એ આખો દિવસ નવલકથાઓ વાંચતા રહેતા. ઓરડીમાં નીચે એની પથારી, નવલકથાઓ, અમુક કપડાં, પાણીનો ગોળો અને લાલ-લીલી ઝંડી સિવાય કશું જ ન રહેતું.

એ સાંજે રામ અને મુસ્કાન ત્યાં આવ્યાં. એ બંને દાદાજીની ઓરડીને દુકાન સમજીને ભાડે માગી રહ્યાં હતાં.

"તમે બંને ભાગીને આવ્યાં છો?" દાદાજીએ ગુસ્સામાં પૂછ્યું.

"કોનાથી ભાગવાનું?" મુસ્કાન ગુસ્સામાં બોલી, પણ રામે વાત આગળ વધારી –

"અમે આ શહેરથી દૂર એક ગામડામાં રહેતાં. અમે બંને સાથે ભણતાં. અમે એકબીજાને ખૂબ ગમીએ છીએ. હું હિંદુ છું અને આ મુસ્લિમ. અમારા પરિવાર ક્યારેય અમે સાથે રહીએ એ માટે તૈયાર થવાના ન હતા એટલે અમે અમારા ઘરે કહીને જ નીકળ્યાં છીએ કે અમે દૂર જતાં રહીશું. ભાગ્યાં નથી. સૌને કહીને ચાલી નીકળ્યાં છીએ. આ શહેરમાં જ ભાડાનું મકાન શોધી લઈશું." રામે કહ્યું.

એ દાદાજીએ કલાકો સુધી બંનેને સવાલો પૂછ્યા. આખી રાત તેણે રામ-મુસ્કાનની વાર્તા સાંભળી. સપનાં સાંભળ્યાં. આ જીવતા યુગલને જોઈને એનો પોતાનો જીવ બળ્યો. પોતે યુવાનીનાં વર્ષોમાં જોયેલાં સપનાંઓ યાદ આવ્યાં. તેને થયું કે આ ઝંડી ફરકાવતી નોકરી લઈને એણે સરકારના

રૂપિયા કમાવાની લાલચે કેટલાંયે સાહસભર્યાં, પોતાના દિલમાં છુપાયેલાં કામ કર્યાં જ ન હતાં.

"સાલું આખી લાઇફ લાલ ઝંડી ફરકાવીને ટ્રેનને સિગ્નલ આપ્યા સિવાય કંઈ કર્યું જ નથી. ચલ, હવે વર્ષોની અધૂરી ઇચ્છાઓ પૂરી કરવા નીકળી પડું!" સવાર પડતાં દાદાજી બોલ્યા!

રામનાં સપનાંને સાકાર થતું જોવાં દાદાજીએ એ ઓરડી મફતમાં રામને આપી દીધી! બાજુમાં રહેલા વડલાના થડની અંદર બખોલમાં એક જૂની લાલ ઝંડીના કાપડમાં લપેટીને છુપાવેલા રૂપિયાનું બંડલ કાઢ્યું. ખિસ્સામાં બંડલ નાખ્યું. ખભે કપડાનું પોટલું બાંધ્યું. એ દાદાજી રામ અને મુસ્કાનને કપાળ પર ચૂમીને આશીર્વાદ આપીને રેલવેસ્ટેશન તરફ ઊપડ્યા. ટ્રેન આવી એ પહેલાં રામ દાદાજીને પૂછતો હતો:

"દાદાજી, તમે ક્યાં જશો આ ઉંમરે? તમે જ્યાં જાઓ ત્યાંથી પાછા આવો એટલે અમારા ઘરે રહેવા આવી જાજો. હું અને મુસ્કાન બે જ હોઈશું."

દાદાજીએ ચશ્માં કાઢીને પોતાની આંખો સાફ કરી અને બોલ્યા-"અરે બેટા...આખી જિંદગી સરકારની ફિક્સ ઇન્કમ ખાધી છે. અત્યારે પણ પેન્શન મળે છે. ખિસ્સામાં પચીસ હજાર પડ્યા છે, પણ હવે અત્યારે સમજાય છે કે મારી આવતીકાલનો ભરોસો નથી. રૂપિયા ભેગા કર્યા. એકલો રહ્યો. વિચાર્યું કે આ રૂપિયાથી જલસા કરીશ, પણ સાલું રૂપિયા ભેગા જ કર્યે રાખ્યા. કંઈ જ કરી ન શક્યો."

"દાદાજી...કોઈની આવતીકાલનો ભરોસો નથી." રામદયાલ સાથે ઊભેલી મુસ્કાન બોલી હતી.

"દીકરી...એટલે જ તો મારે દુનિયાના ખોળે નીકળી પડવું છે. જીવનભર પ્રેમ નથી કર્યો. જોઈ લઉં ટ્રેનમાં કોઈ ડોશી મળી જાય તો! યુવાનીમાં તમારી બંનેની જેમ મોટાં-મોટાં સપનાંઓ જોતો ત્યારે નક્કી કરેલું કે ચાર ધામની જાત્રા ન થાય તો ભલે, પરંતુ કોઈ દિવસ એકલા એમ જ દુનિયાના પટ પર નીકળી પડવું છે. એ સપનું હવે પૂરું કરવું છે મારે. મારે હવે જીવવું છે બેટા. મેં ખૂબ પુસ્તકો વાંચ્યા પણ ખાલી વાંચીને મૂકી

દીધાં. વિચારેલું કે વાસ્તવિક જીવનમાં એ કામમાં ન આવે. આજે તમે બંને એવાં જીવતાં પુસ્તકો મળ્યાં કે જેમને વાંચીને મને જૂનાં સપનાંઓ તરફ જવાની ઇચ્છા થઈ છે. હજુ મારે પ્રેમ કરવો બાકી છે! મારે ખાઈ-ખાઈને વજન વધારવું છે. મારે આ કરચલીવાળી ચામડી પર એક ટેટુ બનાવવું છે! મારે હજુ તો કોઈ દરિયા પાસે આખી રાત બેસીને તેનાં ઊછળતાં મોજાનું સંગીત સાંભળવું છે. બાજુમાં મારી ડોશી બેઠી હોય તો તેને હોઠ પર ભીની કિસ કરવી છે. મારે હિમાલય પર જવું છે અને ત્યાંની કાતિલ ઠંડીને મહેસૂસ કરવી છે. મારે અનુભવ કરવો છે કે એ ઊંચાઈ પર જ્યારે ઑક્સિજન ઓછો મળતો હોય ત્યારે મને કેવા વિચારો આવે છે." દાદાજી બોલતાં હાંફી રહ્યા હતા. રામ-મુસ્કાન હસી રહ્યાં હતાં. દાદાજી હજુ થાક્યા ન હતા:

"મારે કોઈ વર્લ્ડ-ક્લાસ ફૂટબૉલ મેચ જોવા જવું છે, અને એ પણ પેટ અને ચહેરા પર ત્રિરંગો દોરીને! મારે સાઇકલ ચલાવવી છે! બસસ્ટેશન પર સૂવું છે. કોઈ અજાણ્યા માણસને મદદ કરવી છે. મારે ટ્રેનની બારી પાસે બેસીને આ દેશમાં ફરવું છે. મેં કોઈને ન કહેલી વાતો મારે એક કાગળમાં લખીને પછી એ કાગળને એક બૉટલમાં મૂકીને દરિયામાં ફેંકવો છે. મારે હજુ તો જીન્સ પહેરીને, ગોગલ્સ ચડાવીને, હાથમાં સિગાર લઈને બે-ત્રણ કવિતા લખવી છે! મારે કોઈ મોટા હાઈવેના ડિવાઈડર પર એક રાત સૂવું છે! મારે હજુ તો માત્ર ચડ્ડી પહેરીને આખો દિવસ દરિયાકિનારે સૂવું છે. કોઈ અનાથ કે અપંગને બનતી મદદ કરવી છે. અને આ બધું ન કરી શકું તો પણ એક ઇચ્છા તો જરૂર પૂરી કરવી છે - કોઈ ગીચ રોડ વચ્ચે માઇક લઈને ઊભા રહેવું છે અને પછી પબ્લિકને એક સંદેશો આપવો છે કે: અલ્યા...તમે પુસ્તકો વાંચો, નહીં તો આ જિંદગી જીવતાં-જીવતાં સડી જશે!"

"સાલું...કશું ન થયું મારાથી. મારી આ સ્થિર-સલામત-સરકારી જૉબ અને કાગળની નોટો ભેગી કરવામાં જ મારું બધું ખતમ થઈ રહ્યું હતું, અને મને ખબર પણ ન હતી. જે રૂપિયા ભેગા થયેલા એટલા લઈને નીકળી પડ્યો હોત તો..."

"તો તમને તમારી જૉબ ગમતી ન હતી દાદાજી?" મુસ્કાન વચ્ચે બોલી.

"ના રે...મેં તો ક્યારેય કોઈ સવાલ પણ નથી કર્યો સરકારી નોકરીને!" દાદા હસીને બોલ્યા.

"અમારું તો સપનું છે આખા ગુજરાતની સૌથી મોટી અને સૌથી બેસ્ટ બૂટ બનાવતી કંપની ખોલવાનું. બૂટની નવી-નવી ડિઝાઇન રિસર્ચ કરવી છે. તેને પેટન્ટ મેળવીને પોતાનો જ બિઝનેસ ખોલવો છે. તમે પાછા આવો ત્યારે હું તમને મારી બનાવેલી ડિઝાઇન બતાવીશ." રામે કહ્યું. દાદાજી આવું વિચિત્ર અને ગાંડું સપનું સાંભળીને હસી પડ્યા.

"દીકરાઓ...તમે બંને વહેલાં સમજી ગયાં છો. મારા આશીર્વાદ છે: વધુ સપનાં જુઓ. સાકાર કરો. મારી જેમ તમારા બુઢાપામાં ક્યારેય પસ્તાવો ન થાય તેવી ભરી-ભરી લાઇફ જીવો. ગુજરાતની સૌથી મોટી ફૅક્ટરી બનાવો. બસ?" કહીને એ વૃદ્ધ પ્રેમ અને સપનાંઓની શોધમાં નીકળી પડ્યો. ધ્રૂજતા પગે અને ભીની આંખે એ અજાણી ટ્રેનમાં બેસીને બારી બહારની દુનિયા જોતો રહ્યો.

*

અમુક દિવસ પછી રામ અને મુસ્કાન એ ખંડેર જેવી ઓરડી સાફ કરીને ત્યાં નવાં-નવાં સપનાઓની સજાવટ કરી રહ્યાં હતાં. જૂનાં સડી ગયેલાં બારણાં કાઢીને નવું ફર્નિચર લગાવ્યું. ચામડું આવ્યું, અને રામ પોતાનાં સપનાંઓને કંડારવામાં, નવી ડિઝાઇન બનાવવામાં વ્યસ્ત બની ગયો. દુકાનના ઉપરના ભાગમાં દૂરથી દેખાય તેવી રીતે નામનું બોર્ડ લાગ્યું. દુકાનનું નામ હતું–

મુસ્કાન

આઠ-બાય-આઠ ફૂટની એ ઓરડીના બારણા પર બૂટ ચમકવા લાગ્યાં. લોકો ત્યાં ધીમે ધીમે આવવા લાગ્યા અને દુકાન પર લાઇન લાગવા માંડી. બાજુમાં વડલા નીચે રામે મુકેલું મોટું પાણીનું માટલું તેનું માર્કેટિંગ કરતું હતું. લોકો આવીને પાણી પીને આ દુકાન અને બૂટની ક્વૉલિટીની વાતો કરતા હતા. બે-ત્રણ વર્ષમાં આખું શહેર અને રેલવેસ્ટેશનમાંથી બહાર

નીકળતા લોકો 'મુસ્કાન' સામે જોઈને વિચારવા લાગતા. ત્યાં બેઠેલા યુવાનની બૂટ સીવવાની અને પૉલિશ કરવાની અદાઓ જોવા લોકો આવતા! થોડા સમયમાં તે યુવાન બીજા બેરોજગાર યુવાનોને ટ્રેનિંગ આપવા માંડ્યો હતો. એ બધા તેની કંપનીના ભવિષ્યના મેનેજર છે તેમ તે કહેતો.

*

આજે...દસ વર્ષ પૂરાં થવા આવ્યાં ત્યારે એમનો દીકરો રૂમી આ વડલાની વડવાઈઓ પર હીંચકા ખાઈ રહ્યો હતો. દુકાન ઉપર 'મુસ્કાન' ઝાંખું પડ્યું ન હતું. એ આખા શહેરની સૌથી પ્રખ્યાત દુકાન હતી. સપનાઓ ધીમે-ધીમે આકાર લઈ રહ્યાં હતાં.

ફકીર અને વડલો આ બાળક રૂમીને મૂંગા આશીર્વાદ આપી રહ્યા હતા: *બેટા...મોટો થઈને તારા અબ્બા જેવો સ્વપ્નદ્રષ્ટા બનજે. સપનું ગમે તેવડું ભલેને હોય...જરૂર તેનો પીછો કરવાનો જ હોય છે.*

૪

રામ. શાંત ચહેરા પર ચમકતી પ્રમાણિકતા. અમીભરી આંખો. એ છોકરાના જાતે ડિઝાઇન કરેલાં બૂટની જેવું જ ફીટ અને મસ્ક્યુલર શરીર. તેના જીન્સ અને ટી-શર્ટ એક જ કલરનાં રહેતાં! લોકો પૂછતા તો કહેતો કે મારી પાસે એકસરખાં પાંચ જોડી કપડાં છે! એ ધૂની હતો. વિચાર્યા કરતો. કોઈ સવાલ કરે તો તેનો જવાબ જ બીજા સો સવાલ પેદા કરનારો હતો. એ ભણેલો હતો. દુનિયાને જોયેલી હતી. તેનો પરિવાર હિંદુ હતો, પરંતુ રામને પોતાના અસ્તિત્વ સાથે જ્ઞાતિ કે ધર્મને જોડવામાં ચીડ હતી.

એ હંમેશાં ખુશ રહેતો. લોકોને ખુશ કરતો. એના દોસ્તોનો પાર ન હતો. ભરઉનાળાની બપોરે કોઈ લીલાછમ વૃક્ષને છાંયડે જેવી ટાઢક મળે એવી ટાઢક રામ પાસે જઈને દરેક માણસને મળતી. પછી એ દોસ્ત હોય કે બૂટ લેવા આવનાર ગ્રાહક.

રામ એના દોસ્તોને કહ્યા કરે કે: મને લાઇફનું છેલ્લું સત્ય જે પળ મળી છે એને ચૈતન્યથી આનંદથી જીવી લેવામાં જ દેખાય છે!

તેની પાસે એક કહાની હતી. પોતાની લવસ્ટોરી. જેમ દરેક સામાન્ય માણસને હોય છે તેવી. થોડી અલગ. થોડી અજીબ. તેની પાસે પોતાના અડધા શ્વાસની ભાગીદાર હતી. તેની જિગરી યાર...તેની વાઇફ...મુસ્કાન.

*

મુસ્કાન. એ કદાચ શહેરની સૌથી સુંદર છોકરીઓમાં પહેલા નંબર પર આવતી હશે! ઉનાળાના ચોખ્ખા નીલા આકાશ જેવાં રંગની એની ચમકતી આંખો. એ આંખોમાં ભરેલી સેંકડો વાર્તાઓ. એમાં રમતાં પાત્રો. એ રંગો ભરી છોકરી હતી. એના દરેક ડ્રેસ રંગબેરંગી. કોઈ ડ્રેસમાં ફૂલોની છાપ, કોઈ ડ્રેસમાં અણઘડ ડાઘ. કોઈ ડ્રેસમાં વાદળ. કોઈમાં વૃક્ષો. તેનું રામ જેવું જ આકર્ષક શરીર લોકોને અંદરથી બાળતું હતું. તેના નામ જેવી જ તેની લાઇફ હતી. મુસ્કાનથી ભરપૂર. તે જેવી દેખાતી તેના કરતાં વધુ

સુંદર તે અંદરથી હતી. તેની પાસે પણ એક લવસ્ટોરી હતી. પોતાની રામ સાથે સર્જાયેલી પ્રેમકહાની.

મુસ્કાન લેખક બનવા માગતી હતી. બની રહી હતી. નવલકથા લખી રહી હતી. તેના નજીકના લોકોને એ બધી ખબર ન હતી. બીજા બધા લોકોને તો એ આ શહેરની ગલીએ-ગલીએ શાકભાજી વેચતી એક ગરીબ ભટકેલી છોકરી જ લાગતી હતી!

હા. એ શાકભાજીની લારી લઈને આ શહેરની ગલીએ-ગલીએ ઘૂમી લેતી, અને સાંજ સુધી ફરીને થોડા રૂપિયા કમાતી હતી. એનું સપનું હતું કે એ બે વર્ષમાં જેટલા રૂપિયા ભેગા કરશે તેમાંથી પોતાની નવલકથા પબ્લિશ કરશે! તેને આ શહેરના રસ્તાઓ પરથી ઘણી વાર્તાઓ અને જિંદગીની વાસ્તવિકતા મળી જતાં હતાં. એ શહેરની ગલી-ગલીમાં ફરતી જાય, શાક વેચતી જાય અને એને સ્પર્શતી વાર્તાઓ, પાત્રોને પોતાની આંખોમાં ભરતી જાય. જોકે એને માટે પોતાની રામ સાથે સર્જેલી પ્રેમકહાની જ એક ભવ્ય વાર્તા હતી.

રોજ સાંજે મુસ્કાન શહેરમાં કાંઠે પડતર જમીનમાં પડેલાં સૂકાં લાકડાં લેવાં પણ જાય. લાકડાં ચૂલે ચડાવીને રાત્રે જમવાનું બનાવે. જમીને મોડી રાત્રે એ શબ્દોની સૃષ્ટિમાં જતી રહેતી. પાત્રો સાથે અલગ અનોખી જિંદગી જીવતી.

*

રામ અને મુસ્કાન...શહેરના કાંઠે બહાર તરફ એક નાનકડા કાચા નળિયાવાળા મકાનમાં રહેતાં હતાં. શરૂઆતમાં એ ભાડાનું ખંડેર જેવું મકાન હતું, પરંતુ પછી માલિકે નજીવી કિંમતે રામને વેચી દીધેલું. તે ઘર તે બંનેએ હાથે તોડીને ફરી બનાવ્યું હતું. મુસ્કાન ઘરને નળિયાં ફીટ કરતી, અને રામ ઘરની ખડકી ફીટ કરતો હતો. વડલે બેસતાં ફકીર નાનકડાં રૂમીને સાચવતા.

ઘર ફરતે નાનકડી પાતળી દીવાલ હતી. દીવાલની એક તરફ ખડકી રાખેલી. ઘરમાં એક મોટી ઓરડી. ઓરડીમાં રામ-મુસ્કાનનો નાનો પલંગ. બાજુમાં એક નાનકડી બીજી ઓરડી જેમાં રૂમીનું એક જૂનું ઘોડિયું અને

એક પલંગ. ઓસરીને છેડે રસોડું. બધું સીધી લાઇનમાં ગોઠવાયેલું હતું. સાંકડી ઓસરીમાં માટીનું લીંપણ કરેલું હતું. ઓસરીમાં નાનકડો ઝૂલો હતો. ઝૂલા પાછળની ભીંત પર એક લોલકવાળી જૂની ઘડિયાળ.

સામે ફળિયામાં ખૂણામાં તુલસી-ક્યારો હતો. ફળિયામાં દીવાલ પાસે મુસ્કાનની બધા ટાયરમાં પંચર થયેલી જૂની રેંકડી, રૂમીની નાની રંગીન સાઇકલ, રામની મોટી કાળી જૂની સાઇકલ. એક તરફ થોડાં લાકડાં અને એક ચૂલો, એક કાથીનો ભરેલો ખાટલો. બસ...એ એમનું ઘર હતું.

હા. ઓરડીના ખૂણામાં વંચાઈ ગયેલાં પુસ્તકોનો એક મોટો ઢગલો પડ્યો હતો!

*

રોજ સાંજે મુસ્કાન શહેર બહાર વગડામાં લાકડાં લેવા જતી. લાકડાનો ભારો બનાવતી ત્યાં સુધીમાં રૂમી તેને શોધતો-શોધતો વગડામાં આવી પહોંચતો. મમ્મી પાસેથી અડધાં લાકડાં લઈ લેતો. એ બંને ઘર તરફ ચાલતાં નીકળતાં, ત્યાં રામ એ બંનેને લેવા માટે સાઇકલ લઈને સામે આવી જતો. તે સાઇકલના કેરિયર પર લાકડાં બાંધતો, અને એ લાકડાના ભારા ઉપર રૂમી પાછળ ફરીને બેસી જતો. આગળ એની મમ્મી બેસતી, અને અબ્બા સાઇકલ ચલાવતા. ઊલટા બેસવાથી પોતાનાથી દૂર ભાગતાં વૃક્ષો જોઈને રૂમી ખુશ થઈ જતો. આગળ બેઠેલાં મમ્મી-અબ્બા સાથે સ્કૂલની વાતો કરતો. આજે કેટલીવાર અંગૂઠા પકડવા પડ્યા એ ગણાવતો. સાંજે ઘરે આવીને મુસ્કાન એ લાકડાંથી ચૂલો જગાવતી. રામના પ્રિય બાજરાના રોટલા કરી દેતી, અને ફળિયામાં જ ત્રણેય જમવા બેસી જતાં.

એ બંનેને આ ઘર પસંદ હતું. તેમને તેમનો ચૂલો અને તેના પર મુસ્કાનના હાથે બનતા બાજરીના રોટલા પસંદ હતા. લોકો હસી કાઢતા તેમના આ ઘરને! તેમની જિંદગીને! તેમને એ કોઈની વાતોની પડી ન હતી.

બે પાત્રની વાર્તા

૫

રવિવારે રાત્રે ઘરે આવીને જમીને રામ બહાર ઓસરીમાં બાંધેલા ઝૂલા પર બેઠો-બેઠો એકલો હસી રહ્યો હતો. બાજુમાં 'અમેરિકન સાયન્ટિસ્ટ' મૅગેઝિન પડ્યું હતું. નાનકડો રૂમી રસોડામાંથી મુખવાસ લઈને આવ્યો. રામને એકલા એકલા હસતા જોઈને એણે પૂછ્યું:

"અબ્બા શું થયું? કેમ એકલા-એકલા હસો છો?"

"કંઈ નહીં. તું મુખવાસ આપને." રામે હાથ લંબાવીને કહ્યું અને એ ફરી હસી પડ્યો. રૂમી નેણ ઊંચા કરતો કરતો કોઈ સરપ્રાઇઝ મળવાનું હોય તેવી આશાથી મુખવાસની બૉટલ પાછળ સંતાડીને રામ સામે હસવા માંડ્યો!

"રૂમી...પ્લીઝ આપને મને."

"ના. મને કેમ હસો છો એ કહેશો તો જ આપીશ." કહીને એ પોતે જરૂર પડ્યે ફળિયામાં ભાગવાનાં સિગ્નલ આપી રહ્યો હતો. હજુ તેનાં નેણ ઉછાળતો હતો. રૂમીને ખબર હતી કે મમ્મીના હાથનું જમ્યા પછી અબ્બા ચાલી પણ ના શકે, એટલે મુખવાસ માટે પાછળ દોડવાની તો વાત જ દૂર હતી. રામના જમ્યા પછી રૂમીની મનમાની ચાલી શકતી હતી. છેવટે રામે થાકીને ઊભા થવાની આળસે કહ્યું.

"સારું. ચલ હું અને મુસ્કાન તને એક જૂની વાત કરીએ. જા પહેલા મુસ્કાનને ખેંચતો આવ અહીં."

"ગુડ બોય..." રૂમીએ અબ્બાને કહ્યું! મુખવાસ આપ્યો અને એ દોડીને રસોડાની અંદર ગયો. રસોડાની પાછળ ઝાંખી લાઇટમાં મુસ્કાન વાસણ સાફ કરી રહી હતી. આજે તેણે ઘરે ઉત્તપમ બનાવ્યાં હતાં, એટલે વાસણો ઘણા હતા. રૂમી દોડતો મમ્મી પાસે ગયો, અને ગભરાયેલો ચહેરો કરીને હાંફવાની એક્ટિંગ કરતો મમ્મીને ધીમેથી કહ્યું:

"મમ્મી...તું જલદીથી વાસણ સાફ કર."

"રૂમી, તું મને હેરાન ન કર, અને અહીં પાણીમાં ન આવ શરદી થઈ જશે." રૂમીને દૂર કરીને મુસ્કાન બોલી.

"પણ મમ્મી...વાત તો સાંભળ. અબ્બાને હાથમાં કંઈક વાગ્યું છે. ખૂબ લોહી નીકળે છે. તે બહાર ઝૂલા પર બેઠા છે અને તને બોલાવે છે." ખોટી-ખોટી હાંફવાની એક્ટિંગ કરવામાં રૂમી ઉસ્તાદ હતો. મુસ્કાનને કહીને એ દોડતો બહાર અબ્બા પાસે જઈને ઝૂલા પર તેના ખોળામાં બેસી ગયો. અધૂરામાં એ જ સમયે રામે સાદ કર્યો:

"મુસ્કાન...અહીં જો તો...એક મિનિટ માટે આવ ને પ્લીઝ."

ત્યાં તો પાણીનો નળ ખુલ્લો જ રહી ગયો, અને મુસ્કાનની આંખો પાણીથી છલકાઈ ગઈ. એ ગભરાઈને જલદીથી ઊભી થઈ અને ભીના હાથ જેમ-તેમ પોતાના ડ્રેસ સાથે લૂછી, દોડતી રસોડાથી બહાર આવીને રામ પાસે પહોંચી ગઈ. આટલી વારમાં તો તેના કપાળ પર પરસેવો વળી ગયો હતો.

"શું થયું રામ?" દોડતી આવીને, આંખોમાં ભીનાશ સાથે એ રામના બંને હાથ પકડીને ઉતાવળથી જોવા લાગી. રામ પણ થોડો ગભરાઈને મુસ્કાન સામે જોવા લાગ્યો. મુસ્કાન પોતાની આંખો લૂછીને દબાયેલા અવાજે ફરી પૂછી રહી હતી:

"ક્યાં? શું? ક્યાં વાગ્યું રામ? બોલને. કહેને પ્લીઝ." બસ હવે તે ડરને લીધે પૂરી રીતે રડવાની તૈયારીમાં હતી. માસૂમ હતી એ.

"કોને વાગ્યું? મને કંઈ જ નથી વાગ્યું મુસ્કાન. તને કોણે કહ્યું?"

બંનેની આંખો એકસાથે ચમકી, પણ ત્યાં તો હસતો-હસતો રૂમી ભાગીને ફળિયામાં દૂર ખૂણામાં પડેલી રેંકડી ઉપર ચડી ગયો હતો! ત્યાં એક હાથ કમર પર રાખીને બીજા હાથે અબ્બા-મમ્મી સામે અંગૂઠો બતાવીને ખુશ થઈ રહ્યો હતો:

"એ...એ...ડીકો-ડીકો...મમ્મીને ઉલ્લુ બનાવી...મમ્મીને ઉલ્લુ બનાવી."

રામ અને મુસ્કાન એકબીજાની સામું જોઈને હસી પડ્યાં. મુસ્કાન રામની બાજુમાં ઝૂલા પર બેસીને રામને ભેટી પડી. અઢી પાત્રની આ વાર્તામાં પ્રેમ અને તેથી જ ચૈતન્ય ચારેબાજુ થનગની રહ્યું હતું. રામ મુસ્કાનના માથા પર હાથ ફેરવતો બોલ્યો:

"મેં આ આઇટમને કહ્યું હતું કે મુસ્કાનને બોલાવતો આવ એટલે અમે

બંને તને એક વાર્તા કહીએ. પણ સાહેબ આવીને કહેતા હશે કે રામને વાગ્યું છે, હેંને?"

"હાસ્તો. હું તો નળ પણ ચાલુ મૂકતી આવી છું."

"એય રૂમલી...ચલ જા અંદર, અને નળ બંધ કરતો આવ." રામે થોડા મોટા અવાજે કહ્યું, "અને વાસણ પણ સાફ કરતો આવજે." મુસ્કાને રામને સપોર્ટ આપ્યો.

"ના. નહીં જાઉં." રૂમી રેંકડી પર ઊભો ઊભો ખભા ઉછાળતો હતો.

"...તો તારી વાર્તા કેન્સલ."

"ના. મને શરદી થઈ જાય!" તો પણ રૂમીના ખભા ઊછળતા હતા. છેવટે રામ ઊભો થયો. રૂમીને એમ કે અબ્બા તેની પાછળ આવશે એટલે એ ખડકી પાસે પહોંચી ગયો હતો. રામ તો રસોડા પાછળ જઈને વાસણ સાફ કરવા બેસી ગયો.

મુસ્કાન રામને વાસણો પાસે બેઠેલો જોઈને કહેવા લાગી: "શું રામ, તું પણ...જા...હું હમણાં વાસણો સાફ કરી નાખીશ."

"તું બેસને પણ. આપણે બંને સાથે સાફ કરી નાખીએ ચલ."

"લોકો જોઈ જશે તો કહેશે આ છોકરી તો પોતાના ભાયડા પાસે વાસણ સાફ કરાવે છે." મુસ્કાને રામને ઊભો કરવા એની કમર પર પોતાનો પગનો અંગૂઠો મારીને કહ્યું.

"મેડમ...હું જાણું છું મારી બાયડી એવા લોકોને શું જવાબ આપશે. બેસ...મને મદદ કર."

મુસ્કાને થોડી મદદ કરી. મુસ્કાન હજુ એઠું સાફ કરી રહી હતી. રામે પોતાના ભીના હાથ મુસ્કાનના ડ્રેસ સાથે લૂછી લીધા. મુસ્કાનના ગાલ પર કિસ કરી. મુસ્કાને સામે પોતાના પાણીથી ભીના હોઠ ધરીને આંખો બંધ કરી દીધી. રામે હોઠ પરનું પાણી પોતાના હોઠને વહેંચી દેતી કિસ કરી. બહાર ઝૂલા પર રૂમી ભાઈ એ બંનેની રાહ જોઈને જ બેઠા હતા.

"બોલો રૂમી જહાંપનાહ...શું સાંભળવું છે?" રૂમીને ખોળામાં બેસાડીને મુસ્કાન બોલી. રામ તેની બાજુમાં બેસીને ફરી મુખવાસ ચાવી રહ્યો હતો.

"મારે એ સાંભળવું છે કે અબ્બા તને રોજ વ્હાલી-વ્હાલી કેમ કરે છે? હું રોજ જોઈ લઉં છું." રૂમીએ તેના બાળ-સહજ ઝીણા અવાજમાં પૂછી લીધું. મુસ્કાન અને રામ એકબીજા સામું જોઈને ખડખડાટ હસી પડ્યા. રૂમીના ગાલ પર બંનેએ બંને બાજુ એકસાથે વ્હાલી-વ્હાલી કરી.

રામે રૂમીનો ગાલ ખેંચ્યો અને કહ્યું: "કારણ કે...અબ્બા મમ્મીને વ્હાલ કરે છે એટલે વ્હાલી કરે છે."

મુસ્કાને બીજો ગાલ ખેંચ્યો: "...અને મમ્મીને એ સિવાય બીજું કઈ કામ જ નથી એટલે. બસ?"

"...અને એ બંનેને કંઈ કામ નથી એટલે મને વ્હાલી કર્યા કરે છે એમ ને?" મુસ્કાનના ગાલ પર પોતાનો નાનકડો હાથ ફેરવીને રૂમીએ પૂછ્યું. બધાં શાંતિથી બેઠાં.

"ચાલો...વાર્તા સ્ટાર્ટ કરો અબ્બા."

"કઈ વાર્તા?"

"તમારી અને મમ્મીની વાર્તા."

"અમારી વાર્તા હોય?"

"કહોને પ્લીઝ..."

"પણ શું કહું?"

"મને કહો કે તમે મમ્મીને પહેલીવાર વ્હાલી-વ્હાલી ક્યારે કરેલી?" રૂમીના સવાલ તેની ઉંમર કરતાં હંમેશાં વધુ મોટા રહેતા! કોઈ તેને જોઈને વિચારે પણ નહીં કે આવડું બાળક આવા સવાલો પણ કરી શકે.

"મને નથી ખબર બેટા. સાચે યાદ નથી મને." રામે થોડા શરમાઈને કહ્યું. મુસ્કાન રામ સામે જોઈને યાદ કરી રહી હતી કે તેમણે ફર્સ્ટ કિસ ક્યારે કરેલી!

"અમને બંનેને બારમું ધોરણ પૂરું થયું, ત્યાર પછીના વૅકેશનમાં કરેલી. બસ?" મુસ્કાન રામ સામે જોઈને બોલી. રામે રૂમીની જેમ નેણ ઉછાળીને કંઈક ઇશારો કર્યો.

"કેવી રીતે કરેલી?" રૂમીએ કહ્યું. પેલા બંને હવે નેણ ઊંચાં કરીને એકબીજા સામે જોઈને બેસી રહ્યા! રામ તો જાણે બધા જ જવાબ

આપવા ફરજિયાત હોય એમ મુસ્કાનને કિસ કેવી રીતે કરેલી એ બતાવવા મુસ્કાનની નજીક આવ્યો.

"બસ…હું સૂવા જાઉં છું." મુસ્કાને શરમાઈને હોઠ પર હાથ મૂકીને કહ્યું.

"અરે…બેસ. રૂમીને જવાબ તો આપ."

"બાપ-દીકરાનું મગજ છટકી ગયું છે આજે."

"ચલ…રૂમી, આજે મમ્મી તને અમારી લવસ્ટોરી કહેશે." રામે વાત ફેરવી આપી.

સૌ થોડીવાર ચૂપ થઈ ગયાં. થોડીવાર પછી રામ ધીમે-ધીમે કોઈ ગીત ગાઈ રહ્યો હતો. મુસ્કાન રામનો જવાબ યાદ કરીને હસી મુસ્કુરાઈ રહી હતી. રૂમી મમ્મીના ખોળામાં પડ્યો-પડ્યો ઉપર નળિયાં ગણી રહ્યો હતો!

"તને યાદ છે આપણી લવસ્ટોરી?" રામે મુસ્કાનને શરમાઈને પૂછ્યું.

"ના. તું કહેને યાદ કરીને." મુસ્કાન જમીન પર પોતાના પગના અંગૂઠાને ફેરવતી 'રામ' લખતી બોલી.

"ના. તું કહે." રામે થોડા રોમેન્ટિક બનવાની ટ્રાય કરી.

"હું કહું?" રૂમીએ ઑફર મૂકી.

"ના…!" પેલા બંને એક સાથે બોલી ગયા. ત્રણેય હસી પડ્યાં.

"સાંભળ…" રૂમી માથે હાથ મૂકીને મુસ્કાન બોલી, "એક હતો રામ, અને એક હતી મુસ્કાન. બંને એક જ ક્લાસમાં સાથે ભણતાં હતાં."

"કયા ક્લાસમાં મમ્મી?" રૂમી ફરી વચ્ચે બોલ્યો.

"બીજું ધોરણ. હવે વચ્ચે બોલ્યો તો વાર્તા આગળ નહીં કહું. પછી કહેતો નહીં." મુસ્કાને રૂમીનો કાન પકડીને કહ્યું.

રૂમી પોતાના હોઠો પર નાનકડી આંગળી મૂકીને ચૂપ થઈ ગયો. એ ટચુકડી આંગળી છેક તેના નાકની અંદર પહોંચતી હતી! રામે વાર્તા આગળ કહી:

"તે સમયે રામ અને મુસ્કાન રૂમી જેવડાં જ હતાં. બંનેમાંથી કોઈનું પણ મગજ ચાલતું નહીં. બંને બોઘા. બંને આખો દિવસ ક્લાસરૂમમાં ઝઘડ્યા કરતાં. જ્યારે ટીચર ન હોય ત્યારે આ મગજ વિનાની મુસ્કાન રામને પાછળથી સ્કૂલબૅગથી ધક્કો માર્યા કરતી હતી. ત્યારે ક્લાસરૂમમાં

બેંચસિસ્ટમ ન હતી એટલે બધા જમીન પર નીચે બેસતા. મુસ્કાન ચાલુ ક્લાસમાં મને આગળ બેસવા કહેતી. હું ત્યારે આગળ ન ખસું તો પાછળથી મુસ્કાનની લાતો ખાવી પડતી."

"રામ, જૂઠું ના બોલીશ. સાલા તું મારી બૅગ પર બેસી જતો હતો, અને તમને પહેલી લાઇનમાં બેસનારાઓને બૅગ રાખવા માટે જેટલી જોઈએ એટલી જગ્યા મળતી હતી. પછી હું તને લાતો ન મારું તો શું કરું? તું ઊંચો થઈને મારી બૅગ પર બેસી જતો, અને પાછળ હું રડવા માંડતી." મુસ્કાન બોલી, "વળી પાછો ક્યારેક તો મને ખબર પણ ન હોય એમ મારી બૅગમાંથી નાસ્તાનો ડબ્બો લઈને ભાગી જતો અને બધો નાસ્તો ખાઈ જતો તેનું શું?"

"—અને પછી આ રોતલ મુસ્કાન એના અબ્બાજાનને બોલાવીને આવતી હતી. એના અબ્બાજાનને તો જોઈને જ મારી ચડ્ડી થોડી ભીની થઈ જતી!"

રામ કહેતો હતો ત્યાં રૂમી જોરજોરથી હસી પડ્યો. એ હજુ પોતાના હોઠ પર આંગળી રાખીને બોલ્યો:

"અબ્બા...તમે પણ સુસુ કરી જતા?"

રામે ચૂપ રહેવાનું યોગ્ય સમજ્યું! તે આગળ વાર્તા કહેવા લાગ્યો—

"—પણ રામ કંઈ જેવો તેવો રોતલો છોકરો ન હતો." મુસ્કાન સામે ઇશારો કરીને રામે કહ્યું, "બીજે દિવસે એ પણ ક્લાસમાં પોતાના બાપુજીને બોલાવીને લાવતો અને કહેતો કે આ મુસ્કુડીના પપ્પાએ મને કાન પકડીને માર્યો."

રામ ઝૂલા પર પાછળ માથું ટેકવીને, આંખો બંધ કરીને એ જૂનાં આછાં દશ્યો યાદ કરી રહ્યો હતો. રામને જોઈને તેની મુસ્કાન પણ આંખો બંધ કરીને રામની દુનિયામાં પ્રવેશી ગઈ. થોડીવાર ચુપકીદી છવાઈ ગઈ.

"પછી?" રૂમીએ આંખો બંધ કરીને બેઠેલા અબ્બા-મમ્મીને જોઈને પૂછ્યું. અબ્બા-મમ્મીએ એક-પછી-એક વાતો કહેવા લાગી.

"—પછી એ જ બોરિંગ ઝઘડાઓ એ લોકોના. રામના બાપુજી અને મુસ્કાનના અબ્બાજાન. એ બધા અમારા બાળકોના ઝઘડામાં હિંદુ-મુસ્લિમની વાતો પર આવી જતા અને એકબીજાને ગાળો આપ્યે રાખતા. એકબીજાને

સમજાવવા માટે એકબીજાને ઘરે જતા અને ઝઘડીને પાછા આવતા."

"—પણ એ કોઈ જોતું નહીં કે પેલા બંને કે જેમને લીધે તેઓ ઝઘડી રહ્યા હતા એ તો ક્યાંયે દૂર શેરીમાં તેમના મિત્રો સાથે થપ્પો દાવ રમી રહ્યાં છે! એ બંને તો સ્કૂલની પાછળની દીવાલ પાસે પોતાની બૅગમાંથી પાણીની બૉટલ કાઢીને માટી ભીની કરી પોતાનું રમકડાનું ઘર બનાવી રહ્યાં છે. વરસાદ આવે ત્યારે આકાશ સામું મોઢું ખુલ્લું રાખીને પાણીને ઝીલતાં ગોળ-ગોળ ફરી રહ્યાં છે. કાદવમાં એકબીજાને ધક્કા મારીને પાડી રહ્યાં છે."

"એમ જ એ દિવસો પસાર થઈ ગયા. રોજ સાંજે રામ અને મુસ્કાન ઝઘડીને જ ઘરે જતા. મુસ્કાન મને શેરીમાં સામી મળે તો પણ હું તેનો ચોટલો પકડતો."

"—અને હું રામની રબરવાળી ચડ્ડી ખેંચીને ઉતારી દેતી."

"વલ્ગર મુસ્કાન કોઈને ગમતી ન હતી. જ્યારે એ બંને ચોથી ક્લાસમાં આવ્યા ત્યાર પછી બૅગથી નહીં પણ એકબીજાના વાળ પકડીને જ ઝઘડવા લાગ્યાં, અને એક દિવસ તો ચાલુ ક્લાસે એવાં લડ્યાં કે અમારા ઇન્દુ-મેડમ ક્લાસની બહાર ભાગી ગયેલાં."

રામ અને મુસ્કાન બંને એકબીજા સામે મલકાઈ ઊઠ્યાં. એ જૂનાં દૃશ્યો એમના ચહેરા પર વાંચી શકાતા હતા. રૂમી મમ્મીની હાથની બંગડીઓ સાથે રમી રહ્યો હતો. એને વાર્તામાંથી કદાચ ઘણુંબધું સમજાતું ન હતું, પરંતુ પોતાનાં અબ્બા-મમ્મી જે રીતે પોતાની દુનિયામાં ખોવાઈને ખુશ હતાં એ જોઈને આ બાળક પણ ખુશ થઈ રહ્યું હતું.

*

રામ ઊભો થઈને રસોડામાં પાણી ભરવા ગયો. મુસ્કાન અને રૂમી માટે પણ એ ગ્લાસ ભરતો આવ્યો. શિયાળાની ઠંડી હવા નળિયાંઓ સાથે અથડાઈને અવાજ કરી રહી હતી. આ નાનકડા શહેરમાં થોડે દૂર ચાલતાં ભજનોનો અવાજ આવી રહ્યો હતો. રામ મુસ્કાનને પાણી પીતી જોઈ રહ્યો હતો. કંઈક વિચારી રહ્યો હતો. મમ્મીનો અડધો ગ્લાસ રૂમીએ પીધો. રામે મુસ્કાન સામે જોઈને વિચાર્યું:

મુસ્કાન...પહેલી નજરે ઉતારચઢાવથી ઘવાયેલું લાગે...પરંતુ આ જિંદગીનું ઝરણું વહેતું હોય ત્યારે કેટલું આકર્ષક લાગે છે હેંને? સારું થયુંને આપણે બંને સ્થિર પાણી ન બની ગયાં...મને ડર હતો કે સ્થિર પાણી હંમેશાં સૂકાઈ જાય છે, અથવા વાસ મારી જાય છે. બસ આવી રીતે જ આપણે બંને ઊછળતાં-કૂદતાં રહીને જીવી લઈએ તો કેટલું સારું. રામ વિચારી રહ્યો હતો. મુસ્કાન રૂમીને ઝૂલા પર બેસાડીને તુલસી-ક્યારાને વધેલું પાણી આપતી આવી.

શિયાળાની રાતમાં અહીં એકબીજાના પ્રેમની હૂંફ અહીં હતી. એમને શબ્દોની જરૂર ન હતી. નાનકડા ઝૂલા પર એ બંને એકબીજાની નજીક બેસી ગયાં હતાં. રૂમી હવે રામના ખોળામાં બેસી ગયો હતો. રામે મુસ્કાનનો હાથ પકડ્યો હતો, અને રૂમી એ હાથની રંગબેરંગી બંગડીઓ સાથે રમી રહ્યો હતો. રાતના સન્નાટામાં માત્ર એ બંગડીનો ખનકાર સંભળાઈ રહ્યો હતો. મુસ્કાને રામના ખભા પર માથું મુક્યું. બંને આંખો બંધ કરીને ફરી પેલી દુનિયામાં ચાલ્યાં ગયાં. એ એવી દુનિયા હતી જ્યાં માત્ર અને માત્ર એ બંને જ હતાં. સર્વસ્વ એમનું જ હતું. બધું એક જ તત્ત્વથી સર્જાયું હતું: પ્રેમ. અગાધ અખૂટ અનંત પ્રેમ.

એ બંને એ વિશ્વમાં પ્રવેશી રહ્યાં હતાં. બંનેની આંખોમાં એક ભવ્ય ભૂતકાળ ઉછાળા મારી રહ્યો હતો. એ બંને દોસ્ત બની ગયાં હતાં. સ્કૂલમાં સંગીત-ખુરશી રમતાં-રમતાં છેલ્લે વધેલી એક જ ખુરશી પર બેસવા માટે એકબીજાને ધક્કો મારી રહ્યાં હતાં. વરસાદમાં શેરીમાં એકબીજાની કાગળની હોડીને પાણીના ખાબોચિયામાં ડુબાડી દેતા હતા, તો ક્યારેક દૂર-દૂર ગામની બહાર ખેતરોના પાણીના ધોરિયા વચ્ચે ઊભા રહીને એકબીજાને ગાલે માટી લગાવતા હતા. મુસ્કાન રામને ગંદા પાણીમાં પગ પકડીને ખેંચી રહી હતી અને રામ રાડો નાખી રહ્યો હતો. કાન પકડીને કહેતો હતો કે "હવે ક્યારેય તને હેરાન નહીં કરું!"

એ દુનિયાની પાછળ ધીમું મ્યુઝિક વાગી રહ્યું હતું. એ અવાજ એમના બાળપણના હતા. એકબીજા સાથે ઝઘડ્યા વગર પસાર ન થઈ શકતા સમયની ધૂન વાગી રહી હતી. એકબીજાનો કુમળો હાથ પકડીને દોડતા

દોડતાં હાથીને જોવા જતાં હતાં, અને રસ્તા વચ્ચે પડેલા ભેંસના છાણની 'કેક' કાપવા એકબીજાને ધક્કો મારી રહ્યાં હતાં. સાંજ પડે એટલે નદીને કિનારે આવી જતાં બંને વાતો કરવા માટે. રામ પોતાની સ્કૂલ-બૅગ એક લીમડા નીચે ખાડામાં સંતાડીને મુસ્કાન સાથે રમવા નીકળી જતો. આજે એ બંને જૂની યાદોની અંદર વાતો કરી રહ્યાં હતાં. યાદોના વિશ્વમાં સાંજનો સૂરજ ધીમે ધીમે ઝાંખો થઈ રહ્યો હતો. નદીના કિનારે રામ મુસ્કાનને કહી રહ્યો હતો:

"—યાદ છે પેલા દિવસે ચાલુ વરસાદમાં આપણે બંને આંખો ખુલ્લી રાખીને ફેર-ફૂદરડી ફરી રહ્યાં હતાં એ? કેટલી મજા આવી હતી તે દિવસે હેંને? તું ત્યારે ચક્કર ખાઈને પહેલાં પડી ગઈ હતી હોં."

"એય...તને પેલો દિવસ યાદ છે જ્યારે આપણે બંને ટપુકાકાના આંબા પર ચડ્યાં હતાં અને કેરીઓ ખાતાં હતાં? તું નીચે પડી ગયો હતો અને ડાળ તૂટવાનો અવાજ ટપુકાકા સાંભળી ગયા હતા. હા. પછી મને એ જ દવાખાને લઈ ગયા હતા. તું તો આંબા પાછળ સંતાઈ ગઈ હતી."

"રામ, ખોટું ન બોલ. તું જ દોઢ-ડાહ્યો થઈને ત્યાં મારે માટે કેરી લેવા છેલ્લી ડાળ પર ચડેલો. મેં તો ના જ પાડેલી. વારે-વારે રડવું તારે પડે છે અને મને રોતલી કહે છે."

"હવે જવા દે મુસ્કુડી...એવું તો તારે વીસ ને એક 'એકવીસ' વાર થયું છે ખબર છે ને? તે દિવસે તારા નાસ્તામાં ખોટી ગરોળી નાખીને તને કોણે રડાવેલી ખબર છે? બંદાએ. ત્યાં પ્રવાસમાં આપણે સાપુતારા જતા હતાં ત્યારે બસમાં બધાં સૂતાં હતાં ને તારા પર્સમાંથી તારી લિપસ્ટિક કોણે ચોરેલી? બંદાએ. તું ઊંઘમાં હતી અને એ લિપસ્ટિકથી તારા કપાળ પર "રોતલી" કોણે લખેલું? બંદાએ. તને એ બધી ખબર પણ ન પડી... લેતી જા."

"એ રામલા...ગરોળીનો ટોપિક તો તું લાવીશ જ નહીં. તારા ઘરે ટોઇલેટમાં ગરોળી હોય તો તું સરખી ટટ્ટી પણ ના કરતો તેનું કર! અને બાથરૂમમાં દેડકો જોઈને તું ત્રણ-ત્રણ દિવસ નહાતો પણ નહીં. ગંદો."

"હા એ તો છે. મને સાચે જ ગરોળી અને દેડકાનો ખૂબ જ ડર

લાગતો. પણ તું સાચું બોલ...હું જ્યારે તને મારવા દોડતો ત્યારે તને મારો સાચો ડર લાગતો કે પછી એમ જ એક્ટિંગ કરતી?"

"રામ, ચૂપ રહે. મને બધી ખબર હતી તારી. એ તો બસ મને ગમતું તું હેરાન કરતો ત્યારે. એમ તું જ્યારે હેરાન ન કરતો ત્યારે મને ટેન્શન થવા લાગતું. હું તો તારી સાથે એ રીતે જ રહેવા માગતી હતી."

"હા. મને પણ તારા વગર ક્યાંય ફાવતું નહીં. તું દૂર નીકળી ગઈ હોય ત્યારે મને ઑક્સિજન ઓછો મળતો હોય એવું લાગતું! ઓયે...તું મને એ કહે કે તારે મારી દુશ્મન બનીને જ મારી સાથે જલસા કરવા હતા તો દસમા ધોરણમાં રક્ષાબંધનના દિવસે રાખડી બાંધવા કેમ આવી ગયેલી?"

"અરે, એ યાદ ન કરાવ પ્લીઝ. એ વર્ષને તો હું ભૂલી જાઉં તો જ સારું. આ તું હોર્મોન્સની વાતો કરે છે એ જ જવાબદાર હતા તારી રાખડી માટે. હકીકતમાં...મને તો તને કંઈ ભાઈ બનાવવાનો શોખ ન હતો, પરંતુ જમવાની રિસેસમાં મારી ફ્રેન્ડ્સ મને ખેંચીને ડરાવીને ક્લાસમાં લઈ આવેલી જ્યાં તું એકલો બેઠો હતો. એ તો સારું થયું કે તું મારા હાથમાં રાખડી જોઈને બીજા બારણેથી બહાર ભાગી ગયો. મને તો લાગતું હતું કે આ રામને ભાઈ બનાવીશ તો રાખડી બાંધતી વખતે જ બેભાન થઈ જઈશ. હું તો—"

"—અને તોયે સ્કૂલથી છૂટીને ગેટ પાસે તમે બધીએ મને પકડ્યો અને મેડમ તમે રાખડી બાંધી. યાદ છે? પ્લસ, ભાઈ બનાવીને પેલી વીરપસલીના નામે મારા ખિસ્સામાં પડેલા પાંચ રૂપિયા પણ તું લઈ ગઈ."

"ડોબા...તું સાંભળ તો ખરો યાર. મને મારી ફ્રેન્ડ્સ તારી સાથે એટલી બધી ચીડવતી હતી કે મને તારું શું કરવું એ ખબર જ નહોતી પડતી. એ વરસે તો એ બધી મને 'રામલી' કહીને જ બોલાવતી હતી. ઉપરથી દસમું બોર્ડ હતું તો હું ભણવામાં પણ કંઈ ધ્યાન આપી શકતી ન હતી."

"બહેનજી...મને પણ આખી સ્કૂલમાં બધા રામને બદલે "મુસ્કી-મિયાંફુસકી" કહીને જ બોલાવતા હતા! તું પણ યાર ખરી છે... તારી ફ્રેન્ડસને કહી દેવું હતું ને કે રામ જસ્ટ ફ્રેન્ડ છે. બાકી બધું હું સંભાળી લેત."

"—તે એ તો હું બીજા ધોરણથી કહેતી હતી બુદ્ધુ, પણ તું મારી પાછળ

નાલાયકની જેમ ફર્યા કરતો હતો તો બધા કંઈ આંધળા થોડા હતા?"

"જવા દે હવે. તું મારી પાછળ ફરતી હતી. હું નહીં."

"તારે જેને પૂછવું હોય તેને પૂછી લે રામ. તું મારી પાછળ ફરતો હતો. હું નહીં."

"તું જ હતી. બધાને દેખાતું હતું. એમાં પૂછવાનું જ ક્યાં?"

"તું હતો. હવે ચૂપ રહેજે નહીંતર તારી સાથે નહીં બોલું ક્યારેય."

"સૉરી સૉરી...જવા દે એ બધું. એય મુસ્કાન...તને ખબર છે દસમા ધોરણમાં હું રોજ તારા પગ જોવા માટે મારા કાકાની ભેંસ લઈને અહીં પાણીમાં આવતો હતો."

"હેં? પગ? શું તું ભેંસ લઈને પગ જોવા? શું કહે છે તું? મને જોવા? કેમ?"

"ઓહો...સાંભળ તો ખરી ડોબી."

"એય...ડોબી તારી ભેંસ હશે. મને ના બોલ ડોબા."

"સારું. હસવાનું હતું આ જોક પર? હવે સાંભળ. એમાં શું થયેલું ખબર છે? એ થોડી નોન-વેજ ટાઇપ વાત છે. તું થોડી નજીક આવ એટલે કહું તને."

*

અબ્બાના ખોળામાં રૂમી સૂઈ ગયો હતો. રૂમીને ઠંડી લાગી રહી હતી એટલે એણે ઊંઘમાંથી જાગીને મમ્મીની બંગડીઓ ખખડાવી. મુસ્કાન ઝબકી ગઈ અને સપનાંઓમાંથી બહાર આવી ગઈ. રામ પણ જાગી ગયો. બંને એકબીજા સામે હસી પડ્યાં. ઠંડી વધી રહી હતી. એમનું ઘર આ નાનકડા શહેરના કિનારા પર હતું એટલે હવા વધુ ફૂંકાતી હતી. રસોડાના બારણા પર મૂકેલી બે છબી પવનને લીધે ધ્રૂજી રહી હતી. એક છબીમાં ગોકુળમાં ગાયો ચરાવતો કૃષ્ણ હતો. બીજી છબીમાં હાજી પીરની દરગાહનો ફોટો હતો. અહીં આ ઘરમાં એ બંને ધર્મ સાથે રહેતાં હતાં, અથવા તો કોઈ જ ધર્મ ન હતા! રૂમીએ ઊંઘમાં જ મમ્મીના અને અબ્બાના ગાલ પર વ્હાલી કરીને ગુડનાઇટ કહ્યું. રામ તેને ઊંચકીને અંદર તેના બેડ પર સુવડાવી આવ્યો. પાછો બહાર આવી ઝૂલા પર મુસ્કાનનો હાથ પકડીને

બેસી ગયો. બંને સમયની હોડીમાં બેસીને વર્તમાનનો કિનારો છોડીને ક્યાંયે દૂર પહોંચી ગયા હતા.

આંખો બંધ થઈ. એ બંને ફરી એ નદીકિનારા પર સાંજે બેસી ગયા હતા.

"હા તો હું તને ભેંસવાળી વાત કહેતો હતો ને? રોજ સવારે સાડા આઠ વાગ્યે હું અમારી ભેંસને લઈને ત્યાં દૂર પાણીની એકદમ વચ્ચે ઊભી રાખતો, અને ધમારતો! બાપુજી ખિજાતા તો કહેતો કે હું ભેંસને નવરાવીને સાડા નવે ઘરે આવી જઈશ અને પછી નાહીને સીધો સાડા દસે સ્કૂલ ચાલ્યો જઈશ."

"કેમ? બાપુજી શું કહેતા તને?"

"કંઈ નહીં. કહેતા કે નાલાયકને દસમું બોર્ડ છે પણ કંઈ જ પડી ન હતી. આખા ગામમાં કોનો છોકરો બોર્ડમાં ભેંસ ધમારતો હોય છે? પેલા સામે કિનારેથી જે છોકરીઓ આ કિનારે ભણવા આવે છે એ બધી તને ભેંસ સાથે જો જોશે તો તારા પર દાંત કાઢશે. બોર્ડ છે પણ આ ડોબાને ડોબા નવરાવવાનો શોખ ચઢ્યો છે. શરમ જેવી કંઈ વસ્તુ જ નથી ડોબાને."

"હાસ્તો. બાપુજી સાચું જ તો કહેતા હતા. ફેઈલ થયો હોત તો?"

"તું આખી વાત તો સાંભળ. એમાં એવું થયું કે અમારી ભેંસને બચ્ચાં થતાં જ ન હતાં."

"એટલે? ઈમ્પોર્ટન્ટ હતી?"

"ના. અક્કલ જ નથી તને. અમારી ભેંસ પ્રેગ્નન્ટ થતી જ ન હતી. મારા બાપુજી પેલા જસ્સાબાપા ભરવાડને એમનાં ધણનો પાડો લઈને રોજ બોલાવતા. જસ્સાબાપા શેરી વચ્ચે અમારી ભેંસને વીજળીના થાંભલા સાથે બાંધીને સેક્સ કરાવતા. પણ સાલું અમારું એ ડોબું પ્રેગ્નન્ટ થતું જ ન હતું! જસ્સાબાપા તો ચેલેન્જ મારીને મારા બાપુને કહેતા કે આ વખતે હું મારા પાડાને બે ડબ્બા તેલ પીવરાવીને આવ્યો છું. આ વખતે તમારું ડોબું ખાલું નહીં જ જાય! પણ બિચારી ભેંસ હવે એકના એક પાર્ટનરથી થાકી ગઈ હશે એવું મને લાગતું હતું. એક દિવસ એ જ વિચાર મેં જસ્સાબાપાને એકલામાં બોલાવીને કહ્યો—કે બાપા...અમારી ભેંસને માટે

કોઈ બીજો સેક્સ-પાર્ટનર શોધી લાવો. આ તમારો પાડો તેને પસંદ નહીં આવતો હોય!"

"રામ, તું આવી ગાંડી વાતો ન કર." મુસ્કાન વચ્ચે બોલી.

"એક્ઝેક્ટલી...જસ્સાબાપાને લાગી આવ્યું! મને ગાલ પર એક ઠોકી દીધી. એમના પાડાની મર્દાનગીનું આવું અપમાન?" રામ બોલ્યો અને રામ-મુસ્કાન હસી પડ્યાં.

"પણ એમને મારી વાત સાચી લાગી હશે એટલે મારા બાપુજીને એમણે એક દિવસ કહ્યું કે—તમારી ભેંસને નદીકિનારે ધણમાં મૂકીને જુઓ. બીજા પાડા તમારી ભેંસને કદાચ ફાવે!"

"બસ...પછી બાપુજીનો ઑર્ડર આપ્યો કે: કાલથી તું જ આપણી ભેંસને લઈને નદીકિનારે બેસતી બીજી ભેંસો સાથે મૂકવા જા. પણ ભેંસને એકલી મૂકીને ઘરે આવી જાજે એટલે ભણવામાં ધ્યાન દેવાય."

"રામ આપણે આ 'પાડા' શબ્દ ન આવે એવી વાતો કરીએ તો ચાલશે?"

"ઓહ...તો ભેંસની વાતો કરીએ ને!"

"તું મને જોવા આવતો હતો એ વાત કર."

"એ જ કહું છું...ભેંસ-પાડાની વાત કરીએ?"

"રામ..."

"સૉરી. એક્ચ્યુલી હું ભેંસને પાણીમાં લઈ જતો અને તેને નવરાવવાની એક્ટિંગ જ કરતો. મને પાછળથી એ યાદ આવ્યું કે જે નદીમાં હું ભેંસ લઈને જઈશ એ પાણીમાં તું રોજ નીકળે છે. હું સાડા આઠમાં નદીના પાણીમાં ભેંસ આડો છુપાઈને બેસી જતો. છેક સાડા નવ વાગ્યે તું અને તારી બધી ફ્રેન્ડ્સ સ્કૂલ જવા માટે આવો અને ડ્રેસ ઊંચો કરીને પાણીમાંથી નીકળી બીજા કાંઠે આવો ત્યારે હું તમારી બધીના કોમળ-કોમળ પગ જોતો રહેતો!"

"હેં?" મુસ્કાને રામને કમરમાં ચીમટો ભર્યો.

"સૉરી...તારી એકલીના પગ છુપાઈ છુપાઈને જોયા કરતો."

"તું ખરેખર નાલાયક છે. મને તો એમ કે તારી વાતમાં કંઈક મજા આવે એવું હશે."

"મસ્ત વાત છે ને? તું તારું સલવાર ઊંચું કરે અને તારા ગોરા માખણ

જેવા પગ જોઈને ભેંસ પાછળ બેઠો-બેઠો હું કેવો ખુશ થતો ખબર છે? એ ઉંમર જ એવી હતી શું કરું? જ્યારે પાણી વધારે હોય અને તું વધારે ઊંચી સલવાર કરે ત્યારે તો હું આઠ વાગ્યામાં ભેંસ પાછળ છુપાઈ જતો."

"વલ્ગર છે તું..."

"થેંક્યુ. જો કે તું પણ વલ્ગર જ છે."

"એય મારું નામ ન લઈશ. મને કોઈ પાડા-ભેંસના સેક્સમાં ઇન્ટરેસ્ટ નથી, કે નથી મને કોઈના પગ જોવામાં મજા આવતી. મને જો આવી પહેલેથી જ ખબર હોત તો મારો ડ્રેસ ભીનો થવા દેત અને ઊંચો પણ ન કરત. ખબર નહીં તારા જેવા કેટલાયે મારા અને મારી ફ્રેન્ડ્સના પગ જોતા હશે. વલ્ગર તું છે સમજ્યો?"

"હા મારી મા...હું વલ્ગર છું, બસ? પણ તેં જ બનાવ્યો છે મને આવો! તારા ગોરા પગ-"

"બસ રામ." મુસ્કાન ગુસ્સે થઈ જતી, પણ છતાંયે પોતાની મૂંઝવણ પૂછી લેતી—"રામ...આ પાડાને તેલ પીવડાવવાથી શું થાય?"

એ બંને નદીકિનારે સાંજ સુધી ઝઘડ્યા કર્યા. સાંજે આથમતાં સૂર્યનાં કિરણોને પાણી પર પથરાઈ રહ્યાં હતાં. શાંત વહેણમાં પથ્થરો ફેંકીને બંને ઊઠતા વમળો નીરખી રહ્યાં હતાં. જૂની યાદોની ધૂંધળી ફિલ્મને પોતાની બંધ આંખોમાં જોઈ રહ્યા હતા.

*

"આપણે સાયન્સમાં અગિયારમા ધોરણમાં હતાં ત્યારે મને એકવાર રાત્રે એક વાગ્યે તને મળવાની ખૂબ જ ઇચ્છા થઈ! એક વાગ્યો પણ સાલી ઊંઘ જ નહોતી આવતી. તારા વિચારોમાં ત્રણ કલાકથી મેથ્સની બુક ખુલ્લી રહી ગઈ હતી અને એક શબ્દ પણ સમજાતો ન હતો, કારણ કે મગજની કેમેસ્ટ્રીમાં તું હતી" રામ બોલ્યો. મુસ્કાન હસી પડી.

"...એટલે હું મેથ્સની બુક હાથમાં લઈને રાત્રે એક વાગ્યે ચાલતો ચાલતો તારા ઘર તરફ નીકળી પડ્યો. રસ્તામાં બે-ત્રણ કૂતરાઓ પણ પાછળ દોડ્યા અને થોડો ગટરમાં પણ પડી ગયેલો."

"છી..."

“રાત્રે કોણ મને જોવાનું હતું? હું તો તારા ઘરના બારણે પહોંચી ગયો. એ વરસે મુસ્કાન તું ખૂબ જ વાંચતી. ભણેશરી. કહેતી કે દસમા ધોરણમાં મારે ક્લાસ-ટોપર બનવું છે.”

“જાને રામલી, હું તો ગોખણપટ્ટીની ઉસ્તાદ હતી. ભણેશરી તો તું હતો.”

“સારું એમ રાખ. આમેય તારે મારા કરતાં તો ઓછાં પર્સન્ટ આવેલા હેંને?”

“તો આવે જ ને. તને એમ કે તું જ મારા વિચારોમાં બુક ખુલ્લી રાખીને પડ્યો રહેતો? હું તો સવાર સુધી રૂમની લાઇટ ચાલુ રાખીને છત સામું જોતી પડી રહેતી. મારા અબ્બાને તો એમ જ થતું કે મારી એકની એક ટેલેન્ટેડ છોકરી સ્કૂલ-ટોપ કરશે!”

“હા. તો તે રાત્રે મને તારો ચહેરો જોવાની ખૂબ જ ઇચ્છા થયેલી. હું મેથ્સની બુક બૅગમાં નાખીને મારા ઘરમાથી ચોરીછૂપી ભાગીને તારા ઘરે પહોંચી ગયો. બહાર સોસાયટીમાંથી જોયું તો તારા ઘરે બે રૂમની લાઇટ ચાલુ હતી. હું તો ખૂબ જ ખુશ થઈ ગયો, અને જલદી જલદીમાં તારા ઘરની ભીંત પર ચડીને તારા રૂમની બારી પાસે પહોંચી ગયો. મને ખબર હતી કે મુસ્કાન ડાબી બાજુની રૂમમાં જ વાંચતી હોય છે. હું ડાબી બાજુની રૂમની બારી સુધી ચડી ગયો. મેં બહારથી ધીમે-ધીમે ટકોરા માર્યા, અને તને સાદ કર્યો.”

“શીટ! પછી?” મુસ્કાન પોતાના ખુલ્લા મોઢા પર હથેળી રાખીને હસી પડી.

“પછી તો બારીને મેં ધક્કો માર્યો તો અંદર તારા બાપા! અબ્બાજાને મને પકડ્યો. મેં કહ્યું કે અંકલ મુસ્કાનને મેથ્સ શીખવવા આવેલો છું. તેણે જ મને બોલાવ્યો છે. મુસ્કાને આજે સાંજે જ કહેલું કે મારે રાત્રે મોડેથી એને ત્રિકોણ-મિતિ શીખવવા આવવાનું છે. બસ એટલે આવ્યો છું.”

“અબ્બાએ કેટલી મારી?”

“ગાલ પર બે મારી.” રામે કહ્યું અને મુસ્કાન ખડખડાટ હસી પડી. રામે આગળ કહ્યું—“પછી મારો શર્ટનો કોલર પકડીને મને પૂછ્યું કે

મુસ્કાનના રૂમની પાછળની બારીથી આવવાની શું જરૂર હતી? દરવાજાથી કેમ ન આવ્યો?"

"બરાબર છે, મારા અબ્બા તો સાચા જ હતા. બોઘુ."

"હા હવે. પછી મેં રડતાં રડતાં કહ્યું કે—અંકલ બારીમાંથી અંદર આવતો હતો તેનાં બે કારણ હતાં. એક તો મારા પગ ગટરમાં પડવાથી બગડી ગયા હતા અને ગંદા પગથી જો હું ઘરમાં સીધો આવું તો મુસ્કાનને સવારે પોતું કરવું પડે. પ્લસ મને મુસ્કાને સાંજે જ કહેલું કે તું સીધો બારીથી મારી રૂમમાં જ આવજે. અબ્બાની રૂમ બાજુમાં છે ત્યાં લાઇટ ચાલુ હશે પણ તેમને ઉઠાડતો નહીં!"

"ઓ બાપ રે. મારું નામ કેમ દીધું?" મુસ્કાને મીઠી ફરિયાદ કરી. એ કશુંક જાણતી હતી જે રામને મુસ્કાનના હસતા ચહેરા પર દેખાઈ રહ્યું હતું. રામે વાત આગળ ધપાવી—

"અબ્બા તો ખુશ થઈ ગયા. મને કહે-તું બેસ...હું મુસ્કાનને કહું છું કે તારો દોસ્ત આવ્યો છે. બેટા...તને માર્યું એ બદલ સૉરી."

"પછી?"

"પછી એ તને બીજી રૂમમાં બોલાવવા ગયા. થોડીવારમાં આવીને મને કહે કે-મુસ્કાન સૂઈ ગઈ છે. મેં હમણાં જ ઉઠાડી છે. તેને કહ્યું કે તારો દોસ્ત રામ તને સ્પેશીયલ ત્રિકોણમિતિ શીખવવા આવ્યો છે તો ફટાફટ ઊઠી ગઈ! તે ઊઠીને બ્રશ કરે ત્યાં સુધી તું ચા પીશ? મેં કહ્યું-કંઈ વાંધો નહીં. તમે મોટો કપ ચા લાવો."

"ઓહ નો." મુસ્કાન લમણે હાથ મૂકીને હસી પડી.

"કહું છું. તું વચ્ચે ન બોલ. મેં બે વાગ્યા સુધી આરામથી ચા પીધી, અને મારે તને કયાં-કયાં ચેપ્ટર શીખવવાનાં છે એ અબ્બાને સમજાવ્યું. મેં જેવી ચા ખતમ કરી ત્યાં જ અબ્બાએ મને ધબોડવાનું ચાલુ કર્યું. જબરો માર્યો પાછળના ભાગ પર! સાલું થોડું ઓછું કહ્યું હોત તો મારે ઓછો માર ખાવો પડત."

"અરે વાહ...પછી?"

"પછી ફરી ઠંડી વધેલી ચા પિવડાવી, અને લાત મારીને ઘર બહાર

કાઢી મૂક્યો." રામ બોલ્યો. મુસ્કાન એ સાંભળીને હસતાંહસતાં નીચે જમીન પર સૂઈ ગઈ. એને જોઈને રામ પણ એટલો હસ્યો. બંનેની આંખોમાં આંસુડાં નીકળી ગયાં. થોડીવાર પછી મુસ્કાને વાત ચાલુ કરી.

"રામ...રામ. તું તો સાવ ભોળો અને અક્કલનો ઓથમીર છે."

"કેમ? નાલાયક...આવું સાહસ કર્યું અને હું ભોળો?"

"ના...એટલે નહીં. તને આખી ઘટના જ ખબર નથી બુદ્ધુ" મુસ્કાન હસતાં હસતાં બોલી, "મને પણ અત્યારે બધું સમજાયું."

"કશુંક સમજાવશો ગુરુજી?"

"સાંભળો શ્રીરામ." કહીને મુસ્કાને રામનું માથું પોતાના ખોળામાં લીધું. રામના માથામાં હાથ ફેરવતાં એણે વાત આગળ કહી.

"તું મારા ઘરે આવ્યો તેની થોડી મિનિટ પહેલાં જ હું મારા રૂમની બારીમાંથી કૂદીને તને મળવા માટે ચોરીછૂપી નીકળી ગઈ હતી. તારે ઘરે પહોંચી ગઈ હતી!"

"અરે બાપ રે!" રામ તો અચરજથી મુસ્કાનના ખોળામાંથી ઊભો થઈ ગયો.

"મારા અબ્બાજાન રૂમમાં જઈને જોઈ આવ્યા હશે કે મારી દીકરી પણ ક્યાંક ઊપડી ગઈ છે, અને એ આ નાલાયકને ઘરે જ ગઈ હશે."

"અરરર...એટલે મારે એક્સ્ટ્રા માર ખાવો પડ્યો!"

"સાંભળ તો ખરો. પછી એ રાત્રે અઢી વાગ્યે જ્યારે તું માર ખાઈને લંગડાતો પાછો તારા ઘરે જતો હતો ત્યારે હું રસ્તામાં તારી સામે જ નીકળી હતી. હું તને જોઈને પહેલાં તો બધું જ સમજી ગઈ અને અંધારામાં છુપાઈ ગઈ હતી."

"પણ કેમ? મળી લેવાયને?"

મુસ્કાન ફરી ભારે હસી પડી! રામ આતુરતાથી રાહ જોતો હતો કે થયું શું હશે. હસીને લાલ થઈ ગયેલા ગાલ પર આંસુડાં લૂછતી એ બોલી -

"તું જ્યારે મારા ઘરની બારીએ ચોંટ્યો હતો ત્યારે હું તો તારા ઘરની બારીએ લટકતી હતી. મેં બારીમાં જોયું પણ તું ત્યાં હતો જ નહીં. તને મળવાની ખૂબ જ ઇચ્છા થઈ હતી. તારે ઘરે જતી હતી તો રસ્તામાં

મારી પાછળ પણ કૂતરા દોડ્યા. હું તારા રૂમને બદલે મમ્મીના રૂમમાં ગઈ. અધૂરામાં મારો કાળો બુરખો પહેરેલો જોઈને તારી મમ્મી જાગી ગઈ. ચોર સમજી. પછી મને ઓળખી ગઈ અને પૂછ્યું તો મેં કહ્યું કે રામને હું મેથ્સ શીખવવા આવી છું. ભોળાં મમ્મી તારી રૂમમાં તને ઉઠાડવા આવ્યાં અને ખબર નહીં પછી તેને શું થયું. મને કહે-રામ બ્રશ કરે એટલી વારમાં તું ચા પીશ? મેં ચા પીધી, અને માર ખાધો!"

રામ તાળીઓ પાડતો આંખો બંધ કરીને હસવા લાગ્યો. મુસ્કાનને ભેટી પડ્યો.

"હાસ્તો...મને પણ ગાલ પર ત્રણ પડી. પછી તો મારો લાલચોળ ગાલ અને એના પર ઊપસેલી ચાર-ચાર આંગળીઓ તું જોઈ ન જાય એટલે હું રસ્તામાં અંધારામાં સંતાઈ ગયેલી."

યાદોની દુનિયામાં સાંજ પડી ગઈ. નદીના કિનારે અંધારામાં બંને એકબીજાની બાંહોમાં સૂતાં-સૂતાં ધીમેથી ઊગતા તારલાઓ જોતાં રહ્યાં. બંને ચૂપ હતાં. શાંત હતાં. જિવાયેલી જિંદગી બોલી રહી હતી.

*

ધરતીના પટ્ટ પર લાખો માનવી ઇશ્કના મહાસાગરનું તત્ત્વ ચાખતાં હશે. એ સાગરમાં ડૂબી જનારા પણ સેંકડો હશે. રામ અને મુસ્કાન ચાખનારા કે ડૂબનારાં ન હતાં. એ બંને તો ઇશ્કનો મહાસાગર બની ગયા હતા.

એકબીજાને અઠવાડિયું મળી ન શકે તો શ્વાસ રૂંધાવા લાગે એવી લાગણીઓ હતી. એ છોકરડાંઓના દુઃખ એક હતાં. સુખ એક હતાં. ક્યારેક જો જિંદગી દુઃખ અને સુખની વચ્ચેની રેખામાં જિવાતી જતી હોય તો બંને ટ્રેનમાં બેસીને શહેર તરફ નીકળી પડતાં. શહેરમાં બુરખો પહેરીને ચોરીછૂપી ફિલ્મ જોવા જતાં! રેલવેસ્ટેશન પર બેસીને સાંજ સુધી વાતો કર્યા કરતાં. સપનાંઓ જોતાં. સ્ટેશન પરથી નવલકથાઓ ખરીદીને એકબીજાને વાંચી સંભળાવતાં. એ બંનેએ પોતપોતાના ઘરે પુસ્તકોના ઢગલા કરેલા. શિયાળો હોય તો રાત્રે ક્યાંક અજાણ્યાં ખેતરોમાં તાપણું કરવાં ભેગાં થઈ જાય. ઉનાળો હોય તો કોઈ ગંદા પાણીમાં નાહવાનું નક્કી

થઈ જાય. ચોમાસે ખુલ્લા આભ નીચે બંને ખરાબ અવાજમાં ગીતો ગાય.

ઇશ્કનો એ મહાસાગર ધર્મોને ઓગાળી ચૂક્યો હતો. નવરાત્રી આવે એટલે મુસ્કાન ચોલી પહેરીને ગરબાં રમવા જતી. બંને એટલાં ગરબા રમતાં કે થાકીને મેદાનમાં જ પડી જાય. રામ રોજા રાખતો. ઈદ મનાવતો. શહેરમાં ક્યાંક ગણેશોત્સવ હોય તો બંને ગમે તેમ કરીને નાચવા પહોંચી જતાં. કોઈના લગ્ન થતાં હોય તો વણનોતર્યા મહેમાન બનીને જાનૈયાઓ સાથે આ છોકરો-છોકરી નાચતાં હોય.

"મને તો લાગે છે કે આ હિંદુ-મુસ્લિમ ધર્મોને લડતા બંધ કરવા હોય તો મંદિરના પૂજારીઓ અને ભક્તોએ ખુશીથી રોજા રાખવા જોઈએ અને ઈદ ઊજવવી જોઈએ. અને મસ્જિદના મૌલાજી અને નમાજી લોકોએ આપણી જેમ દિવાળી ઊજવવી જોઈએ અને આપણી જેમ ગણેશોત્સવમાં નાચવા જવું જોઈએ." રામ કહેતો.

"ધર્મો કંઈ માણસોને ભેગાં નહીં કરી શકે. એમણે જ તો સૌને અલગ પાડ્યા છે." મુસ્કાન કહેતી.

"તો પછી યુવાનોને આપણી જેમ એકબીજા સાથે પ્રેમમાં પડી જવું જોઈએ." રામ હસીને કહેતો.

*

પ્રેમમાં પડી ગયેલાં એ છોકરડાં થોડાં મોટા થયાં અને સાયન્સ કૉલેજ જવા લાગ્યાં.

પ્રેમની પારખુ ક્ષણો આવી રહી હતી. બંનેને હવે સાથે રહેવું હતું. રામ તો મુસ્કાનના ઘરની બહાર શેરીમાં ઊભો રહીને ચિઠ્ઠીઓ લખીને ફેંકતો. મુસ્કાન એ ચિઠ્ઠી વાંચતી અને પછી પાછળ જવાબ લખીને રામને સામે ફેંકતી. એ સાંજે રામે મુસ્કાનને કાગળ ફેંક્યો. અંદર લખ્યું હતું:

"ઓયે મારા ઑક્સિજન...કેટલો સમય મારે તારી સાથે આવી રીતે કાગળ ફેંકીને વાતો કરવી પડશે. સમજી જા પ્લીઝ..."

"શું કહે છે? શું સમજી જાઉં?" મુસ્કાને પાછળ લખીને પૂછ્યું.

"મારી સાથે લગ્ન કરી લે પ્લીઝ..."

"ગાંડો થયો છે?"

"નહીં કરે તો ગેરંટી ગાંડો થઈ જઈશ."

"રામ, લગ્ન કઈ રીતે શક્ય છે? આપણે પહેલાં પણ આ વાત કરી લીધી છે આપણા પરિવારને."

"ચલ...ભાગી જઈએ."

"સૂવરનો દીકરો છે?" મુસ્કાને લખીને પૂછેલું એ એક સવાલમાં રામ બધું સમજી ગયો હતો. મુસ્કાન ગુસ્સે ન હતી. રામને પોતાના કરતાં વધુ જાણતી હતી. બંને પોતાના પરિવારોને એટલાં ચાહતાં હતાં કે મા-બાપ ખુશ ન હોય એવું કશું જ કરવા માંગતા ન હતાં. બંનેને એકબીજાની સાથે રહેવું હતું, અને એમાં પરિવારની રાજીખુશીથી મંજૂરી જોઈતી હતી.

પરિવાર છોડીને ભાગવું એ કાયરતા હતી. એ જ રાત્રે નદીના અંધારામાં એ બંને મળેલાં. નક્કી કર્યું કે શરીરમાં જીવ છે ત્યાં સુધી ભાગવાનું નહીં વિચારે અને બંને પરિવારને સાથે રાખીને જ જીવન જીવશે. બંને ઘરે ગયાં. પછી એક વર્ષ સુધી મા-બાપને મનાવતાં રહ્યાં. મુસ્કાને પોતાના અબ્બાજાનને રામ વિશે દરેક વાત કરી. જે વાતો અબ્બાની આંખોમાં જોઈને કહી શકતી ન હતી એ વાતો કાગળમાં લખીને કહી. કુટુંબના વડીલોને સમજાવવા પ્રયત્નો કર્યા. અબ્બાને મળવા માટે રામને ઘરે બોલાવ્યો. 'મુસ્કાનને જીવ કરતાં વધુ સાચવીશ' એવું સમજાવવા રામે પ્રયત્ન કર્યા. બંનેએ વડીલોને સમજાવ્યાં કે અમે નાદાન-ભોળા-ફિલ્મી પ્રેમમાં નથી. અમે આ લાગણીને વર્ષો આપ્યાં છે.

કોઈ સમજ્યું નહીં. સમાજ શું કહેશે? આબરૂ શું રહેશે? ધર્મ નહીં માને. તમારું બાળક કયા ધર્મનું થશે? આપણો ગ્રંથ અને પંથ તમને આ પાપ નહીં કરવા દે.

ફરી એ બંને એક સાંજે નદીએ ભેગાં થયાં. પરિવારને લગ્ન નથી કરાવવાં, તો આપણે લગ્ન કર્યા વિના સાથે જીવશું. પરિવારને સમાજનો ડર છે, તો એ સમાજની સામે—થૂં. આપણે સમાજથી દૂર રહીને જીવી લઈશું. મુસ્કાનને હિંદુ પરિવાર વહુ તરીકે ઘરમાં નહીં આવવા દે, તો એ ઘરમાં નહીં રહીએ.

બંનેએ ઘરે જઈને ફરી પરિવારને સમજાવ્યાં. સૌએ છેવટે થાકીને બંનેને જે કરવું હોય તે કરવાની છૂટ આપી દીધી. પરિવાર ખુશ ન હતા. બંને

ગામડું છોડીને શહેરમાં આવ્યાં. અહીં પણ લોકો એમના જીવનને જોઈને મજાક કરતા. પાનના ગલ્લાઓ પર કે મંદિરોના ઓટલા પર સપ્તપદીના મહત્ત્વની અને લગ્ન-સંસ્કારની ભારેખમ વાતો થતી. અગ્નિની સાક્ષીમાં ફરવામાં આવતા ફેરાઓની વાતો થતી. સૌ કોઈની અંદર એ અગ્નિ ભડકે બળતો. બીજાની ખુશીઓ જોઈને અંદર બળતા લોકોનું એ વિશ્વ હતું. આ બધાથી દૂર આ સારસ બેલડી પ્રેમના મેદાનમાં સુખ-દુઃખનાં સ્મરણો બનાવી રહેતી. એકબીજાની પાંખો ફેલાવીને પોતાના એ વિશ્વમાં ઊડ્યા કરતી. ત્યાં કોઈના બાપની તાકાત ન હતી કે કાંકરીચાળો કરી શકે. એ બંનેએ પોતાના બંને કાન ખુલ્લા રાખીને જીવવાનું નક્કી કરેલું હતું. લોકોની વાતો એ બીજા કાનેથી કાઢી ફેંકી દેતાં. જિંદગી - અસ્તિત્વ - આખું વિશ્વ એમને માટે હરઘડી ચાલતો ઉત્સવ હતી. જેવું વિચારેલું એવું જીવ્યાં હતાં. છાતી ઠોકીને ગર્વથી માથું ઊંચું કરીને પ્રેમની ગાથા પોતાના દીકરાને કહી શકે એવી વાર્તા જિવાયેલી હતી.

*

"મ્યાઉં" એક સફેદ બિલાડીએ ઝૂલા પાસે આવીને અવાજ કર્યો. રામ અને મુસ્કાન ઝબકીને જાગી ગયાં. કોઈ એમને જોતું હોય એમ ઝડપથી એકબીજાનો હાથ છોડીને સીધા બેસી ગયાં. એ બંનેને જાગેલાં જોઈને બિલાડી ભાગીને ફળિયામાં રેંકડી પર ચડી ગઈ.

"રામ, જો તો પેલી બિલાડી આપણી રેંકડી પર સૂવાની લાગે છે. એ સવારમાં ત્યાં જ સુસુ કરી લે છે ને પછી મારે પાણી નાખીને એ અડધી કલાક સાફ કરવું પડે છે. પાછું પાણી નાખું એટલે આપણી રેંકડીનું સડી ગયેલું લાકડું ફૂલી જશે અને પાછું તૂટી જશે. મારે-"

મુસ્કાન બબડતી હતી તેટલામાં રામે તેને હળવેથી કમરથી પકડીને પોતાની છાતીમાં સમાવી લીધી. મુસ્કાન ચૂપ થઈ ગઈ અને પોતાની આંખો બંધ કરી ગઈ. બંનેના શ્વાસના અવાજ અને ઘડિયાળના કાંટાનો અવાજ ભેગા થઈ રહ્યા હતા.

"રામ...પેલી બિલાડી." મુસ્કાન રામની ગરમ છાતી પર કાન રાખીને બંધ આંખે બોલી રહી હતી.

"થેંક્યુ મુસ્કાન."

"કેમ?"

"હંમેશાં મારી સાથે રહેવા બદલ."

મુસ્કાન રામથી અળગી થઈને રામની આંખોમાં જોવા લાગી. મુસ્કાન તરફની લાગણીઓ તેમાંથી છલકાઈને બહાર દેખાઈ રહી હતી.

"રામ...એમાં થૅન્ક્સ કહેવાની જરૂર નથી. તારી સામે જે છોકરી બેઠી છે તે તારા વગર એક મિનિટ પણ રહી શકે એમ નથી. પછી ભલે ને તારા વલ્ગર માઇન્ડમાં ભેંસ-પાડાના સેક્સના અને એ છોકરીના ગોરા પગના વિચાર આવતા હોય."

"ઓહો...તું કોઈ વાત ભૂલતી જ નથી? સાચે જ એ ઉંમરમાં મને એવા વિચારો જ આવતા!"

મુસ્કાન રામના ચહેરાને વાંચી રહી. વિચારતી હતી. *"રામ...એક મુસ્લિમ છોકરી કે જે અત્યારે પોતાનું બધું જ છોડીને તારી સાથે, એક હિંદુ છોકરા સાથે રહેવા લાગે છે, અને તું આખા શહેરની આપણા વિશેની ખરાબ વાતોને તારા હૃદયના ખૂણામાં ધકેલીને મને પ્રેમ કરે છે. મને તારો સાથ નિભાવવા બદલ થેંક્યુ બોલે છે. આથી પવિત્ર વ્યક્તિ કોણ હોય રામ? તેં તો મારે માટે જ્ઞાતિ-ધર્મ, નામ-કામ કંઈ જ જોયું નથી. તારી સાથે કરેલો પ્રેમ પણ હવે મારે માટે બંધન નથી રામ. સ્વતંત્રતા છે."*

ઘડિયાળમાં બાર વાગ્યાનો અવાજ આવ્યો. રૂમીને હમણાં સવારની સ્કૂલ હતી. મુસ્કાનને વહેલા ઊઠવાનું હતું અને રૂમીને તૈયાર કરવાનો હતો, ભાખરી બનાવવાની હતી અને રામને પણ તૈયાર કરીને વહેલા શાકભાજી લેવા માટે માર્કેટ મોકલવાનો હતો. રૂમીને સ્કૂલ પર છોડવા રામે સવારે વહેલા નીકળી જવું પડશે.

"ચાલો આપણી વાર્તા આગળ વધારો મમ્મી..." રામે મુસ્કાનનો હાથ પકડીને રૂમી જેવા ઝીણા અવાજમાં ધીમેથી કહ્યું.

"અરે વાર્તાવાળી રામલી. બાર વાગી ગયા છે. ચલ...સૂવાનું છે અને સવારમાં પાંચ વાગ્યામાં માર્કેટમાં શાક લેવા જવાનું છે તારે." મમ્મીનો ઑર્ડર આવ્યો.

"ઓહ હા મમ્મી...તો ચાલો, તમે મને એક વ્હાલી-વ્હાલી કરી દો એટલે હું સૂઈ જઈશ."

મુસ્કાને હસીને ધીમેથી રામના પેટ પર ચીમટો ભર્યો.

"મમ્મી...ચલો બેડ પર વ્હાલી-વ્હાલી કરીએ." રામ કહેવા જતો હતો, ત્યાં ચિમટાનું પ્રેશર વધી ગયું!

"સાવરણી લઉં?" મુસ્કાને ધમકી આપી.

"આ ચિમટા ભરી ભરીને જ તેં મને સાવરણીના ઠૂંઠા જેવો કરી દીધો છે."

"ઓહ હા...તો પછી સાવરણીના ઠૂંઠાને શું કિસ કરવાની? જા સૂઈ જા..." એમ કહીને મુસ્કાને ચહેરો ફેરવી લીધો. રામે ધીમેથી હળવા હાથે મુસ્કાનના ચહેરાને પોતાની તરફ ફેરવ્યો, અને પછી પોતાના બરછટ-સૂકા હોઠને મુસ્કાનના ભીના હોઠ સાથે દબાવી દીધા. રાત્રીના મૌનમાં ઘડિયાળનો કાંટો અને બિલાડીનું 'મ્યાઉં' ખલેલ કરી રહ્યાં હતાં. મુસ્કાનના ઠંડા હાથ રામની ઝીણી ઊગેલી દાઢી પર ફરી રહ્યા હતા, અને બંનેના નાકમાંથી નીકળીને ભટકાતા ગરમ શ્વાસ ધીમો અવાજ કરી રહ્યા હતા. થોડીવાર પછી રામે મુસ્કાનને પોતાના બંને હાથમાં ઊંચકી લીધી અને પોતાની રૂમનું બારણું બંધ કરી દીધું. બંને રૂમમાં એકબીજાની બાંહોમાં સમાઈ ગયાં. રાત રૂમમાંથી બહાર ભાગી આવી.

અઢીપાત્રની વાર્તા

૬

દુકાન પાસેના વડલા નીચે બેસતા ફકીર કહેતા કે રામ-રૂમી બંને બાપ-દીકરાને બદલે નાનકડા મિત્રો લાગતા. એકબીજા સાથે થોડીથોડી વારે કિટ્ટા થઈ જતા અને પાછા ટચલી આંગળીનું લોક લગાવીને દોસ્ત બની જતા. રૂમીના દરેક સવાલોનો જવાબ રામ પાસે હતો. એ જ્યારે સ્કૂલથી રડીને આવે ત્યારે એને છાનો રાખતો અને પછી સાઇકલ પર બેસાડીને આઇસક્રીમ ખાવા લઈ જતો. રૂમીને સાંજે ચૉકલેટ અને નવો ગિલ્લીદંડો લાવી આપતો. દરેક નાના બાળકની જેમ રૂમી માટે તેનો અબ્બા દુનિયાનો સૌથી હોશિયાર માણસ હતો.

એ રૂમીની દરેક ઇચ્છાને પૂરી કરતો હતો. રૂમીના બર્થ-ડે પર સરપ્રાઇઝ આપે. રૂમીની બુક્સને પૂંઠા ચડાવી આપે. રૂમી ગુસ્સે થાય ત્યારે રામ જ માર ખાય. મમ્મી જ્યારે રૂમી પર ગુસ્સે થાય ત્યારે તે રામની બાંહોમાં છુપાઈ જતો અને મમ્મીની ફરિયાદ કરતો. રૂમી કહે એ મુજબ રામ મમ્મીને ખિજાવતો!

એ થોડો અલગ બાપ હતો. વહેલી સવારે જ્યારે રૂમીની સ્કૂલનો ગેટ ખૂલ્યો ન હોય ત્યારે ગેટ બહાર દીકરા સાથે લંગડી રમતો બાપ એ એક જ હતો. સવારે ધુમ્મસમાં સ્કૂલે જતી સમયે રૂમીને અચાનક નાચવાનું મન થાય તો રૂમીની બૅગ સાચવીને એને રસ્તા પર ડાન્સ કરવા દે અને પછી ખુદ પણ રસ્તા પર ડાન્સ કરે. સાંજે રૂમીને ઊંઘ ન આવે ત્યારે રૂમીને ફ્રેન્કસ્ટાઇન, હેરી-પોટર, વન્ડરલેન્ડના જાદુની વાતો, અને શેરલોક હોમ્સની વાર્તાઓ કહેવા એ દોસ્ત આવી જતો. રાત્રે ફળિયામાં ખાટલા પર સૂતાં સૂતાં ખરતા તારાઓ શોધતા એ બંને એકબીજાને પોતાના બાળપણની વાતો કહેતા! મોડી રાત્રે ફળિયામાં ગોદડું ઓઢીને એ બંને તારાઓ ગણવા બેસતા. રૂમીની ગણતરી દરરોજ સાચી પડતી!

ઉનાળાના વૅકેશનમાં જ્યારે એ બંને શહેરના બીજા છેડે કે જ્યાં એક

લાંબુ સપાટ મેદાન છે ત્યાં રખડવા જતા. રૂમીને એ મેદાન ખૂબ જ ગમતું. ત્યાં મેદાનમાં એક પક્ષી પોતાનાં ઈંડાં મૂકતું હતું. રામ અને રૂમી એ ઈંડાં શોધતા અને બહાર નીકળેલા બચ્ચા સાથે રમતા. રૂમી એ બચ્ચાંના એક પગ પર લાંબો દોરો બાંધીને બચ્ચું જ્યાં જાય ત્યાં રખડ્યા કરે. એ મેદાનમાં દિવસે ગાયો બેસતી. સાંજે ગાયો જતી રહે ત્યારે મેદાનમાં એ ગાયોના શરીરની જૂની સુગંધ આવતી. સાંજે એ મેદાનમાં નાનકડાં જીવડાંઓ ભેગાં થતાં જે ગાયોના છાણમાંથી નાની-નાની ગોળીઓ બનાવીને દોડાવતા. રૂમી એ જીવોને ઝીણી આંખોથી જોતો રહેતો. તેનો દોસ્ત રામ તેના સવાલોનો જવાબ આપતો રહેતો. આખા મેદાનમાં ગાયોનાં પગલાંને એ બંને ગણતા. ધૂળમાંથી શંખલાં વીણીને ખિસ્સામાં ભરતા અને જ્યારે સૂરજ ક્ષિતિજ પર ડૂબવા આવતો ત્યારે એ શંખને આકાશમાં ફેંકીને કોરા આકાશમાં નવા-નવા ઊગતા તારાઓનું સર્જન કરતા! મેદાનના બીજા છેડે નીકળતી નદીના પાણીમાં એ બંને પથ્થરને પાણી પર દોડાવતા અને કિનારા પર ખાડો ખોદીને તેમાં પાણીનો વીરડો બનાવતા. રૂમીએ નવી સાઇકલ લીધી ત્યારે આ મેદાન પર રૂમીની ટ્રેનિંગ અબ્બા કરતા. એ મેદાન પર ચોમાસામાં રામ, મુસ્કાન, અને રૂમી ત્રણેય આવતાં, વરસાદની બુંદોને ચહેરા પર ઝીલતા અને ત્યાં જ બેઠાં રહેતાં. જૂનાં હિન્દી ગીતો ગાતાં-ગાતાં નાચતાં.

અબ્બા રૂમીને ક્યારેક ન સમજાય તેવી વાતો કહેતા. રૂમી એ બધું સમજતો નહીં, પરંતુ તેને ખબર પડી જતી કે અબ્બા જે કહે છે તેનું કંઈક કારણ હોય છે.

એક રાત્રે જ્યારે એ ત્રણેય ફળિયામાં સૂતાં હતાં, રામ ખુલ્લા આકાશમાં જોઈને એમ જ એકલો-એકલો વિચારતો હતો:

રૂમી...આ સામે આકાશ દેખાય છે? આપણું બધાનું જીવન બસ એ ખુલ્લા શાંત આકાશ જેવું જ છે. તેમાં અંધકાર ભર્યો છે, તેમાં પ્રકાશની બુંદો છે, તેનું એક અજીબ અને સાંભળી શકાય એવું સંગીત છે, ત્યાં બધા જ રંગો છે, અને બેટા, ત્યાં કોઈ સરહદ નથી, ત્યાં કોઈ નિયમો નથી. કોઈ આકાર પણ નથી. ત્યાં બધું જ કોઈ સતત

મોટા વંટોળની જેમ ઘૂમતું રહે છે. ત્યાં અસ્થિરતા છે. અંધકાર અને અસ્થિરતાની પોતાની મહાનતા છે. સાચે જ...આપણું જીવન એ ખુલ્લા આકાશ જેવું જ છે.

બેટા...આ જમીનથી દૂર દૂર એ આકાશમાં જઈને જો આપણે આપણી આ ધરતીને જોઈશું તો તને પણ એ જ દેખાશે. તને સરહદો વિનાની, ખુલ્લી, રંગીન, અંધકારમાં ચમકતી અસ્થિરતા દેખાશે. મને એવું લાગે છે કે આપણે જ્યારે એટલે દૂર જઈને આપણા જીવન વિશે વિચારીશું તો તને અહેસાસ થશે કે અહીં ધરતી પર સાચે જ કોઈ નિયમ નથી, અને છતાં બધું જ કેટલું નિયમ મુજબ જ ચાલે છે!

રૂમી...અહીં જીવવાના, તારા રસ્તાઓ પસંદ કરવાના કોઈ નિયમો નથી. તું દૂર ત્યાં જઈશ ત્યારે તને અહેસાસ થશે કે તારી પાસે એ બધા જ રસ્તાઓ છે જેના પર ચાલવા તારું હૃદય કહી રહ્યું છે. લોકોને અહીં ખબર નથી હોતી, એટલે બીજા લોકોના જૂના જીવનને જોઈને એ રીતે જીવતા રહે છે...અને એક દિવસ બધું જ સડસડાટ પસાર થઈ જતું હોય છે. આખું જીવન પસાર થઈ જાય છે અને ક્યારેક માણસ છેલ્લાં વર્ષોમાં પાછું ફરીને પોતાના જીવનને જુએ ત્યારે કંઈ સમજી જ શકતો નથી.

એટલે જ મારે તને કહી દેવું જોઈએ રૂમી...અહીં જીવવાના કોઈ નિયમો નથી. તું ખુદ જ તારા જીવન માટે, તારી સફર માટે, અને આ અંધકારમાં તારા પોતાના પ્રકાશ માટે જવાબદાર હશે. તારા નિયમો તારા પોતાના જ હશે. તારું સાચું-ખોટું તું જાતે બનાવ. પછી નીકળી પડ. બસ...દોડ્યે રાખ આ રાત-દિવસ દોડતા તારાઓની જેમ. તું ક્યારેક પડી જઈશ, તું પાછો ઊભો થજે. તું કદાચ એક મહાન માણસ બનીશ. તું ક્યારેક ભૂખ્યા ઢોરની જેમ રખડી પડીશ. છતાં પણ એક વાત યાદ રાખજે રૂમી-તારી સફળતા, તારી નિષ્ફળતા, તારી મહાનતા, કે તારી વ્યર્થતા નક્કી કરનારો તું ખુદ જ હોવો જોઈએ. જ્યારે છેલ્લાં વર્ષોમાં આપણે પાછું ફરીને જોઈશું ત્યારે તને અને મને એ સમજાશે કે અહીં તો બધું આપણા હાથમાં હતું. આપણે તો આ જીવનના રંગોનો ઉત્સવ

ઊજવવાનો હતો. આપણે તો દિલને ગમે તે બધું જ કરી લેવાનું હતું. બેટા...લાત માર બધા જૂના નિયમોને. નવા રસ્તાઓને શોધી લે. તું દોડે, થાકે, હસે, રડી પડે, તું ભાંગી પડે, ફરી ઊભો થાય, નાચે, ખુશ રહે, દુ:ખી થાય બધું જ કરે...પણ આ આકાશની જેમ એ બધા રંગોને ભેગા કરીને પણ તું પ્રકાશિત રહેવો જોઈએ. જીવનની અસ્થિરતાને ઊજવતો ફરવો જોઈએ. તારી...

બસ. રામ વધુ ન વિચારતો. તે આવું કેમ વિચારતો તે તેને ખબર ન પડતી. તેને પોતાના રૂમીને બધું જ અત્યારથી કહી દેવાની અજીબ ઇચ્છા થતી. તે કહેતો નહીં.

“અબ્બા...મમ્મી રૂમમાં જતી રહી.” રૂમીએ જ્યારે રામને કહ્યું ત્યારે એ ચોંકી ગયો. પોતાના ઊંડા વિચારોમાંથી બહાર આવ્યો.

“કેમ...શું થયું મમ્મીને?”

“એ નવલકથાનું છેલ્લું ચેપ્ટર લખે છે.”

“હા સારું થયું. તું હવે તેને અંદર જઈને ડિસ્ટર્બ ના કરતો. હું તને પથારી તૈયાર કરી દઈશ.”

“અબ્બા...તમે મમ્મી સાથે જ કેમ લગ્ન કર્યાં?”

“હેં? કેમ એવું પૂછે છે?”

“બસ એમ જ. કહો ને મને.”

“તારા જેવો બુદ્ધુ છોકરો પેદા કરવા માટે.”

“એ તો હું છું જ. પણ મારે જ્યારે લગ્ન કરવાનાં થશે ત્યારે મને મમ્મી જેવી છોકરી મળી જશે?”

“ઓહો...એટલે તને અત્યારથી ટેન્શન છે એ બધું?”

“ના. ટેન્શન નહીં...પણ તમે નાના હતા ત્યારના મમ્મીને જાણતા હતા અને...”

“બેટા...હજુ મેં અને મુસ્કાને લોકો સામે લગ્ન નથી કર્યાં.” રામે રૂમીને વચ્ચેથી અટકાવીને કહ્યું. એ બંને કઈ બોલ્યા વગર આકાશમાં જોવા લાગ્યા. રૂમીએ આ જવાબ ઘણીવાર સાંભળ્યો હતો, પરંતુ તેને તે પછી કોઈ સવાલ ન થતો.

રૂમી ખરતા તારાઓને શોધવા લાગ્યો. રામ ફરી વિચારવા લાગ્યો.

એટલે જ તો તને મારે કહેવું નથી રૂમી કે તારે આ ખુલ્લા આકાશની જેમ જીવવું જોઈએ. મને લાગે છે તું સમય આવ્યે એ જાતે જ સમજી જઈશ.

"અબ્બા...તમારી અને મમ્મીની વાતો કરોને." રૂમીએ અબ્બાનો મજબૂત હાથ પકડીને કહ્યું. રામ પોતાના લગ્નની ઘટનાને યાદ કરતો હસવા લાગ્યો. રૂમીને એ ઘટના યાદ ન હતી.

*

એકવાર રામ અને મુસ્કાનને ઝઘડો થયો. સવારથી લઈને સાંજ સુધી તેઓ એકબીજા સાથે બોલ્યાં જ નહીં. જમ્યાં નહીં. એકબીજાની સામે પણ જોયું ન હતું. લડાઈ એવી થઈ કે ઘરમાં નાનકડા રૂમી સિવાય બીજો કોઈ અવાજ સંભળાતો જ નહીં. રૂમી હજુ ચાલતાં શીખેલો. તોફાની હતો. દોડાદોડ કરતો. થોડીવાર અબ્બા પાસે જતો, અને અબ્બા ધ્યાન ન આપે એટલે મમ્મીને વળગી પડતો. તેને કંઈ ખબર ન હતી અને બોલતાં આવડતું નહીં. સામાન્ય દિવસોમાં તો ઘણી બધી વાર રામ-મુસ્કાન ઝઘડતાં, અને થોડી જ વારમાં પાછાં ભેગાં થઈ જતાં, પરંતુ આ ઝઘડો વધારે ગંભીર હતો. કોઈ હારવા માગતું ન હતું.

એ સાંજે ત્રણેય ઓસરીમાં બેઠાં હતાં. રામ લાકડાની થાંભલીને ટેકો દઈને ઓસરીની કિનારી પર રડેલા ચહેરે બેઠો હતો. થોડે દૂર આગળ ઓસરીમાં રૂમના બારણા પાસે લાલ આંખોવાળી મુસ્કાન સાવરણીની સળીઓ તોડતી આંખો લૂછી રહી હતી. આ બંને વચ્ચે રૂમી ઓસરીની બરાબર વચ્ચે બેઠો-બેઠો અબ્બાએ મેળામાંથી લઈ દીધેલા રમકડાના સૈનિકથી રમી રહ્યો હતો. સૈનિક પાવર-સેલથી બંદૂકની ગોળીઓ છોડવાનો અવાજ કરી રહ્યો હતો. જો કે પાવર ઘટી જવાને લીધે ધીમે-ધીમે ગોળીઓ છૂટી રહી હતી! ઘરમાં ગોળીઓના અવાજ સિવાય એકદમ શાંતિ હતી. એકબીજાથી છ-સાત ફૂટ દૂર બેઠેલા હોવા છતાં રામ-મુસ્કાનને વર્ષોની જુદાઈ હોય એવું લાગી રહ્યું હતું.

સાંજના ડૂબતા સૂરજનું કેસરવર્ણું અજવાળું ઓસરીમાં બેઠેલાં એ ત્રણેય પર પથરાતું હતું.

થોડીવાર પછી રામ થાંભલી પાસેથી ઊભો થયો અને રૂમમાંથી પેન અને કાગળની થપ્પી લઈને પાછો પોતાની જગ્યાએ બેસી ગયો. એ કાગળમાં કશુંક લખી રહ્યો હતો.

ત્યાં વળી રૂમીને શું સૂઝ્યું-તે પોતાનો સૈનિક ઝૂલા પર મૂકીને રામની પાસે ગોઠણભેર ચાલતો આવ્યો અને રામ પાસેથી એ કાગળ ખેંચી લીધો, અને ઊભો થઈને દોડતો રડતી મુસ્કાનના ખોળામાં મૂકી આવ્યો. મુસ્કાને કાગળ વાંચ્યો:

“મુસ્કાન...તારી જેમ મારો પરિવાર પણ મારા પત્રો કે ટપાલના જવાબ નથી આપતો. તારા અબ્બા જેમ તારા લખેલા પત્રો પાછા મોકલી દે છે એમ...”

અધૂરો કાગળ વાંચીને પણ મુસ્કાનની આંખોમાંથી આંસુ ખર્યાં. કાગળ પર આંસુના પડવાનો અવાજ રૂમીએ સાંભળ્યો. ભીની આંખે મુસ્કાને પેન્સિલ લઈને કાગળના પાછળના કોરા ભાગમાં લખ્યું:

“રામ...હજુયે મોડું થયું નથી. આપણે આમેય લગ્ન નથી કર્યાં. જો...”

ત્યાં તો કાગળ ખેંચાઈ ગયો હતો. રૂમી દોડીને તે કાગળ રામને આપી આવ્યો. કાગળ પાછળ વાંચીને રામ ધ્રૂજી ઊઠ્યો. ધ્રૂજતા હાથે તેણે બાજુમાંથી બીજો કાગળ લઈને લખ્યું:

“મુસ્કાન, આપણે તો નક્કી કર્યું હતું કે લગ્ન નથી કરવાં. અગ્નિની સાક્ષીએ લેવાતા ચાર ચક્કરથી તું મારી...” કાગળ ખેંચાઈ ગયો. મુસ્કાનને અપાઈ ગયો. મુસ્કાને પાછળ લખ્યું:

“હું તારી જ છું રામ...અને છેલ્લા શ્વાસ સુધી રહીશ...રામ...” આટલું લખતા મુસ્કાનનો લાલ ચહેરો આંસુઓમાં ભીનો થઈ ગયો. બાજુમાં કાગળ ખેંચવા ઊભેલો રૂમી થોડો ગભરાયો. મુસ્કાને ફરીથી લખ્યું, “છેલ્લા શ્વાસ સુધી...” બસ તે એટલું જ લખી શકી. બંને અંદર કંઈક હતું જે વ્યક્ત થતું ન હતું. વાતો આમ જ ચાલુ રહી:

“તો પછી કેમ આટલું બધું વિચારે છે?” રામે લખ્યું.

“ગામના લોકો મારા અબ્બા-અમ્મીને મેણાં સંભળાવે છે રામ.”

“બહારના લોકોને જોઈશું તો આપણે ક્યારેય ભેગાં નહીં રહી શકીએ.”

"હું સમજુ છું રામ. પણ આપણી ભેગાં આપણા પરિવાર નથી રામ. મારે સૌને ખુશ જોવા છે."

"થોડો સમય આપ. આપણે બંને ફરી ગામડે જશું અને પોતપોતાના ઘરે ફરી સૌને સમજાવશું."

"કોઈ નહીં સમજે તો?"

એક પછી એક કાગળો લખાતા ગયા. રામ પાસે લખેલા કાગળોનો ઢગલો થઈ ગયો. કાગળની અંદર લખાતી વાતો ફરતી ગઈ. અક્ષર ન સૂઝે એવું ઝાંખું અંધારું થયું ત્યાં સુધીમાં ઝઘડો ધીમેથી પ્રેમમાં ફરી ગયો. ફરિયાદોની જગ્યાએ લાગણીઓ લખાવા લાગી. અંધારામાં ઝીણી નજર કરીને કાગળ લખાઈ અને વંચાઈ રહ્યા હતા.

"આજે આખો દિવસ ખાધું નથી. તારા ઝઘડાને લીધે રબ્બર જેવો થઈ ગયો છું."

"નાલાયક. ઝઘડો તેં ચાલુ કર્યો."

"જો વાંક કોનો છે એની લપ પાછી ચાલુ કરી?"

"એય મુસ્કાન...એક કામ કરીશ?"

"તું કહીશ તે કરીશ...જો..."

"કરીશ ને?"

"હા રામ..."

"ત્યાંથી ઊભી થઈને મારી બાજુમાં આવ...અને...અને મને તારી બાંહોમાં..." મુસ્કાન અડધું વાંચીને ઊભી થઈને દોડી હતી. એ છ ફૂટનું અંતર તેને હજારો માઈલની દૂરી લાગતી હતી. રૂમી ત્યાં ઊભો-ઊભો આ બધું જ જોતો હતો. થાંભલી પાસે રામ ઊભો થયો, અને દોડતી મુસ્કાન તેની બાંહોમાં ચોંટી ગઈ. એમની બંનેની રડી-રડીને લાલ થઈ ગયેલી આંખો એકબીજાને મળવા માટે તરફડતી હતી. મુસ્કાનના ચહેરાને રામે ચૂમીઓથી ભરી દીધો. ભીના હોઠને તરસ ખૂબ જ લાગી હતી. મુસ્કાનની સલવાર પકડીને પાછળ ઊભેલા રૂમીએ મમ્મી-અબ્બાની ગાંડા પ્રેમની દુનિયાને પોતાની અંદર ઉતારી દીધી હશે. રામના માથામાં હાથ ફેરવતી મુસ્કાન તેના ચહેરાને નીરખી રહી હતી. તરસ બૂઝતી જ ન

હતી. સાંજ ઢળી ગઈ હતી. એકબીજાના આછા ચહેરા દેખાતા હતા.

રામે પાછા પેન અને કાગળ લીધાં. અંધારામાં ઝીણી આંખ કરીને લખ્યું:

"ચલ...મુસ્કાન લગ્ન કરી લઈએ."

મુસ્કાન વાંચીને હસી પડી. રડી પડી. ઝૂલા પર બેસીને મુસ્કાને લખ્યું:

"ક્યાં? ક્યારે?"

"અહીં જ...અત્યારે જ...આંગણમાં."

"અત્યારે?"

"હા...તું કહે તો અત્યારે જ." રૂમી વચ્ચે ઊભો રહીને વાંચવાનો પ્રયત્ન કરતો, પરંતુ વાંચતાં આવડતું ન હતું!

"ખરેખર રામ?"

"હા ગાંડી...હવે તને લગ્નને લઈને જીવનભર ક્યારેય નથી રડાવવી. ચલ અત્યારે જ લગ્ન કરી લઈએ."

"રામ તું મને સાચું કહે છે?"

"હા. ચલ, આમેય ક્યાં આપણે હજાર લોકોને બોલાવવા છે? સગાઓને કહી દઈશું કે અમે સિક્રેટમાં લગ્ન કરી નાખ્યાં છે!"

"રામ, તું મને હેરાન ન કર. પછી પાછો તું જ રડવા બેસે છે."

"હું રડું તો પણ આંસુ તો તારાં જ હોય છે ને..."

"ચલ...ચલ હવે ડાયલોગ ન માર." રામ વાંચીને ખડખડાટ હસી પડતો. પાછો લખતો:

"ચલ ઓયે...અંધારું થાય એ પહેલાં લગ્ન કરી નાખીએ. પછી ભૂખ લાગી છે મને."

"કોણ મંત્રો બોલશે?"

"આપણે બ્રાહ્મણોની જરૂર છે?"

"કેમ?"

"બુદ્ધુ...મારે માટે હિંદુ બ્રાહ્મણ જોઈએ અને તારે માટે મુલ્લાજી જોઈએ!"

"હા...એ તો છે. હું તો ભૂલી જ ગઈ કે મારે અલગ લગ્ન હોય!"

"ડોબી..."

"એ ડોબો તું. રોતલરામ."

"એક વાત કહું મુસ્કાન? આ આપણે જેટલા કાગળોનો અહીં ઉકરડો કર્યો છે, તે બધા જ કાગળ ભેગા કરીને ઢગલો કરીને સળગાવીએ, અને પછી એ અગ્નિની સાક્ષીએ ચાર ફેરા ફરી લઈએ." મુસ્કાન એ વાંચીને વિચારવા લાગતી. પૂછતી:

"ચાર હોય કે સાત?"

"તું કહે તેટલા...જન્મોજનમના. પ્રેમલગ્નના ફેરાની સંખ્યા, બ્રાહ્મણ કે મુલ્લાની વિધિઓ, અગ્નિની સાક્ષીઓનો મોહતાજ નથી હોતો ગાંડી. એ બધું તો ફૉર્માલિટી છે."

"ડાયલોગ માર્યો પાછો?"

એ બંને એ વાંચીને હસી પડતાં. રામ મુસ્કાનની બાજુમાં આવીને તેના ગુલાબી હોઠ પર લાંબી કિસ કરી લેતો. મુસ્કાન રૂમી ઊભો હોવાથી શરમાઈ જતી.

એ સાંજે અભૂતપૂર્વ ઘટના બનેલી. મુસ્કાને એકબીજાને લખેલા બધા જ કાગળ ભેગા કરીને આંગણામાં ઢગલો કર્યો. રામ રસોડામાંથી ઘી અને બીજી હોમવાની વસ્તુ અને માચીસ લેતો આવ્યો. રૂમી મોડી સાંજે ઝૂલા પર બેસીને આ નવી રમત જોયા કરતો હતો. બધી તૈયારી થઈ ગઈ હતી.

સામે અગ્નિ પેટાવ્યો. ફળિયામાં પીળો પ્રકાશ છવાઈ ગયો. પવિત્રતા અને બે દિલોની નિર્મળતા છવાઈ ગઈ. એ સાંજે બંનેએ કાગળોના અગ્નિની આસપાસ ફેરા ફર્યા. મુસ્કાને પોતાની ચુંદડી ઓઢી હતી. લાલ ચુંદડીમાં ઊભેલી દુલ્હનને રામે પોતાના બંને મજબૂત હાથમાં ઊંચકીને ફેરા પૂરા કરી દીધા! રૂમી આ બધું જ જોતો રહ્યો. છેલ્લો સાતમો ફેરો પૂરો થયો. મુસ્કાન રડી પડી. આંખો બંધ કરીને રામને ગળે વળગી પડી.

લગ્ન-વિધિ પૂરી થઈ ન હતી. રામે ફરી કોરો કાગળ લીધો. રામે લખતા પહેલા મુસ્કાન સામે જોઈને પૂછ્યું:

"કરિયાવરનું લિસ્ટ બનાવું છું. બોલ શું-શું આપીશ મને દહેજમાં?"

"મારી બધી ધડકનો લખી નાખ..." મુસ્કાન નેણ ઉછાળીને બોલી. રામ હસી પડ્યો. પછી લખ્યું:

"હું રામ...મારી મુસ્કાનને તેની ધડકનોના બદલામાં મારું જીવન આપું છું."

મુસ્કાને કાગળ વાંચ્યો. નીચે સહી કરી. કાગળની પાછળ લખ્યું:

"કબૂલ હૈ...કબૂલ હૈ...કબૂલ હૈ..."

૭

ત્રીસ વર્ષની મુસ્કાન બીજી દુનિયાની પરી જેવી લાગતી હતી. સૌની વાત સાંભળતી, પણ પોતાનું દિલ કહે એ જ કરતી હતી. એણે થોડા રિવાજ તોડ્યા હતા. રંગબેરંગી ડ્રેસ પહેરતી. રોજ રેંકડીને ધક્કો મારીને સાંજ સુધી શાકભાજી વેચવા જતી રહેતી. પોતાનો ભાર એ રામ પર ન રાખતી. તે સ્વપ્નાંઓ જોતી. સાકાર કરતી. તે વાર્તાઓ લખતી અને એ વાર્તામાં પોતાની જીવનીનું પ્રતિબિંબ ઊભું કરતી. એની વાર્તાનાં પાત્રો સ્વતંત્ર, ખુદ્દાર, ક્રાંતિકારી અને ખુશીઓથી ભરપૂર હતાં.

રોજ શાકભાજી વેચવા નીકળી પડતી આ છોકરીને ઘણુંબધું ન ગમે તેવું સાંભળવા મળતું. આમેય આખા શહેરમાં તેના જેવી રૂપાળી અને એકલી છોકરી કોઈ ન હતી. રામ તેને બનતી બધી જ મદદ કરતો. કહેતો કે આ બધું છોડીને તું માત્ર લખવા પર ધ્યાન આપ. મુસ્કાન કહેતી–

"રામ...શરીર તૂટે અને મન ભાંગે એવું જીવીશ નહીં તો લખીશ શું? હું શાકભાજી વેચીને મારી વાર્તાઓ કમાઈ લઉં છું. મને ગમે છે એ બધું."

રોજ સવારે રામ હરાજીમાંથી શાકભાજી લઈને આવતો. એ બધાં જ શાકભાજીને મુસ્કાન રેશમના કપડાથી લૂછીને એક-એક કરીને રેંકડી પર ગોઠવતી. દરેક ઢગલી પર એ પોતાના કોમળ હાથથી ઠંડું પાણી છાંટતી. ઘરનું બધું કામ પતાવીને એ શાકભાજી વેચવા માટે નીકળી પડતી. દરેક સોસાયટીમાં જઈને એના સાંભળવા ગમે તેવા અવાજમાં સાદ કરતી:

"શાકભાજી આવી ગયાં છે...શાકભાજી."

ત્યાં તો ઘરે-ઘરેથી પુરુષો આવી જતા શાકભાજી લેવા માટે! મુસ્કાનનો ચહેરો જોઈને તેમનો દિવસ સારો જતો હશે. પણ રાત્રીઓ ચોક્કસ ખરાબ પસાર થતી હશે! ઘણા તો અડધી કલાક સુધી કિલો રિંગણના ભાવ ઓછા કરવા મીઠો-મીઠો ઝઘડો કરતા રહેતા. આ છોકરી એ બધાની 'મા' હતી. સૌને જાણતી હતી. ક્યારેક ખૂબ ભાવ ખાતા આદમીને ગાળ સંભળાવી દેતી. પોતાની રેંકડીની નીચે જ ચારેય પૈડા વચ્ચે ચાદરી બાંધીને જે ખાનું બનાવેલું

તેમાં એ એક લાકડી રાખતી. મુસ્કાનની બીકથી તો ઘણા પુરુષો શાકભાજી લેવા આવતા, પણ મુસ્કાન સામું જોતાં ગભરાતા હતા! મુસ્કાનની ચમકતી સલવાર અને નીચે દેખાતા સફેદ નાનકડા પગને જોઈને આનંદ લઈ લેતા.

મુસ્કાન જોતી કે ઘણીવાર જ્યારે સોસાયટીમાં શાકભાજીનો સાદ પડે ત્યારે કેટલીક સ્ત્રીઓ દોડીને એના બહાર નીકળતા પતિને રોકીને પોતે શાક લેવા રેંકડી સુધી દોડી આવતી. એ બધી મુસ્કાનની સુંદરતાને જોવા દોડતા પોતાના પતિની તલપ જોઈને બળી મરતી. પછી મુસ્કાનને આવીને કહેતી:

“તારે લીધે અમારા આદમી મોડા કામ પર જાય છે. સાલી શાક વેચે છે કે શરીર?”

ત્યાં વળી બીજી આવીને કોઈ દિવસ કહેતી: “એલી...મુસ્લિમ થઈને બુરખો તો ઓઢવાનું રાખ. બેશરમ. તારો ધણી તને આ રીતે કેમ મોકલે છે? એને પણ કંઈ શરમ નથી?”

પોતાનાં કિલો શાકભાજીને વેચવાની ગરજથી મુસ્કાન એ બધીને સાંભળી લે તેવી ન હતી. એ સહન ન કરતી. કહી દેતી:

“તારો આદમી કદાચ નપુંસક હશે. સાચું કહું તો પ્રેમ જ નહીં હોય તમારી વચ્ચે. નહીં તો તારું આ સો કિલોનું શરીર છોડીને મને જોવા ખાક આવે?” એ વધુ ન બોલતી.

મનમાં વિચારતી: *આ પ્રેમ વગર બંધાઈ ગયેલાં ભૂંડ-ભૂંડણીને ચાર દીવાલોમાં પૂરી દો. હસતા ચહેરા રાખીને લગ્નના ચાર ફેરા ફેરવી દો. કમાઓ અને ખાઓ...બસ તેનાથી કંઈ જીવન નથી બની જતું. આમના જેવાં લગ્ન પછી એ ઘરમાંથી ભૂંડની ગટર જેવી જ વાસ અને વાસના આવતી હોય છે. ખબર નહીં કેમ માણસ આવી જિંદગીને સ્વીકારી લે છે. લાગણીઓના સંબંધોને બદલે લગ્નના સંબંધો પછી પ્રેમ કરવા અને મેળવવા વલખાં માર્યા કરે છે! પછી ફરિયાદ કરે છે કે તને જોવા મારો ધણી બહાર આવી જાય છે. હસવું આવે છે તમારી આ પ્લાન કરેલી બોગસ જિંદગીઓ પર.*

*

સવારની સ્કૂલ હોય ત્યારે રૂમી સ્કૂલ પતાવીને દોડતો દોડતો મમ્મીને શહેરની ગલીઓમાં શોધી લેતો. મમ્મીની રેંકડી નીચે ચાદરની અંદર પોતાની સ્કૂલબૅગ ફેંકીને રેંકડી પર ચડી બેસતો અને પછી પોતે સાદ પાડતો–

"ચાલો...શાકભાજી આવી ગયાં શાકભાજી."

મુસ્કાન રૂમીના માસૂમ ચહેરાને જોતી રહેતી અને રેંકડીને ધક્કો માર્યા કરતી. કોઈ શાક લેવા આવે એટલે ત્રાજવા પર વજન કરી દેતી. રૂમી વળી પાછો મમ્મી પાસેથી શીખીને બિઝનેસ સ્ટ્રૅટેજી વાપરતો–

"અરે આવો માસી...જુઓ સોના જેવા બટાકા છે અને રેશમ જેવો ગુવાર છે! આ જુઓ સૌથી સસ્તાં તાજાં ટામેટાં અને માખણ જેવા મૂળા લેતાં જજો." મુસ્કાન હસી પડતી.

"કાકા...સીઝનની દ્રાક્ષ લઈ લો. લાંબો દાણો. મધ જેવો મીઠો."

મુસ્કાન રૂમીને સાંભળીને ઉપર આકાશમાં જોઈને કોઈને 'થૅન્ક્સ' કહેતી.

*

શહેરમાં કેટલાંયે ગાળો દેનારાં હતાં. ધર્મ અને નાત-જાત જોયા વિના અને લગ્ન વિના સાથે રહેનારા પરિવારને જોઈને માણસોનો જેટલો જીવ બળતો એથી દસ ગણો જીવ ત્યારે બળતો જ્યારે આ પરિવાર ખુશીઓથી ભરપૂર જિંદગી જીવતો દેખાતો! રામ-મુસ્કાન આવાં માણસોને કોઈ જવાબ આપતાં નહીં.

"આપણું જીવન એ આપણો જવાબ" મુસ્કાન કહેતી, "જે રીતે આપણે પોતાનો દિવસ પસાર કરશું એ રીતે જ જીવન પસાર થશે. એટલે આજના દિવસે તો કોઈના શબ્દોથી દુ:ખી નથી જ થવું."

છતાં...ક્યારેક એવું બનતું કે પોતાનો દીકરો જ અમુક સવાલ પૂછતો.

૮

એક દિવસ દીકરાએ સવાલ પૂછ્યો. શિયાળાની સવારમાં ધુમ્મસમાં એ ત્રણેય ઓસરીમાં નાસ્તો કરી રહ્યાં હતાં. રૂમી સ્કૂલે જવા તૈયાર થઈ ગયો હતો. મુસ્કાન શાકભાજી ગોઠવીને જ રોજ નાસ્તો કરવા બેસતી હતી. રૂમીએ ભાખરી ખાતાં ખાતાં કહ્યું:

"મમ્મી...અબ્બાએ બૂટ બનાવવાની દુકાન કેમ નાખી? સ્કૂલમાં કોઈના પણ પપ્પા આવું કામ નથી કરતા. મને ક્લાસમાં બધા કહે છે કે તારા પપ્પા તો મોચી છે. મને એક છોકરાએ પોતાનું ફાટેલું બૂટ સાંધવા આપ્યું, મારી બૅગમાં નાખી દીધું."

મુસ્કાન અને રામ એકબીજાની સામું જોઈને મુસ્કુરાયાં. રામનો ચહેરો થોડો ઝાંખો પડ્યો.

"અબ્બાને જ પૂછને તું..." મુસ્કાને રૂમીને કહ્યું.

"હું બૂટ સીવું છું બીકોઝ આઈ લવ ઈટ." રામ ભાખરીના ટુકડા પર અથાણું મૂકીને બોલ્યો.

"હેં? તમને બૂટ બનાવવાનું ગમે છે?" રૂમીએ પોતાના શર્ટ પર પડી ગયેલું અથાણું લઈને ભાખરીના ટુકડા પર મૂકતાં પૂછ્યું.

મુસ્કાનને ખબર હતી કે તેના હાથનું જમતાં-જમતાં રામ કંઈ બોલશે જ નહીં. એ બોલી, "આમ તો અબ્બા આપણને શીખવતા હોય છે કે પોતાના હૃદયનો અવાજ સાંભળીને કામ કરશો તો સુખી અને ખુશ રહેશો. જાણે પોતાનું દિલ તો બૂટ બનાવવાનું કહેતું હશે હેંને રૂમી?"

"રૂમી...જોજે તારા પપ્પાને એક દિવસ ગુજરાતની સૌથી મોટી શૂઝ કંપની હશે." રામ મોઢામાં ભાખરીનો મોટો ટુકડો અને માખણ મૂકીને બોલ્યો.

"આખા ભારતની સૌથી મોટી કંપની કેમ નહીં? તારે તો આખા વિશ્વની સૌથી મોટી કંપની બનાવવી જોઈએ." મુસ્કાને રામને બીજી

ભાખરી આપતાં કહ્યું. રામ ના પાડી શકે એમ ન હતો. મુસ્કાનની મજાક થોડી ભારે લાગતી હતી, પણ તે થાળીમાંથી ઉપર જોતો ન હતો. છતાં મુસ્કાન સામે તેણે પોતાની બંને આંગળી ઉપર નીચે કરીને 'સ્ટેપ-બાય-સ્ટેપ' વિકાસ કરશે એવો ઇશારો કર્યો.

"પણ અબ્બા...કંઈ નહીંને બૂટની દુકાન? પાછું તેનું નામ પણ કંઈ નહીંને 'મુસ્કાન' રાખ્યું?" રૂમીએ ત્રાંસી નજરે મમ્મી સામે જોઈને કહ્યું. મુસ્કાને રૂમીના ખભા પર માર્યું અને રૂમીની ભાખરી લઈ લીધી. રૂમીએ રામની થાળીમાંથી બીજી ભાખરી ખેંચી લીધી.

"અને તમે પણ કેમ શાકભાજી વેચો છો? મારા ટીચર રોજ મને ઘરે બટાકાનો ભાવ પૂછીને આવવાનું કહે છે." રૂમીએ પૂછ્યું. બંનેએ તેને કશો જવાબ ન આપ્યો.

"એય રૂમલી...ચલ હવે મમ્મીને ખોટી રીતે હેરાન ન કર. સાઇકલ પાછળ બેસી જા." રામે નાસ્તો પતાવીને પોતાની સાઇકલ બહાર કાઢતાં કહ્યું. રૂમી સાઇકલના કેરિયર પર ચડી ગયો અને રામ સાઇકલ ચલાવીને તેને સ્કૂલ મૂકવા ઊપડ્યો.

"અબ્બા...તમે બાઇક લઈ લો ને. સાઇકલની તો ચેઈન નીકળી જાય છે." રૂમીએ સ્કૂલના ગેટ પર સાઇકલથી નીચે ઊતરીને કહ્યું. રામ કંઈ બોલ્યો નહીં. દુકાન પર જવાને બદલે એ ઘરે આવ્યો. ઘરે મુસ્કાન રેંકડી લઈને બહાર નીકળી રહી હતી અને ખડકીને તાળું મારી રહી હતી.

"શું થયું રામ? કેમ દુકાને ન ગયો?"

"ના. તને મળવાની ઇચ્છા થઈ." રામ ખોટું હસીને બોલ્યો. મુસ્કાન સમજી ગઈ કે રામ કંઈક કહેવા માગે છે. એણે ખડકી ખોલીને રેંકડી અંદર લીધી. રામ પણ અંદર આવ્યો. પોતાની સાઇકલની ચેઈન પર ઑઇલ લગાવીને ત્રાંસી કરીને પેડલ મારવા લાગ્યો. આજે ધુમ્મસ ખૂબ જ હતું. હવામાંથી પાણીની ઠંડી ઝીણી બુંદો વરસી રહી હતી. મુસ્કાનને આજે ચાદર ભીની કરીને શાકભાજી ઢાંકવાની જરૂર ન હતી.

"મુસ્કાન...એક વાત પૂછું?" રામે સાઇકલના ફરતા ટાયર સામે જોઈને

વિચારીને કહ્યું. મુસ્કાન ઓસરીની કોર પર બેઠી હતી. ધુમ્મસને લીધે મુસ્કાનનો આછો ચહેરો જ દેખાતો હતો.

"એમાં વિચારે છે શું? બોલી દે." મુસ્કાને પોતાની સલવારની નીચે લટકતી પ્લાસ્ટિકની પાંદડીઓ સાથે રમતાં-રમતાં કહ્યું.

"મારે બાઇક લઈ લેવું જોઈએ હેંને?" સાઇકલ રિપેર કરી રામે મુસ્કાનની બાજુમાં બેસીને કહ્યું.

"રામ. એમાં મને પૂછવાનું? મને જે સાચું કારણ હોય તે કહેને. બાઇક માટે કંઈ વિચારવાનું હોય?"

"મુસ્કાન...તને શું લાગે છે? આપણો રૂમી મોટો થઈને કેવો માણસ બનશે?" રામે મુસ્કાનની આંખોમાં જોઈને કહ્યું.

"એ તો આપણને ક્યાંથી ખબર પડે રામ? વર્તમાનમાં જીવનારો છોકરો આવી વાતો ક્યારથી વિચારવા લાગ્યો?" મુસ્કાને રામનો ઠંડો હાથ પકડીને પૂછ્યું.

રામનો હાથ સ્પર્શીને મુસ્કાન તેને સમજી ગઈ. રામના ચહેરાને પોતાના કોમળ હાથોથી પકડીને તેણે ધીમેથી રામને પોતાની બાંહોમાં લઈ લીધો. બંનેએ ધુમ્મસમાં આંખો મીંચી દીધી અને થોડીવાર ચૂપ રહ્યાં.

"મુસ્કાન...તને આપણે સાથે ભણતાં ત્યારે મને જોઈને ખબર હતી કે હું મોટો થઈને બૂટ વેચીશ?"

"ચૂપ રહે. બૂટ વેચવામાં કંઈ નાનો માણસ બની જાય છે તું? રૂમી તો બાળક છે. એ તેના દોસ્તોના પપ્પાને જોઈને પૂછે પણ ખરો. નાનાં બાળકો માટે તો તેના પપ્પા જ દુનિયાના બેસ્ટ વ્યક્તિ હોય છે. રૂમીની જગ્યાએ બીજું કોઈ હોય તો પણ આ સવાલ કરે. રામ...તું તો તારું દિલ ઇચ્છે એ રીતે જીવતાં શીખી ગયો છે, પછી આવું વિચારવાનું? બૂટ વેચવામાં કંઈ ખોટું નથી. તને તો પાછો ઝીણું-ઝીણું કાંતવાનો, સીવવાનો અને નવી ડિઝાઇન બનાવવાનો પહેલેથી જ શોખ છે. પ્લસ તું કંઈ ઓછું કમાઈ નથી રહ્યો. તેં તારી કંપનીના સિલાઈ મશીન માટે ભેગા કરેલા રૂપિયા અત્યારે બાઇકમાં ન નાખીશ."

મુસ્કાને રામના અંદરના બધા જ સવાલ જાણી લીધા હશે. એ બધા જ જવાબ એક સાથે આપી ચૂકી હતી. રામ ફરી ચૂપ થઈ ગયો. મુસ્કાનના એક-એક વાક્યને વિચારતો રહ્યો.

"તું શું કહે છે સરખું સમજાવ." મુસ્કાનની બાંહોમાં સરખા ગોઠવાઈને રામે કહ્યું. એ બસ મુસ્કાનની વાતોને સાંભળવા માંગતો હતો. એ બંનેના પ્રેમનું ધુમ્મસ આ શિયાળાના ધુમ્મસથી વધારે ભીનું અને હૂંફાળું હતું.

"હું એમ કહું છું કે—માણસ જ્યારે પોતાના દિલનું સાંભળીને જીવવાનું ચાલુ કરે ત્યારે કાનને બંધ કરી દેવા પડે. તારે માટે સફળતા-નિષ્ફળતા એ બધું તારે જ તો નક્કી કરવાનું છે. આ બધું ભાષણ તું જ તો મને આપતો હતો. ભૂલી ગયો?" મુસ્કાને રામની પીઠ પર હાથ ફેરવતાં કહ્યું. રામ મુસ્કાનના હૃદય પર કાન રાખી તેની ધડકનનો અવાજ સાંભળી રહ્યો હતો. મુસ્કાને આગળ કહ્યું:

"રૂમીએ સવારમાં તને પૂછ્યું ત્યારે મને પણ થોડીવાર વિચારો આવ્યા કર્યા કે રૂમી આવું વિચારે છે? પણ ખબર છે રામ...આપણો રૂમી મોટો થઈને આપણને સમજી જશે. એ પોતે જ્યારે પોતાના મનને સાંભળીને જીવતો થઈ જશે ત્યારે તેને તેનાં મમ્મી-અબ્બાના જીવનની ખુશીઓ અને સફળતા દેખાશે. આમેય એ મોટો થશે ત્યારે તો તારી કંપની ઘણી મોટી બની ગઈ હશે."

"હાસ્તો...ઇન્ડિયાની સૌથી મોટી કંપની તો ખરી જ!" રામની ગાડી ફરી પાટા પર ચડી ગઈ! મુસ્કાન હસી પડી. રામના માથા પર હળવી કિસ કરીને આંખો બંધ કરી ગઈ.

"ચાલો સર...હવે મને મારું કામ કરવા દો." મુસ્કાને કહ્યું. રામ તેને છોડી રહ્યો ન હતો. મુસ્કાને રામને કમર પર ગલીપચી કરી અને રામે ઝડપથી તેને છોડી દીધી. મુસ્કાનની આંખો જોઈને ખુશ થતો બોલ્યો:

"કંઈ વાંધો નહીં ડાર્લિંગ...આપણી દુકાન આજે નાની છે, પણ બૉસ, મારી પાસે જોરદાર ટીમ છે. મેં અને મારી ટીમે ભરપૂર મહેનત કરી છે અમારી પ્રોડક્ટ પર. તું જો...જે દિવસે અમે અમારી એ પ્રોડક્ટ માર્કેટમાં મૂકીશું તે દિવસે..."

મુસ્કાને રામના હોઠ પર પોતાનો હાથ મૂકી દીધો.

“એ બધું બોલીને નહીં...કરીને દેખાડવાનું છે.” પોતાનો હાથ લઈ રામના હોઠ પર પોતાના હોઠ મૂકીને એ ઊભી થઈ ગઈ. પોતાની રેંકડીને ખડકી પાસે લઈ જઈને બોલી, “–અને રૂમી મોટો થઈને કંઈ નહીં કરે તો આપણા જેવો પ્રેમ તો કરશે જ!”

રામ હસી પડ્યો. ઉપર ધુમ્મસભર્યા આકાશમાં જોયું અને મલકાઈને વિચાર્યું: *“ઓયે...તું ત્યાં છે કે નહીં તે ખબર નથી...પણ જે હોય તે... તમે મને મારા જીવનમાં મુસ્કાન આપી એ બદલ આભાર.”*

“રામ...ચલ બહાર નીકળ. મારે લોક મારવું છે.” મુસ્કાને રેંકડી બહાર મૂકીને અંદર આવીને કહ્યું. અંદર ધુમ્મસમાં એ રામને જોઈ શકતી ન હતી. એ ઝીણી આંખે રામને ચારે તરફ શોધવા લાગી.

“ક્યાં ગયો રામ તું?” મુસ્કાને ધુમાડાને પૂછ્યું. ત્યાં જ પાછળથી રામે આવીને મુસ્કાનને કમરથી પકડી લીધી.

“રામ...અત્યારે આ રોમાન્સનો સમય નથી. ચલ મને જવા દે.” મુસ્કાને પોતાની કમર છોડાવવાનો જૂઠો પ્રયત્ન કર્યો. તે રામ તરફ ફરી ગઈ. રામના ચહેરાને નીરખતી રહી. એના ચહેરા પરની ખુશીઓની રેખાઓને જોઈ લીધી.

“એય શું છે તારે? એકલી છોકરી જોઈને સાલા હેરાન કરે છે?” રામની કમર પર ચીમટો ભરીને તે બોલી. રામે તેને પોતાની મજબૂત બાંહોમાં વધુ ટાઇટ કરી.

“ચલને, આપણે સવારમાં ક્યારેક જ કર્યું છે.” રામે કહ્યું.

“શું?”

“સેક્સ...” રામે કહ્યું.

“છી...વલ્ગર...ચલ ભાગ અહીંથી.” મુસ્કાને ચહેરો બગાડીને પોતાને છોડાવવાની ટ્રાય કરી.

“રામ...તું નહીં માને? તને ખબર છે ને હું શું કરી શકું છું?” મુસ્કાને રામનું નાક પકડીને ધમકી આપી.

"નહીં માનું...તારે જે કરવું હોય તે કરી લે." રામે ચેલેન્જ આપી.

"કંઈ નહીં ડોબા...મને રૂમમાં લઈ જા તો કંઈક કરું ને!" મુસ્કાન થોડી શરમાઈને બોલી. રામ ખડખડાટ હસી પડ્યો. ઉપર ધુમ્મસમાં જોઈને મોટેથી બોલ્યો:

"ફરીથી થેન્ક્સ...!"

મુસ્કાનને ઊંચકીને એ રૂમમાં લઈ ગયો. બારણાં બંધ થઈ ગયાં. બહાર શેરીમાં ઊભેલી રેંકડીમાંથી ગાય ગાજર ખાઈ રહી હતી!

૯

ગઈ રાત્રે મુસ્કાને રામને કહ્યું: "રામ...મને ઊલટીઓ થવા લાગી છે!" રામ તો ખુશ થઈને ઓસરીમાં નાચવા લાગ્યો. મુસ્કાનને પકડીને ડાન્સ કરવા લાગ્યો. રૂમીને ગોળ-ગોળ ફેરવવા લાગ્યો. રૂમી તો બિચારો કંઈ સમજતો ન હતો. મોડી રાત્રે અબ્બાને મમ્મીના પેટ પર કાન રાખીને હસતાં જોઈ ગયો. રામે તેને કહ્યું કે હવે તેને ભાઈ કે બહેન આવશે!

આજે રાત્રીના બે વાગ્યા હતા. બહાર વીજળીના કડાકાઓ સાથે વરસાદ પડી રહ્યો હતો. રામના નળિયાંવાળા ઘરમાં એ ભેજને લીધે ઠંડી વધુ લાગી રહી હતી. નળિયાંની નીચે છુપાયેલા તમરાઓનું સંગીત સતત વાગી રહ્યું હતું. ઘડિયાળ રાત્રીના બે વાગ્યાના ટકોરા લગાવી રહી હતી. લાઇટ જતી રહી હતી. મુસ્કાને રૂમમાં બેડ પાસે મીણબતી જલાવી હતી. બાજુના રૂમમાં રૂમી હેરી-પોટરની નવી બુક છાતી પર મૂકીને ઘસઘસાટ ઊંઘી રહ્યો હતો.

વરસાદ વધુ હતો. લાઇટ આવે તેવું લાગતું ન હતું. રામ અને મુસ્કાન પોતાના સાંકડા બેડ પર એક મોટી જાડી ચાદર ઓઢીને જાગતાં હતાં. રામ બેઠો હતો, અને મુસ્કાન તેની પહોળી છાતી પર માથું મૂકીને બેઠી હતી. એ બંને એકબીજાના હાથને પંપાળતાં સમયની સફર પર પહોંચી ગયાં હશે. મીણબત્તીની પીળી લાઇટમાં એ બંનેના ચહેરા ચમકી રહ્યા હતા.

થોડી થોડી ઊંઘમાં જાગતા રામ-મુસ્કાન એકબીજાના ધબકાર સાંભળી શકતાં હતાં. આજે હોઠ બંધ હતા છતાં ઘણું બધું બોલી રહ્યા હતા. ઘણાં વર્ષોથી એ બંને એકબીજાના સારા-સડતા-કાળા-ગંધાતા દરેક સમયમાં દોસ્ત બનીને રહ્યા હતા. એમના સંબંધોનું છેલ્લું પગથિયું હતું - દોસ્તી. એવી દોસ્તી જેમાં નદીકિનારે શાંતિથી ચૂપ બેસીને પણ ઘણી બધી વાતો થઈ જતી, જેમાં દોસ્તનું આંસુ ખુશીનું હોય કે દુઃખનું...પોતાની આંખ પણ એવું જ આંસુ પાડીને બતાવે.

એમની દોસ્તીને દુનિયાની ફિકર ન હતી, કારણ કે બાજુમાં એ વ્યક્તિ

હતી જે અલગ દુનિયા બનાવી દેતી. એ દુનિયામાં એક લીલું મેદાન હતું. એ બંને દોસ્તો ત્યાં સારસ પક્ષી બનીને આવી જતા હતા. ચાંચમાં ચાંચ પરોવીને, છાતી પર છાતી ઢાળીને એ પોતાના મેદાનમાં ચરવા લાગતાં. એ બેલડીના શરીર અલગ હતા, પરંતુ આત્માઓ સાથે હતા.

વરસાદ ધીમો પડી ગયો. એ બંને જાગી ગયાં હતાં. મુસ્કાન રામની છાતી પર માથું મૂકીને રામની હથેળી સાથે રમી રહી હતી. એ બંને એકબીજાની હથેળીની જીવન-રેખાને સ્પર્શીને લાંબી કરતાં હશે. બંનેના હૃદય એક પણ ધબકાર આગળ પાછળ ન થાય એ રીતે ધબકી રહ્યાં હતાં. ખુલ્લી આંખો મીણબતીની લાઇટમાં સામે જૂના ભૂતકાળને જોઈ રહી હતી.

એ જિંદગીઓ દુનિયાના નિયમોની ગુલામ ન હતી. ભૂતકાળમાં સપ્તપદી ખુદ જ ઘડાઈ હતી. એ સપ્તપદીમાં કોઈ સાત ફેરાની વાત ન હતી. સપ્તપદીમાં કોરો કાગળ હતો. યોગ્ય નજરે જોનાર વાંચી શકે કે એમાં લખ્યું હશે-તમે બંને નીકળી પડો...જીવી લો...તમારે મારી જરૂર નથી. હું જ તમારા વડે રચાયેલ છું. હા...એ બંનેને કોઈ શાસ્ત્રની શિખામણોની જરૂર ન હતી. એમના ફરેલા સાત ફેરાની વાર્તા જ અલગ હતી, જે કોઈને ખબર ન હતી.

આજે રાત્રે બધું ભર્યું-ભર્યું લાગતું હતું. બધું વરસાદના અવાજની જેમ ધીમું પડી રહ્યું હતું. રાત્રીના ચાર વાગ્યા હતા. બાજુના રૂમમાં રૂમી સપનાંઓમાં હસી રહ્યો હતો. મુસ્કાન એને હસતો સાંભળતી હતી. રામના ચહેરા સામે જોઈને તેના હાથની હથેળી પર પોતાની ઠંડી આંગળી ફેરવી રહી હતી.

બંને ખુશ હતા જેટલું પાસે હતું તેનાથી...

પાછળ રહેલી જિંદગાની જોઈને થોડું હસવું આવતું હતું, અને થોડી ચિંતા થતી હતી. અત્યારે એમનાં પાસે ઘણું હતું. એકબીજા માટે ધડકતા હૃદયના ધબકારા હતા. નળિયાંની બહાર તમરાંઓ એમના હૃદયના અવાજ સાથે-સાથે ગાઈ રહ્યાં હતાં. ખૂણામાં અડધા ફાટી ગયેલા પુસ્તકોનો થપ્પો હતો. કાંધી ઉપર લાકડાની ટોપલીમાં મુસ્કાને લખેલી નવલકથાના કાગળોનો ઢગલો હતો. એ વાર્તાનાં પાત્રો પૂછી-પૂછીને જીવવાવાળા લોકો ન હતા.

એમના રસ્તાઓ સાધારણ ન હતા. એ ચક્રવાત હતા. એ ઝરણાંઓ હતાં. એકબીજાને વહાલ કરતાં દોડતાં જતાં હતાં. એમને સ્થિર થવું ન હતું. એમને ઉજવણી કરવી હતી એમના અસ્તિત્વની!

મુસ્કાનના પેટ પર રામે હાથ ફેરવ્યો. મુસ્કાન હસી પડી. વરસાદ ગાજ્યો. નાનકડું માટીનું ઘર, બે રૂમ, ઓસરીમાં હીંચકો, નાનકડું ફળિયું, ચૂલો, સાઇકલ, રેંકડી, પાટી-પેન, પુસ્તકો, ખડકી, મોચીની દુકાનનો થોડો સામાન, બહાર શેરીમાં કૂતરાઓ, શરીરમાં નવું પાંચ-છ મહિનાનું બીજું શરીર...આ બધું જ એક ખુશીનો ઉમળકો આપી રહ્યું હતું. આવાં નાનાં-નાનાં ખુશીના કારણો જ માણસને અહીં જીવવા માટે ઊભો કરતા હોય છે.

સાડા ચાર થવા આવ્યા હતા. બંનેની આંખો જાગી-જાગીને થાકી હતી. હોઠ સૂકાઈ રહ્યા હતા. કદાચ તેમને 'ગુડનાઇટ કિસ'ની જરૂર હશે. હૃદય તો હજુ સાથે જ ભાગી રહ્યાં હતાં.

"મુસ્કાન..." રામે હળવેથી મુસ્કાનના ગાલ પર હાથ ફેરવીને આંખોથી આંખો મિલાવીને કહ્યું:

"ખબર છે એક મહાન લેખકે કહ્યું છે - "મારી વાર્તાની જેમ જિંદગીનું પણ એવું જ છે. કંઈ મતલબ નથી એ કેટલી લાંબી છે. એ ભવ્ય અને સારી હોવી જોઈએ. સાર્થક અને સુંદર હોવી જોઈએ." મુસ્કાન હસી પડી. બંનેના સૂકા હોઠ ભેગા થઈ ગયા. બંને એક રજાઈ નીચે સૂઈ ગયાં. ઘડિયાળમાં ચારના ટકોરા વાગ્યા. રૂમી ફરી સપનાંઓમાં હસ્યો. એણે જરૂર સપનામાં કોઈ નાનકડી પણ છતાંયે ભવ્ય વાર્તા જોઈ હશે.

શહેરની વાર્તા

૧૦

શહેર આજે રોજની જેમ વહેલું ઊઠી ગયું હતું. સવારે રૂમીને સ્કૂલ પર મૂકીને કરીને રામ દુકાન તરફ નીકળી ગયો હતો. મુસ્કાન પણ પોતાની રેંકડી લઈને શહેરમાં જવા તૈયાર થઈ ગઈ હતી. આવતીકાલથી મુસ્કાનને આરામ કરવાનો હતો એટલે આજે વધેલાં થોડાંઘણાં શાકભાજી રેંકડીમાં ભરીને એ બને એટલી જલદી પાછી આવી જવા માગતી હતી.

સવારના આઠ વાગ્યા હતા. રામ પોતાની સાઇકલને વડલા નીચે મૂકીને પોતાની દુકાન ખોલી રહ્યો હતો. વડલાની બાજુ બેઠેલા ફકીર રામ પાસે આવ્યા.

"રામરામ બાબાજી" રામે ફકીરને પગે લાગીને કહ્યું. ફકીરે રામને આશીર્વાદ આપ્યા. પગથિયા પર બેસીને સામે સ્ટેશન પર જતી ટ્રેન જોઈને ફકીરે રામને કહ્યું:

"બેટા...તું ગઈ કાલે ક્યાં ગયો હતો?"

"ગઈ કાલે હું વડોદરા ગયો હતો. થોડું કંપનીનું કામ હતું. કેમ શું થયું?" રામે દુકાન ખોલીને પછી ફકીરની બાજુમાં બેસીને કહ્યું. સામે સ્ટેશન પર રામધૂન વાગી રહી હતી. ફકીરે જવાબ ન આપ્યો. સ્ટેશનથી આવતો 'રઘુપતિ રાઘવ રાજા રામ'નો અવાજ અને ખંજરીનું મ્યુઝિક સાંભળી એ આંખો બંધ કરીને બેસી ગયો. બીજી તરફ થોડે દૂર રહેલી મસ્જિદમાંથી 'અલ્લાહ-ઓ-અકબર'નો અવાજ આવી રહ્યો હતો. બંને અવાજ સાથે સાંભળીને ફકીર હસી પડ્યો. રામ સામું જોઈને કહે:

"મને એક વાત કહે બેટા...તને આ વડલા પર માળામાં નવા જન્મેલાં બચ્ચાંઓનો અવાજ સંભળાય છે?"

વડલાનાં પાંદડાં પાછળથી સવારના ભૂખ્યાં બચ્ચાંઓની ચિચિયારી સંભળાઈ રહી હતી. દૂર સ્ટેશન અંદરથી બીજા અવાજ પણ આવી રહ્યા હતા. રામ એ બધા અવાજ એકસાથે સાંભળીને ઊભો થયો.

"તને બચ્ચાંઓનો અવાજ સંભળાયો રામ?" ફકીરે ફરીથી પૂછ્યું. રામ જવાબ આપ્યા વગર ઝડપથી પોતાની દુકાનના ઊંચા પગથિયાં ચડી ગયો.

"શું થયું રામ?" ફકીરે રામનો ચહેરો જોઈને પૂછ્યું. રામ પગથિયાં ચડીને સ્ટેશન તરફ જોવા લાગ્યો. સામે સવારનો તડકો આવી રહ્યો હતો. સ્ટેશન પર ઊભી રહેલી ટ્રેન તડકાને લીધે કાળી દેખાઈ રહી હતી. અડધી ટ્રેન સ્ટેશનના પ્લૅટફૉર્મના બિલ્ડિંગને લીધે દેખાતી ન હતી. લોકોનો અવાજ માત્ર સંભળાતો હતો. ફકીર પણ ઊભો થઈને પગથિયાં ચડ્યો. રામની બાજુમાં ઊભો રહી પોતાનું કેસરી કપડું આંખ આડું રાખી ટ્રેન સામું જોઈ રહ્યો.

"બાબાજી...કેમ સ્ટેશનથી આટલો બધો અવાજ આવે છે? શું થયું હશે?" રામે ફકીરને પૂછ્યું. ફકીર હસી પડ્યો. પગથિયાં ઊતરીને પાછો હતો ત્યાં જ બેસી ગયો.

"ખબર નહીં મૂર્ખાઓ ભેગા થઈને લડતા હશે ત્યાં. જો મારા રામની ધૂન પણ બંધ થઈ ગઈ." ફકીરે નીચે રેતીમાં આંગળીથી "રામ" લખતાં-લખતાં કહ્યું. રામ હજુ સ્ટેશન તરફથી આવતા અવાજ સાંભળી રહ્યો હતો.

એક મોટો અવાજ આવ્યો. રામ અને ફકીર બંને હેબતાઈ ગયા. દૂરથી એક ડોસો દોડતો આવતો હતો. એના મોઢામાંથી લાળો પડતી હતી છતાં એ દોડી રહ્યો હતો. ડોસાએ રાડ નાખી:

"જલા દિયા...જલા દિયા...ટ્રેન કો જલા દિયા. ભાગો...ભાગો..."

રામ અને ફકીર દૂર સ્ટેશન તરફ જોઈ રહ્યા. તડકામાં કાળી દેખાતી ટ્રેન આકાર બદલી રહી હતી. ટ્રેનમાંથી જન્મી રહેલો કાળો ધુમાડો ઉપર ઊઠી રહ્યો હતો, અને સાથે સાથે પીળી જ્વાળાઓ ઉપર લપકી રહી હતી.

"હે ભગવાન..." ફકીર નિ:સાસો નાખીને બોલ્યો. પોતાનું માથું પકડીને એ નીચે બેસી ગયો. રામ હજુ સ્થિતિ સમજી શક્યો જ ન હતો. એટલામાં બાળકોના અને સ્ત્રીઓના રડવાના મોટા અવાજ આવ્યા. ગાળો સંભળાવા

લાગી. સ્ટેશનના પાછળના ભાગમાંથી ભાગતું એક ટોળું બહાર આવ્યું. “ભાગો...ભાગો”ના અવાજ મોટા બન્યા. અમુક લોકો રામની દુકાન તરફ ભાગતા આવી રહ્યા હતા.

“આ શું થઈ રહ્યું છે બાબાજી?” રામે નીચે બેસીને રડી રહેલા ફકીરને પૂછ્યું. ફકીરે ઉપર જોયું. તેની આંખો રડવા કરતાં ગુસ્સાને લીધે લાલ થઈ ગઈ હોય એવું લાગ્યું.

“સત્યાનાશ...” એ એક જ શબ્દ બોલ્યા. એણે આકાશમાં જોઈને બંને હાથ ભેગા કરીને પોતાની આંખો બંધ કરી લીધી. રામ ફરી ઊભો થયો અને પગથિયાં ઊતરીને વડલા પાસે ગયો. થોડી જ વારમાં એ વડલાની એક ડાળી પર પહોંચી ગયો હતો.

“ઓહ...ઈશ્વર...” રામથી બોલી જવાયું. એ ડાળી પર સરખો ગોઠવાયો અને ઝીણી નજર કરીને સ્ટેશન પર જોયું. જે દેખાયું તેનાથી રામને આંખો બંધ કરી દેવી પડી.

જ્વાળાઓ. બાળકોની ચિચિયારીઓ. પુરુષોના દબાયેલા અવાજમાં આવતી વેદનાઓ અને સાથે ભડ-ભડ બળતા ડબ્બાની અંદર સળગતાં શરીરોના અવાજ. ચારે તરફથી ઘેરાયેલા એ ટ્રેનના બંને ડબ્બા. અંદર પીડાતા બળવા લાગેલા પુરુષો-સ્ત્રીઓ. ચારે તરફ બારીએથી અંદર તલવાર અને ભાલા ભોંકાઈ રહ્યા હતા. અંદર લોકોના કચડવાનો, હાડકાં તૂટવાનો અને માનવતા હણાવાનો અવાજ આવી રહ્યો હતો. પેટ્રોલ, કેરોસીન બારીમાંથી અંદર ફેંકાઈ રહ્યું હતું. દારૂની ખાલી બૉટલોમાં ભરેલું પેટ્રોલ સળગતું અંદર જઈને લાવા બનીને ફૂટતું હતું. બારીના કાચ તૂટી રહ્યા હતા અને બહાર નીકળતા માણસોને કાપવા માટે ઊભેલા લોકોના હથિયારના અવાજ આવી રહ્યા હતા. સળગતા લોખંડ અને કપડાં ભરેલા થેલાઓનો ધુમાડો ડીઝલને લીધે કાળો દેખાઈ રહ્યો હતો.

થોડીવાર પહેલાં કાન પર અલ્લાહની બંદગી અને રામનું ભજન સંભળાતું હતું. કુદરતના અવાજ સાંભળી શકાતા હતા. હવે અગ્નિનો અવાજ આવી રહ્યો હતો. અગ્નિ જ્યારે અવાજ કરે ત્યારે માત્ર રાખ અને આંસુ ઉત્પન્ન કરી શકે છે. માણસો બળી રહ્યા હતા. માનવતા સળગી ઊઠી હતી.

રામ નીચે ઊતર્યો. સ્ટેશનની આસપાસ ભાગમભાગ થઈ ગઈ હતી. રામની દુકાન પાસે માણસો ભેગા થઈ રહ્યા હતા. રામ દુકાન પાસે ગયો. ફકીર હજુ આંખો બંધ કરીને રડી રહ્યો હતો. એક કાળો રંગ કરેલા ચહેરાવાળો માણસ ભાગતો ભાગતો દુકાન તરફ આવી રહ્યો હતો. એના હાથમાં મશાલ હતી અને એક ધારદાર ભાલો હતો. દુકાનની આસપાસ ઊભેલા લોકો એ માણસને જોઈને ભાગવા લાગ્યા. રામ પણ દોડીને દુકાનમાં ગયો અને ખૂણામાં પડેલી હોકી લઈને બહાર આવ્યો. પેલો માણસ રામના હાથમાં હોકી જોઈને ભાગ્યો. પાછો સ્ટેશન તરફ દોડ્યો. સ્ટેશન તરફથી બીજા માણસોનું ટોળું બહાર આવ્યું. એ માણસ ટોળાને જોઈને ઊભો રહી ગયો. તેના તરફ બીજા માણસો હથિયાર લઈને દોડી રહ્યા હતા. એ ત્યાં જ કપાઈ ગયો.

"રામ...જા બેટા ભાગી જા અહીંથી. આ માણસો નહીં, શેતાનો છે." ફકીરે રામને કહ્યું. રામ કંઈક બોલવા માંગતો હતો, પરંતુ અંદરથી અવાજ નીકળી શકતો ન હતો.

"રામ...તું મુસ્કાનને લઈને ઘરે ચાલ્યો જા. હું તારા દીકરાને સ્કૂલેથી લઈને તારા ઘરે પહોંચાડું છું." ફકીરે હાંફતાં હાંફતાં કહ્યું.

રામ શૂન્ય થઈ ગયો. *"મુસ્કાન...રૂમી. એ ક્યાં હશે? મુસ્કાન અત્યારે ક્યાં હશે? એ તો બજારમાં ગમે ત્યાં પહોંચી હશે."*

"રામ...તું મુસ્કાનને જલદીથી ઘરે લઈ જા. હવે થોડીવારમાં હિંદુ-મુસ્લિમના નામે આ ગોધરા શહેર ગાંડું થશે. લોકો એકબીજાની હત્યાઓ કરવા લાગશે અને આ શહેરમાં કોઈ બચશે નહીં. બહેતર છે કે તું અહીંથી નીકળીને ઘરે ચાલ્યો જા. આ કોઈ શેતાનોની ચાલ છે. બદલો લેવા માટે કાલે ટોળાંઓ ભેગાં થશે અને કોઈને છોડશે નહીં. રામ...આ અંધકાર ફેલાય એ પહેલા તું નીકળી જા" ફકીરે રામના ખભા પર હાથ રાખીને કહ્યું.

"બાબાજી...આ બધું...આ બધું શું થઈ રહ્યું છે?." રામને ફકીરના શબ્દો સાંભળીને ફાળ પડી રહી હતી, આંખો ભીની થઈ રહી હતી, ગળું સૂકાઈ રહ્યું હતું. એને ડર ન હતો પરંતુ ચારે તરફ સર્જાયેલાં દશ્યો

તેને ગભરાહટ અને ગુસ્સો આપી રહ્યાં હતાં. મગજમાં મુસ્કાન અને રૂમીના વિચાર આવી રહ્યા હતા. આંખો સામે રેલવેસ્ટેશનનું બોર્ડ - 'ગોધરા' સળગી રહ્યું હતું.

"આવતીકાલે આ અધર્મની લડાઈ ચાલુ થશે અને શેતાનોને તમારો ભૂતકાળ દેખાશે. હિંદુઓ તને તેમની સાથે લડવા આવવા કહેશે અને મુસ્લિમો પણ કહેશે. બહેતર છે કે તું ઘરે જઈને છૂપી રીતે એ લોકોની નજરથી દૂર થઈ જા." ફકીર ભીની આંખે બોલ્યા.

ફકીરના શબ્દોએ રામને હકીકતનો અહેસાસ કરાવ્યો. એ ઊભો થયો. ફટાફટ સાઇકલનું લોક ખોલ્યું અને શહેરની અંદર નીકળી પડ્યો. *મુસ્કાન ક્યાં હશે? અત્યારે એ કઈ સોસાયટીમાં પહોંચી હશે? આ સાઇકલ કેમ આજે ચાલતી નથી? આજે ચેઈન નીકળી ન જાય તો સારું. હે ભગવાન... મારી મુસ્કાન અને રૂમીને સહીસલામત રાખજો.* રામનું મગજ વિચારોથી ભરાઈ રહ્યું હતું. પગ ઠંડા પડી રહ્યા હતા અને સાઇકલનું હેન્ડલ થોડું ધ્રૂજી રહ્યું હતું. થોડી થોડી વારે પોતે વડલા પર ચડીને જે દૃશ્ય જોયું હતું એ ચિત્ર નજર સામે ખડું થતું હતું.

રામે દરેક સોસાયટીમાં સાઇકલ દોડાવી. મુસ્કાન ક્યાંયે દેખાતી ન હતી. ચારેબાજુ ભાગદોડ કરતા લોકો દેખાઈ રહ્યા હતા. અફવાઓ સંભળાઈ રહી હતી. રામને એક સ્ત્રીનો જાણીતો ચહેરો દેખાયો. એ સ્ત્રી રામને ત્યાં ચપ્પલ લેવાં આવતી. રામે એને પૂછી લીધું—

"બહેનજી...તમે મુસ્કાનને જોઈ છે?"

"હા...હમણાં જ તો અહીંથી ગઈ છે. એ દૂર નહીં પહોંચી હોય. કેમ શું થયું રામભાઈ?"

રામે ફટાફટ સાઇકલ ચલાવી મૂકી.

બીજી તરફ મુસ્કાનને પણ અફવાઓ મળવા લાગી. એ ગભરાઈ ઊઠી. તેની પાસેથી લોકો એકસાથે બધાં શાકભાજી લેવા માંડ્યા હતા. મુસ્કાન પહેલા તો ખુશ થતી હતી, પરંતુ કોઈ બહેને તેને કહ્યું—

"તોબા તોબા આ આતંકવાદીઓથી. અત્યારે ટીવીમાં આવે છે કે આપણા ગોધરાના સ્ટેશન પર એક ટોળાએ સાબરમતી એક્સપ્રેસને સળગાવી છે.

અંદર બિચારા સામાન્ય લોકો સળગીને મરી ગયા. સ્ટેશનની આસપાસ લોકો એકબીજાને મારવા લાગ્યા છે. અરેરે...આજે તો કર્ફ્યુ લાગશે. એ મુસ્કાન...મને પાંચ કિલો બટાકા આપી દે એટલે એમને મારે બહાર મોકલવા ન પડે. બે દિવસ ઘરમાં પડ્યા રહેશે તો ખબર પડશે છોકરા કઈ રીતે મોટા થઈ રહ્યા છે. લાવ મને છાબડું આપી દે."

બસ...એટલું સાંભળ્યું અને મુસ્કાનનો ચહેરો સફેદ થઈ ગયો. પેટમાં ઠંડો અગ્નિ ફરી વળ્યો. રેંકડી ઊભી રહી ગઈ. *ઓહ...રામ ક્યાં હશે? રામ પણ સ્ટેશન પાસે જ પહોંચ્યો હશે. એ જરૂર ત્યાં સૌને બચાવવા ગયો હશે. રૂમી? ચલ હું રૂમીને સ્કૂલ પરથી લઈ આવું. પણ રામ? હવે?*

એ રેંકડી રસ્તા પર જ મૂકીને ચાલવા લાગી. રસ્તામાં હિંદુ-મુસ્લિમ એકબીજાના ઘર પર પથ્થર ફેંકીને ભાગી રહ્યા હતા. *હું દોડું? ના. ડૉક્ટરે ના પાડી છે. પણ રામ...*

ત્યાં દૂરથી રામ દેખાયો. બંનેએ એકબીજાને જોયાં અને બંનેની આંખો એક સાથે પાણીથી ભરાઈ ગઈ. એકબીજાની આંખોમાં એ ઝાંખા દેખાવા લાગ્યાં. આંસુને લીધે રસ્તો દેખાતો નહીં હોય, રામે સાઇકલની બ્રેક મારવાનું ભૂલીને પોતાના પગ ઢસડીને ઊભી રાખી અને મુસ્કાન પાસે પહોંચીને સાઇકલ ફેંકીને દોડ્યો. મુસ્કાન તેની રાહ જોતી હતી. *રામ આવીને મને તેની બાંહોમાં લઈ લેશે. મને છાની રાખશે. મને અહીંથી લઈ જશે.* એ આંખો બંધ કરીને રડતી રડતી હસી પડી. રામ દોડતો આવીને તેને ભેટી પડ્યો. તેના ગાલ પર, કપાળ પર, હોઠ પર ચૂમવા લાગ્યો. ઘણા સમય પછી રામને રડતો જોયો હતો! બંનેએ આંખોથી ચૂપચાપ એકબીજાને બધું પૂછી લીધું.

"કેવી ચિંતા થતી હતી ખબર છે રામ તારી?"

"ક્યાં હતી તું? આખું ગોધરા ફરી વળ્યો તારે માટે."

"મને તો હતું કે રામ...કંઈ નહીં ચલ હવે...રોતલો."

"કેવી રોતલી છે...હું પાંચ મિનિટ મોડો આવ્યો હોત તો આને છાનું કોણ રાખવાનું હતું?"

"પાગલ...સાઇકલ ફેંકીને મને ભેટી પડ્યો. મારી કેટલી ચિંતા કરતો હશે."

"ગાંડી...રેંકડી મૂકીને મારી પાસે દોડી આવતી હતી. ડૉક્ટરે ના પાડી છે તોયે. મારી આટલી બધી ચિંતા કરવાની?"

"રૂમી?" મુસ્કાને રામની છાતીમાં માથું રાખીને કહ્યું.

"બાબાજી એને ઘરે લઈને આવે છે." રામે સોસાયટીમાં દોડતા લોકોને જોઈને કહ્યું. મુસ્કાનને પોતાનાથી દૂર કરી સાઇકલની પાછળ બેસાડી. પોતાની રેંકડીને એ સોસાયટીમાં રહેતા કુરેશી અંકલને ત્યાં મૂકી દીધી. ધીમે ધીમે છુપાઈને એક જૂના રસ્તાથી તે મુસ્કાનને ઘરે લઈ ગયો. ઘરે પહોંચ્યા ત્યાં રૂમી અને ફકીરબાબા ખડકી પાસે બેઠા હતા. રૂમી તો બેઠો બેઠો બાબાજીને એકડા શીખવી રહ્યો હતો. ફકીર હસતો અને રૂમી ખિજાતો હતો. રામ અને મુસ્કાન ત્યાં આવી ગયાં. ફકીર પાસે રૂમીને રમતો જોઈને એ બંનેને નિરાંત થઈ. મુસ્કાને ખડકી ખોલી અને કંઈ બન્યું જ ન હોય એ રીતે રૂમીને અંદર લઈ ગઈ. ફકીર અને રામ ખડકી પાસે ઊભા રહ્યા. મુસ્કાન રૂમીને રૂમમાં લઈ જઈને પૂછવા લાગી.

"કેમ અલ્યા...કેમ વહેલો આવી ગયો?"

"મમ્મી...આ બાબાજી જુઓને. ત્યાં સ્કૂલે આવીને મારા પ્રિન્સિપાલને કંઈક મંત્ર સમજાવી ગયા. અમારા સર તો બાબાજીની વાતો સાંભળીને ગભરાઈ ગયા. મને લાગે છે કે એમણે અમારા સરને એવો કોઈ મંત્ર શીખવ્યો કે સર દોડતાં દોડતાં સીધા પ્રિન્સિપાલ પાસે ગયા. પ્રિન્સિપાલ ક્લાસમાં આવ્યા અને કહેવા લાગ્યા કે-"બધા ઘરે જતાં રહો અને કોઈ આડાઅવળા રમવા કે પછી બીજે ફ્રેન્ડને ત્યાં ન જાય."

"હા...તો એમને તો ઘણા બધા મંત્ર આવડે છે." મુસ્કાને રૂમીનો સ્કૂલડ્રેસ કાઢીને તેને સાદો સફેદ શર્ટ અને ચડ્ડી પહેરાવતાં કહ્યું.

"મારે મંત્ર શીખવા છે." રૂમીએ કહ્યું. મુસ્કાન હસી પડી.

"અબ્બા આજે રાત્રે શીખવશે. અત્યારે તું જમી લે. હું તને ગરમાગરમ રોટલી શાક બનાવી દઉં."

બાબાજી ચાલ્યા ગયા. રામ ખડકી પર લોક મારીને રસોડામાં આવી ગયો. થોડીવાર કોઈ કંઈ બોલ્યું નહીં. મુસ્કાને ઇશારાથી રામને કહ્યું કે રૂમી હોય ત્યારે કોઈ વાત ન કરે.

ત્રણેયે બેસીને ભજિયાં ખાધાં. બપોર વચ્ચે ત્રણેય સૂઈ ગયાં.

૧૧

એ રાત્રે અફવાઓ જોર પકડવા માંડી. ધર્મ અને જ્ઞાતિના નામે મૂર્ખા લોકો ભેગા થવા માંડ્યા. હથિયાર ભેગાં થવા લાગ્યાં. રાત્રે જ ઊંઘમાં ઘણા પરિવાર ચોપટ થઈ ગયા. સેંકડો લોકો કપાઈ ગયા હતા. શહેર સળગતાં વાહનોના રબર અને હાડકાંઓની ગંદી વાસ મારતું હતું. લાશો રસ્તે પડી હતી. અનામી લાશો. સ્મશાનોની બહાર લાંબી કતાર હતી. ડાઘુઓ ઓછા પડી રહ્યા હતા. ઍમ્બ્યુલન્સના અવાજો કતલેઆમ પાછળ વાગતું સંગીત બની ગયા હતા. પોલીસ, નેતાઓ, મીડિયા બધા જ ઝુનૂનથી ભર્યા હતા. મંદિર અને મસ્જિદ તોડવામાં આવી રહ્યાં હતાં. કાવતરાં ઘડાઈ રહ્યાં હતાં.

રાત્રે દૂર આકાશેથી ઊડતા કાગડાઓ ગોધરા શહેરની અંદર ઠેર-ઠેર ઊઠતી જ્વાળાઓ અને મડદાંઓ જોઈ રહ્યા હતા.

નિરાંતે જીવતું શાંત શહેર એક જ દિવસમાં હત્યાકાંડને જન્મ આપી ચૂક્યું હતું.

*

શહેરની બહાર એક તળાવને કિનારે ફકીરબાબા અંધારામાં પડ્યા હતા. સાંજ નજીક કોઈએ એના પર તલવારથી હુમલો કર્યો હતો. એના જમણા હાથની કોણી ઉપર તલવારે ઊંડો ઘા કરેલો હતો. એની પીઠ પર બીજો લાંબો ચીરો હતો. શહેરથી જીવ બચાવીને ભાગીને ફકીર તળાવના ખાડામાં પડ્યા-પડ્યા પોતાના હાથમાં પથ્થર લઈને બબડી રહ્યા હતા.

એ પથ્થર ઈશ્વરની મૂર્તિ હતી. એ મૂર્તિ જે હંમેશાં એની ઝોળીમાં રહેતી. ફકીર વડલા નીચે એ મૂર્તિને બેસાડતા અને રોજ પૂજા કરતાં ફૂલ ચડાવતા. એ મૂર્તિમાં એનો ઈશ્વર હતો. એ ઈશ્વર સાથે ઊંચા અવાજે ઘૃણાભરી વાત થઈ રહી હતી.

દોસ્ત...તારી દરગાહ અને મંદિર બંને ભાંગી ગયાં. શેતાનોએ તારા ઘરને તોડી નાખ્યાં!

આવ આવ. ચલ ક્યાંક બીજે જઈએ. તારા ઘર-બંગલા તો ભાંગી ગયાં છે. હવે તો બહાર નીકળ. ચલ ક્યાંક ભાગી જઈએ. તું અને હું આમેય કંઈ કરી શકવાના નથી દોસ્ત. એ બધાના હૃદયને તાળાં લાગેલા છે. તારા જ મૂકેલા વિચારો સડ્યા છે. તું જ અમને વિચારો આપે છે ને? તું છે કે નથી? એય ઈશ્વર...ક્યાં છે તું? કેમ મને આજે આ પથ્થરમાં દેખાતો નથી? આજે તું ક્યાં છુપાયો છે? કે પછી તું પણ હજારો નિર્દોષ લોકોની જેમ ધુમાડો તો નથી બની ગયો ને?

અલ્યા...તું ના હોય તો મોઢાંમાંથી બોલને. દુનિયાને શું તારા ધરમ-કરમમાં આંધળી કરે છે? તારાં મંદિર, તારી મસ્જિદ, તારા ગ્રંથો, તારી વાર્તાઓ. શું ફર્ક પાડ્યો છે તેં માનવજાતમાં? તે તો માણસના ટુકડા કરી નાખ્યા છે. તેં ફકીરો પેદા કર્યા છે અને તેં જ શેતાનો પેદા કર્યા છે! તારા ભાગલાઓએ આ શહેરને કોમવાદમાં સળગાવ્યું છે. એક કામ કરીશ મારું? આ હત્યાકાંડ ચાલુ કરનારાં બધા પાપીઓના મને નામ આપ. એ બધાના માથા પર મારે 'શેતાન' લખવું છે. એ મરશે ત્યાં સુધી એ નામ એ રોજ વાંચશે.

...અને પછી હું તારા એક-એક મંદિર-મસ્જિદ પર જઈશ, અને તારા દરેક શરીર પર 'શેતાન' લખીશ, કારણ કે તેં માણસ-માણસ વચ્ચે રંગ-રૂપ-ધરમ-જાત આ બધું લોહીમાં ચડાવ્યું છે.

તારો જ વાંક છે. કેમ નફરતને તેમની કાયામાં ભરી? એક રંગે કેમ ન રંગ્યા તેં દુનિયાના માનવીને? જોયું તારાં કર્મોનું ફળ?

હવે તો આવ મારા દોસ્ત. નીચે ઊતર. મને ખબર છે તું નહીં આવે. તારા ગ્રંથોમાં વાંચ્યું છે કે જ્યારે જ્યારે પાપનો ઘડો ભરાય છે ત્યારે જ તું આવે છે. અધર્મ પથરાય ત્યારે તું જન્મે છે. દોસ્ત...તું ભૂલ કરે છે. તું અહીં આવીને અધર્મી લોકોને મારે એ પહેલાં સેંકડો ભોળા-નબળા-લાચાર માણસો તારા આવ્યા પહેલાં જ રહેંસાઈ-કપાઈ જશે. એમનું શું? એમના પરિવાર ભૂખ્યા મરવાના છે. તું ત્યાં નહીં હોય.

તું જો હોય તો માનવજાતના આ કાળુડા રંગમાં પણ હશે ને? તારી સર્જેલી આ માણસની જાત જે તને રોજ નમાજ-પ્રાર્થના માટે હાથ ભેગા

કરે છે એના હાથમાં તલવાર, ભાલા, પેટ્રોલના બાટલા લેવાની બુદ્ધિ તે જ આપી હશે ને? તેં જ માનવીને કહ્યું હશે ને કે ઓ હિંદુ, તું મુસલમાનને માર, ઓ મુસ્લિમ, તું હિંદુને માર.

ખરો નફ્ફટ હશે તું. જો તું હશે તો. તને ધરતી પર શેતાનો પેદા કરીને શાંતિથી જીવતી ભોળી પ્રજાની ખુશીઓને તોડતાં આવડતું હશે. તું તારાં જ મકાન તોડાવીને સત્તાવાર જાહેર કરાવીશ કે જુઓ...આમાં હું તો નથી જ. મારું પણ મકાન તૂટ્યું છે. છેલ્લે તું તારા પૂજનારાઓ પાસે જ બોલાવીશ કે આ બધાં વિનાશનાં કર્મોનું ફળ સૌને નરકમાં મળવાનું છે.

શું ખાક નરકમાં ફળ મળશે? તેં તો અહીં જ નરક પેદા કરી દીધાં છે. ભોળું માણસ નરકમાં પડ્યું છે. આ તારાં કરમ તને નરકમાં નાખી દેશે. આવનારી પેઢીઓ તારી સામું નહીં જુએ. તારા મકાનને દરવાજેથી પાછી વળી જશે. કહેશે કે–"આ બધો વિનાશ સર્જનાર એ જ છે!"

ભગવાન...એવું હોય તો જાહેરમાં આવીને માફી માગી લે. તારો પાપનો ઘડો ક્યારે ભરાય છે? કે પછી તું છે જ નહીં? આ માત્ર માનવમગજમાં પેદા થયેલી ભ્રમણા જ નથી ને?

ફકીર પથ્થરને છાતી પર મૂકીને ત્યાં જ તળાવને કિનારે સૂઈ ગયો. શહેરમાં માણસો કપાતા રહ્યા. કાળમુખી રાત કેટલાયને ભરખવા લાગી.

*

ગઈ કાલે તણાવભર્યું વાતાવરણ હતું. આખો દિવસ રામના અલગ અલગ દોસ્ત ખડકી ખોલવા માટે બહારથી રાડો નાખતા હતા. રૂમી એ સાંભળીને દોડીને ખોલવા જતો હતો ત્યાં રામે તેને રોકી દેતો. રૂમીને સાંજે ભજિયાં ખાવાં હતાં. મુસ્કાને રેંકડીમાં પડેલી મેથી અને કોથમીર લઈને ભજિયાં બનાવી આપ્યાં. રાત્રે રૂમી જ્યારે બહાર ફળિયામાં સૂવાની વાત કરતો હતો ત્યારે પણ રામે ઠંડીનું કારણ દઈને ના પાડી. ત્રણેય રૂમમાં અંધારામાં બેડ પર બેઠાં રહ્યાં. રૂમી લાઇટ ચાલુ કરવા માટે કહ્યા કરતો હતો. રામે દર વખતે ના પાડી. રૂમીએ જ્યારે વાત ન માની ત્યારે રામે ગુસ્સામાં રૂમીને ગાલ પર લગાવી દીધી. રૂમીએ મોટે-મોટેથી રડવાનું

ચાલુ કર્યું! એક તરફ રામને બોલાવવા માટે લોકોના અવાજ આવી રહ્યા હતા. ગુસ્સે ભરાયેલા લોકો ઘર અંદર પથ્થર ફેંકીને સાદ કરી રહ્યા હતા.

"રામ...તું ન આવે તો કંઈ નહીં. ઘરમાં હથિયાર હોય તે આપી દે. બસ" બહારથી અવાજ હતો.

રૂમીને આ બધી વાતોની ખબર ન હતી. તે એક તરફ રડી રહ્યો હતો અને બીજી તરફ મુસ્કાનની તબિયત ભજિયાં ખાઈને ખરાબ થઈ ગઈ હતી. તેને થોડી થોડી વારે ઊલટી થતી હતી. છેવટે રૂમીને સાચવવો વધુ યોગ્ય સમજીને રામે તેને છાનો રાખ્યો. રૂમીએ પોતાના કામ કઢાવવાનું ચાલુ કર્યું.

"અબ્બા. મમ્મીને કહો મારી બાજુમાં સૂવે."

મમ્મી બાજુમાં આવીને બેસી ગઈ.

"અબ્બા...મને આકાશમાં તારાઓ જોવા છે!" રામે ખૂણામાં પડેલી ખુરશીને બેડ પર મૂકી અને ઉપરનાં બે નળિયાં દૂર કર્યાં! સામે ખુલ્લું આકાશ દેખાતું હતું! નાનકડા કાળા ટુકડામાં તારાઓ દેખાઈ રહ્યા હતા.

"અબ્બા...મને ઊંધો એકડો લખી દો!"

રામે પોતાની હથેળીમાં પેનથી સીધી લીટી કરીને અંગ્રેજીમાં એક લખી આપ્યો!

"અરે. આ તો અંગ્રેજીમાં તમે સીધો એકડો લખ્યો."

"ના. એને ઊલટો કરીશ તો સીધો થશે" કહીને રામે હથેળી વાળીને બતાવ્યું.

જો કે અબ્બા-દીકરાની આવી વાતો સાંભળીને મુસ્કાનને ઊંઘ આવી ગઈ હતી! રૂમીએ તોયે તેને જગાડી.

"મમ્મી...તારી ફાંદમાં છોકરો છે કે છોકરી?" રૂમીએ થોડી ઊંઘ ઉડાડી દેતી વાત કરી હતી.

"તારી નાની બહેન છે. ચાલશે ને?" રામે કહ્યું.

"હા. મને ખૂબ જ ગમશે. તેનું નામ શું રાખવાનું?"

"જો...આ તારી પહેલી દીદીનું નામ નૂર. પછી જે બે-ત્રણ દીદી આવે એમના નામ તું વિચારી રાખજે." રામે દિલની વાત કહી દીધી!

"રામ...મારે પણ જીવવું છે!" મુસ્કાને વચ્ચે જ લીસ્ટ ઊભું રાખ્યું.

"અબ્બા...મને એ કહો કે મમ્મીના પેટમાં મારી નાની બહેન પહોંચી કઈ રીતે?"

"ગુડ ક્વેશ્ચન! મને નથી ખબર." રામે કહ્યું અને બીજી તરફ ફરીને સૂઈ ગયો. મુસ્કાને જવાબ આપ્યો:

"રૂમી...સિમ્પલ લૉજિક છે. તું આવ્યો તે રીતે જ તારી દીદી પહોંચી ગઈ હશે. તમારે બાલમંદિરમાં ભણવામાં જ આવતું ને? તને તો એ યાદ જ હશે? ગાંડાને પણ ખબર હોય કે તે એમની મમ્મીના પેટમાં કઈ રીતે આવ્યા. તું તો હોશિયાર છે, એટલે તને મારે કંઈ સમજાવવાનું ન હોય. સાચું ને?"

"હાસ્તો...મને તો ખબર જ છે કે હું કઈ રીતે મમ્મીના પેટમાં આવેલો! એ તો અમારાં મેડમ પણ ક્લાસમાં સમજાવતાં. હું તો અબ્બાની પરીક્ષા લેતો હતો!" રૂમીએ ખોટું પડવું ન હતું. વધારામાં એણે અબ્બાને ખિજાવું પડ્યું:

"જુઓ...તમને આટલી ઉંમરે એટલો સવાલ તો થવો જ જોઈએ કે મમ્મીના પેટમાં મારી દીદી કઈ રીતે પહોંચી ગઈ. કેમ મમ્મીને ફાંદ વધે છે એ ચિંતા તમને થવી જોઈએ! હું તો આ બધું ભણ્યો છું, પણ તમને કોઈ પૂછે તો કહેતા નહીં કે મને ખબર નથી. સમજ્યા?"

રામે બેડ પર લાંબા થઈને મુસ્કાનના પગના અંગૂઠાને હાથથી સ્પર્શ કર્યો અને 'થેંક્યુ' કહ્યું. રૂમીના પણ ચરણસ્પર્શ કરીને 'સૉરી' કહી દીધું!

રામને ડર હતો કે આ નાનકડું આઠ વર્ષનું બાળક કોમવાદી તોફાનો જોઈને ડરી ન જાય તો સારું. કોઈ ઝનૂની માણસ ઘરમાં ઘૂસી આવે અને મુસ્કાન પર હુમલો કરી બેસે તો? રાત્રે આમેય બહાર ખૂબ જ અવાજ આવી રહ્યો હતો. લોકો ગાળો બોલી રહ્યા હતા અને રડવાના અવાજ આવી રહ્યા હતા. પોલીસ દેખાઈ રહી ન હતી. થોડી થોડીવારે બંદૂકના અવાજ આવી રહ્યા હતા પરંતુ એ પોલીસ હતી કે બીજું કોઈ એ ખબર પડે તેમ ન હતું. રામનું ઘર ગોધરાના છેડાના વિસ્તારમાં હતું. તે સોસાયટીમાં ચાર-પાંચ ઘર જ હતાં અને આગળ થોડે દૂર ચોક સુધી બીજી જ્ઞાતિના લોકો રહેતા હતા. છતાં...વિચાર આવતો હતો. *હિંદુ-મુસ્લિમ*

બંનેને મારાથી નફરત હશે. લગ્ન વગર રહેતાં અમે બંને કોઈને ગમતાં નથી. લોકોને મારી મોચી તરીકેની સફળતાનો પણ ગુસ્સો છે. મુસ્કાન લોકોને સાચી વાત સંભળાવી દે છે. રખે ને એમના વિચારોમાં અમે બંને આવી જઈએ તો?

બધા સૂઈ ગયાં. સવાર પડી ગઈ. સવારે રામે ભાખરી બનાવી. મુસ્કાનની થાળીમાં એ ભાખરી મૂકી રહ્યો હતો ત્યારે મુસ્કાને પૂછ્યું:

"રામ...કાલે ફકીરબાબા તને ખડકી અંદર લઈને શું કહી રહ્યા હતા?"

"કંઈ નહીં. હું એમને આપણા ઘરે રોકાઈ જવા કહેતો હતો અને એ માનતા ન હતા."

રામ ફરી વિચારે ચડી ગયો. *મુસ્કાન...બાબાજી કહેતા હતા કે સ્ટેશન પાસેની આપણી ખુલ્લી રહી ગયેલી દુકાન સળગાવવામાં આવી છે. બધું ખાક થઈ ગયું છે.* તેણે મુસ્કાનને કંઈ કહ્યું નહીં. રૂમીને આજે અબ્બાએ જાતે જ સ્કૂલે ન જવા રજા મંજૂર કરી આપી હતી એટલે એ ખુશ હતો. બે ભાખરી દાબી ગયો હતો અને અબ્બાને પણ ત્રીજી ભાખરી ખાવા માટે શરત લગાવવાની ચેલેન્જ આપી રહ્યો હતો.

૧૨

એક પથ્થર ફેંકાયો. એ ત્રણેય ઝૂલા પર બેઠાં હતાં. રામ ઊભો થયો.

"શું થયું મમ્મી?" રૂમીએ થોડા ગભરાઈને કહ્યું.

એ જ સમયે બહારથી મોટા-મોટા અવાજ આવવા માંડ્યા. ગાળો સંભળાઈ રહી હતી. ઈશ્વરના નામના નારાઓ લાગી રહ્યા હતા! હાથમાં સળગતી મશાલો પકડીને ધર્મપ્રેમી, જ્ઞાતિપ્રેમી માણસો માનવતાની સરહદોને પાર કરીને નીકળી પડ્યા હતા. ખુલ્લી તલવારો, બુઠ્ઠા ત્રિશૂળ, સૂકી લાકડીઓ, અને જૂની બંદૂકો સોસાયટીમાં ગાજી ઊઠી.

ઘરમાં લાંબો સન્નાટો છવાઈ ગયો.

ખૂણામાં ચૂલા પાસે એક ઈંટ આવી. રાખ ઊડી. ચૂલો તૂટી ગયો. ત્રણેય એકબીજાની બાજુમાં આવીને ઓસરીની ધાર પર ઊભાં રહી ગયાં.

"અબ્બા...આ બહાર કોણ છે?"

"ખબર નહીં બેટા..."

"એ આપણને કંઈ કરશે નહીં ને?" મમ્મીના સલવારને પકડીને રૂમીએ અબ્બાને પૂછ્યું.

બીજો એક પથ્થર આવીને રૂમના બંધ બારણા સાથે ભટકાયો. મુસ્કાનના કાન પાસેથી બીજો એક પથ્થર પસાર થઈ ગયો.

"રૂમી...એક વાર્તા કહું?" રામે પૂછ્યું. રૂમી ડરેલો હતો. છતાં રામે નાનકડી વાર્તા કહેવાનું ચાલુ કર્યું.–

"એક સાચો માણસ હતો. તેને દુનિયાની સૌથી સુંદર પરી સાથે પ્રેમ થયો. તે બંને ખોટા લોકોની દુનિયા વચ્ચે ડર્યા વગર જીવવા લાગ્યાં. એ બંનેને એક માસૂમ બાળક જનમ્યું. એ પણ પરી જેવું જ મસ્ત દેખાતું હતું. એમનું કુટુંબ આ દુનિયાનું સૌથી ખુશ કુટુંબ હતું. એમને ખબર હતી કે લોકો ભલે એમને સાચા ન કહે પરંતુ એમણે હંમેશાં પોતાના દિલનું કહેલું જ માન્યું હતું. રૂમી...દિલ કહે તે બધું જ સાચું હોય છે, અને જ્યારે માણસ સાચો હોય ત્યારે તેને કોઈનો ડર લાગતો નથી હોતો. તેણે ક્યારેય

ડરવું પણ ન જોઈએ. એકવાર એ ત્રણેય પોતાના ઘરે બેઠાં હતાં અને-"

એકાએક પેટ્રોલ ભરેલી સળગતી બૉટલ રામના પગ પાસે આવી અને ફૂટી. રામ ત્યાં જ ઊભો રહ્યો. મુસ્કાન અને રૂમી ડરીને બારણા પાસે જતાં રહ્યાં. રૂમી ડરને લીધે રડવા માંડ્યો. મુસ્કાને તેને ઊંચકીને છાનો રાખવા માંડ્યો. રામ પગથિયાં ઊતરીને ખડકી પાસે જઈ રહ્યો હતો.

"રામ...ના જઈશ...રામ" મુસ્કાને પાછળથી ધીમા અવાજે કહ્યું. રામ ઊભો રહી ગયો. બહારથી જોનારને લાગે કે એ લોકો બહાર ગયા છે એ માટે ગઈ રાત્રે પહેલાંથી જ રામે ખડકીને બહારથી તાળું મારી દીધેલું હતું, અને પોતે દીવાલ કૂદીને અંદર આવ્યો હતો. બહારનો અવાજ વધી રહ્યો હતો. ખડકી પર જોરજોરથી ધક્કો આવવા લાગ્યો. તાળું તૂટી રહ્યું હતું.

"બહાર નીકળ સાલા...મા**જાત...બહાર નીકળ તારી મુસ્કાનને લઈને..." બહારથી અવાજ આવ્યો અને રૂમી એ સાંભળીને મોટે મોટેથી રડવા લાગ્યો.

"એ રાંડને બહાર કાઢ...સાલા વેશ્યાવર...બહાર આવ સૂવરની ઓલાદ..."

એકસાથે એ બધાએ ધક્કો માર્યો અને એ જ સમયે એક પ્રચંડ અવાજ આવ્યો. બહાર બાજુના ઘર પર કોઈએ ગેસનો બાટલો ફેંક્યો હતો. વિસ્ફોટ થતાં જ એ ટોળું તે તરફ ભાગ્યું. રામના ઘરની અડધી તૂટેલી ખડકીમાંથી બહાર ભાગતા લોકો દેખાઈ રહ્યા હતા.

ફટાફટ એ ત્રણેય રૂમની અંદર ચાલ્યા ગયા અને રૂમ અંદરથી બંધ કરી દીધી. રૂમમાં રાત્રે ખોલેલા નળિયાની જગ્યામાંથી લાઇટ આવી રહી હતી. થોડું અંધારું હતું. સુનકાર હતો. રામે રૂમીને પોતાના ખોળામાં બેસાડી દીધો. મુસ્કાન ડરને લીધે છેવટે રડી પડી.

"રોતલી...પાછી ચાલુ પડી ગઈ." રામે તેનો ગાલ ખેંચીને હસાવવા પ્રયત્ન કર્યો. મુસ્કાન વધુ રડવા માંડી. રૂમીને કંઈ સમજાઈ રહ્યું ન હતું. ત્રણેય બેડની બાજુમાં નીચે બેઠાં હતાં.

ત્યાં જ એક પેટ્રોલ ભરેલી બૉટલ ઉપરના ખુલ્લા નળિયામાંથી આવી અને નીચે ખુલ્લા બેડ પર પડી. બૉટલ ફૂટી નહીં. તે ઊછળીને જમીન પર પડી, પરંતુ બેડ સળગી ઊઠ્યો. આ બાજુ મુસ્કાનથી મોટેથી રાડ નીકળી

ગઈ. રામ તરત જ ઊભો થઈ ગયો અને ફટાફટ ચાદર હટાવીને નીચે મૂકી દીધી. થોડીવારમાં બેડ અંદરની ગાદીમાંથી ધુમાડો નીકળવા માંડ્યો.

બહાર અવાજ આવી રહ્યો ન હતો. જે અવાજ હતો તે ભસતાં કૂતરાઓનો અવાજ હતો. શાંતિ છવાઈ રહી હતી. ટોળું નીકળી ગયું હશે. ધીમે-ધીમે માત્ર ઘડિયાળના કાંટાનો અવાજ આવી રહ્યો હતો. સાંજના પાંચ વાગ્યા ત્યારે ઘડિયાળ બોલી ઊઠી. કોઈ અવાજ નહોતો આવ્યો તેને અડધી કલાક નીકળી ગઈ હતી. હવે શાંતિથી શ્વાસ લઈ શકાય તેમ હતો. સોસાયટીમાં માત્ર ભસતાં કૂતરાંઓ આંટા મારી રહ્યાં હતાં. મુસ્કાન રડતી બંધ થઈ ગઈ હતી. રૂમી પણ અબ્બાના ખોળામાં ઊંઘી ગયો હતો.

રામે ધીમેથી રૂમીને નીચે જમીન પર સુવડાવ્યો. ઊભા થઈને તેણે બેડની ગાદી ઊંચકીને ખૂણામાં મૂકી દીધી. મુસ્કાન ઊભી થઈને નીચે તૂટેલી બૉટલના કાચ વીણવા લાગી, પરંતુ રામે તેને પાછી બેસાડી દીધી. થોડીવારમાં રામે જાતે કાચ વીણી લીધા અને અડધી સળગેલી ચાદરમાં ભરીને બહાર નાખવા બારણું ખોલ્યું.

રામ, મુસ્કાન અને રૂમી ત્રણેય બહારનું દૃશ્ય જોઈને ઊભાં થયાં. હૃદય ધબકાર ચૂકી ગયાં, ચહેરાઓ સફેદી પકડવા લાગ્યા. પગ થીજી ગયા. આંખો ફાટી રહી ગઈ.

સામે કાળા ચહેરાઓ હતા. પૂરો કાળો કલર લગાવેલા ચહેરાઓ. કાળાં કપડાં. લાલ આંખો. હાથમાં હથિયારો. સળગતી મશાલો. કાળાં કપડાં પર લાલ લોહીના ડાઘ. એ માણસો નહીં...શેતાનો જ હતા.

“સળગાવી દો આ ઝૂંપડાને સાથીઓ...” એ ટોળામાં છેક ફળિયામાં ખડકી પાસે ઊભેલો એક શેતાન બોલ્યો.

“મારો. કાપી નાખો સાલા ત્રણેયને.” બીજો કોઈ અવાજ આવ્યો. રામે મુસ્કાન અને રૂમીને પોતાની બાજુમાં લઈ લીધાં.

“નહીં ત્રણેયને સળગાવી દો. પકડી લો પેલા છોકરાને.”

“કોઈને બાકી નહીં રાખતા. પતાવી દો.”

એ પછીની માત્ર થોડી જ ક્ષણમાં એ બન્યું. રામે ચાદર ફગાવી અને

મુસ્કાન અને રૂમીને પોતાની પાછળ ઊભાં રાખ્યાં. આંખો ફાડીને પોતાના ઘાટા અવાજમાં રાડ નાખી.

"ખબરદાર જો કોઈ આગળ વધ્યો છે તો." રામ ગુસ્સામાં ધ્રૂજી રહ્યો હતો. રાડ સાંભળીને ટોળું આગળ વધતું ઊભું રહ્યું. છતાં પાછળથી રાડ આવી:

"ભાઈઓ...પકડી લો ભે**દને."

ટોળું અવાજ કરતુ આગળ વધ્યું. ભગવાનના નારા લાગ્યા. કાળો દેકારો છવાઈ ગયો. રામે સામનો કર્યો પરંતુ શેતાન જીતી ગયો. સારસ બેલડીને અલગ કરી દેવામાં આવી. રૂમીને પકડીને બહાર ઢસડી લેવાયો. રામ અને મુસ્કાન પણ બહાર આવ્યા.

"કોઈ મારશો નહીં એમને." ટોળામાંથી વધુ એક બોલ્યો.

"એમને આપણે અલગથી સમ્માન આપવાનું છે ભાઈઓ." એ મોટે-મોટેથી હસીને બોલ્યો.

"લઈ લો એમને ચોકની વચ્ચે."

રૂમીને એક શેતાને પકડ્યો હતો. દૂરથી રાડો સંભળાઈ રહી હતી. રડવાના અવાજ આવી રહ્યા હતા. ભગવાનના નામ લેવાઈ રહ્યાં હતાં. રામ અને મુસ્કાનને કેટલાયે હાથોથી પકડીને ખડકી બહાર લઈ જવામાં આવી રહ્યા હતા. મોટે-મોટેથી રડતો રૂમી પાછળ જવા માટે ઊછળી રહ્યો હતો, પરંતુ શેતાન તેને છોડતો ન હતો. એ રૂમીને પકડીને ઝૂલા પર બેસી ગયો હતો. બાળક પકડ છોડાવી શકતો ન હતો. તેની નજર સામે અબ્બા-મમ્મી બહાર ઢસડાઈ જઈ રહ્યાં હતાં. રામ પોતાનું બધું ઝનૂન વાપરી ચૂક્યો હતો. તેને ખૂબ માર પડ્યો હતો. નાક અને હોઠ પરથી લોહી વહી રહ્યું હતું. હવે ઘરમાં ત્રણ-ચાર શેતાનો અને રાડો નાખતું, શ્વાસ ન લઈ શકતું, રડતું બાળક વધ્યા હતા. ટોળું ભગવાનના નામના અવાજ કરતુ ચોકમાં પહોચ્યું હતું. શેરીનાં કૂતરાંઓ ભાગી ગયાં હતાં.

બધું ઝડપથી પસાર થઈ રહ્યું હતું. રડવાના, ખુશ થવાના, ઈશ્વર-અલ્લાહના નામના અને કાગડાઓનાં અવાજ આવી રહ્યા હતા. સોસાયટી આગળ પડતા એક ધૂળભર્યા ચોકમાં રામ અને મુસ્કાનને લાવવામાં આવ્યાં હતાં.

મુસ્કાન...રડતી ન હતી હવે. એ સ્થિર હતી. રામને જ્યાં લઈ જાય ત્યાં પાછળ જઈ રહી હતી. રામ ચાર રસ્તા વચ્ચે ઊભો રહ્યો. મુસ્કાન ત્યાં જ બાજુમાં હતી. હાથ પકડેલા હતા. ચારે તરફ શેતાનો ઘેરી વળ્યા હતા. મશાલો સળગી રહી હતી. રામના ચહેરા પર ગુસ્સો અને રૂમી ન દેખાયાનો ડર ભભૂકી રહ્યો હતો.

થોડીવાર બધું શાંત પડી ગયું.

પાછળ ઘરમાં કેરોસીનના ડબ્બા ખૂલી રહ્યા હતા. ચારે તરફ કેરોસીન છંટાઈ રહ્યું હતું. રૂમી રાડો નાખી રહ્યો હતો. પેલા શેતાને એને છોડી દીધો. રૂમી દોડતો ઘર બહાર નીકળ્યો. ચોક પર કાળા માણસોનું ટોળું ઊભું હતું. રૂમી દોડતો ટોળા પાસે પહોંચ્યો.

“અબ્બા...મમ્મી...” તેણે રાડો નાખી. રૂમી ટોળામાં ઘૂસવા શેતાનોને ધક્કો મારી રહ્યો હતો. રામે અને મુસ્કાને રૂમીને જોયો. ત્યાં જ રામની આંખો સામે રૂમીને કોઈ માણસે માથામાં હથિયાર માર્યું.

“મમ્મી...” રાડ નાખીને રૂમી ત્યાં જ કાળા લોકો વચ્ચે પડી ગયો. રામ અને મુસ્કાન બંને દોડ્યાં, પરંતુ પાછળથી તેમને પકડી લેવામાં આવ્યાં. રૂમી આઘાતને લીધે બેભાન થઈ ગયો હશે. એ શાંત થઈ ગયો. ચાર રસ્તાના એક ખૂણા પર દીવાલને ટેકે એ બાળકને મૂકી દેવામાં આવ્યું. રૂમીના માથામાંથી લોહી વહીને ગળા પર જઈ રહ્યું હતું.

“ભાઈઓ...સબ નીચે બેઠ જાયેગા...ફિલ્લમ શરૂ હો રહી હૈ.” ટોળાંમાંથી કોઈ બોલ્યું અને બધા ત્યાં જ ચારે ફરતે નીચે બેસી ગયા.

પાછળ રહેલા એ લોકો ઘરમાંથી બહાર આવ્યા. પાછળ ઘર સળગી ઊઠ્યું. રામ-મુસ્કાને દૂર સળગતું ઘર જોયું, રૂમીને ખૂણામાં ભીંતના ટેકે બેઠેલો જોયો. રૂમીના માથામાંથી વહેતું લોહી જોયું.

શાંતિ છવાઈ ગઈ. મકાનનો બળવાનો અવાજ આવી રહ્યો હતો. એક કાગડો રૂમી સામું જોઈ રહ્યો હતો. કાગડાનો અવાજ સાંભળીને રૂમીની અડધી આંખ ખૂલી. સામે ઝાંખું દૃશ્ય દેખાઈ રહ્યું હતું. વચ્ચે અબ્બા-મમ્મી ઊભાં હતાં. ચારે તરફ શેતાનો બેઠા હતા.

સોસાયટીના બીજા ખૂણા પર પોતાનો ચહેરો કાળો કરીને ફકીરબાબા ઊભા-ઊભા ભીંત પાછળથી ડોકું કાઢીને આ ચાર રસ્તા પર ચાલતું બધું જોઈ રહ્યા હતા. જે ફકીરે રામ-મુસ્કાનનો અખંડિત પ્રેમ જોયો હતો એના માટે તો નજર સામે મશાલો વચ્ચે સાક્ષાત રામ અને સીતા ઊભાં હતાં. ફકીરે પોતાની જોળીમાંથી પથ્થર કાઢ્યો. ખૂણા પર બેસીને પથ્થર સાથે ભીની આંખે ફરી વાતો કરી:

શું વાંક હતો આ ત્રણેયનો? પ્રેમ કર્યો એ? હિંદુ-મુસ્લિમ બનીને પ્રેમ કર્યો તે? લગ્ન કર્યા વગર સાથે રહ્યાં તે? તેમ છતાં તેમને બાળક છે તે? કે પછી એમની ખુશીઓની તને પણ બળતરા થતી હતી? મને એક વાત કહે...આ વિધાતા જેને કહેવાય છે એ તું જ છે ને? તું જ લોકોના ભાગ્ય લખે છે ને? પ્રભુ...જો આવા જ લેખ લખીશ તો એક દિવસ...

રહેવા દે. તને વાતો કરીને કંઈ વળવાનું નથી.

રામે મુસ્કાનને પોતાની છાતીમાં જકડી રાખી હતી. ખેલ શરૂ થઈ રહ્યો હતો. પાછળ બે કાળા માણસો આવીને લાકડી વડે રામને મારવા લાગ્યા હતા. રામ મુસ્કાનને બચાવવા માંગતો હતો. મુસ્કાનના પેટમાં રહેલું બાળક બચાવવા માંગતો હતો. એક પણ શબ્દ બોલ્યા વગર, એક પણ દર્દનો અવાજ કર્યા વગર એ પરિસ્થિતિને પસાર કરી નાખવા માંગતો હતો. એને ખબર હતી કે જો હું એ બધાની સામે થઈશ તો પહેલાં એ મુસ્કાનને મારશે. *બસ મુસ્કાનના પેટ પર ન વાગી* જાય. એક જ વિચાર તેના મગજમાં જન્મતો હતો. તેની આંખ સામે દીકરો રૂમી અડધી ખુલ્લી આંખે બેઠેલો દેખાતો હતો. ઓહ...રામને હવે દર્દ થઈ રહ્યું હતું. પગ અને પીઠ ભાંગી ગયાં હોય એવું લાગી રહ્યું હતું. હજુ મુસ્કાન બાંહોમાં જ હતી. રૂમીને બધું ઝાંખું દેખાઈ રહ્યું હતું. એ આંખો બંધ કરી દેવા માંગતો હતો, પરંતુ અબ્બા-મમ્મી પર થતા લાકડીના ઘા તેને જગાડી રહ્યા હતા. રૂમીના પગ એ દૃશ્ય જોઈને ધ્રૂજી રહ્યા હતા.

એક શેતાન ઊભો થયો. પોતાની મશાલ સામેની ભીંત તરફ ફેંકી અને લોખંડની પાઇપ લઈને રામ પર ધસી આવ્યો. રામના ગળા પર ઘા વાગ્યો.

મોટી ચીસ-દર્દ સાથે રામ જમીન પર સૂઈ ગયો. મુસ્કાનના ગળામાંથી અવાજ ન નીકળી શક્યો. રામે હજુ મુસ્કાનને છોડી ન હતી. તે રામ પાસે બેસી ગઈ અને પોતાની સ્થિર આંખોથી તેને જોઈ રહી. એ રડતી ન હતી. તેનો ગુસ્સો તેની લાલ આંખોમાં ભરાઈ રહ્યો હતો. રામની આંખોમાં મુસ્કાન ધીમે-ધીમે ઝાંખી થઈ રહી હતી. ગળા પર થયેલો ઘા મગજને શૂન્ય બનાવી ગયો હતો. પેલા શેતાને મુસ્કાનને પણ માર્યું. મુસ્કાન રામની બાજુમાં ઢળી પડી. બંનેએ હજુ એકબીજાનો હાથ પકડેલો હતો.

શહેરથી દૂર એક તળાવ પાસે બે સારસ પક્ષી એકબીજાને વહાલ કરી રહ્યા છે. એકબીજાની પાંખોને છીછરા પાણીમાં પલાળી રહ્યા છે. ચાંચ વડે એકબીજાને સાફ કરી રહ્યા છે. ધીમેથી એકબીજાની નજીક આવે છે. એ બંને ચાંચનો સ્પર્શ કરે છે અને એકબીજાની ગુલાબી આંખોમાં પોતાનું ચિત્ર જુએ છે. ધીમેથી બંને આંખો બંધ કરી દે છે. પાંખો ફેલાવે છે. આકાશ તરફ ચહેરો રાખીને ઈશ્વરને થેંક્યુ કહે છે.

ત્યાં દૂર એક કાગડો ઊડીને એ સારસ બેલડી તરફ આવે છે. એ કચરામાં જન્મીને મોટો થયેલો શેતાન છે. એ વાસ મારે છે. એના વિચારો વાસ મારે છે. એનું જીવન વાસ મારે છે. એને મારી નાખવામાં જ જાણે વિશ્વની ભલાઈ છુપાયેલી છે. એ 'કા-કા-કા' રાડો નાખતો આ બંનેના જીવનને વિખેરવા દોડ્યો આવે છે. એ બંનેને ચાંચ મારીને તળાવમાંથી ભગાડવા મથે છે. બંને સારસ એકબીજાનું રક્ષણ કરવા માટે બેતાબ થઈ રહ્યા છે. કાગડો પોતાની ક્રૂરતાથી ખુશ થઈ રહ્યો છે.

મુસ્કાન પર જેવો પ્રહાર થયો તેવો જ રામ પોતાની બધી તાકાત ભેગી કરીને રાડ નાખતો ઊભો થયો. પેલો શેતાન ડરી ગયો. બાજુમાં સૂઈ ગયેલી મુસ્કાન પર રામે પોતાનું શરીર કવચ બનાવીને મૂકી દીધું. ફરી રામની પીઠ પર લાકડીઓના ઘા થયા. મુસ્કાનને તેણે એક પણ ઘા પડવા દીધો ન હતો. રામે ફરી આંખો ખોલીને રૂમી સામે જોઈ લીધું. રૂમી પણ અબ્બા સામે જોઈ રહ્યો હતો. હવે તેનું આખું શરીર

સામેનું દૃશ્ય જોઈને ધ્રૂજી રહ્યું હતું. રૂમીના ગળામાંથી અવાજ નીકળી શકતો ન હતો. માથામાંથી નીકળતું લોહી તેના ખાદીના સફેદ શર્ટને લાલ બનાવી રહ્યું હતું. શરીરમાંથી પરસેવો છૂટી રહ્યો હતો. તેણે આંખો ફેરવી. બીજી તરફ બળતું મકાન દેખાઈ રહ્યું હતું. એણે ફરી અબ્બા-મમ્મી સામે જોયું.

તળાવની ચારે તરફ કાગડાનો અવાજ ફેલાઈ રહ્યો હતો. સારસ બેલડી પીંખાઈ રહી હતી. તેમનાં પીંછાં ખરી રહ્યાં હતાં. હવે માત્ર ન ઊડી શકે એવાં શરીર હતાં જે હજુ એકબીજાને માટે કવચ બનીને શેતાન સામે લડી રહ્યાં હતાં. એ દૃશ્યથી દૂર એમનું નાનકડું, કોમળ બચ્ચું આ દૃશ્ય જોઈ રહ્યું હતું. બચ્ચું ધ્રૂજી રહ્યું હતું અને મા-બાપને બચાવવા સક્ષમ ન હતું.

એટલામાં આગળથી એક અવાજ આવ્યો. હવસનો અવાજ...

“કરો નાગી સાલીને...ઉતારી નાખો આ રખેલના રૂપને...”

રામના હાથ પર બે ઘા વાગ્યા. પકડ ઢીલી થઈ. પાછળ પીઠ પર તલવારનો ઘા આવ્યો અને લાલ ઉઝરડો જન્મી ઊઠ્યો. ચીસ સાથે રામ મુસ્કાનથી અલગ થઈને બાજુમાં પડી ગયો. રૂમીના મોઢામાંથી આ દૃશ્ય જોઈને લાળો પડવા લાગી. શ્વાસ ધીમો પડ્યો. રામ તીવ્રતાથી ફરી મુસ્કાનનો હાથ પકડવા લાગ્યો...પણ એ દૂર થઈ ગઈ હતી.

બીજી તરફ રામથી થોડે જ દૂર કેટલાક કાળા હાથ મુસ્કાનની સુંદરતા પર ફરી વળ્યા. મુસ્કાનના ચહેરા પર ડર ન હતો. આંખો લાલ હતી. ગુસ્સો હતો. પોતાના રામને ઈજા કરવાને લીધે ધિક્કાર જુવાળ પેદા થતો હતો એ આંખોમાં. નપુંસકોનો સ્પર્શ એ આગમાં વધારો કરવા લાગ્યો હતો. ત્યાં જ તેની સફેદ સલવાર કેટલાક કાળા હાથથી ખેંચાવા માંડી. ઝટકા સાથે મુસ્કાનનું અડધું શરીર ખુલ્લું થઈ ગયું. રામે રાડ નાખી. મુસ્કાને આંખો ફાડી. રામ ઊભા થવા પ્રયત્ન કરી રહ્યો હતો પણ જાણે પગ ભાંગી ગયા હતા. રૂમીની આંખો બંધ થઈ ગઈ આ બધું જોઈને. હવે આ બાળકનું હૃદય ધ્રૂજી રહ્યું હતું. લોહી થીજી ગયું હતું અને આત્મા અવાજ કરી રહ્યો હતો. જ્વાળામુખી ફાટતા પહેલાં, લાવા નીકળતા પહેલાં ઉદ્ભવતા કંપન જેવું એ દૃશ્ય હતું. સૂરજ વાદળો

આડે સંતાઈ ગયો હતો. હવે દૂર સળગતા ઘરના અગ્નિનો પીળો પ્રકાશ ફેલાઈ રહ્યો હતો.

દૂર ઊભેલા ફકીરના હાથમાં પથ્થર ધ્રૂજી રહ્યો હતો.

એક વાત કહું મારા કહેવાતા ઈશ્વરને? મારા અલ્લાહને આજે બંદગીને બદલે એક વિનંતી કરું?

દોસ્ત...એકવાર આ ધરતી પરનો રામ બનીને બતાવ. મુસ્કાન બનીને બતાવ. પ્રેમ કરીને બતાવ. જ્ઞાતિ-જાતિ જોયા વગર, સાત ફેરા ફર્યા વગર, એકબીજાની બધી જ ખામીઓ સ્વીકારીને, બધી જ મુશ્કેલીને પાર કરીને, બધા કડવા અનુભવોને ગળે ઉતારીને તું એકવાર આ ધરતી પરના રામ-મુસ્કાન બનીને દેખાડ. તું મને દેખાડ સવારથી સાંજ સુધી મજૂરી કરીને પોતાનું પેટ ભરવાની તમન્નાભર્યું જીવન. તું મને દેખાડ કે કઈ રીતે એકબીજાનો હાથ પકડીને, ટેકો બનીને, કવચ બનીને જિવાય છે આ ધરતી પર. તું મને એકવાર રિવાજો તોડીને અહીં શેતાનો વચ્ચે રહીને દેખાડ.

બસ...તારે તો ધર્મ-ગ્રંથોમાં દેખાવું છે! વિશાળ, અલૌકીક બનીને લીલાઓ કરવી છે. તું બધું જ કરી શકે ત્યાં બેઠા-બેઠા. તારા ઉપદેશોથી ગીતા રચાઈ જાય, અને તારા વિચારોથી કુરાન. તારા જીવન રામાયણ કહેવાય અને તારી ડાહી-ડાહી વાતો બાઇબલ. તું બધાને રમાડે, નચાવે, જિવાડે. તું બધાના પેટ ભરે અને તું એક દિવસ મારી નાખે! પણ દોસ્ત...ક્યારેક આ અખતરો ખુદ પર તો કરો મારા પ્રભુ.

જુઓ તો ખરા આ ધરતી પર જન્મીને. સૌની આંખો સામે મજૂરી કરીને. જે હાથે તમે તથાસ્તુ કરો છો એ જ હાથે ક્યારેક બૂટ સીવી જુઓને. એ હાથે લાકડા વીણી જુઓને. કોઈ પરચા પૂર્યા વગર પરસેવો પાડીને જીવી જુઓને. આ કોઈ પડકાર નથી ફેંકતો પ્રભુ તમને...આ તો બસ ઇચ્છા છે મારી. તમને પ્રાર્થના કરું છું કે એકવાર આવા આદમી બનીને જીવન જીવવાની મજા કેટલી છે! એ આનંદ કેટલો અનોખો છે જ્યારે પોતાના દીકરાને જ પોતાની પ્રેમકહાની સંભળાવવાની હોય! એ ખુશી કેટલી અદ્ભુત છે જ્યારે પોતાની પત્નીના પેટમાં નવું બાળક જન્મી

રહ્યું હોય અને તેનો ધબકાર સાંભળી શકતો હોય. તમે અહીં આવીને સામાન્ય માણસ બનીને એકવાર પ્રેમ કરી જુઓ દોસ્ત. મજા આવશે. આખો દિવસ મહેનત કરીને થાકી જઈને સાંજે એના હાથનું જમી જુઓ. એને બાંહોમાં લઈને સપનાંઓ જુઓ. તેનાં સપનાંઓને સાકાર કરવા પોતાનાં સપનાંને બદલાવી જુઓ. દોસ્ત...મજા આવશે એ બધું કરવાની. તમે આવો અને આ ધરતી પર તમારા લખેલા લેખ અને રમતોમાં તમે જ એકવાર ભૂલા પડો.

સાથે સાથે એ પણ જુઓ કે કેવું હોય છે એ દર્દ...જ્યારે એક પણ ગુના વિના કોઈ તમારા મહેનતના બનાવેલા ઝૂંપડાને સળગાવી નાખે. જ્યારે તમારી આંખો સામે તમારા બાળકનો ચહેરો લોહીભીનો હોય, અને તમે ચોકની વચ્ચે લાચાર પડ્યા હોય. તમે કહો છો તેમ...જે તમારી જ રમતનો એક ભાગ છે એવા શેતાનો તમને રહેંસી નાખવા તૈયાર હોય.

કલ્પનાથી જ ધ્રુજારી ઊઠે છે ને દોસ્ત? આવ...એકવાર આ ધરતી પરના રામ-મુસ્કાન બનીને બતાવ.

થૂં...સાલી ઈશ્વરની જાત.

ફરી આંચકાઓ લાગ્યા અને મુસ્કાનની સલવાર ખેંચાઈ. હેવાનો એ દશ્ય જોઈને હસી રહ્યા હતા. ફરી...

પણ ત્યાં જ મુસ્કાને ભયંકર રાડ નાખી. તેનો ચહેરો લાલચોળ બની ઊઠ્યો. આંખો ફાટી રહી હતી. શરીર ગુસ્સામાં ધ્રૂજી રહ્યું હતું. ફરીથી તેણે મોટી ચીસ પાડી. એકાએક તેણે હાથે જ પોતાની વધેલી સલવાર ફાડી નાખી અને નગ્ન બની ગઈ.

સૌ શેતાન પાછળ હટી ગયા. કાળા ચહેરાઓ-નરાધમો-નપુંસકો દૂર ભાગવા માંડ્યા. નીચે બેસેલાઓને એ દુર્ગાને જોઈને પરસેવો છૂટી ગયો. મુસ્કાને ફરી ત્રાડ પાડી. કાગડાઓ ચૂપ થઈ ગયા. પોતાનું આખું ખુલ્લું શરીર ધ્રૂજી રહ્યું હતું. ફરી તેણે ઊંડી રાડ નાખી:

"આવ...મા***દ..."

તેના મોઢામાંથી લાળો પડી રહી હતી. તેની આંખો જોઈને જ હેવાનો ડરી

ગયા હતા. સન્નાટો છવાઈ ગયો. રૂમીની આંખો ખૂલી. કોઈ એક ડગલું પણ ન ભરી શક્યું. સૂરજ ફરી કાળાં વાદળો પાછળ સંતાઈ ગયો અને પીળા તાપમાં એ શરીર ચમકી રહ્યું. ભડકે બળતું શહેર થોડીવાર અંધકારમાં ડૂબી ગયું. વાતાવરણમાં માત્ર ધુમાડો જ રહ્યો. રૂમી બધું જ જોઈ રહ્યો.

હારેલો શેતાન ડરી રહ્યો હતો.

દૂરથી એક લાકડીનો છૂટો ઘા થયો. કોઈ ડરપોકે દૂરથી જ ઘા કરી નાખ્યો. દર્દભર્યા અવાજ સાથે મુસ્કાન જમીન પર રામની બાજુમાં ઢળી પડી. રૂમીનું શરીર ઊછળ્યું અને ફરી આંખો બંધ કરી ગયું. મુસ્કાનના માથામાંથી લોહી વહેવા માંડ્યું. રામ ગોઠણ પર ઊભો થયો અને મુસ્કાન ઉપર પોતાના ભાંગેલા શરીરને પાથરી દીધું.

પાછળથી ડરેલો-હારેલો શેતાન અવાજ કરવા માંડ્યો. થોડી ક્ષણોમાં પેટ્રોલના ડબ્બા ખૂલ્યા. રૂમીની આંખો ખૂલી. આંસુ આવ્યાં. સામે અબ્બા-મમ્મી પર પેટ્રોલ છંટાઈ રહ્યું. પાછળથી એક શેતાન મશાલ લઈને આવ્યો. આગ ચાંપી. બે શરીર મોટી જ્વાળા સાથે હલનચલન કર્યા વગર, એકબીજાની બાંહોમાં સળગી ઊઠ્યા. રામે મુસ્કાનને છોડી ન હતી. મુસ્કાને રામને છોડ્યો ન હતો.

હારેલા હેવાનો દૂર ચાલી નીકળ્યા.

ખૂણામાં ખુલ્લી આંખે ત્રીજો આત્મા અંદરથી સળગી ઊઠ્યો હતો.

ફકીર રડતાં-રડતાં બોલવા લાગ્યા:

જોયું? તારી સગી આંખે જોયું? સાચું કહેજે...આંખો બંધ નહોતી કરીને તેં? કે પછી તારા નામ પુકારતા શેતાનો સાથે જ ટોળામાં હતો?

તું ખોટું ન લગાડીશ...એક વાત કહું? તારી ઔકાત કે લાયકાત નથી આ ધરતી પરના માણસની જેમ જીવવાની અને જીરવવાની. ક્યારેય તું એક સામાન્ય માણસની તોલે નહીં આવી શકે. સામાન્ય માણસના પ્રેમ આગળ તારાં બધાં જ મંદિર-મસ્જિદ, તારા બધા જ ઉપદેશો અને ગ્રંથો, તારા જીવન અને તારી લીલાઓ, તારા દરેક સર્જન અને સંહાર...તું.... તું ખુદ. દોસ્ત....તું પણ એમના પ્રેમ આગળ નાનો છે. નાનો જ રહેશે.

તારા જ બનાવેલા રામ-મુસ્કાન તારા દરેક અવતાર કરતાં વધુ શ્રેષ્ઠ જીવી ગયાં એ કબૂલ કરી લે દોસ્ત.

હું તને સાબિત કરી દઈશ કે તું શ્રેષ્ઠ ન હતો. ચલ...રામ-સીતા અને રામ-મુસ્કાનને ત્રાજવે બેસાડીએ. બંને રામાયણને તોલી લઈએ. રામાયણના રામ ક્યારેય કળીયુગના રામની તોલે નહીં આવી શકે. કારણ કહું? કારણ કે દોસ્ત...તમે કદાચ તમારી સીતાને ધરતીમાં સમાતી જોઈ શકો, પણ મારો કળીયુગનો રામ તેની મુસ્કાનને ન જોઈ શકે. એ સાથે સમાઈ ગયો. પ્રભુ...તમે તેને એકલીને અગ્નિપરીક્ષામાં મોકલી શકો, પણ મારો રામ તેની સાથે સળગે છે. પ્રભુ...તમે એને જંગલમાં ચૌદ-ચૌદ વર્ષ સુધી સાથે રખડાવી શકો, અને પાછા ફરીને અયોધ્યા લાવો ત્યારે એક ધોબીની વાત સાંભળીને ફસાઈ શકો, પણ મારો રામ તેની મુસ્કાન માટે સમાજને આજીવન છોડીને પણ સમાજ વચ્ચે રહી શકે છે! તેનું અયોધ્યા કે વનવાસ તો ત્યાં દૂર સળગતા તેના કાચા મકાનમાં જ હતું. નાથ...તમે તમારી યાદ રૂપે હનુમાન સાથે અશોકવાટિકામાં નાનકડી વીંટી મોકલી શકો અને કહેડાવી શકો કે-સીતાજી, તમને રામ ખૂબ યાદ કરે છે, પણ જ્યારે મારો રામ તો ખુલ્લા પગે આ શહેરની ગલીઓ ખૂંદી વળે જો તેની મુસ્કાન ન મળે તો. વળી તમે કહેશો કે સીતા તો દૂર લંકામાં હતી જ્યારે મુસ્કાન તો શહેરમાં જ હતી. તો દોસ્ત...તમે પણ ભગવાન અને સર્વ-શક્તિમાન હતા, જાતે ઊડીને જઈ આવવું હતુંને.

પ્રભુ...તમે ધનુષ્ય ભાંગીને સ્વયંવરમાંથી સીતાને જીતી આવો છો... ક્યારેક અહીં આવીને ગંધાતા સમાજને પૂછી તો જુઓ. સૌ તમારા જ જીવનના અને ગ્રંથોનાં ઉદાહરણ આપીને કહેશે કે-જુઓ કોઈ ભગવાને પણ બીજી જ્ઞાતિમાં લગ્ન કે પ્રેમ નથી કર્યો! તમે તમારી રામાયણમાં કહો છો કે તમે રાવણને માર્યો. સીતાને માટે તમે લંકા જઈને યુદ્ધ કર્યું, પણ સાચું કહું તો સીતાએ ખુદ જ રાવણને હરાવ્યો હતો. મુસ્કાનની જેમ જ. રાવણ તો સીતા સામે પહેલેથી જ હારી ગયો હતો. પ્રભુ...તમે હારેલાને હરાવ્યો તેમાં વળી શું પૂજાઓ છો?

દોસ્ત...તમે ભલે ભગવાન કહેવાશો, છતાં હમણાં જ જીવીને ગયેલા

પેલા બંનેની તોલે તો ન જ આવો. તમે પથ્થરમાં પૂજાઈ શકો, તમે સોનાથી મઢાઈ શકો, તમે મંદિરમાં જડાઈ શકો, તમે સોળ શણગાર ધરી શકો... પણ તમે એક ચોકની વચ્ચે લાશ બનીને સળગી શકો? હા...તમે સીતા માટે લડતાં-લડતાં મૂર્છિત થઈ શકો, પણ મરી ન શકોને? તો પછી તમે ભગવાન કેમ કહેવાશો? કઈ રામાયણને મંજૂર છે કે તેમાં રાવણ જીતી જાય? કઈ રામાયણમાં રામ-સીતાના મૃત્યુથી અંત થાય છે? પ્રભુ...સાચું કારણ કહું તમે કેમ રામ-મુસ્કાન કરતાં શ્રેષ્ઠ નથી? કારણ કે જો તમારી રામાયણમાં રામ-સીતાના મૃત્યુથી અંત આવે તો કહેવાશે કે રાવણ જીતી ગયો, શેતાન જીતી ગયો...પરંતુ અહીં રામ-મુસ્કાન સળગશે તો પણ યાદ રાખજો દોસ્ત: પ્રેમ જીતી ગયો. છેલ્લે સુધી પ્રેમ જ જીતી ગયો. એ બંનેને સળગાવવામાં આવ્યાં, કેમ કે પાપી શેતાનને સમજાઈ ગયું કે એ બંનેના પ્રેમ પર છેલ્લા શ્વાસ સુધી જીત મેળવી શકાય તેમ નથી. આ કળીયુગનો રામ પોતાની સીતાને એકલી ધરતીમાં નહીં સમાવા દે. તેના જીવન પર રામાયણ ન સર્જાય તો કંઈ નહીં, પરંતુ તેનું જીવન પૂજવાલાયક જરૂર હતું. છેવટે તો દોસ્ત...તમે જે હો તે...ઈશ્વર-અલ્લાહ...તમે તો હાર્યા જ છો. ખોટું ના લગાડતા...પણ સાચું કહેજો: આ તમારા ગ્રંથ પૂજાવા જોઈએ કે પેલા સળગી રહેલા સામાન્ય માણસોનાં જીવન?

ઈશ્વર-અલ્લાહ હોય કે શેતાન...સામાન્ય માણસના પ્રેમ સામે એ હારી જ જશે.

કાળા ચહેરાવાળા ફકીરબાબા સોસાયટીમાં દોડ્યા. સોસાયટીમાં કોઈ હતું નહીં. ખૂણામાં રૂમી પડ્યો હતો. એની આંખો બંધ હતી. ફકીર રામ અને મુસ્કાનના બળતાં શરીરો પાસે ઊભા રહ્યા. અગ્નિ સામું જોઈને ફરી રડી પડાયું. સામે રૂમી સામે જોયું અને ખબર પડી ગઈ કે એ બાળકનો જીવ અમુક કલાકમાં જતો રહેશે. ફકીરે રામ-મુસ્કાનની રાખમાં આંગળીઓ ફેરવી અને પોતાના કપાળે રાખ ચોળી. પછી પોક મૂકીને છાતી ફાડીને એ રડ્યા.

પોતાના હાથમાં રહેલી મૂર્તિને ગળા પાસે દબાવીને ઈશ્વરને ગળાટૂંપો આપીને ફકીરે ઝનૂનથી એક રાડ નાખી.

મૂર્તિનું માથું નીચે પડી ગયું.

મૂર્તિનું ધડ હાથમાં લઈને એ ફકીર શહેર તરફ દોડ્યા.

તેનો રામ પથ્થરમાં ન હતો...રાખમાં હશે.

દોડતાં-દોડતાં...

હાંફતાં-હાંફતાં...

રડતાં-રડતાં...

જ્યારે શહેરની વચ્ચે એ ફકીર પહોંચ્યા ત્યારે થાકીને, હારીને, ઈશ્વરને મૃત સમજીને ધિક્કારીને એ મૂર્તિના ધડને આકાશ તરફ ફેંક્યું.

એ પથ્થર હવામાં ઊંચે જઈને દૂર એક શેરીમાં રઘવાયા થયેલાં એક વિકરાળ ભૂંડ ઉપર પડ્યો. અને...

ભૂંડના પેટ પર લોહી કાઢી નાખનારો ઘા પડ્યો. પીડામાં એ મહાકાય ભૂંડે ચિચિયારીઓ નાખી અને રઘવાયું થઈને શેરીની બહાર દોડ્યું.

પેલો પથ્થર ધીમેથી બાજુમાં રહેલી ગટરમાં પડ્યો.

અમુક વર્ષ પહેલાં જ્યારે રામ-મુસ્કાન પહેલીવાર થેલા લઈને આ ગોધરા સ્ટેશન પર ઊતરેલા, અને વડલાને છાંયડે બેસીને પોતાનાં સપનાંઓની વાતો કરી રહ્યાં હતાં ત્યારે એમને તાકીને એક નાનકડું ભૂંડ ઊભું-ઊભું બધાં સપનાંઓ સાંભળતું હતું.

આ એ ભૂંડ હતું. એ ભૂંડ હવે વિકરાળ બન્યું હતું. ચારેબાજુ માનવીની શેતાનિયત જોઈને રઘવાયું થયું હતું. મોટા અવાજો કરતું શહેરની શેરીઓમાં આમતેમ ભાગી રહ્યું હતું.

૧૩

એક સૂનું તળાવ હતું જ્યાં કોઈ હતું નહીં. અહીં થોડા સમય પહેલાં બે સારસ એકબીજાને માટે જીવી રહ્યાં હતાં. અત્યારે ત્યાં કોઈ ન હતું. એક બચ્ચું પડ્યું હતું બસ...

છતાં ત્યાં પાણી પરથી પસાર થઈને ઠંડી હવા વહી રહી હતી. આસપાસનું ઘાસ લહેરાઈ રહ્યું હતું. ઉપર નીલું આકાશ સફેદ વાદળોને જન્મ આપી રહ્યું હતું. સાંજનો સૂરજ ચમકી રહ્યો હતો. કુદરત એક સંદેશ આપી રહી હતી:

અહીં...આ ધરતી પર એક દિવસ આવા હજારો સારસ જન્મ લેશે. તે એકબીજાને નિ:સ્વાર્થ પ્રેમ કરશે. તળાવના કિનારા પર રહીને એમના જીવનને ખુશીઓથી ભરતાં રહેશે. એ બધા સરહદો, ધર્મો અને રિવાજો તોડીને પ્રેમ કરશે. એ પક્ષીઓ પોતાના દિલને સાંભળીને જીવી રહ્યાં હશે. ફરી-ફરી પ્રેમ કરી રહ્યા હશે. એકબીજાની આંખોમાં પોતાનો ચહેરો જોઈ રહ્યા હશે. એકબીજાની ઠંડી ગરદન ભેગી કરીને બાંહોમાં સમાઈ જતાં હશે. એક દિવસ પોતાની પાંખો ફેલાવીને એ આ વિશ્વને પ્રેમનો સંદેશ આપતાં હશે. એક દિવસ આ તળાવના કિનારે તેમનાં બચ્ચાં કિલ્લોલ કરતાં હશે. મા-બાપની પ્રેમકહાની સાંભળતાં હશે. મા-બાપ પાસેથી જીવનને જીવી લેવાની તરકીબ શીખતાં હશે. મા-બાપ એક જ શબ્દમાં એમના બચ્ચાંને જીવનને સાર્થક કરવાની ચાવી આપી દેશે: પ્રેમ.

એ દિવસ આ જમીન પર શેતાનિયતનો જન્મ નહીં થાય. એ જન્મશે તો પણ હારી જશે. શેતાનિયત હંમેશાં હારવા માટે જ જન્મશે. એક દિવસ આ તળાવ કાગડાઓને ખાઈ જશે અને સારસને જીવવા દેશે. એક દિવસ સાંજનો સૂરજ એ આશાને સાકાર કરતું કિરણ લઈને આવશે. એક દિવસ...ઈશ્વર-અલ્લાહ અફસોસ કરી રહ્યા હશે કે જો આ ધરતી પર પ્રેમીઓને જીવવા નહીં દઈએ તો આપણે પથ્થર બનીને ગટરમાં પડ્યા રહીશું.

૧૪

સાંજના છ વાગવા આવ્યા હતા, છતાં અંધકાર થતો ન હતો. ઠંડો પવન ફૂંકાઈ રહ્યો હતો. પવનને લીધે ચોકમાં પડેલાં બે શરીર પરથી રાખ ઊડી રહી હતી. ઊડી-ઊડીને રાખ રૂમીના ચહેરાને વ્હાલી-વ્હાલી કરતી હતી. સામે મકાન બળી રહ્યું હતું.

ધુમાડાની વાસ ફેલાઈ રહી હતી. એ ત્રણેયનું મકાન અડધું બળી ચૂક્યું હતું. અંદર માત્ર થોડાં પુસ્તકો, વાસણો, પાણીનો ઘડો અને અધુરી મીણબતી ખૂણામાં પડ્યાં હતાં. એ બધું જ ખાખ થવાની તૈયારીમાં હતું. ખૂણામાં એક પુસ્તક નીચે થોડા હાથે લખેલા કાગળ પડ્યા હતા. જ્વાળાઓની લપેટમાં આવે તે પહેલા એક ઠંડી હવાના સપાટાથી પેલા કાગળ હવામાં ઊડવા લાગ્યા. હવા સાથે એ ઊંચે ધુમાડાવાળા આકાશમાં ચાલ્યા ગયા. એક કાગળ જે થોડો બળેલો હતો એ ઊડીને રૂમીના ધ્રૂજતા પગ પાસે પડ્યો. રૂમીની આંખો બંધ હતી. કાગળની અંદર લખેલા શબ્દો ધીમે-ધીમે સળગી રહ્યા હતા. મુસ્કાનના લખેલા શબ્દો હતા:

મારા મૃત્યુ સમયે
જ્યારે –
મારું આ શરીર આગમાં પડે,
મારું અસ્તિત્વ રાખ બની ઊડે,
કફન. ચામડું, હાડકું ન રહે.
ત્યારે –
એ માનવી
રખે ને તું વિચારતો નહીં કે -
મુસ્કાન જિંદગીને ઝંખે છે.
આંસુડાં પાડતો નહીં,
છાતી કૂટતો નહીં,

દુ:ખડાં ભરતો નહીં,
અલવિદા કરતો નહીં.
યાદ રાખજે –
મુસ્કાન અને રામ
અમે મરતા નથી.
અમે નરક પથ ચડતાં નથી,
અમે સૂરજ, પણ ડૂબતાં નથી.

મારા મૃત્યુ સમયે
એ માનવી
હું. હું મરી નહીં હોઉં.
હું હજાર વંટોળ બનીને ઊડતી હોઈશ.
હું ધીમે વરસાદે વરસતી હોઈશ.
હું આભમાં પાંખ પાથરીને ફરતી હોઈશ.
હું રાતનો મંદ તારલો બનીને ખરતી હોઈશ.
હું બરફના કણ પર ચમકતી હોઈશ.
હું મરું તો પણ–
તું મને પ્રેમ કરનારાની છાતીએ જીવતી જોઈશ.
મુસ્કાન અને રામ મરતા નથી.

(Credits: મુસ્કાન દ્વારા લખાયેલી આ કવિતા મૌલાના જલાલુદ્દીન રૂમીની કવિતા 'When I die' પર આધારિત છે.)

૧૫

થોડા સમય પહેલાં બપોર પછી એ ઘટના બની જેને કોઈએ જોઈ નહીં.

સુકાઈ ગયેલા લોહીના ડાઘવાળું સફેદ કોટન શર્ટ, અને ગોઠણ સુધી પહોંચતી કાળી નાઈલોન ચડ્ડીમાં ધ્રૂજતા શરીર સાથે રૂમી ગોધરાના ચોકના ખૂણામાં પડ્યો હતો. અત્યારની હાલત થોડીવાર પહેલાં મમ્મી-અબ્બા સાથે બનેલી ઘટનાની અસર હતી. કોઈ વિનાશક ધરતીકંપ પછી શહેરની જેવી હાલત થઈ જાય તેવી હાલત આ દસ વર્ષના બાળક માટે હતી. અંદર...મગજમાં...બધું જ વિખેરાઈ ચૂક્યું હતું. અડધી ખુલ્લી આંખે સામે સર્જાયેલું એ દૃશ્ય અને શેતાનનો ખૌફ આ હાલત માટે જવાબદાર હતો.

પોતાની સામે બળી ચૂકેલા રામ-મુસ્કાનનાં શરીર પરથી ઊડેલી ગરમ રાખ જ્યારે રૂમીના ચહેરાને સ્પર્શી એ સમયે રૂમીની અંદરથી અચાનક કશુંક બદલાવા લાગ્યું. આંખની પાંપણો પર લોહી સૂકાઈ ગયું હતું અને પાંપણો થાકી ગઈ. મગજ પર ઘટનાનો અને બધું ગુમાવ્યાનો ભાર જીરવી શકાયો નહીં.

આંખો મોટી બની. રૂમી નીચું જોઈ ગયો. ગળામાંથી અચાનક ઘરરરર-ઘરરરર અવાજ નીકળવા લાગ્યો. મોઢામાંથી લાંબી લાળો નીકળવાની શરૂ થઈ ગઈ. એક મોટા ઝટકા સાથે શરીર ધ્રૂજવા માંડ્યું. શરીર ભયંકર કંપન કરી રહ્યું હતું. આંખો સફેદ થઈ રહી હતી. ધીમે-ધીમે ચહેરો અને પછી આખું શરીર ઝાંખું સફેદ થવા લાગ્યું. બધું ફિક્કું બની ગયું. પગનાં તળિયા ઠંડાં પડવા લાગ્યાં. ફાટેલી આંખો ત્રાંસી થવા લાગી. કુમળા સાથળ પરથી પરસેવો નીકળવા લાગ્યો. ધીમે-ધીમે ગળા પર, કપાળે, હથેળીમાં, પેટ પર મોળો પાણી જેવો પરસવો નીકળવા લાગ્યો. માથાના વાળ પરસેવાને લીધે ભીના થઈ ગયા. થોડી જ વારમાં રૂમી જમીન પર ફસડાઈ ગયો. કોઈ અજાણી પીડાને લીધે ધૂળમાં આળોટવા લાગ્યો.

બાજુમાં કૂતરું ઊભું હતું. તે રૂમીને જોઈને ભાગવા માંડ્યું હતું. પાછું

નજીક આવતું અને રૂમીને અવાજ કરતો સાંભળતું. થોડીવારમાં રૂમી સ્થિર થયો. એ થાકી ગયો હતો. હાંફી રહ્યો હતો. ધૂળમાં આળોટતો મમ્મી-અબ્બાની રાખના ઢગલા પાસે પહોંચી ગયો હતો. હજુ લાળો બંધ થતી ન હતી અને દાંત વચ્ચે કચરાયેલી જીભ અડધી બહાર આવી ગયેલી. જીભ પર ઠંડી થયેલી રાખ ચોંટી રહી હતી.

એ પાગલ બની ચૂક્યો હતો.

આંખો સામે બનેલી એ ઘટના એ જોઈ શક્યો નહીં, અને મગજ સંતુલન ગુમાવી ચૂક્યું. પોતાની સૌથી વહાલી વ્યક્તિને તે દૂર થતાં ન જોઈ શક્યો અને ચેતાતંત્ર ચૂપ થઈ ગયું. સળગતાં મા-બાપના દૃશ્યને લીધે તે ગાંડો થઈ ચૂક્યો હતો. હવે મગજમાંથી બધો જ ભૂતકાળ ભૂંસાઈ ગયો હતો. પોતે કોણ છે, ક્યાં છે, શું થયું હતું તેની સાથે...કંઈ ખબર હતી નહીં. શરીર માત્ર થોડા-ઘણા અંશે ચાલુ હતું અને ધૂળમાં આળોટવા લાગ્યું હતું.

બસ...આ વિશ્વમાં વધુ એક ગાંડો જન્મી ચૂક્યો હતો.

*

રાત સુધી એ ત્યાં જ પડ્યો રહ્યો. રાત્રે નવ વાગ્યાની આસપાસ સોસાયટીના બીજા છેડે મોટો અવાજ આવ્યો. રૂમી એ અવાજ સાંભળતાં જ ડરીને ઊભો થયો, પરંતુ પગમાં શક્તિ ન હોવાને લીધે ફરી નીચે પડી ગયો.

બીજો અવાજ.

ભૂંડ હતું. ડરકતું હતું. વીફર્યું હતું.

એ ભૂંડ રઘવાયું થઈને શેરીમાં દોડતું આવતું હતું. એની લાલ આંખો, પેટ પર મૂર્તિને લીધે પડેલો ઘા, ગંધાતું શરીર, લાંબા દાંત.

રૂમીની ડરીને મોટી બની ગયેલી આંખોમાં એ કાળું ભૂંડ પોતાના અબ્બા-મમ્મીને બાળી નાખનારા શેતાન જેવું લાગ્યું.

રૂમી બહાર આવી ગયેલી જીભ સાથે ફરી ઝટકા સાથે ઊભો થયો. એ ઊભો રહી શક્યો. ભૂંડ દોડતું રૂમીની નજીક આવ્યું અને...

...અને બાજુમાં પડેલા રામ-મુસ્કાનની રાખના ઢગલાંમાં આળોટવા લાગ્યું. ચારે પગ ઊંચા કરીને પોતાનું મસમોટું શરીર ગરમ રાખને ચારે તરફ

ઉડાડવા લાગ્યું. સ્ટ્રીટલાઇટના પીળા અજવાળામાં એ કાળું ભૂંડ અજીબ રીતે ડરામણું દેખાઈ રહ્યું હતું.

ભૂંડે મોટી ચિચિયારી નાખી. રાખમાંથી બેઠું થયું. રૂમી સામું જોયું. પાગલ બની ગયેલા એ બાળકની આંખો સાથે આ રાક્ષસી પ્રાણીની લાલ આંખો મળી. રૂમીની અંદર ફરી ડરની પીડા જન્મી. બંને થોડી ક્ષણો સુધી એકબીજા સામું જોતાં રહ્યા, અને છેવટે...

મોટા અવાજ સાથે ભૂંડે રૂમીની સામે ડરક કરી. રૂમી ભાગ્યો. તેને માટે હવે અજાણ્યા બની ચૂકેલા શહેર તરફ ભાગ્યો. જાણે પોતાના અબ્બાને દુકાન પર કોઈ ફરિયાદ કરવા જતો હોય તેમ ભાગતો રહ્યો કોઈ અજાણી દિશામાં. અંધારું હતું અને કોઈ કોઈ જગ્યાએ મશાલોની રોશની ઝબૂકી રહી હતી. રૂમી કોઈ હડકાયા કૂતરાની જેમ લબડતી, લાળો પાડતી જીભ કાઢીને, નીચું જોઈને ભાગ્યે જતો હતો. એ સ્ટેશન તરફ જઈ રહ્યો હતો. એ જગ્યા તરફ જ્યાં સળગેલી ટ્રેનના ડબ્બા પડ્યા હતા, અને હજુ પણ એ ડબ્બાઓના કોઈ ખૂણામાંથી ધુમાડો નીકળી રહ્યો હતો. જ્યાં કર્ફ્યુ લાગેલો હતો, અને પોલીસ તૈનાત હતી.

બધું સડસડાટ ભાગ્યે જતું હતું. ઘણાં વર્ષોથી સાચવી-સાચવીને ચણેલી ત્રણ જિંદગીઓ થોડી જ ક્ષણોમાં જમીન-દોસ્ત બની ગઈ હતી. છેલ્લી બે કલાક બધા રસ્તાઓ બદલાવીને પસાર થઈ ગઈ હતી. જે પાછળ રહી ગયું તેમાં અજાણી દિશામાં ખુલ્લા પગે દોડ્યું જતું ગાંડું બાળક જ રહી ગયું હતું. એ બાળકના મગજમાં બહારની રાત્રી જેવો જ અંધકાર છવાયેલો હતો.

આગળ રૂમી. પાછળ ભૂંડ.

મૂંગું બાળક. રાડો નાખતું પ્રાણી.

ચારેબાજુ ભડકે બળતો હત્યાકાંડ.

દૂરથી એક ટ્રેન ગોધરામાં આવી રહી હતી. ટ્રેન અહીં ઊભી રહેવાની ન હતી. સ્ટેશન આવતાં જ ટ્રેન થોડી ધીમી પડી. ટ્રેનની અડધી ખુલ્લી બારીઓમાંથી મુસાફરો શહેરની હાલત જોઈ રહ્યા હતા, ચારેબાજુ નીકળતા

કાળા ધુમાડાની બદબૂ શ્વાસમાં લઈ રહ્યા હતા. ભગવાનનું નામ લઈને એ સળગી ગયેલા શરીરોના આત્માની શાંતિ માટે પ્રાર્થના કરી રહ્યા હતા. સ્ટેશન આવ્યું હતું અને સ્ટેશન પર ઊભેલો ઑફિસર લીલી ઝંડી બતાવીને ડ્રાઇવરને સિગ્નલ આપી રહ્યો હતો.

હજુ ટ્રેન પ્લૅટફૉર્મ પસાર કરે તે પહેલાં એ ઘટના બની.

રૂમી અંધારામાં દોડ્યે જતો હતો. અચાનક તે અબ્બાની સળગી ગયેલી દુકાન તરફ વળ્યો, અને ત્યાંથી દૂર આછી લાઇટવાળા પ્લૅટફૉર્મ બાજુ ભાગવા માંડ્યો. ભૂંડ એની પાછળ પ્લૅટફૉર્મ તરફ આવ્યું. રૂમીનું શરીર તૂટી પડવા આવ્યું હતું. થોડી મિનિટ વધુ દોડ્યો હોત તો એ બેભાન થઈને પડી જાત તેવી હાલત થઈ ચૂકી હતી, છતાં કોઈ અજાણ્યો ડર તેને દોડાવી રહ્યો હતો. પ્લૅટફૉર્મમાં ઘૂસીને તે એમ જ મોતના કોઈ ડર વિના ભાગતી જતી ટ્રેન તરફ દોડ્યો અને અથડાયો.

વિધાતાએ આ ક્ષણને અલગ જ ચાહી હતી.

કોઈએ શહેરની હાલત જોવા અમસ્તા જ ડબ્બાનું બારણું ખોલ્યું, અને અંધારામાં બારણા તરફ આવી રહેલું બાળક દેખાયું. એ અજાણ્યા માણસે રૂમીનો હાથ પકડી લીધો, અને તે ડબ્બા અંદર ખેંચાઈ ગયો. ટ્રેન ચાલતી રહી.

આ તરફ પેલું ભૂંડ પ્લૅટફૉર્મ પરથી અચાનક ટ્રેનમાં જતા રહેલા રૂમીને જોઈને ટ્રેન તરફ ગુસ્સામાં મોટેમોટેથી ચિચિયારીઓ પાડવા લાગ્યું.

ટ્રેનનું હોર્ન. ભૂંડની ડરક. ડબ્બામાં બારણા પાસે પડેલું અને હવે બેભાન થઈ ગયેલું શરીર.

ટ્રેનના અવાજથી ડરતા છતાં સામે ટ્રેનની બારીઓ અંદર દેખાતી માનવજાતને ખાઈ જવા, કરડી જવા માંગતા આ ભૂંડે છેલ્લીવાર મોઢું ફાડીને ચિચિયારી બોલાવી ત્યાં જ પાછળથી કોઈ નરાધમ શેતાને આવીને લોખંડની પાઇપ ભૂંડના માથે મારી. ભૂંડ મોટી રાડ સાથે નીચે પડ્યું. હજુ પગ તરફડી રહ્યા હતા. એ શેતાને સ્ટેશનની દીવાલોને સફેદ રંગ કરવા માટે પડેલી ડોલ અને જાડી પીંછી લીધી. પીંછીને સફેદ રંગમાં બોળીને એણે ભૂંડના શરીર પર લખ્યું:

માનવ

દૂર જતી ટ્રેન એ જોતી રહી.

ભૂંડ માણસ હતું.

માણસ ભૂંડ બન્યો હતો.

ઈશ્વર - માણસ - ભૂંડ. અહીં ભેદરેખાઓ ન હતી. આ શહેરમાં બધું જ મરી ગયું હતું.

અ બુક ઑફ રૂમી

વેદના, તું અંધ ના કર; વેદના, તું નેત્ર દે.
કોડિયાં ધારી લીધાં બત્રીસ કોઠે, લે હવે
આવ તું, પેટાવ તું, ઝળહળ બનાવી દે મને
તેજમાં સુખચેનની ચીજો જ દીઠી ચારેગમ,
તું બતાવે તો મને દેખાય અજવાળાં સ્વયં
ભીંત ગાયબ થાય ચિત્રે, એવું ભિત્તિચિત્ર દે.
વેદના તું...

તું ન કારાગાર થા, થા એક અણધાર્યો પ્રવાસ,
ક્યાં જવું, ક્યાં થઈ જવું, કે કઈ રીતે—નક્કી ન ખાસ.
એટલું નિશ્ચિત કે જ્યાં છું ત્યાં નથી રહેવું હવે,
થીજવ ના, પીગળાવ તું, મારે સભર વહેવું હવે
કોક સાવ અજાણ જણ પર એક ભલામણ-પત્ર દે.
વેદના તું...

તો પછી પહોંચાડ, પીડા, ભાનના એવે સીમાડે,
કે પછી કોઈ સીમાડો ક્યાંય તે આવે ન આડે.
ને વતન થઈ જાય મારું, સૃષ્ટિનું સહુ પરગણું,
દઈ શકે તો દે મને એક જ્ઞાનીનું પાગલપણું.
અગન પંપાળી શકે એવો પ્રસન્ન કરાગ્ર દે.
વેદના તું...

—સિતાંશુ યશશ્ચંદ્ર

૧૬

બાળકને ફંગોળાઈને અંદર પડતાં જોઈને ડબ્બામાં ઘણા લોકો આંખો મીંચી ગયા. રૂમી ત્યાં જ બારણા પાસે બેભાન થઈ ગયો. ધૂળથી લથપથ શરીર, લોહીવાળી કચરાયેલી જીભ, બંધ ભીની આંખો, માથાના ઘામાંથી ફરી નીકળી રહેલું લોહી, ઠંડું નાનકડું શરીર. આ બધું જોઈને આસપાસ ઊભેલા લોકો તેના પર હવા નાખવા લાગ્યા. બધા ધીમા અવાજમાં આ બેભાન શરીર વિશે અવનવી વાતો કરવા લાગ્યા.

એ ડબ્બામાં મોટા ભાગના લોકો એ સમયે સૂઈ ગયા હતા, છતાં થોડીવારમાં ડબ્બાની ગેલેરીમાં રૂમીની ચારે-બાજુ લોકો ભેગા થવા લાગ્યા હતા. કોઈ કહેતું હતું કે ટ્રેન ઊભી રાખી દઈએ, તો કોઈ કહેતું હતું કે આ છોકરો આત્મહત્યા કરવા જ ટ્રેન તરફ કૂદ્યો હશે. એક વૃદ્ધ કહી રહ્યો હતો કે તેને માર મારીને ટ્રેન તરફ ફેંકવામાં આવ્યો છે.

એક યુવાને રૂમીની હાલત જોઈને તેને હાથમાં ઊંચકીને ડબ્બાના બે ટોઇલેટ વચ્ચે ગેલેરીમાં મૂકી દીધો. પોતાના ખિસ્સામાંથી રૂમાલ કાઢીને રૂમીનો ચહેરો અને લાલ હોઠ લૂછવા લાગ્યો. તેણે રૂમીના પરસેવાથી ભીનાં કપડાં પરથી ધૂળ ખંખેરી, અને બાજુની ટોઇલેટનું બારણું ખોલીને અંદરથી પાણીની બૉટલ ભરી અને રૂમીના ચહેરા પર છાંટવા લાગ્યો. એક છોકરી આવીને પોતાની ચુંદડી લઈને રૂમીની બાજુમાં બેસી ગઈ અને તેને સાફ કરવા માંડી.

*

ટ્રેન ગોધરાથી દૂર નીકળી ગઈ તેને દોઢ કલાક થઈ ગયો છતાં રૂમી જાગ્યો ન હતો. તેના ઠંડા શરીરને લૂછનારા મળી ગયા હતા. કોઈએ ટ્રેનની પોલીસને બોલાવી હતી, પરંતુ દરરોજની જેમ ટ્રેનમાં કોઈ હાજર હતું નહીં. છોકરીએ રૂમી પર પોતાની ચુંદડી ઢાંકી દીધી હતી.

મોડી રાત્રીનો છેલ્લો ફેરો લગાવતા ચાવાળા અને નાસ્તાવાળા લોકોને બીજા ડબ્બામાં જવામાં રૂમીના શરીરને કૂદીને જવું પડતું હતું. પસાર

થનારો દરેક માણસ ત્યાં ઊભેલા બીજા માણસોને પૂછતો. કોઈ જવાબ આપતું નહીં. છેવટે ધીમે-ધીમે સૌ કોઈ ફરી સૂઈ ગયું.

*

આજે રાત્રે બાર વાગ્યે રૂમી દસ વર્ષ પૂરા કરી નાખશે. બાર વાગ્યે તેનો બર્થ-ડે છે!

બાજુમાં બેઠેલા બે યુવાન છોકરો-છોકરી.

સડસડાટ ભાગતી ટ્રેન.

ઠંડો પવન. ઠંડું બાળ-શરીર. બંધ આંખડીઓ.

શરીરની બાજુમાં ખુલ્લું રહેલું ગંધાતું સંડાસ.

તૂટેલી-ફૂટેલી માસૂમ જિંદગી અજાણી દિશામાં ભાગી રહી હતી. ટ્રેનના અવાજમાં બધું જ ભળી જતું હતું.

*

રૂમીની આંખો ખૂલી. ધીમેથી ખૂલી રહેલી આંખોમાં આછા ચહેરા દેખાઈ રહ્યા હતા. ચહેરા પર ઠંડું પાણી પડી રહ્યું હતું. રૂમી તે ઠંડક અનુભવી રહ્યો હતો. તે ફરી આંખો બંધ કરી ગયો.

વિખરાયેલા મગજમાં એક અંધકાર ફેલાયો. રૂમીના હાથ-પગ પાછા થોડા ધ્રૂજ્યા. બંધ આંખો અંદર કોઈ વિસ્ફોટથી પેદા થાય તેવો પીળો પ્રકાશ દેખાયો. મગજમાં એકસાથે હજારો અવાજ આવ્યા. એ બધો અવાજ ભેગો થઈને સહન ન થઈ શકે એવો ઘોંઘાટ બનાવવા લાગ્યા. રૂમીને શરીરમાં પીડા થવા લાગી. તેણે વધારે જોરથી આંખો મીંચી, અને શરીર વધુ ધ્રૂજવા લાગ્યું. બાજુમાં બેઠેલાં છોકરો-છોકરી ગભરાઈને ઊભાં થઈ ગયા, અને રૂમીના શરીરને જોવા લાગ્યાં.

તેણે ગળામાંથી મોટો 'ઘરરર...' અવાજ કર્યો અને તે સાથે જ આંખો ફરી ખૂલી. આંખોમાં ડર હતો. કંઈક તૂટી ગયું હોય તેની પીડા હતી.

સામે ઊભેલા બે માણસો જોઈને તે ગભરાયો. ધ્રુજારી વધી. તે ઊભો થવા ગયો. પડી ગયો. પેલા બંને તેને સ્પર્શવા ગયા. તે ડરીને આંખો મોટી કરીને વધુ ધ્રૂજવા લાગ્યો. અજાણ્યા અવાજ કરવા લાગ્યો. પેલા બંને ગભરાઈને દૂર હટી ગયાં. રૂમી અવાજ કરવા માંગતો હતો, પરંતુ

અવાજ નીકળી શકતો ન હતો. તે ફરી-ફરી ઊભો થવા માંગતો હતો, ભાગવા માંગતો હતો. તેની ગભરાહટ વધી ગઈ હતી, અને હવે તે ઊભા થઈને ભાગવાનો છેલ્લો પ્રયત્ન કરી રહ્યો હતો.

ટ્રેનનું હોર્ન વાગ્યું. એ સાંભળીને જીભ ગભરાઈને બહાર આવી. આંખોને સામે રહેલું ખુલ્લું ટોઇલેટ દેખાયું અને શરીર તે તરફ કૂદી ગયું. રૂમી પોતાના બંને હાથથી ઘસડાઈને ટોઇલેટમાં ઘૂસી ગયો હતો. પેલા બંને લોકો રૂમીને ટોઇલેટમાં જોવા ગયા, ત્યાં બારણું બંધ પણ થઈ ગયું હતું. ટોઇલેટની અંદર લપસીને તેનો જમણો પગ પતરાના ગોળ ખાનામાં ઘૂસી ગયો. નાનકડો પગ એ ચીકણા ગંધાતા ભૂંગળામાં વળી ગયો હતો. શરીર ત્રાંસુ થઈને મજબૂરીથી હાંફી રહ્યું હતું. બધું જ ઝડપથી થઈ રહ્યું હતું. ટોઇલેટનું બારણું અડધું ખુલ્લું હતું. પેલા બંને યુવાન થોડા ખુલ્લા બારણામાંથી રૂમીને જોઈ રહ્યા હતા.

ગંધાતું ટોઇલેટ એક પાંજરું બની ગયું હતું, અને પાંજરાની અંદર આ નાનકડું બચ્ચું ફસાયું હતું. નીચે પટરી પરથી પથ્થરો સાથે ભટકાઈને વધુ ઠંડી બની જતી હવા નીચેથી ટોઇલેટના એ ભૂંગળામાં ઘૂસી રહી હતી. ભૂંગળામાં ફસાયેલા પાતળા પગને એ ઠંડી હવા વધુ મૂંઝવી રહી હતી.

ખુલ્લી મોટી સફેદ આંખો.

ધીમે-ધીમે સ્થિર થયેલું અશક્ત શરીર.

અડધા ખુલ્લા બારણામાંથી જોઈને નીકળી જતા લોકો.

નવી જિંદગીની પ્રસૂતિની પીડા.

૧૭

ટ્રેન ઊભી રહી. પેલા મદદ કરનારા બંને નીચે ઊતરી ગયા હતા. બહાર લોકોની ભીડનો અવાજ આવ્યો. ડબ્બામાંથી એકસાથે ઘણા બધા લોકો એકબીજાને ધક્કો મારીને ઊતરવા લાગ્યા. બધા અજીબ રીતે ઉતાવળમાં હતા.

બાર-તેર વર્ષનો દેખાતો એક છોકરો ટોઇલેટ પાસેથી પસાર થયો, અને રૂમીને ફસાયેલો જોઈ ગયો. તેના હાથમાં વાંસની બનાવેલી ટોપલી હતી જેમાં મરચા અને કાગળમાં પેક કરેલા ઠંડા પાંઉ હતા. એ છોકરો રૂમી સામે જોઈને બોલ્યો:

"વડાપાંઉ આ ગયા...વડાપાંઉ...દસ રુપયે મેં વડાપાંઉ."

રૂમી ડરી ગયો. પોતાના બંને હાથથી તે બંને બાજુ વજન દઈ રહ્યો હતો, પરંતુ શરીર પૂરી રીતે અશક્ત બની ગયું હતું. પોતાના બળથી તે બહાર નીકળી શકે તેમ ન હતો. બહારથી આવતા અવાજ ઠંડી રાત્રીમાં મોટા બનીને આવતા હતા, અને રૂમીના શરીરની ધ્રુજારીને વધુ તીવ્ર બનાવી જતા હતા

"ક્યા હુઆ રે...ફસ ગયા હૈ ક્યાં?" છોકરાએ ટોપલી નીચે મૂકીને આખું બારણું ખોલીને પૂછ્યું. રૂમી મોટી આંખે સતત તેની સામે જોઈ રહ્યો હતો.

"સાલા...કિસીકો તુજે દેખકે હેલ્પ કરને કા મન ભી નહીં હુઆ?" બોલીને તે ટોઇલેટ અંદર આવ્યો. રૂમીનો ચહેરો બદલાયો નહીં. બીક ઓછી લાગી. તે સામેના લોખંડના નળને જોઈને સ્થિર બેઠો રહ્યો. છોકરાએ રૂમીની પાછળ ઊભા રહી તેને પોતાના બંને હાથે ઉપર તરફ ખેંચ્યો. રૂમીના પગમાં ખૂબ જ દુખાવો થયો અને રાડ નીકળી ગઈ. આંખો બંધ થઈ ગઈ. જીભ પણ બહાર આવી. પગ અંદર પાઇપમાં ત્રાંસો થઈ ગયો હતો અને મચકોડાઈ ગયો હતો. થોડીવાર પડ્યા રહેવાથી વધુ સોજી ગયો હતો. છોકરાએ પોતાનાથી થતું બધું જ બળ કર્યું, પરંતુ રૂમી ખેંચી

શકાતો ન હતો. દુખાવાને લીધે રૂમીની આંખો હવે પાણીને સાચવી શકતી ન હતી. રૂમીને પાછળથી પેટથી પકડીને પેલો છોકરો છેલ્લો પ્રયત્ન કરી રહ્યો હતો.

રૂમીની છાતી ફરતે રહેલા છોકરાના હાથ પર એક ઠંડું આંસુ ખર્યું. તેણે રૂમીને છોડીને આગળ આવીને તેની સામું જોયું. રૂમીએ ભીની આંખો ખોલી. છોકરાએ તેની કચરાયેલી જીભ જોઈ. ચહેરાને નીરખીને જોયો. તેને ધીમેથી હળવા હાથે રૂમીના ગાલને સ્પર્શ કર્યો. એ સ્પર્શ સાથે જ રૂમીના ચહેરાના ભાવ બદલાઈ ગયા. જીભ ધીમેથી બે હોઠ વચ્ચે ઘસાઈને અંદર છુપાઈ ગઈ. પેલો છોકરો રૂમીની પાસે બેઠો અને રૂમીના માથા પર હાથ ફેરવતો કહેવા લાગ્યો:

“અરે બાપ રે...રોના નહીં રે...યે સબ તો ચલતા રહેતા હે યાર... મૈં ભી એક બાર ઘર સે ભાગ ગયા થા. સાલી થોડે દિનમેં તો જિંદગી કી વાટ લગ ગઈ થી. રોને કા નહીં રે. યે તો શરૂઆત હે...અભી સે રોયેગા તો ઘંટા ભી નહીં ઉખાડ પાયેગા જિંદગીમેં...દેખ મેરે કો...વડાપાંઉ બેચકે પૈસે કમા લેને કા...આરામસે સ્ટેશન કે બહાર સો જાને કા...ટ્રેનની પટરી અપના ટોઇલેટ...ઔર સાલા હરેક વડાપાંઉવાલા અપના દોસ્ત... અપની તો એસે હી ચલેગી...એક દિન સુબહ યે સબ કુછ છોડકે ભાગ નિકલના હૈ...વાપસ ઘર જાઉંગા ઔર અપને બાપ કો મારુંગા...સાલા દારૂ પીકે મેરી મા કો મારતા થા રોજ. મેરી મા કો વહાં સે ચૂપચાપ લે જાઉંગા ઔર આરામ સે મસ્ત લાઇફ જીને દૂંગા.” એ છોકરો આગળ બોલવા જતો હતો ત્યાં જ ટ્રેનનું હોર્ન વાગ્યું, અને ઝટકા સાથે એન્જિન ચાલુ થયું. છોકરાની બહાર પડેલી ટોપલી બીજા ડબ્બામાં જતા લોકોના પગ સાથે અથડાવા લાગી.

ટ્રેનના ચાલુ થવાના અવાજને લીધે રૂમી ફરી ગભરાયો. બંને હાથ નીચે ભરાવીને તેનું શરીર બળ કરવા લાગ્યું. પેલો વડાપાંઉવાળો છોકરો ગભરાઈ ગયો, પરંતુ ઝડપથી તેણે રૂમી પાછળ જઈને તેને પેટથી પકડી બહાર ખેંચ્યો.

...અને રૂમી બહાર નીકળ્યો. ટ્રેન થોડી આગળ વધી.

"અરે બાપ રે..." છોકરો ટ્રેનને ચાલતી થતી જોઈ ગભરાયો. તેને કદાચ આ સ્ટેશન પર ઊતરવાનું હશે. તેણે રૂમીના રબર જેવા શરીરને ટોઇલેટમાંથી બહાર ખેંચીને, ઊંચકીને, પોતાની વડાપાંઉની ટોપલીમાં મૂક્યું. રૂમી આંખો બંધ કરીને હાંફતો પડ્યો હતો.

રૂમીના વજનથી દબાઈ ગયેલી ટોપલી ત્રાંસી થઈ ગઈ. છોકરાએ ટોપલીને ઝડપથી ખેંચી અને તેની સાથે રૂમી પણ ખેંચાયો. ડબ્બાના બારણા પાસે આવીને છોકરાએ ઝડપથી બહાર જોયું.

ટ્રેન ઝડપ પકડી રહી હતી. છોકરો ઝડપથી ટ્રેન બહાર કૂદ્યો, અને પછી ટ્રેનની સાથે જ દોડતાં-દોડતાં તેણે બારણા પાસે પડેલી, રૂમી ભરેલી ટોપલી ખેંચી.

એ વડાપાંઉની ટોપલી સ્ટેશનની ફર્શ પર પડી. રૂમી ટોપલીમાંથી બહાર ફંગોળાયો, અને કોઈ કચરો ભરેલી કોથળીને રસ્તા પર ફેંકે એ રીતે તે સ્ટેશનની ફર્શ પર પથરાઈ ગયો.

રાત્રીને લીધે સ્ટેશન પર માણસો ઓછા હતા, પરંતુ થોડે દૂર પોલીસ ઊભી હતી.

દૂરથી પોલીસે સીટી વગાડી. છોકરાએ ફર્શ પર વિખરાઈ ગયેલા મરચા, વડાં, અને પાંઉ ઝડપથી ઊંચકીને તૂટી ગયેલી ટોપલીમાં ભર્યાં. પોલીસે ફરી સીટી વગાડી. છોકરાએ ગભરાઈને ઝડપથી બધું ટોપલીમાં ભર્યું. પોલીસથી તે ડરેલો હશે, તે ટોપલી માથે મૂકીને સ્ટેશનથી બહાર ભાગવા લાગ્યો.

અચાનક તે થોડો ધીમો પડ્યો. માથા પર રહેલી ટોપલીમાં હાથ નાખીને એક પાંઉ બહાર કાઢ્યું, અને રૂમી જ્યાં ફર્શ પર પડ્યો હતો તેની બાજુમાં ફેંક્યું.

તેને શું ખબર...કે...રૂમીને ખાવાની ગતાગમ પણ ક્યાં હતી.

*

રૂમી જ્યાં પડ્યો ત્યાં અંધારું હતું અને બાજુમાં જ દીવાલ હતી. તે દીવાલ પાસે એક અંધારામાં એક ભૂત જેવી દેખાતી નાનકડી છોકરી સૂતી હતી. તે રૂમીના શરીરના પછડાવાના અવાજને સાંભળીને જાગી ગઈ

અને ઊભી થઈ. એના સડી ગયેલા વાળમાં હાથ ફેરવતી રૂમીના શરીરને ધ્યાનથી જોવા લાગી. તે તેના જેવો જ લાગતો હતો. પોતાનું તૂટેલું ફ્રોક અને કાળા ડાઘવાળું શરીર ખંખેરીને તે રૂમીની બાજુમાં ગઈ.

રૂમીના શરીર પાસે પડેલું પાંઉ તેણે અડધું ખાધું. બાકીનું અડધું વધેલું પાંઉ તેણે રૂમીના હોઠ પાસે મૂકી દીધું. રૂમીની આંખો બંધ હતી. તે બેભાન હતો.

મોડી રાત્રે તે છોકરી રૂમી પાસેથી ઊભી થઈને અંધારામાં ગઈ, અને પ્લાસ્ટિકની મોટી કોથળી લઈ આવી. કચરાથી ભરેલી કોથળીમાં હાથ નાખીને તે છોકરી અંદર કંઈક શોધવા માંડી. અડધી કલાક સુધી તે કોથળીમાંથી પ્લાસ્ટિકનો કચરો બહાર ફેંકી રહી હતી પણ તેને જે શોધવું હતું તે મળી રહ્યું ન હતું.

કોથળીનો બધો કચરો પ્લૅટફૉર્મ પર વેરાઈ ગયો હતો. ખાલી કોથળી ઠંડી હવામાં ઊડી જઈ રહી હતી. છોકરીએ કોથળીમાંથી પીળું ગુલાબનું ફૂલ કાઢ્યું હતું. પ્લાસ્ટિકનું બનેલું ફૂલ લઈને એ રૂમીના શરીર પાસે આવી, અને રૂમીના માથા પાસે મૂકીને તેના કાન પાસે ધીમેથી બોલી. ઠંડીમાં તેના મોઢામાંથી આછો ધુમાડો નીકળ્યો. તે મરાઠીમાં બોલી હતી:

"ધારાવી મધે તુમ્ચા સ્વાગત આહે..."

તે કોથળી શોધી બધો કચરો ભેગો કરીને લઈને નીકળી ગઈ. રાત ભાગવા માંડી. સવાર થઈ ગઈ. જ્યારે તડકો આંખ પર પડ્યો ત્યારે રૂમીની આંખ થોડી ખૂલી અને નવી દુનિયામાં પ્રવેશ થયો.

૧૮

જ્યારે તેની આંખો ખૂલી ત્યારે એક પીળો કરોળિયો તેની આંખો સામે દેખાઈ રહ્યો હતો. રાત્રે રૂમીના સ્થિર શરીરને પથ્થર માનીને તે કરોળિયાએ તેના વાળ અને સ્થિર હાથ વચ્ચે જાળું બનાવી લીધું હતું. આખી રાત્રી તે આરામથી તેના જાળામાં ફસાઈ જતા મચ્છર ખાઈ રહ્યો હતો. ખુશ હતો. જ્યારે સવાર પડી ત્યારે રૂમીને ભાન આવ્યું. રૂમીનો હાથ થોડો આગળ થયો. કરોળિયાનું ઘર ત્રાંસુ થઈ ગયું. બસ...એ પોતાની જાળમાં જ ફસાઈ ગયો! રૂમી પડ્યો-પડ્યો રોશનીમાં ચમકતા જાળાને અને નિ:સહાય કરોળિયાને જોઈ રહ્યો. કરોળિયો જીવવા માટે પોતાનું શરીર ઉછાળીને બહાર નીકળવા માંગતો હતો, પરંતુ હવે તેને જ્યાં સુધી આ ઘર તૂટે નહીં ત્યાં સુધી રાહ જોવાની હતી.

રૂમી અને કરોળીયાની સ્થિતિ સરખી હતી. રૂમીને પણ તેના હૃદયમાં છવાયેલું અંધકારનું ઘર ન તૂટે ત્યાં સુધી રાહ જોવાની હતી.

રૂમીએ ઊભા થવા પ્રયત્ન કર્યો પણ એ ઊભો થઈ ન શક્યો. કરોળિયાનું ઘર તૂટી ગયું. તે નીચે પટકાયો. રૂમીનું આખું શરીર દુખી રહ્યું હતું. મગજમાં સન્નાટો હતો. હૃદય ધીમે ધીમે ધબકતું અવાજ કરી રહ્યું હતું. પેટ અંદર ભૂખનો અવાજ આવી રહ્યો હતો. એક પગ ત્રાંસો થઈ ગયો હતો.

ટ્રેન આવી રહી હતી. રૂમી સ્થિર આંખે બધું દૃશ્ય જોઈ રહ્યો હતો. મુસાફરો નીચે ઊતરવા લાગ્યા ત્યારે તે સહેજ ગભરાઈ રહ્યો હતો. ગભરાવા સિવાય તે કશું કરી શકે તેમ ન હતો. ધક્કા સાથે લોકોનું ટોળું નીચે ઊતરતું હતું. રૂમી પાસે જ પ્લૅટફૉર્મ બહાર જવાની સીડી હોવાથી રૂમીને કૂદીને કેટલાયે લોકો નીકળી જતા હતા. કોઈ વળી રૂમીનો દેખાવ જોઈને તેના હાથની બાજુમાં એક-બે રૂપિયા મૂકતું જતું હતું. કોઈ પગ સાથે અથડાઈને ગાળો દેતું ભાગતું જતું હતું.

બપોર નજીક તે ઊભો થયો.

ગોઠણ પર ભાર દઈને તે ઊભો થયો.

ચહેરાની રેખાઓ શરીરના દુખાવા સાથે બદલાતી જતી હતી. ભીંતનો સહારો લઈને તે એક પછી એક પગલાં ભરવા પ્રયત્ન કરી રહ્યો હતો. એક પગ ત્રાંસો થઈ ગયો હતો એટલે તે જમીન સાથે ઘસડાઈ રહ્યો હતો. પગના નખ નીચે ઘસડાઈ રહ્યા હતા અને આછી ધૂળમાં લીસોટો બનાવી રહ્યા હતા. ભીંતના સહારે પણ શરીર થાકી જતું હતું. થોડા આગળ જઈને તે ઊભો રહીને આંખો મીંચી ગયો. આંખોમાં એ જ જૂનો લાલ પ્રકાશ દેખાઈ રહ્યો હતો. તે પોપચાંની ઉપર રહેલા લોહીમાંથી પસાર થતી રોશની માત્ર જોઈ શકતો હતો. કોઈ વિચાર નહીં. તે કોણ છે? ક્યાં જઈ રહ્યો છે? તેની સાથે શું થયું? આવું તેની સાથે જ કેમ થયું? કોઈ વિચાર આવતો ન હતો. જ્યારે આંખો ખોલી ત્યારે એક વૃદ્ધ માણસ તેની બાજુમાં આવીને કંઈક બોલતો હતો. રૂમી તેને સાંભળતો હતો પણ સમજતો ન હતો. દાદાજી બોલી રહ્યા હતા:

“બેટા...વર્ષો પહેલાં તારા જેવા જ ચહેરાવાળો એક છોકરો અને તેની દોસ્ત મારી પાસે આવેલા અને મારું એક ઓરડીનું ઘર માંગતા હતા. કદાચ રામ અને મુસ્કાન નામ હતા.” કહીને એ હસ્યા. વિચારોમાં ખોવાઈ ગયા, અને સાથે-સાથે બોલતા ગયા-

“તે દિવસોમાં હું તે સ્ટેશન પર ઝંડી ફરકાવતો માણસ હતો. મેં તેમની કહાની સાંભળી. તેમના વિચારો સાંભળ્યા. ખબર નહીં કેમ...પરંતુ એ બંને યુવાન લોકોએ એક બુઢ્ઢાની લાઇફને રસ્તો દેખાડી દીધો. તે બંનેનાં સપનાંઓ સાંભળીને મને પણ મારાં જૂનાં દટાયેલાં સપનાંઓ યાદ આવવા લાગ્યાં. હું તો ઊભો થયો. મારી રૂમ તેમને દુકાન બનાવવા આપી દીધી અને એકલો નીકળી પડ્યો. બસ...કેટલાંયે વર્ષથી હું બહાર છું. આજે હું મેં જોયેલા બધા માણસોમાં સૌથી આનંદી માણસ છું! મારાં કેટલાંયે સપનાંઓ અધૂરાં છે, પરંતુ મને તેનો કોઈ ગમ નથી. મને તો અધૂરાં સપનાંઓની પણ ખુશી થાય છે! મારું એક સપનું હતું કે કોઈ મારી ઉંમરની ડોશીને પ્રેમ કરવો હતો. એ પણ થયો. કેટલાયે મહિનાઓથી મુંબઈના ગાર્ડનમાં

અમે બંને ચોરીછૂપી મળતાં હતાં. રોજ એકબીજાને પોતાની વાતો કહેતાં હતાં. રોજ સાંજ પડે અને થોડું અંધારું થાય એટલે ગાર્ડનમાં એકબીજાને કિસ કરતાં હતાં. સાલું...એંશી વર્ષ એકલા જીવ્યા પછી એક નાનકડી કિસનો આનંદ જ બીજા એંશી વર્ષ જિવાડી દેતો હતો. એ કેવી સુંદર સ્ત્રી હતી. અદ્‌ભુત. હજુ ગઈ કાલે જ તેને એક જૂના ખંડેર ચર્ચ પાછળ મૂકીને આવ્યો. આખી રાત તેની કબર પાસે સૂતો. એક સપનું પૂરું થયું. આજે હજુ એક સપનું પૂરું કરવું છે. મારા હાથ પર તેનું નામ લખવું છે! ટેટુ રાખવું છે! રોજ તેને યાદ કરીશ." દાદાજી બોલ્યા. રૂમી સામું જોતાં રહ્યા. રૂમી એમની આંખોમાં જોતો ડરીને ઊભો હતો.

"બેટા...તને જોઈને મને પેલો યુવાન રામ યાદ આવી ગયો. સાલો હિંદુ થઈને બૂટ સીવતો અને પાછો ગુજરાતની સૌથી મોટી બૂટની કંપની બનાવવાનાં સપનાં રાખતો. તેની સાથે પેલી છોકરી...મુસ્કાન. તારી આંખો એ છોકરી જેવી જ નીલી અને પાણી ભરેલી છે. આજે તે બંનેને તારા જેવડા જ દીકરા કે દીકરી હશે. બેટા...પેલા બંનેને મારે ગોધરા જઈને મળવું છે અને એકવાર એમનો આભાર માનવો છે. એ બંનેએ મારી તૂટેલી-ફૂટેલી જિંદગીને જીવતાં શીખવી દીધું. ગોધરા જઈને એમના છોકરાઓને આશીર્વાદ આપવાનું પણ સપનું છે. ખેર, તું મારી વાતો સમજે છે?"

ના. રૂમી કંઈ સમજતો ન હતો. તે ભીંત પકડીને ફરી ચાલવા લાગ્યો. દાદાજી હસીને ટ્રેનમાં ચડી ગયા. રૂમી સ્ટેશન બહાર નીકળ્યો ત્યાં સુધીમાં સાંજના ચાર વાગી ગયા હતા. થોડા ઊંડા બની ગયેલા ઠંડા પેટ અંદર ભૂખને લીધે અવાજ આવી રહ્યા હતા. ભૂખને લીધે પગની પીડા પણ ભુલાઈ ગઈ હતી. જ્યારે સ્ટેશનની બહાર નીકળીને તેણે બહારની દુનિયા જોઈ ત્યારે થોડીવાર તેના અંદરથી, ગળામાંથી ધીમો અવાજ નીકળવા લાગ્યો. કોઈ માખી જે રીતે પાંખો ફફડાવીને ઊડતી હોય તેવો અવાજ રૂમીના ગળામાંથી આવી રહ્યો હતો. રૂમી સ્ટેશન બહાર પગથિયાં પાસે બેસી ગયો. અવાજ હજુ પણ ચાલુ હતો. બહારનું દૃશ્ય જોઈને થયેલી

મૂંઝવણનો એ અવાજ હતો. હૃદયની અંદર જે સન્નાટો સર્જાયો હતો તે સુનકારની અંદર પહોંચેલી ધ્રુજારીનો એ અવાજ હતો. થોડીવાર પછી ધ્રુજારી ચૂપ થઈ અને તે ઊભો થઈને ચાલવા માંડ્યો.

*

શિયાળાની સાંજ વહેલી આવી જતી હતી. 'ધારાવી' લખેલું સ્ટેશનનું બોર્ડ થોડું પાછળ રહી ગયું હતું. રસ્તાની બંને બાજુ કચરો પડ્યો હતો. સાંજનો ઠંડો પવન રૂમીના ધૂળના અને લોહીના ડાઘવાળા શર્ટ સાથે અથડાઈને ફડફડાટ કરી રહ્યો હતો. માથામાં સૂકાયેલા લોહી પર માખીઓ ઊડી રહી હતી. નાનકડા ધૂળવાળા રસ્તા પર તે ઘસડાતો પગ લઈને પાછળ થોડી ધૂળ ઉડાડી રહ્યો હતો. રૂમીની આંખો ધીમે ધીમે સામે રહેલા દૃશ્યને અંદર ભરી રહી હતી. આંખોમાં ઝૂંપડાઓ પાછળ ડૂબતા સૂરજની પીળી કિનારી ચમકી રહી હતી. રૂમીનો લોહી વિનાનો ચહેરો અને તેના વિખરાયેલા વાળ એ પીળી રોશનીમાં ચમકી રહ્યા હતા. જેમ-જેમ રૂમી આગળ ચાલતો હતો તેમ તેમ સામે ધીમે-ધીમે અંધકારમાં ડૂબતી ઝૂંપડાંઓની વસ્તી ચમકી રહી હતી. એ દરેક ઝૂંપડું કાચી માટીનું બનેલું હતું. એકબીજાને સહારે ઊભું હતું. દરેક ઝૂંપડી પર પીળા બલ્બ ચાલુ થયા હતા. કાચી માટીના દીવડાઓની એ હારમાળા રૂમીનું સ્વાગત કરી રહી હતી. રૂમી એ ચમકતી વસ્તી તરફ ચાલતો રહ્યો.

તે ઊભો રહ્યો. ઊંડો નિ:સાસો નાખ્યો. આંખો બંધ કરી. આંખોમાં અંધારું દેખાઈ રહ્યું હતું. ભૂખને લીધે સાંજની હવા શરીરને વાગી રહી હતી. ઝૂંપડાંઓ બાજુથી આવતી આ હવા તેના હાંફી રહેલા ફેફસાઓમાં ભરાઈ રહી હતી. હવામાં ગરીબોના પરસેવાની સુગંધ હતી. અભણ માણસની માણસાઈની સૂવાસ હતી. ઝૂંપડા અંદર ચૂલા પર શેકાતા માંસના ટુકડાની અને રોટલીઓની મહેક હતી. ઝૂંપડાઓ અંદર પેટભર સુતેલા ભૂખ્યા બાળકોને સ્પર્શીને આવતી એ હવામાં આ બાળક પોતાના શરીરે ચોંટેલી એક હત્યાકાંડની, મડદાંઓની, રાખની અને તલવારોએ ચોંટેલા લોહીની દુર્ગંધ લઈને આવ્યું હતું.

રૂમીએ ભીની આંખો આંખો ખોલી. અંધકાર, ભૂખ અને ઠંડી વધ્યાં. રૂમીએ અજાણી દિશામાં આગળ વધવા માંડ્યું. ઝૂંપડાંઓ નજીક આવી રહ્યા હતા. ત્યાં ઠંડી ઓછી હતી. કૂતરાઓ વધુ હતા. પંખીડાંઓ કચરાના ઢગલા પર બેસી અવાજ કરી રહ્યાં હતાં. રૂમીના ખુલ્લા પગમાં એક કાચ વાગ્યો હતો. લોહી નીકળ્યું ન હતું, પરંતુ પગમાં તળિયે ચામડીમાં થયેલી એ ઝીણી જગ્યામાં રેતી ઘૂસી જતી હતી.

ચાલતાં-ચાલતાં તે એક નાનકડા ઝૂંપડા આગળ આવ્યો. ઝૂંપડા આગળ પતરાનો ટુકડો મૂકીને દરવાજો બનાવેલો હતો, જેથી અંદર બેઠેલા ચાર-પાંચ વર્ષના બાળકને ઠંડી હવા ન લાગે. ઝૂંપડાની અંદર બલ્બને બદલે મીણબતી પ્રકાશી રહી હતી. રૂમી પતરાના દરવાજા આગળ ઊભો રહી ગયો. થાક ખૂબ લાગ્યો હતો. દરવાજાને પકડીને તે અંદર જોઈ શકતો હતો. અંદર એક છોકરો ચાદર પર સૂતાં-સૂતાં કાગળ પર પેનથી લીટીઓ દોરી રહ્યો હતો. ઝૂંપડાના અંદરના ભાગમાં રૂમીનું ધ્યાન ન હતું જ્યાં ત્રીસેક વર્ષનું દેખાતું કપલ ચૂલે રસોઈ બનાવી રહ્યું હતું. ધોતી પહેરેલો મજૂર આદમી રોટલી બનાવી રહ્યો હતો જ્યારે તેની પત્ની ચૂલેથી હમણાં જ નીચે ઉતારેલું શાક ચમચો નાખીને ફેરવી રહી હતી. ઝૂંપડી બહાર સુગંધ આવી રહી હતી. રૂમીનું પેટ અવાજ કરી રહ્યું હતું. ભૂખ અને તરસ તે સુગંધને ઓળખી શકે તેવાં સક્ષમ હતાં. રૂમી આગળ જોવા માટે ઝૂક્યો. પતરાનો દરવાજો રૂમીના શરીરના ધક્કાને લીધે અવાજ કરવા લાગ્યો. રૂમીએ થોડી જગ્યામાંથી અંદર જોયું. રૂમી સામે અંદર સૂતેલું બાળક જોઈ રહ્યું અને પછી ડરીને ઊભું થઈને મમ્મીના ખોળામાં બેસી ગયું. રૂમી સ્થિર આંખોથી અંદર દેખાતા ત્રણેય ચહેરાને જોઈ રહ્યો. બાળકે પોતાની મમ્મીના ગાલ પર હાથ ફેરવીને રૂમી તરફ આંગળી બતાવી. પેલાં બંનેએ રૂમીને જોયો. બહારના અંધારામાં રૂમીની આંખો માત્ર ચમકતી હતી. મીણબતીનું આછું અજવાળું રૂમીના અડધા ચહેરા પર પડતું હતું અને ચહેરા પર ચોંટેલી રાખ, ધૂળ અને કાન પાસે લોહીના ડાઘ તેને ભૂત જેવો દેખાડી રહ્યા હતા.

“જી બોલીયે...” અંદર બેઠેલા આદમીએ ધીમેથી પૂછ્યું. રૂમી ઝબકી

ગયો. તેને ભાષા સમજાતી ન હતી. પેલા આદમીએ બીજી વાર પૂછ્યું: "હાં...બોલીયે કુછ કામ હે ક્યા?"

હવે રૂમી સ્થિર આંખોથી આદમીના લોટવાળા હાથ તરફ જોઈ રહ્યો. હાથમાં એક રોટલી હતી જે તેણે હજુ તાવડી પર મૂકી ન હતી. એ ત્રણેય એકબીજા સામું જોવા લાગ્યાં. રૂમીની આંખમાંથી એક આંસુ વહી ગયું જે પેલો માણસ જોઈ શકતો હતો. એ આંસુ ભૂખને લીધે હતું. પેટ રોટલી જોઈ ગયું હતું અને માંગણી સમજાય એ માટે પેટે આંખને આંસુ મોકલ્યું હતું. આંસુ ગળા પરથી વહીને પેટ પર પહોંચી સૂકાઈ ગયું. આદમીએ હાથમાં રહેલી રોટલી તાવડી પર મૂકી અને પોતાના લોટવાળા હાથ ખંખેર્યા.

આદમીએ ચૂલા પાછળ રહેલું રોટલી મૂકવાનું કપડું ઊંચક્યું. "દોપહર કી રોટી બચી હૈં ક્યા?"

સ્ત્રી રોટલી શોધવા લાગી. રોટલી ન હતી.

"કુછ બચા નહીં હૈ, ક્યાં દેંગે ઇસ બચ્ચે કો?" સ્ત્રી બોલી.

તે બંનેએ રૂમી સામું નિરાશ આંખોથી જોયું. રૂમીનો ચહેરો જોઈને વિચારી રહ્યાં. રૂમી પતરાને સહારે એમ જ સ્થિર ઊભો રહીને અંદર જોયા કરતો હતો.

આદમી પોતાની જગ્યાએ બેઠો. તેની ડાબી બાજુએ હમણાં જ બનાવેલી ચાર ગરમ રોટલી પડી હતી. તેણે તે દરેક રોટલીમાંથી ચોથા ભાગનો ટુકડો કાપ્યો. રૂમી રોટલી સામું જોઈ રહ્યો હતો. ચાર બટકા ભેગા કરીને પોતાની પત્નીને આપ્યા. પોતાના ખોળામાં બેઠેલા દીકરાને નીચે જમીન પર બેસાડી તે ઊભી થઈ. વઘાર થઈ ગયેલા શાકમાં તેણે એક બટકું ભીનું કર્યું. રોટલી પર તેલ અને બટાકાના બફાયેલા સફેદ ટુકડા આવી ગયા. તે એ ટુકડા લઈને પતરા પાસે આવી. રૂમી સરખો ઊભો રહ્યો. હવે રૂમીનો આખો ચહેરો પીળા પ્રકાશમાં ચમકી ઊઠ્યો. સામે ઊભેલી મુસ્કાન જેવી દેખાતી સ્ત્રીએ રૂમીની નિર્દોષ આંખોને જોઈ. રૂમીના અંધારામાં લબડતા પગ તરફ જોયું. રૂમી ગભરાયો નહીં. તે ત્યાં જ ઊભો રહ્યો અને ઝૂંપડા અંદર સામે ઊભેલી મમતાભરી આંખોને જોવા લાગ્યો. હાથ લાંબો થયો.

રૂમીના હોઠને એ ગરમ ટુકડાએ સ્પર્શ કર્યો. બંનેની આંખોમાંથી આંસુની બુંદો વહી ગઈ. રોટલી ગળે ઉતારી રૂમી આંખો બંધ કરી ગયો. આંખોમાં ભરાયેલું ખારું પાણી વહી ગયું. ઠંડી હવાની સુગંધ આવી. એ ગરીબના ઝૂંપડા અંદરથી આવેલી ભલમનસાઈ અને ખાનદાનીભરી હવા હતી. એ ઠંડા પેટમાં ઉતારેલી મમતા અને માનવતાની સુગંધભરી હવા હતી. રૂમીને ચાર ટુકડા મળ્યા, પણ તેને તો સામે ઊભેલી વ્યક્તિની મમતાથી જ પેટ ભરાઈ ગયું હતું. અંદર બેઠેલું બાળક પોતાની માની મમતાને જોઈ રહ્યું.

રૂમી છેલ્લું બટકું ચાવતાં-ચાવતાં જ તે ઝૂંપડાથી દૂર નીકળી ગયો. ધારાવીના કિનારાના વિસ્તાર તરફ જ્યાં કચરાના ઢગલા હતા તે બાજુ તેના પગ ચાલવા લાગ્યા. ઊંઘભરી આંખોવાળું થાકેલું શરીર, ઠંડું પેટ, તૂટેલો પગ, બંધ મગજ લઈને એ માણસ ચાલી નીકળ્યું. તરસ ખૂબ જ લાગી હતી પરંતુ પાણી શું છે એ ખ્યાલ તેને ન હતો!

રૂમી જે તરફ જઈ રહ્યો હતો ત્યાં આ સમયે માણસો ખૂબ જ ઓછા હતા. તે બે-ત્રણ માળ ઊંચી ઇમારત જેવા કચરાના મોટા ઢગલા પાસે આવ્યો. ઢગલા અંદરથી સફેદ ધુમાડો નીકળી રહ્યો હતો. થોડા કોહવાયેલા કચરાને લીધે આ ઢગલો સળગી શક્યો ન હતો અને અગ્નિ ધૂંધવાઈને છેવટે ઓલવાઈ રહ્યો હતો. રૂમી ઢગલા પાસે જઈને ઊભો રહ્યો.

અંધારું હતું. સફેદ ધુમાડો. જીવડાંઓનો અવાજ. કચરાની વાસ. રૂમી એ ઢગલાં પર થોડો ઉપર ચડીને બેસી ગયો. ઢગલા નીચેથી ગરમ હવા આવી રહી હતી. ઠંડી ઓછી લાગી રહી હતી. અડધી સળગેલી દટાયેલી વસ્તુઓ અંદરથી ગરમી આપી રહી હતી. રૂમી હાથપગ પહોળા કરીને આડો પડ્યો. તૂટેલા પગ પર ગરમ ધુમાડો રાહત આપી રહ્યો હતો. આંખો મીંચીને તે અંધકારમાં ભળી ગયો.

કારમા દિવસનો અંત આવ્યો. ચોવીસ કલાકમાં બધું જ બદલાઈ ગયું. દૂરથી જોતાં રૂમીનું શરીર કચરામાં અડધું સળગી ગયું હોય તેવું લાગતું હતું. શરીર નીચેથી ધુમાડો નીકળી રહ્યો હતો.

ચોવીસ કલાકમાં ત્રણ જીવન ધુમાડામાં વિલીન થઈ ગયા હતા.

ના.

બે જીવન બળીને રાખ બનીને ઊડી ગયા હતા, જ્યારે ત્રીજું હજુ ધબકી રહ્યું હતું. આજે તો હજુ જન્મદિવસ ચાલુ હતો. દરેક વર્ષની જેમ આ પણ અનોખો અને સરપ્રાઇઝભર્યો જન્મદિવસ હતો. મીણબતીની જગ્યાએ મશાલો સળગી હતી. કેકની જગ્યાએ શરીરો કપાયાં હતાં. તાળીઓની જગ્યાએ રાડો-ચીસો પડી હતી. ગિફ્ટમાં સાવ એકલી જિંદગી મળી હતી.

રૂમીના શરીર પર વંદાનું નાનકડું બચ્ચું આંટા મારી રહ્યું હતું. છાતી પર ચડીને તે ધબકતા હૃદય ઉપર આરામ કરી રહ્યું હતું. આવતીકાલની જિંદગી તે જાણતું હતું.

ઈશ્વરે આ ભોળા પરિવાર માટે અજીબ ઉજાણી કરી હતી.

ના.

ગાંડાઓ માટે ઈશ્વર મરી ગયેલો હોય છે.

૧૯

ચહેરા પર ભીનું લાગતાં રૂમીની ઊંઘ ઊડી. આંખ ખૂલી. રૂમીથી ચીસ પડી ગઈ.

એક સફેદ બકરી કચરાના ઢગલા પર સૂતેલા રૂમી પાસે જઈને એના ચહેરાને ચાટી રહી હતી. રૂમીની આંખો સામે બકરીની મોટી આંખો દેખાઈ એટલે બીકના માર્યા રાડ નીકળી ગઈ. રાડ સાંભળીને બકરી ભડકી અને ભાગી અને ઢગલાથી નીચે ઊતરીને ફરી કશુંક ખાવા લાગી.

રૂમી ઊભો થયો. ભાંગેલા પગમાં તીવ્ર પીડા થઈ. આસપાસ જોયું. માણસો કચરાના ઢગલા પર કચરો ફેંકવા આવતાં અને જતાં રહેતાં. કચરાના ઢગલાની થોડે દૂર થોડા બાળકો સ્કૂલબૅગ લઈને જઈ રહ્યા હતા.

ખૂબ જ તરસ લાગી હતી. હોઠ સૂકાઈ રહ્યા હતા. હોઠ પર તેણે પોતાની સૂકી જીભ ફેરવી. કશો વિચાર આવતો ન હતો. શરીરની નબળાઈ અને ભાંગેલા પગને લીધે તે સ્થિર ઊભો રહી શકતો ન હતો. થોડું બળ કરીને પણ કચરામાંથી બહાર આવી તેણે અજાણી દિશામાં ચાલવાનું શરૂ કર્યું.

સવારની ઠંડી વધુ હતી છતાં તડકામાં શરીરને આરામ મળતો હતો. ચાલતાં ચાલતાં સ્કૂલ આવી. રૂમી સ્કૂલના દરવાજા પર વોચમૅનની બાજુમાં ઊભો રહ્યો. સામે સફેદ યુનિફોર્મમાં રૂમી જેવડાં બાળકો ચારે તરફ બૅગ લઈને દોડી રહ્યાં હતાં. એમાંથી કેટલાક દૂરથી રૂમી સામે જીભડી કાઢીને ખીજવવા લાગ્યા. રૂમીને કંઈ ખબર પડતી ન હતી પરંતુ તેને એ લોકોના ચહેરા જોઈને મજા આવી. જો કે રૂમીને જોઈને વોચમૅનને મજા ન આવી. તે લાકડી લઈને બાજુમાં આવ્યો, અને દૂરથી જ લાકડી આમતેમ હવામાં વીંઝીને રૂમીને ડરાવવા લાગ્યો. પરંતુ રૂમીને એ બધા સ્ટંટમાં ખબર પડતી ન હતી. તેને તો વોચમૅનને જોઈને પણ મજા આવતી હતી. રૂમી હસી પડ્યો. અને ફટાક...

રૂમીની કાળી ચડ્ડી પર લાકડી આવી અને રૂમી ભાગ્યો. તે પાછળ જોતો જોતો, એક પગને ઘસડતો, રાડો નાખતો ભાગ્યો. રૂમીને ભાગતો

જોવા સ્કૂલના છોકરા દીવાલ સુધી ઊંચા થઈને જોવા લાગ્યા.

ધીમે ધીમે કલાકો પસાર થઈ રહ્યા હતા. દિવસ પસાર થતો જ ન હતો. તરસ લાગી હતી. આસપાસ ઊભેલા માણસો તેને ટીકી-ટીકીને જોઈ રહ્યા હતા. પોતાની સૂકી જીભ અને પેટમાં થતી બળતરાનું શું કરવું તે ખબર ન હતી. થોડે આગળ જ્યાં રૂમી એકલો ઊભો હતો, ત્યાં પેલી સફેદ બકરી આવી પહોંચી. રૂમીથી એ પણ ડરી ગઈ હશે. થોડે દૂર ઊભા રહીને એ રસ્તામાં ભરાયેલી ઓવરફ્લો ગટરનું પાણી પી રહી હતી. રૂમી તેને ધ્યાનથી જોઈ રહ્યો હતો. તે પણ બકરીની જેમ ડોક નીચે કરીને ઝૂક્યો અને ખાબોચિયામાં પોતાની કચરાયેલી જીભ મૂકી. સૂકી જીભ પર ભીનાશ મળી. જીભને સારું લાગ્યું. બે-ત્રણ ટીપાં પાણી જે ગળે ઉતાર્યું તેનાથી તેને મજા આવી. બસ તે ચાલુ પડી ગયો. બકરીની જેમ તે જીભ ડુબાડતો અને ફરી ઊંચું જોઈ જતો. રસ્તાની એ તરફ ખૂબ ઓછા માણસો નીકળતા હતા, પરંતુ જે લોકો આ બંનેને જોતા હતા તેઓ મોઢું બગાડીને ઝડપથી આગળ નીકળી જતા હતા.

રૂમીએ ધરાઈને ઓડકાર ખાઈને આકાશમાં જોયું. આકાશમાં એક નાનકડું વિમાન જઈ રહ્યું હતું. રૂમીએ આસપાસ લોકોની અવરજવર જોઈ. પોતાના પેટ પર હાથ ફેરવ્યો, અને પોતાની ચડ્ડી સાથે ધૂળવાળા હાથ ઘસ્યા. શું કરવું તે સમજાતું ન હતું. કઈ બાજુ જવું, અને શા માટે જવું તેવો વિચાર આવતો ન હતો. પેલી બકરી સામું જોયું તો એ પણ રૂમીની જેમ ઊભી રહીને ચારે તરફ જોતી હતી. છેવટે બકરી પૂંછડી પટપટાવીને લીંડીઓ પાડતી રસ્તાની બીજી બાજુ ચાલતી થઈ.

રૂમીએ બકરીની લીંડીઓને વિસ્મયભરી નજરે જોતાંજોતાં એની પાછળ ચાલવા માંડ્યું. બકરી કચરા તરફ જઈ રહી હતી. રૂમી પણ તેની પાછળ ચાલવા લાગ્યો. પરંતુ બકરી રૂમીને પાછળ આવતો જોઈને ભાગવા લાગી. રૂમી તૂટેલો પગ લઈને તેની પાછળ દોડવા લાગ્યો. બંનેમાંથી કોઈને પણ ખબર ન હતી કે તેઓ ક્યાં જઈ રહ્યા છે.

છેવટે રૂમી થાક્યો, અને એક જૂના જેવા લાગતા મકાન પાછળ બેસી ગયો. આસપાસમાં શાંતિ હતી. બકરી દેખાતી ન હતી. પેટમાં થોડી ગડબડ

હશે. પેટમાંથી અવાજ આવી રહ્યો હતો. તે મકાન વર્ષો જૂનું મકાન હતું. ટ્રેનની પટરીને સાફ કરવાવાળા માણસનું મકાન હતું. અંદર એ આદમી ગળે દોરી બાંધીને પંખા સાથે લટકતો હતો. ગરીબીથી કંટાળીને તે લટકી ગયો હશે. કાશ...તેણે મર્યા પહેલા રૂમીને જોયો હોત.

રૂમી તે મકાનની દીવાલ પાસે પડ્યો રહ્યો. રાત થઈ. ત્યાં ઠંડી આવતી ન હતી અને ઊંઘ સારી આવતી હતી. રૂમીના શરીર પર ચોંટેલા કચરા પર મચ્છર અને માખીઓ ખૂબ જ બેસતા હતા છતાં થાકને લીધે ઊંઘ આવી હતી.

૨૦

૭ વાગ્યે ઊંઘ ઊડી. રૂમીએ તારાઓ ભરેલા આકાશમાં જોયું. હજુ અંધારામાં ટ્રેનના અવાજ ડરાવીને જગાડી દેતા હતા. સાથળ પર મચ્છર કરડ્યા હતા. પેટમાં અવાજ આવી રહ્યો હતો. વહેલી સવારમાં પેટમાં ગડબડ થઈ રહી હતી. રૂમીને હાજતે જવું પડે તેમ હતું પરંતુ કેવી રીતે જવું અને ક્યાં જવું તે ખબર જ ન હતી!

ભીંત પાછળ અંદરની રૂમમાં લટકતા શરીર પર ગરોળી આંટા મારતી હતી. કીડીઓ ધીમે ધીમે છત પર થઈને રસ્સી પર ચડી રહી હતી. કોઈ ઘરમાં હતું નહીં.

રૂમી ઊભો થયો. પોતાના બગડેલા પેટમાંથી છૂટતા ગેસની વાસ સહન ન થતા તેને ઊભું થવું પડ્યું. સવારના નીલા અજવાળામાં અમુક માણસ હાથમાં પાણી ભરેલું ડબલું લઈને ટ્રેનની પટરી તરફ જઈ રહ્યું હતું. રૂમી તેમની પાછળ ચાલવા લાગ્યો.

થોડે આગળ ઝુંપડપટ્ટીમાં રહેતા હશે એવા આઠ-દસ નાનકડા છોકરાઓ પાણી ભરેલા ડબલાં લઈને ટ્રેનના બંને પાટા વચ્ચે લાઇનમાં બેઠા હતા. રૂમી એ બધા છોકરાઓ બાજુ જઈને ઊભો રહ્યો.

“અબે...દેખતા ક્યા હે રે? ટટ્ટી કરની હે તો બૈઠ જા.” એક છોકરો બોલ્યો. તે પ્રેશર લાવવા માટે બીડી પી રહ્યો હતો. રૂમી તેની સામું જોઈ રહ્યો. પેલો છોકરો થોડીવાર ચૂપ રહ્યો, પછી અચાનક રૂમીના વેશને જોઈને ડરવા લાગ્યો. રૂમી તેની બાજુ પગ ઢસડતો ચાલવા લાગ્યો. રૂમીને એમ હશે કે છોકરો તેના મોઢામાં જે કંઈ નાખીને ધુમાડા કાઢી રહ્યો છે તે વસ્તુ તેને પણ ખાવા મળશે. રૂમી જેવો તેના ડબલા પાસે પહોંચ્યો તેવું જ પેલા છોકરાને પ્રેશર આવી ગયું! રૂમી વાસને લીધે આગળ નીકળી ગયો. તે જેમ જેમ આગળ ચાલવા લાગ્યો તેમ બીજા છોકરાઓ ડબલું લઈને ભાગવાની તૈયારી કરવા લાગ્યા. જ્યારે રૂમી સૌથી છેલ્લા છોકરા પાસે પહોંચ્યો ત્યારે બધાને નિરાંત થઈ. ત્યાં વળી રૂમી જેવડો જ એક

નવો છોકરો લાઇનમાં ઊભો રહ્યો. રૂમી તેની પાછળ ઊભો રહ્યો.

છોકરાએ ચડ્ડી ઉતારી. રૂમીએ તેની જેમ જ ચડ્ડી થોડી નીચે કરી. છોકરો નીચે બેઠો. છોકરાની જેમ ભાંગેલો પગ પહેલા ત્રાંસો કરીને રૂમી બીજા પગના ભાર પર તે માંડ-માંડ બેઠો. પગમાં તૂટેલા હાડકાંને લીધે રૂમીથી પીડાભરી રાડ નીકળી ગઈ. બાળકો ગભરાયા. પરંતુ રૂમી ગમે તેમ કરીને બીજા બધાની જેમ જ ચડ્ડી ઉતારી બેસી ગયો. તે આંખો બંધ કરી ગયો, અને પેટમાં ભરાયેલો કચરો મોટા અવાજ સાથે ખાલી થઈ ગયો. આગળ બેઠેલા બધા જ છોકરાઓ મોટે-મોટેથી હસવા લાગ્યા. રૂમી પણ એ બધાને જોઈને હસવા લાગ્યો.

મુંબઈમાં આવ્યા પછી તે પહેલીવાર મોટેથી હસી રહ્યો હતો. ડર ઓછો થવાથી છોકરાઓ રૂમીને તેનું નામ પૂછી રહ્યા હતા. રૂમી બસ હસી રહ્યો હતો.

"અબે...પાની કે બીના ક્યા કરેગા?" એક છોકરો બોલ્યો.

"સાલે નાક દબા લે...તેરી ટટ્ટી કી બદબૂ ઇધર તક આ રહી હે" બીજો ટેણિયો નાક દબાવીને કહેતો હતો. રૂમી પણ તેની જેમ નાક દબાવી હસતો હતો. થોડીવાર માટે બધા જ બાળકો માટે રૂમી એક જીવતુંજાગતું, એમની નકલ કરતું રમકડું બની ગયો. રોજ સવારે એકબીજાની પાછળ ગોઠવાઈ જતી આ ટોળીને આજે નવો જ જોકર દેખાયો હતો.

આ બધું થતું હતું એટલામાં પોલીસની ગાડી પેલા મકાન પાસે આવી. કોઈએ લટકતા શરીરને જોયું હશે. બાળકો દૂર ઊભેલી પોલીસની જીપ જોઈને હસતા બંધ થઈ ગયા. રૂમી પણ હસતો બંધ થઈ ગયો. બધા બાળકો એકબીજાને પૂછવા લાગ્યા કે પોલીસ કેમ આવી હશે? રૂમી તો હજુ પણ નાક બંધ કરીને બેઠો હતો અને પોતાની આગળ લાઇનમાં બેઠેલા બાળકોના ચહેરા જોઈ રહ્યો હતો.

"પીછવાડા સાફ કરને કો પથ્થર ઉઠા લે મેરે ભાઈ." સૌથી પહેલા બેઠેલા છોકરાએ રૂમીને ઑફર કરી. રૂમીને એ બધી ખબર પડતી ન હતી.

દૂરથી સવારની છ વાગ્યાની ટ્રેનનો અવાજ આવી રહ્યો હતો. બધા છોકરાઓ ઝડપથી પાણી છાંટીને ઊભા થઈ ગયા. એક છોકરો ચડાવીને રૂમીને કહ્યું:

"ભાઈ યે સુપર-ફાસ્ટ આ રહી હે...અપને ટટ્ટી-સ્ટેશન પે સ્લો નહીં હોગી. ઉઠ જા નહીં તો કોઈ પહેચાન ભી નહીં પાયેગા કોન થા તૂ."

બે-ત્રણ છોકરા જે રૂમીથી ફરીને બેઠા હતા તેમણે પાછળ ફરીને જોયું. ટ્રેનનો લીલો એન્જિનનો ભાગ દેખાઈ રહ્યો હતો. રૂમીએ પણ જોયું પરંતુ તેને એવું ડર જેવું કંઈ હતું નહીં. આ ગાંડો પાછળ જોઈ રહ્યા પછી આગળ ક્યારે જોવું તે સમજતો ન હતો. આગળથી બધા છોકરાઓ ઊભા થઈ ગયા હતા. ટ્રેન વધુ દૂર ના હતી. બાળકો રાડો નાખવા લાગ્યા -

"અરે ભાઈ કબ તક બેઠેગા? ઊઠ નહીં તો મર જાયેગા."

પેલા મકાન પાસે પડેલી પોલીસની જીપનો ડ્રાઇવર રૂમીને એકલાને પટરી પર બેઠેલા જોઈ ગયો. એ રૂમી તરફ દોડ્યો.

"સાલે વો પુલીસ કા આદમી ઇસ તરફ આ રહા હૈ. વો મારેગા. ભાગ..." એક છોકરો બોલ્યો.

રૂમી ભાષા સમજી શકતો હોત તો બેસી રહ્યો ન હતો. તે આગળ ફરીને બાળકો સામું જોવા લાગ્યો. બધાના ચહેરા ગભરાયેલા હતા. તે કંઈ સમજતો ન હતો, અને એ લોકો જેવો ગભરાયેલો ચહેરો પણ કરી શકતો ન હતો. સામે પોલીસનો આદમી દંડો લઈને દોડતો આવી રહ્યો હતો. પોલીસને જોઈને બધા છોકરાઓ ડબલાં લઈને ભાગવા લાગ્યા. રૂમી એકલો બચ્યો, અને તે ભાગતા છોકરાંઓને જોવાં લાગ્યો. ટ્રેન વધુ દૂર ન હતી. પોલીસે રાડ નાખી અને દોડતાં દોડતાં જ પોતાના હાથમાં રહેલો લાકડાનો દંડો રૂમી તરફ ફેંક્યો:

"ચુ*યે...મરના હૈ ક્યા?" એ બોલ્યો. દંડો રૂમીના માથા પરથી નીકળી ગયો. રૂમી ગભરાઈ ઊઠ્યો. પગમાં ઠંડી ધ્રુજારી આવી. હૃદય કાંપવા માંડ્યું, અને ટ્રેનનો બિહામણો અવાજ વધુ ગભરાહટ આપવા લાગ્યો. તે ઊભો થવા બળ કરવા લાગ્યો, પરંતુ તૂટેલા પગને લીધે નીચે ગંદકી પર બેસી જવાયું. ટ્રેન દસ મીટર જેટલી જ દૂર હતી. ટ્રેનનો ડ્રાઇવર પોતાના જાડા કાચના ચશ્મા સાફ કરીને આગળ કોણ છે તે જોઈ રહ્યો હતો. આગળ ઊંધા ફરીને જમીન પર બેઠેલા રૂમીને જોઈને તેને શું કરવું એ જ ખબર ન પડી.

"હે ઈશ્વર...આજે ફરી એક?" એને એટલો વિચાર જ આવ્યો. તેણે ઊંડો નિ:સાસો નાખીને હોર્ન વગાડ્યું. થોડી જ સેકન્ડમાં ટ્રેન રૂમીને કચડી નાખવાની હતી. પેલો પોલીસ રૂમી તરફ રાડો નાખતો વધુ ઝડપથી દોડી રહ્યો હતો.

"કટાક..." હાડકું તૂટવાનો અવાજ આવ્યો.

ટ્રેનના ડ્રાઇવરે આંખો બંધ કરી દીધી.

તે પોલીસવાળાનું જમણું શરીર ટ્રેનના એન્જિન સાથે અથડાયું હતું.

રૂમીને તેણે કૉલર પકડીને ખેંચ્યો એટલે રૂમી પટરીની એક બાજુ ફેંકાયો, અને જમીન પર ઊલટો પડ્યો. રૂમીનું નાક પથ્થર સાથે ભટકાયું. તે ડર અને આઘાતને લીધે બેભાન થઈ ગયો. પેલો પોલીસ રૂમીને બચાવવા જે રીતે ખેંચવા ગયો તેમ કરતાં તેનું શરીર આગળ ઝૂક્યું અને તેનો હાથ એન્જિનના આગળના ગાર્ડ સાથે ભટકાયો. તેનો હાથ ભાંગ્યો અને તે પણ રૂમીની બાજુમાં જઈને ફેંકાયો. મિનિટો સુધી શાંતિ છવાઈ ગઈ.

પેલા દૂર ઊભેલા બાળકો એકબીજાની સામું જોઈ રહ્યા. રૂમીની ચડ્ડી હજુ ગોઠણ સુધી નીચી ઊતરેલી હતી. તે ઊંધો પડ્યો હતો. તે અહીં જ પડ્યો રહેશે. બધા બાળકો રૂમીના ખુલ્લા પાછળના ભાગ પર ચોંટેલા કચરાને જોઈ રહ્યા. બધાના હૃદય થોડી જ સેકંડ માટે જીવી ગયેલા આ જોકર જેવા લાગતા રૂમી અને સાહસિક પોલીસને જોઈને દંગ રહી ગયા હતા. દૂર નીકળી ગયેલી ટ્રેનનો ડ્રાઇવર ઈશ્વરને યાદ કરીને તે કચડાઈ ગયેલી આત્માની શાંતિ માટે આજીજી કરી રહ્યો હતો. ટ્રેનના ડબ્બાના બારણા પાસે લટકતા યુવાનો રૂમી અને પોલીસને જોતાં જ આંખ બંધ કરી ગયા હતા. પેલી રૂમ અંદરથી લાશને ઉતારી રહેલા બીજા બે પોલીસવાળા બહાર આવ્યા હતા. થોડી જ વારમાં ઘવાયેલા પોલીસને ગાડીમાં બેસાડીને હૉસ્પિટલ બાજુ લઈ જવામાં આવ્યો. આ બધું જોવા માટે બીજા લોકો ભેગા થઈ ગયા હતા. સવાર પડી ગઈ હતી. રૂમી આજે ત્યાં જ બેભાન પડ્યો રહેવાનો હતો.

*

તડકો નીકળ્યો હતો. એક કાગડો કા-કા કરતો રૂમીની પાસે કૂદવા

લાગ્યો. કાગડા સિવાય કોઈ રૂમીના શરીર પાસે જવાની હિંમત કરી શકતું ન હતું. સૌ કોઈ ધીમું-ધીમું બબડતા પોતાને કામે લાગી ગયા હતા. કાગડો પોતે ખુશ થઈને રૂમીના પાછળના ભાગ પર ચાંચ મારવા લાગ્યો, અને રૂમીનો પાછળનો ભાગ સાફ કરવા લાગ્યો. બીજા કાગડા આવ્યા. સૌ એકબીજા સાથે ઝઘડી રહ્યા હતા. ટ્રેનો નીકળી રહી હતી. રૂમીના પાછળના ભાગ પર માખીઓ બેસવા લાગી અને જે સફાઈ કાગડો નહોતો કરી શક્યો એ બધું જ તે સાફ કરવા લાગી.

સાંજ થઈ.

રૂમીની આંખ ખૂલી. આંખોને ચહેરા પાસે પડેલા અણીદાર પથ્થર અને થોડે દૂર ચમકતી સ્ટ્રીટ લાઇટ દેખાઈ રહ્યા હતા. પાછળના ભાગ પર ઠંડી હવા અથડાઈ રહી હતી તે મહેસૂસ થઈ રહ્યું હતું. શું થયું તે યાદ હતું, પણ હવે શું કરવું તે ખબર ન હતી. રૂમીએ બળ કરીને પડખું ફેરવ્યું અને ચહેરો આકાશ તરફ કર્યો. મગજમાં સન્નાટો છવાઈ રહ્યો હતો. અંધારામાં તેના કાનમાં દૂર શહેરમાંથી આવતો વાહનોનો અવાજ અથડાઈ રહ્યો હતો. ગોઠણ સુધી ઊતરેલી ચડ્ડી હવા સાથે મળીને અવાજ કરી રહી હતી. આકાશમાં ધીમે-ધીમે તારોડિયાઓ ચમકવા લાગ્યા હતા. રૂમીએ આંખો બંધ કરી દીધી. ત્યાં જ સવાર સુધી સૂવાનું હતું.

સવારની વહેલી ગઈ કાલવાળી ટ્રેન નીકળી. બારણે લટકતા લોકોના માથા રૂમીનું એમ જ પડેલું શરીર જોઈ ઈશ્વર-અલ્લાહને યાદ કરી ઝૂકવા લાગ્યાં.

૨૧

સવારની ઝાકળમાં રૂમીની આંખ ખૂલી. ભીના થઈ ગયેલા શર્ટ અને ચડ્ડીને લીધે ગરમ શરીર પર ધ્રુજારી આવવા લાગી. ગઈ રાત્રે તાવ આવી ગયો હતો. ટ્રેનની ઘટનાનો આઘાત અને રાત્રીની ઝાકળ અને ઠંડીને લીધે ભૂખ્યું શરીર ગરમ થઈ ગયું હતું. ગળું સૂકાઈ ગયું હતું અને રૂમીનો નીચેનો ખુલ્લો ભાગ સોજી ગયો હતો. કાગડાની ચાંચને લીધે ત્યાં લોહીની જામેલી બુંદો ઝાકળમાં ભીની થઈને નીચે વહી ગઈ હતી. રૂમી ઊભો થયો. એક હાથ પર ભાર દઈને તે ઊભો થવા ગયો પરંતુ નીચે ઉતારેલી ચડ્ડીને લીધે તે ફસડાઈ ગયો. તેણે ચડ્ડી ઊંચી કરી અને કમરથી પણ ઉપર ખેંચી લીધી. કમર પર રબર લગાવેલી નાઈલોનની એ કાળી ચડ્ડી રૂમીની છાતીથી થોડે જ નીચે રહેતી હતી. આગળથી અડધો શર્ટ ચડ્ડી અંદર હતો.

હવે તે યોગ્ય રીતે પાગલ દેખાતો હતો.

રૂમીની બાજુમાં એક પીળું પતંગિયું આવ્યું. રૂમી તે પતંગિયાની પાછળ ચાલવા લાગ્યો. પતંગિયું જ્યાં બેસે ત્યાં તે ઊભો રહી જતો હતો. પતંગિયું ચાલે એટલે પોતાનો પગ ઢસડતો રૂમી પણ ચાલી પડે. એકવાર તો પોતાના માથા પર ઊડતું પતંગિયું જોવામાં જ નીચે પડી ગયો, અને ચડ્ડી વધુ ઉપર ચડાવવી પડી.

*

આંતરડાને વીંટળાઈને પડેલી ભૂખ. આંખે આવતાં અંધારાં. હવે પીડાને લીધે ખોટો પડી ગયેલો પગ.

અશક્તિને લીધે રૂમીને દરેક વસ્તુ અને માણસ બબ્બે દેખાઈ રહ્યાં હતાં. પતંગિયાં પણ બે ઊડતાં દેખાતાં હતાં. રસ્તાની કિનારીએ પતંગિયા પાછળ ચાલતાં-ચાલતાં સાંજે એ એક વેરાન જગ્યા પર આવી ગયો. તે જગ્યા મ્યુનિસિપાલિટીની જમીન હતી. જમીનનો એક એકરનો એ ટુકડો હતો જેમાં આગળ રોડ તરફના ખુલ્લા ભાગ પાસે કચરાનો મોટો લીલો ડબ્બો પડ્યો રહેતો. જમીનની બંને બાજુ પાંચ-છ માળ ઊંચી સફેદ

દીવાલોવાળી ઇમારતો હતી. જમીનની અંદરની તરફ છેલ્લે પણ એક દીવાલ હતી. માત્ર રસ્તા બાજુથી ખુલ્લી એવી આ જમીનમાં બધે કચરો જ કચરો હતો.

આગળના ભાગમાં પડેલી લીલી કચરાપેટી વાસ મારી રહી હતી. આ જગ્યામાં અંદરના ભાગમાં કચરાની વીંખાઈ ગયેલી નાનકડી ઢીંગલીઓ ઉપર ગાય અને કૂતરાઓ ઝઘડી રહ્યાં હતાં. રૂમી રોડના કાંઠા પર ઊભો રહીને એ બધું જ જોઈ રહ્યો. ભૂખ્યા થયેલા પેટને હવે ખાવાની અને પાણીની જરૂર હતી.

રસ્તાની સ્ટ્રીટ-લાઇટ ચાલુ થઈ, અને આ જગ્યાના આગળના અડધા ભાગ સુધી આછું અજવાળું પથરાયું. રૂમી અંધારામાં કાળા જેવા દેખાતા આ ડબ્બા પાસે ગયો. ડબ્બો ખાલી ન હતો, પરંતુ ખાવાનું ઊંડું પડ્યું હતું. સુગંધ આવી રહી હતી! ડબ્બાની અંદર પડેલી ગાજરની છાલ પર સ્ટ્રીટલાઇટનો પ્રકાશ પડી રહ્યો હતો.

અચાનક, એક ક્ષણ માટે, રૂમીના બંધ મગજમાં એક ચિત્ર ચમક્યું અને ગાયબ થઈ ગયું. એ ચિત્રમાં ગાજર હતું. જ્યારે ગોધરાની ગલીઓમાં મુસ્કાનની શાકભાજીની રેંકડી ચાલતી હોય ત્યારે રેંકડી પર બેસીને રૂમી ગાજર ખાતો. એ ગાજરનું ચિત્ર ચમક્યું.

બસ થયું એવું કે રૂમીએ ગાજરની છાલનો ટુકડો લેવા ડબ્બામાં હાથ નાખ્યો, અને ટુકડાને પહોંચી ન શક્યો. ભાંગેલા પગના વજન પર ત્રાંસા થઈને ડબ્બા અંદર હાથ પહોંચાડવા ખૂબ જ પ્રયત્ન કર્યો, પરંતુ તે મુઠ્ઠીમાં કંઈ ભરી શકતો ન હતો. તે બંને પગથી ઊંચો થવા ગયો અને એ ડબ્બાની અંદર ઊંડે ગબડી પડ્યો. અંદર પડતાં જ એ અંધારાથી ગભરાયો અને રાડો નાખવા લાગ્યો. તે વેરાન જગ્યામાં કોઈ આવે તેમ ન હતું. અંદર પડતાંની સાથે જ ભાંગેલો પગ ખૂબ જ દુખવા માંડ્યો. તે ડબ્બામાં ઊભો થઈ શકે તેવી પણ હાલત ન હતી. તે અંદર કચરા પર ત્રાંસો થઈને પડ્યો હતો. અંધારામાં તે હાંફી રહ્યો હતો.

કલાક વીતી ગયો. એક કૂતરું ત્યાં આવીને ડોકું કાઢી ગયું હતું. રૂમીએ કૂતરાને જોઈને અંદરથી ડરીને રાડો નાખી. કૂતરાએ સામે રાડો નાખી.

ડબ્બામાં તેના ભસવાનો અવાજ ચારેબાજુ લોખંડ સાથે ભટકાઈને ભયંકર બની જતો હતો.

થોડીવાર પછી પરિસ્થિતિને સ્વીકારી લેવામાં આવી.

અંદર રૂમીએ ભૂખને લીધે ગાજર ખાધું. પેટ તો ન ભરાયું. બીજું એક અડધું ખાધેલું વડાપાંઉ હતું, જે તેના પેટને હાશકારો અને બળતરા બંને આપતું હતું. એક બગડી ગયેલી કેળાની કાળી છાલ ભરેલી કોથળી હતી જે તકિયાની જેમ એના માથા નીચે પડી હતી. ડબ્બા અંદર કીડા અને મંકોડાઓ ખૂબ જ હતા. તે રૂમીના ભાંગેલા પગ પર ચોંટતા હતા, પરંતુ દુઃખતા પગને તેની કોઈ પીડા ન હતી. વંદાઓ રૂમીને ડરાવી રહ્યા હતા. એ બધા જ જીવ ડબ્બામાં ખાવા માટે ઘૂસેલા હતા.

ભગવાન સૌને ખવરાવીને જ સૂવાડે છે એ વાતને એ બધા પણ સાર્થક કરી રહ્યાં હતાં.

રૂમીની આંખમાંથી મોડી રાત્રે આવેલા આંસુને પેલું વંદાનું બચ્ચું પીવા માટે દોડી જતું હતું, અને આંસુનો પીછો કરતું કચરાના તળિયે એ પહોંચી જતું હતું. ફરી પાછું આવીને બીજા આંસુની રાહમાં રૂમીના ગળા પાસે બેસી જતું હતું.

રાત્રીના ત્રણ વાગ્યા હશે. હજુ સુધીમાં રૂમીને સરખી ઊંઘ આવી ન હતી. આ સરકારી જમીન પર કૂતરાઓ ખૂબ ભસતા હતા. આ ડબ્બા સિવાય બહારની બાજુ વધારે કચરો હતો. કૂતરાઓ તેના પર સૂતા હતા. એક કલાક પહેલાં જ એક ગરોળી રૂમીના શર્ટ ઉપર ચોંટી ગયેલી. એ તેનાથી ડરીને ભાગવા ગયો તો માથું લોખંડ સાથે અથડાયેલું. માથામાં ઢીંમચું થઈ ગયેલું. માથું દુ:ખી રહ્યું હતું. તેને સાંભળનાર કે સંભાળનાર કોઈ હતું નહીં.

૨૨

"ઓયે હોયે ભેણ કે ભાંજે....સાલ્યા તું આહે કોણ?"

રોજ કચરાનો ડબ્બો લેવા માટે ક્રેન વાળો ટ્રક લઈને આવતો. મ્યુનિસિપાલિટીનો કામદાર ડબ્બાની અંદર મોઢું નાખીને જોરથી બોલ્યો. ઝટકા સાથે રૂમી જાગી ગયો. પાંપણો ખૂબ જ ભારે હતી. માંડ માંડ એ ઉપર જોઈ શકતો હતો. સવારના છ વાગ્યા હશે, અને આ ડબ્બાની અંદર મોઢું ઘુસાડીને બહારથી કોઈ જોરજોરથી ગાળો ભાંડી રહ્યું હતું.

"બહાર નિકલ...સાલે સૂવર." એણે રૂમીનો શર્ટ કૉલર પાસેથી પકડીને ખેંચ્યો. તડ-તડ અવાજ સાથે રૂમીનો શર્ટ ફાટ્યો અને એનું આખું શરીર ખેંચાઈને બહાર આવ્યું. રૂમી ચારેક ફૂટ ઉપરથી સીધો ડબ્બા બહાર નીચે પટકાયો. પેલા મચકોડવાળા પગ પર ખૂબ જ દુખ્યું. એ મોટી રાડ પાડીને રડવા લાગ્યો.

કાટ ખાઈ ગયેલો ગંધાતો ટ્રક સીધો આ ડબ્બા પાસે રૂમીની એકદમ નજીક આવીને ઊભો રહ્યો. ટ્રકથી ડરીને રૂમી રડતો-રડતો રાડો નાખતો ભાગવા ગયો પણ પેટે થોડો ઢસડાવા સિવાય કંઈ કરી ન શક્યો. મોઢેથી લાળો પડી.

આ ટ્રકના ડ્રાઇવર સિત્તેર વર્ષના દાદાજી હતા. જાડા ચશ્માં. પાતળું શરીર. કદાચ ગરીબીને લીધે કચરાના ટ્રક-ડ્રાઇવરનું કામ લીધું હશે. એ દાદાજીએ ટ્રકના અરીસામાં રૂમીને જોયો. ટ્રક બંધ કરીને એ નીચે ઊતર્યા. રૂમી પાસે ગયા. રૂમી માથે તેણે હાથ ફેરવ્યો.

બસ...આ બાળકને કોઈ પોતાનું લાગ્યું. એનું મગજ મમતાને પારખી ગયું. માનવજાતની માનવતા સ્પર્શથી પરખાતી હશે!

થોડી જ સેકન્ડમાં રૂમીનો રડવાનો અવાજ બંધ થયો. તે ચૂપ થયો. લાળો બંધ થઈ. પેલા વૃદ્ધે રૂમીના ગાલ પર પોતાના કરચલીવાળા અંગૂઠાથી આંસુ લૂછી આપ્યાં. રૂમીના કપાળ પર ચોંટેલી માટી અને દૂધની ખાલી કોથળી દૂર કરી. દૂર ઊભેલા કામદારને તેણે કહ્યું:

"ક્યા દેખ રહા હૈ? જા કુછ ખાના લેકે આ."

રૂમી હીબકાં ભરતો આ દાદાજી સામે જોઈ રહ્યો હતો.

"અરે ચાચા...કોઈ મેન્ટલ હૈ. જાને દોના. ઇસ શહરમેં ઐસોં કી કમી થોડી હૈ?" કામદારે ક્રેન સાથે કચરાના ડબ્બાને જોડીને ઉતાવળમાં કહ્યું.

"ચૂપ રે અલ્લાહ કે વાસ્તે. કુછ ખાને કા લેકે આ જલદી સે." દાદાજીએ ખિજાઈને કહ્યું.

બસ બે જ મિનિટમાં એ ભાઈ એક બિસ્કિટનું પૅકેટ લઈને આવી ગયો. ટ્રકમાંથી પાણીની બૉટલ કાઢીને દાદાજીને આપી. રૂમી ચૂપ થઈ ગયો.

દાદાજીએ રૂમીને બેઠો કર્યો. ભીંતને ટેકે બેસાડ્યો. પાણીથી રૂમીનો ચહેરો પોતાના હળવા હાથે સાફ કરી આપ્યો. રૂમીએ પાણી પીધું. બધું જ પી ગયો. દાદાજીએ ધીમું ધીમું હસતાં-હસતાં હવે બિસ્કિટ આપવા માંડ્યા. રૂમી નીચે જોઈને ઝડપથી એક પછી એક બિસ્કિટ ખાવા લાગ્યો.

સૂરજ ઊગી ગયો.

રૂમીને ખવરાવીને એ દાદાજીએ તેને પગ પર હળવે હાથે માલિશ કરી આપી. દુખાવાને લીધે રૂમીનાં આંસુ નીકળી ગયાં હતાં. ખુશીના આંસુ હશે. દાદાજીને ટેકે રૂમી ફરી ઊભો થયો. તેમણે તેને નિરાંતે ચલાવીને દૂર ઊભો રાખ્યો.

બીજો કાટવાળો ખાલી ડબ્બો રાખીને ભરેલો ડબ્બો લઈને જ્યારે ટ્રક ચાલતો કર્યો ત્યારે દાદાજીએ દૂરથી રૂમી સામું જોયું. એના માસૂમ ચહેરા પર એક મુસ્કાન હતી. થોડે દૂર જઈને દાદાજીએ ટ્રક ઊભો રાખ્યો. પાણીની બૉટલ લઈને નીચે ઊતરીને હાંફતાં-હાંફતાં રૂમી પાસે પહોંચ્યા. ખિસ્સામાંથી અધૂરું બિસ્કિટનું પૅકેટ અને પાણીની બૉટલ કાઢીને રૂમી સામે રાખી. રૂમીની ભીની આંખો સાથે તેની ઉંમર ભરેલી લીલી આંખો મળી. આંસુની એક બુંદ તેમની પાંપણોને ભારે લાગી.

દાદાજી ચાલતા થયા ત્યારે રૂમીએ તેમનો શર્ટ પકડ્યો. છોડી દીધો.

૨૩

દાદાજી તે પછી બે-ત્રણ દિવસે એકવાર આવતા અને રૂમી તેને જોઈને ખુશ થઈ જતો. રૂમીને છાપામાં વીંટાળેલી બે સૂકી રોટલી અને પાણી ભરેલી બૉટલ મળતી. દાદાજી કચરાની ભરેલી પેટી ટ્રકમાં ચડાવીને ખાલી પેટીને નીચે ગોઠવે ત્યાં સુધીમાં રૂમી રોટલી ખાઈ લેતો. છાપું પાછું દેતો. દાદાજીનો ચહેરો યાદ રહી ગયો હશે. આખો દિવસ રસ્તે નીકળતાં વાહનોમાં એ કચરાનો ટ્રક શોધ્યા કરતો. દરેક ટ્રકના ડ્રાઇવરમાં દાદાજીનો ચહેરો શોધ્યાં કરતો.

હવે તે મ્યુનિસિપાલિટીની જગ્યા રૂમીને માટે ઘર બની ગઈ હતી.

શિયાળાના દિવસો પસાર થઈ રહ્યા હતા. આ જમીન ત્રણ બાજુથી બંધ હોવાથી વધુ ઠંડી લાગતી ન હતી. ખાવાનું કચરામાંથી જ મળી જતું હતું. પગ દુખવાનું ઓછું થતું ગયું પછી ક્યારેક રસ્તા પર નીકળીને થોડે આગળ એક સોસાયટીના ખૂણા પર જઈને એ બપોરે બેસતો. સોસાયટીનાં હારબંધ મકાનોને જોતો રહેતો. બપોરે બે વાગ્યાની આસપાસ એક ચાલીસેક વર્ષની સ્ત્રી એંઠવાડનું ભરેલું કૂકર લઈને બહાર નીકળતી અને સોસાયટીના રસ્તાની વચ્ચે ઠાલવીને ઘરમાં જતી રહેતી. કોઈ ન હોય ત્યારે રૂમી એ એંઠવાડ પાસે પહોંચી જતો. ત્યાંથી ભાત કે બટાકાની છાલ મળી જતી. ભાખરીના ટુકડા અને સીતાફળની છાલ તે જોઈને જ ખાઈ જતો હતો.

મગજ બંધ હતું, પણ પેટ રસ્તાઓને અને અન્નના ટુકડાઓને યાદ રાખતું હતું.

પાગલોની જિંદગી એમનાં પેટ ચલાવતાં હશે.

*

આખો દિવસ તે ભીંત પાસે પડ્યો રહેતો હતો. સૂરજ દિશા બદલે એમ એ પોતાની સૂવાની જગ્યાઓ બદલતો. સવારમાં એક તરફની ભીંતના છાંયડે સૂતો રહેતો. બપોરે કચરાના ડબ્બામાં સૂઈ જતો. બપોર

પછી બીજી તરફની ભીંતના છાંયડે સૂતો. રાત્રે જમીનને એકદમ વચ્ચે કચરાની પથારી પર સૂતો.

આ જમીનની જમણી બાજુ આગળ એક સ્કૂલ હતી. વહેલી સવારે બાળકો સ્કૂલે જતા હોય ત્યારે આ જગ્યા પાસેથી નીકળતા. તે બધા રૂમીને કચરાના થરની અંદર ખાડો કરીને સૂતેલો જોતા. એને પજવવા માટે રસ્તા પરથી પથ્થર ફેંકતા. રૂમી કચરો ખંખેરીને ખાડામાંથી ઊભો થઈ જતો અને રૂમીનો દેખાવ જોઈને એ બધા ભાગવા માંડતા. સ્કૂલમાં અફવા ફેલાયેલી કે આ ગાંડો છોકરો રાત્રે ભૂત થઈને કચરાના બેડની અંદર જતો રહે છે. ગાયબ થઈ જાય છે. સવારે બહાર નીકળે છે. સ્કૂલના શિક્ષકો પણ આ ભૂતને જોવા આવતા.

*

કોઈ સાંજે તંબૂરો વગાડતો ભિખારી આવતો. રૂમીને હાથમાં બે રૂપિયાનો સિક્કો તે આપતો. બંને એકબીજાની સામે હસી પડતા. મોડી રાત્રે રૂમી દૂર આકાશમાં વિમાનને જોઈ રહેતો. ચમકતી લાઇટ્સને જોઈને આંખો બંધ કરી વિચાર્યા કરતો. ના. કોઈ વિચાર ન આવતો. કોઈ રાત્રે સ્ટ્રીટલાઇટમાંથી નીકળતાં પીળાં કિરણોને એક આંખ બંધ કરીને મુટ્ઠીમાં રહેલી જગ્યામાંથી જોતો. સવારે ઊગતા સૂરજ સામે પણ તે બંને હથેળી બંધ કરીને વચ્ચે પાતળી તિરાડ બનાવીને જોતો રહેતો. સાંજનો ચાંદ ઘણીવાર તેના અંગૂઠા પાછળ છુપાઈ જતો. આ બધું જ હૃદયને એકલતાથી બચાવતું.

કચરામાંથી મળતા અરીસાના ટુકડાને જોઈને તેને ગમતું. ટુકડામાં તે પોતાનો ચહેરો જોતો. થોડીવાર માટે તેને ખબર ન હતી કે તે તેનો ચહેરો છે. તે હસતો. સામે અરીસો હસતો હતો. જીભ કાઢતો હતો. અરીસાને બાજુમાં મૂકીને રૂમી તેની સામે ઊભો થઈને નાચતો. અરીસામાં પણ સામે નાચવાવાળાને મજા પડતી. તે કાચના ટુકડાએ તેને બે દિવસ સુધી ખાવાનું ભુલાવી દીધેલું. તે ટુકડો રડતો હતો. મોઢામાં આંગળી નાખીને નખ પણ કાપતો હતો. વાળને ભેગા કરીને બંને હથેળી વચ્ચે પકડી ગોળ-ગોળ ફેરવી ચોટલી બનાવતો હતો. પીળા દાંત બતાવતો હતો. આંખો ફાડતો. સામે દેખાતો માણસ આંખો બંધ કરી શકતો ન હતો. સાંજના સમયે

એ અરીસાને ફેંકી દેતો કારણ કે પોતાનો ચહેરો સાંજના સમયે જોઈને રૂમીને ડર લાગતો હતો.

*

જિંદગી સામાન્ય બની ગઈ હતી, પરંતુ અચાનક ફરી પાગલોના ઈશ્વરને ઘટનાઓ પેદા કરવાનું મન થઈ ગયું.

*

શિયાળાની લાંબી રાત્રીઓ કાઢવી મુશ્કેલ થઈ પડતી હતી. સાંજ પડે એટલે કચરામાં સંતાયેલા ઉંદર અને વંદા બહાર આવવા લાગતા. રાત્રે આવતો તમરાનો તીણો અવાજ રૂમીની અંદર બીક પેદા કરતો.

એક રાત્રે રૂમી સૂતો હતો. ઠંડી ખૂબ હતી અને શરદી પણ થઈ ગઈ હતી. શ્વાસ ન લઈ શકાય તે હદે નાકમાં કફ જમા થઈ ગયો હતો. છાતી ગાજતી હતી. રૂમી મોઢું ખુલ્લું રાખીને સૂતો હતો. નાક બંધ હોવાથી મોઢાથી શ્વાસ લેવો પડતો હતો. ઊંઘ ભરપૂર હતી, અને તમરાંઓ સિવાય બીજો કોઈ અવાજ આવતો ન હતો. એટલામાં એક ઉંદર આવીને રૂમીની છાતી પર પહોંચી ગયો. રૂમીના ખિસ્સામાં બપોરે એંઠવાડમાંથી લીધેલી સુકાયેલી બ્રેડ પડી હતી. ઘણીવાર જો સારો એવો એંઠવાડ મળી જાય તો રૂમી ખિસ્સામાં ભરી લેતો, પરંતુ ખાવાનું ભૂલી જતો.

ભારે ઊંઘમાં સૂતેલા રૂમીનું ખિસ્સું કપાઈ ગયું! માલ ચોરાઈ ગયો. હજુ તે ઊંઘમાં જ હતો. બધી બ્રેડની કોર ખાઈને રૂમીની છાતી ઉપર તે ઉંદર શહેનશાહની જેમ બે પગે ઊંચો થઈને પોતાની છાતી ફુલાવતો હતો. એટલામાં ઉંદરને એક દર દેખાયું. રૂમીનું ખુલ્લું મોઢું તેને દર જેવું લાગ્યું.

પોતાનું નવું ઘર માનીને શહેનશાહ ગળા પર જઈને મોઢામાં પ્રવેશવા દોડ્યા. ઉંદરે દોડીને ગળામાં પોતાનું મોં નાખ્યું. માત્ર બે જ સેકન્ડમાં, હજુ ઉંદરનું મોં, કાન અને અડધું પેટ રૂમીના મોઢામાં ઘૂસ્યા...ત્યાં જ રૂમી ઝબકીને જાગી ગયો. કુદરતી રીતે જ રૂમી અજાણતાં જ મોઢું બંધ કરવા ગયો, રૂમીના દાંત ભીંસાયા. રૂમીના મોઢામાં ફીટ થયેલો ઉંદર ગભરાયો. રૂમીના દાંતનું દબાણ તેના શરીર પર આવ્યું તે સાથે જ તેણે રૂમીની આડે આવતી જીભ પર બટકું ભરીને કાપવાની કોશિશ કરી.

ઉંદરના દાંત રૂમીની જીભ પર વાગ્યા અને રૂમીના ચેતાતંત્રને મોટો ઝટકો લાગ્યો. બે સેકન્ડમાં તો રૂમીનું મોઢું ખૂલી ગયું અને ઉંદર પોતાના પગના નહોર રૂમીના ગાલ અંદર ભરાવીને ઉલટો બહાર કૂદ્યો. રૂમી તેને જોઈને વીજળીનો કરંટ લાગ્યો હોય એમ ધબકારા ચૂકી ગયો. ઉંદર ભાગીને દૂર ચાલ્યો ગયો. બીકના માર્યા રૂમીને ઊલટીઓ ચાલુ થઈ ગઈ. જીભમાંથી લોહી વહેવા માંડ્યું. પગ અને પેટ પર પરસેવો વળવા લાગ્યો. અવાજ નીકળી શકતો ન હતો. શરીર આખું ધ્રૂજવા લાગ્યું. મોઢું જીભ પર લાગેલા ઉંદરના દાંતને લીધે લોહીવાળું થઈ ગયું હતું. પેટમાંથી ઉલેચાતું પાણી તેની પાંસળી અને આંતરડાને ધ્રુજાવતું હતું. ચડ્ડી ભીની થઈ ગઈ હતી. જ્યારે ઊલટીઓ બંધ થઈ ત્યારે તેણે રાડો નાખવાનું ચાલુ કર્યું. લાંબી રાત્રીઓમાં કોઈ જાગતું ન હતું. તે રડી રહ્યો હતો, સાથે ઊલટી પણ આવતી હતી. છેવટે પેટ ખાલી થયું અને શરીર ધ્રૂજીને થાક્યું.

ઉંદરનો ડર પેસી ગયો. તે સવાર સુધી મોઢું બરાબર બંધ રાખીને હીબકાં ભરતો બેસી રહ્યો. પેલા દાદાજી આવીને એને છાનો રાખે તેની કદાચ રાહ જોતો હશે.

*

"શું થયું બેટા તને? ભૂખ લાગી છે?" સવારમાં સાત વાગ્યામાં રૂમી પાસે જઈને પ્રેમભીના શબ્દો બોલનાર તે દાદાજી હતા. આજે પણ તે રોટલી લાવેલા.

"તને કોઈએ માર્યું મારા દીકરા?" પૂછીને તેમણે રૂમીના માથે હાથ ફેરવ્યો.

જ્યારે કોઈ નાનું બાળક રમતાં-રમતાં પડી જાય, છોલાઈ જાય કે પછી રિસાઈ જાય ત્યારે તે તરત રડી લેતું નથી, પરંતુ જ્યારે તેની મમ્મી કે પપ્પાના ખોળામાં બેસીને 'વાગ્યું' તેવી ફરિયાદ કરવા જાય ત્યારે રડી પડે છે. પડી જવાનો દુખાવો નહીં, પરંતુ મા-બાપના વહાલભર્યા હાથ જ્યારે તેના માથા પર ફરે ત્યારે તે ફરી રડવા લાગે છે.

રૂમી રડવા લાગ્યો. દાદાજીએ તેને છાતીમાં સમાવી લીધો. તેમની છાતી પર આંસુના ડાઘ રહી ગયા. તે દિવસથી તે રૂમીને "દીકરા" કહીને

બોલાવતા ત્યારે રૂમી અજાણતાં જ ખુશ થઈ જતો. રૂમી તેને જોઈને વળગી પડતો. દાદાજીનો શર્ટ પકડી રાખતો. રૂમી પોતાના હૃદય અંદર મમતાની ઠંડક અનુભવતો હશે.

ઘણીવાર દાદાજી સાંજે આવીને થોડો સમય રૂમી પાસે બેસતા. રૂમી બોલી ન શકતો પરંતુ તે તેમની પાસે બેસીને ધીમેથી પોતાનું માથું નજીક લઈ જતો. દાદા હસી પડતા. રૂમીના માથામાં તે હળવેથી હાથ ફેરવી દેતા. રૂમી આંખો બંધ કરીને બેસી જતો. રૂમીને તે રાત્રે ઊંઘ સારી આવતી.

પ્રેમ નહીં...પરંતુ પ્રેમની ઊણપ જ માણસને પાગલ બનાવતી હશે—દાદાજી વિચારતા.

દાદાજીએ તે દિવસે ઉંદરના દાંતને રૂમીની જીભ પર ઊંડે સુધી ગયેલા જોયા. દવા કરેલી. તેમણે રૂમીને પાણીની બૉટલ આપી. તેઓ તો એક દિવસ રૂમી માટે કપડાં પણ લાવવાના હતા. રૂમીના ગળા પાસેના થયેલા ખરજવા માટે મલમ પણ ભૂલ્યા ન હતા.

...પરંતુ એક દિવસ સવારે તે ન આવ્યા. માત્ર ટ્રક આવ્યો. એક યુવાન ડ્રાઇવર રૂમી પાસે આવ્યો અને કહ્યું:

"ઇસ્માઈલ ચાચા ચલ બસે." રૂમી સમજ્યો નહીં. બોલ્યો નહીં. તેને તો રોટી જોઈતી હતી, અને તે પણ પેલા દાદાજીના હાથથી. તેને પેલી ભીની આંખોને જોવી હતી. બે દિવસ સુધી તે ત્યાં જ ઊભો રહ્યો. રસ્તાના માણસોમાં દાદાજીને શોધતો રહ્યો.

રૂમીને દાદાજી આવશે એવી આશા હતી.

આશા સૌથી છેલ્લે મરનારી લાગણી હોય છે.

૨૪

એક ઠંડી રાત્રે બારેક વાગ્યે તમરાંઓ બોલી રહ્યા હતા. શહેર શાંતિમાં ડૂબીને સૂઈ ગયું હતું. કચરાના મેદાનમાં રૂમી જાગી ગયો હતો. ઠંડી લાગી રહી હતી. ભૂખ હતી. તે ઊભો થઈને ખૂણામાં બેસી ગયો. ઊંઘમાં આંખો ઘેરાતી હતી. બેઠાં-બેઠાં એ બે વાર ઝોકા ખાઈને પડી ગયો હતો. ભૂખ જગાડી દેતી હતી. એટલામાં કાર લઈને એક યુવાન ત્યાં આવ્યો. તેણે કારના પાછળના ભાગમાંથી એક ભારેખમ બૉક્સ બહાર કાઢ્યું. તે બૉક્સને માંડ-માંડ ઊંચકીને કચરા-પેટી સુધી લઈ જઈ શક્યો. તે કચરા-પેટીમાં એ બૉક્સ નાખવા મથી રહ્યો હતો, પરંતુ તેનાથી ઊંચકી શકાતું ન હતું, એટલે ડબ્બા પાસે નીચે જ બૉક્સ મૂકીને ચાલ્યો ગયો.

ભૂખ લાગી હતી. રૂમી ઊભો થઈને બૉક્સ પાસે ગયો. બૉક્સ તોડીને અંદર જોયું તો અંદર મીઠાઈઓ ભરી હતી. રૂમીએ એક ટુકડો ઉઠાવ્યો. નાક પાસે લઈ જઈને સૂંઘવા માંડ્યો. જીભને ચખાડ્યો. બૉક્સ અંદર પડેલા અલગ-અલગ કલરના ટુકડા જોઈને તેણે એક પછી એક ટુકડો ખાવાનું ચાલુ કર્યું. અંદરથી આપોઆપ ભૂખની તડપને લીધે તે બૉક્સના તળિયે પડેલી મીઠાઈઓમાંથી ઘણી મીઠાઈ ફટાફટ ખાઈ ગયો. મહિનાઓ પછી તે દિવસે ઓડકાર આવ્યો. વળી બીજા કોઈને ખબર ન પડે એ રીતે વધેલું બૉક્સ ઘસડીને પોતે જ્યાં બેઠો હતો તે ખૂણામાં મૂકી દીધું! પછી પેટ પર હાથ ફેરવીને, કચરામાં ખાડો સરખો કરીને તે સૂઈ ગયો.

પરંતુ રાત્રીના ત્રણ વાગ્યા હશે જ્યારે પેટમાં એક વંટોળ ઉઠ્યો. બહાર રૂમી પણ સાંભળી શકે તેવા મોટા અવાજ સાથે ગડબડ શરૂ થઈ. ગેસનો ટળવળતો ગોટો એ રીતે ફસાયો કે થોડી જ વારમાં રૂમીને ઊલટીઓ ચાલુ થઈ ગઈ. રૂમીએ ખાડામાં જ બેઠા બેઠા બાજુમાં ઊલટી કરવા માંડી. ઊલટી તે રોકી શકતો ન હતો. પેટ દુઃખવા લાગ્યું હતું. પાંસળીઓ પણ દુઃખવા લાગી હતી. પેટમાં અવાજ આવતા હતા. ઘરરરર...ઘરરરર અવાજ

સાંભળીને રૂમીને ડર પણ લાગતો હતો. ખાડામાં આંખો ખૂલી રાખીને તે પેટ દબાવીને આડો પડ્યો હતો.

તરત રૂમીને ખાડામાં જ ઝાડા ચાલુ થઈ ગયા. પેટમાં આવું થાય ત્યારે ભીંત પાસે ખૂણામાં બેસી જવું તેને ખબર હતી, પરંતુ તે રાત્રે પગ એટલા ઠંડા અને નબળા પડી ગયા હતા કે તે ખાડામાંથી ઊભો થઈ શકતો ન હતો. એકાદ કલાક વીત્યો હશે ત્યાં તો આંખો ફાટવા લાગી. આખું શરીર નબળાઈ અને ઠંડીની અસરને લીધે ધ્રૂજવા લાગ્યું. શરીરનું પાણી કચરામાં મળીને દુર્ગંધ ફેલાવા લાગી. જેમ-જેમ બગડી ગયેલી મીઠાઈની ઝેરી અસર વધતી ગઈ તેમ-તેમ મોઢામાંથી ફીણ બહાર આવવા લાગ્યા. આખું શરીર પરસેવાથી ભીનું થઈ ગયું. રૂમીના પેટમાં ઉત્પન્ન થયેલા ગેસથી રૂમીની હાથ અને પગની નસો સોજી ગઈ. સાથે જીભ સૂકાતી જતી હતી. છેવટે શરીરમાં ઊઠેલી એ તીવ્ર વેદનાએ આ ગાંડાને રડાવ્યો.

રૂમી હીબકાં ભરીને, ધીમા અવાજે, મોઢામાં રહેલા ફીણને ગંદા હાથથી લૂછતો રડી રહ્યો હતો. ઊભું થઈ શકાતું ન હતું અને નીચે પીઠ, ચડ્ડી, અને પગ સુધી બધું જ બગડી ગયું હતું. રડતાં રડતાં ગળું પણ મોટો અવાજ કરી શકતું ન હતું.

બન્યું એવું કે શિયાળાની સૂકી રાત્રે રૂમીના બિડાયેલા હોઠોનો અવાજ નાનું ગલૂડિયું રડતું હોય તેવો આવી રહ્યો હતો. ઠંડીમાં આ વગડાની બાજુના રસ્તા પર કોઈને પણ સંભળાઈ જાય તેવો હતો. રસ્તા પરથી પસાર થનારને અંદર અંધારામાં કચરાના નાનકડા બેડ પર ખાડો કરીને સૂતેલું કોઈ કૂતરું ઠંડીને લીધે લાળી કરતું હોય તેવું લાગતું હતું.

સવારના સાડા પાંચ થયા હશે જ્યારે લાળીઓ કરતો રૂમી બંધ થઈ ગયો. તે બેભાન થઈ ગયો. હૃદય ધીમું પડી ગયું હતું. હોઠ અને ચહેરો લીલા જેવો રંગ પકડી ગયા હતા. મૃત્યુ નજીક હશે. ફીણને લીધે ગળા સુધી સફેદ છારી બાઝી ગઈ હતી. શરીર નીચે ગંદકી હતી.

મૃત્યુના દેવને આ ગંદકીમાં આવવાનું મન થતું ન હતું. હા...રૂમી જો હમણાં શબ બની જાય તો તેને ખાડો જરૂર મળી ગયો હતો.

રાત્રે જ્યારે રૂમી રડી રહ્યો હતો તે સમયે એક કૂતરી દૂર રસ્તા પાસે

ઊભી હતી. કૂતરી કાળી અને ભયાનક હતી. તેની મોટી ચમકતી આંખો, ચપટા ઊભા કાન, લાંબા દાંત અને મોટું કાળું શરીર ડરાવી દે તેવાં હતાં. સ્કૂલના ગેટ પાસે તે રસ્તા પર અંધારામાં છુપાઈને ઊભી રહેતી. જ્યારે તે અંધારા બહાર નીકળતી ત્યારે સ્ટ્રીટલાઇટમાં તેની પીળી આંખો અને કાળું શરીર ચમકતાં. રાત્રે અઢી વાગ્યા પછી તે રસ્તા પર નીકળતા વાહનો સામે ભસવાનું ચાલુ કરતી. જો કોઈ મોટું વાહન હોય તો વધુ ભસતી. પાછળ દોડતી. જ્યારે કોઈ ટ્રક નીકળે ત્યારે તો છલાંગ લગાવીને તેના કાચ સુધી પહોંચી જતી. ઘણીવાર કોઈ બાઇક લઈને નીકળતું. અંધારામાં જંગલી દીપડાની જેમ છુપાઈને કૂતરી તેના પર કૂદી પડતી. ચાલક ડરીને ડિવાઈડર સાથે બાઇક અથડાવી બેસતો. ઘણાની સાઇકલની ચેઈન ખડી જતી. અમુક કારની બારી પર તે લટકી જતી! નીચે પડી જનારા સાઇકલ કે બાઇકવાળા કૂતરીનું શરીર જોઈને જ વાહન મૂકીને ભાગવા માંડતા. તેને લીધે વાહન લઈને રોજ આવ-જા કરતા માણસો બીજો રસ્તો પસંદ કરી લેતા. છતાં...રસ્તાની સામેની બાજુ જતા લોકો તરફ તે ક્યારેય ભસતી ન હતી. માત્ર એક તરફ જતા લોકો સામે જ તે હુમલો કરતી હતી!

સવારના છ વાગ્યા હશે. રૂમીના રડવાના અવાજ અને નીચેના ભાગમાં થતા કોહવાટની ગંધ તે કૂતરીને આવી ગઈ હતી. જ્યારે રૂમી બેભાન થયો ત્યારથી તે પોતાના કાન ઊંચા કરી, પૂંછડી પટપટાવતી થોડે દૂર ઊભી હતી. હજુ સવારનું આછું નીલું અંધારું હતું. પોતાના શિકારની મરવાની રાહ જોવાનો અંત આવ્યો હતો. રૂમીનો શ્વાસ ધીમો પડી ગયો હતો. તે દોડીને ખાડામાં પગ અને માથું બહાર રાખીને પડેલા શરીર પાસે આવી. શિકાર નજીક હતો, પરંતુ તે જીવતો સૂતો છે કે મરેલો છે તે જોવા માટે તે ભસી. રૂમી બેભાન હતો.

બસ...ઇંતેઝારનો અંત આવ્યો હતો. કૂતરીની લાંબી જીભ પર ઠંડી લાળ ટપકવા લાગી. પાછળના બે પગથી તેણે ધૂળ ઉડાડી અને કચરાના એકાદ ફૂટ ઊંચા થઈ ગયેલા થર પાસે જઈને તે રૂમીના પગ, હાથ અને ગળું સૂંઘવા માંડી. રૂમીના કાન પાસે ભસી. રૂમીને ક્યાંથી કાપવાનું શરૂ

કરવું તે વિચારી રહી હશે. તેણે પગ પર અંગૂઠા પાસે ચોંટેલો કાદવ ચાટ્યો. પેટ પાસે આવીને પરસેવાથી ખારી બની ગયેલી ચામડી ચાટી. ગળા પાસેના ફીણની સૂકાયેલી છારી ચાટી. ઘણીવાર આમ ચાલતું રહ્યું. રૂમીનું આખું શરીર કૂતરીની જીભની ભીનાશને લીધે જાણે બે-ત્રણ મહિના પછી નાહી લીધું હોય એવું ચોખ્ખું થઈ ગયું. તેને શિકારને સાફ કરીને ખાવાની ટેવ હશે. જીભ હવે કંઈક વધુ જ લાળો પાડવા લાગી હતી.

છેવટે ઝડપભેર કૂતરીએ રૂમીના સાથળ પર પોતાના દાંત બેસાડ્યા. એ સાથે જ સાથળની પીડાને લીધે રૂમીને ભાન આવ્યું. હજુ આંખો ખૂલી ન હતી, પરંતુ સાથળ પર પીડાને લીધે પેટના દુખાવાને લીધે રડતો હતો તે રીતે હોઠ બંધ રાખીને ગળામાંથી રડવાના-પીડાના અવાજ કરવા લાગ્યો. કૂતરી તે અવાજ સાંભળીને દાંત ઢીલા કરીને દૂર ઊભી રહી ગઈ. પોતાના કાન સરવા કરીને રૂમી સામે કુતૂહલથી જોતી રહી. રૂમીના પગ પર લોહી વહેવા લાગ્યું હતું.

રૂમીના મૂંગા-મૂંગા ઉંહકારા ભરવાનો અવાજ સાંભળીને જાણે ગલૂડિયું પડ્યું-પડ્યું રડતું હોય એવું લાગતું હશે, કારણ કે પેલી કૂતરી બાજુમાં આવીને પાછી રૂમીના ગળાને ચાટવા લાગી. કૂતરી પણ જે રીતે રૂમી અવાજ કરતો હતો, તેવો રડવાનો અવાજ કરવા લાગી. એ અજીબ દૃશ્ય રચાતું હતું. તે હવે પોતે જ્યાં દાંત મારેલા તે ભાગને પણ ચાટીને સાફ કરી રહી હતી.

અજવાળું થવા આવ્યું હતું. ચહેરા પર ચોંટતી લાળની ભીનાશથી રૂમીની આંખો ખૂલી. છેલ્લા એક કલાકથી આ કૂતરી રૂમીને ભીનો કરી રહી હતી. જ્યારે રૂમીની આંખો ખૂલી ત્યારે સામે એક કાળું વિકરાળ પ્રાણી ઊભું હતું. રૂમીની આંખો સાથે પેલી પીળી ભયાનક આંખો મળી. રૂમીને ધ્રાસકો પડ્યો. ડરને લીધે શરીર પર ઊગેલી ઝીણી-ઝીણી રુંવાટી ઊભી થઈ ગઈ. ખૂબ ઊલટીઓ થઈ હોવાને લીધે પાંસળીઓથી એક મોટી ચીસ પણ નીકળી શકે તેમ ન હતી. રૂમીની ખુલ્લી આંખો જોઈને કૂતરીએ એની આંખો પર પણ જીભ ફેરવવા લાગી. રૂમી આંખો બંધ કરીને ધ્રૂજતો પડી રહ્યો.

બે-ત્રણ કલાક પછી રૂમી ઊભો થયો. કૂતરી તેની સાથે ઊભી રહી. સામે સવારના અજવાળામાં ચમકતી દુનિયા દોડી રહી હતી. કાનમાં વાહનોના ઘોંઘાટનું સંગીત સંભળાઈ રહ્યું હતું. કૂતરીનો ડર ન હતો. રૂમીએ ખૂણામાં જોયું. બગડી ગયેલી વાસી મીઠાઈની પેટીને કીડીઓ અને મંકોડાઓ સાફ કરી ગયા હતા. વધુમાં ઉંદરો બૉક્સને કાપી ગયા હતા. શરીરમાં શક્તિ ન હતી છતાં તે આગળ ચાલ્યો. રૂમીનો નવો દિવસ શરૂ થઈ ગયો. કૂતરી ત્યાંથી ચાલી ગઈ.

રૂમીને પીઠ પર અને બે પગ વચ્ચે ખંજવાળ આવી રહી હતી. કચરામાંથી તેણે કાગળ લીધો અને નીચે ઘસવા માંડ્યો. નીચે સાફ થઈ ગયું એટલે ભીંત પાસે જઈને પીઠ ઘસવા લાગ્યો. હવે ખાવાનો સમય થયો હતો એટલે સોસાયટીના એંઠવાડ તરફ જવાનું હતું.

૨૫

"ધબ્બ..."

બીજી સાંજે પાંચેક વાગ્યે રૂમીના હાડકા સાથે પથ્થરના ભટકાવાનો અવાજ આવ્યો. રૂમી દીવાલના ટેકે ત્રાંસો બેસીને છાંયડામાં આરામ કરી રહ્યો હતો. રાત્રે ઊલટીઓ કરીને થાકી ગયેલી પાંસળીઓ પર હાથ મૂકીને પડ્યો હતો. સાંજના સ્કૂલ છૂટી અને છ-સાત બાળકો ત્યાંથી નીકળ્યા. રૂમીને જોઈને તેની સામું જીભ કાઢી અલગ-અલગ ચહેરા બનાવવા લાગ્યા. થાકેલા રૂમીને તે બધું આજે નહોતું કરવું એટલે તે સ્થિર બેઠો રહ્યો. ગુસ્સે થયેલા એક છોકરાએ તેને હેરાન કરવા પથ્થર ફેંક્યો અને રૂમીના પગના હાડકા પર આવ્યો.

"આહ..." રૂમી જોરથી ચિત્કાર્યો.

ખૂબ દુખાવો થયો. તેના મચકોડાયેલા પગ પર જ પથ્થર વાગ્યો. તે ઝડપભેર ઊભો થવા ગયો. ઊભું ન થઈ શકાયું. રૂમીની સામું જોઈને એ બધા હસતા હતા.

એ બાળકોએ ફરીથી તેની નજીક જઈને પથ્થરો ઉઠાવ્યા. કોઈ લંગડા કૂતરાને પોતાની શેરીમાંથી કાઢવા માટે જે રીતે પથ્થર ફેંકાય એ રીતે એ સૌએ ઉત્સાહથી નિશાન તાક્યું. નિશાન રૂમીની છાતી અને ડાબા હાથ પર આવ્યું. રૂમીએ ફરી પીડાની રાડ પાડી. તે કચરામાંથી ઝડપભેર દુખાવા સાથે ઊભો થયો.

ખબર નહીં કેમ પણ રૂમીને માટે આ વિચિત્ર ક્ષણ હતી. તે ઊભો થયો. છોકરાઓ થોડા ડર્યા. એક છોકરો તો એ બીકથી જ ભાગી ગયો કે આ ગાંડો હવે પાછળ દોડશે, અને સામે પથ્થર ફેંકશે.

પેલા બાળકોએ ફરી પથ્થરો ઉઠાવ્યા. રૂમી જાણે એમના પથ્થરો ખાવા માટે જ તૈયાર થયો હતો. હવા વીંઝતા પથ્થરો ઊડ્યા.

એક પથ્થર રૂમીના ખુલ્લા ગોઠણ પર વાગ્યો. રૂમી ગોઠણ પર હાથ મૂકીને મેદાન વચ્ચે આવ્યો. છોકરાઓ રૂમીની પ્રતિક્રિયાની રાહ જોઈ રહ્યા

હતા, પણ રૂમી તો ફરી થનારા ઘા માટે સજ્જ થઈ ગયો હતો! ખબર નહીં કેમ પરંતુ તેની અંદર એક અજીબ ઉત્સાહ આવી ગયો હતો! એને ખરેખર આ બાળકો સાથે મજા આવી રહી હતી, અથવા તો મજબૂરી હતી. હવે પેલો દૂર ભાગી ગયેલો છોકરો પણ થોડે દૂર બૅગ મૂકીને પાછો આવ્યો. એ સૌ આનંદમાં આવી ગયા હતા. જાણે પાગલો જ દુનિયાના સર્વશ્રેષ્ઠ મનોરંજન હતા.

સૌએ પોતપોતાની બૅગ નીચે મૂકીને કચરામાંથી થોડી મોટી સાઇઝના પથ્થરો શોધી લીધા. હવે વધુ રાહ જોયા વગર પથ્થરો ફેંકાયા.

"ધબ્બ..."

"ધબ્બ..."

આ વિચિત્ર ક્ષણ હતી! રૂમીએ પોતાનો સાજો પગ ઊંચો કરીને બે પથ્થરોને સામી લાત મારી. તે જ સમયે ત્રીજો પથ્થર છાતી પર વાગવા દીધો. બાકીના પથ્થર થોડા દૂર પડ્યા. લાત મારેલા પથ્થર હવામાં થોડા ઊછળીને નીચે પડી ગયા. પથ્થર વાગ્યા ત્યારે પગ પર દુઃખવા માંડ્યું, પરંતુ રૂમીને મજા આવી! એ પોતાના મચકોડાયેલા પગ પર ઊભો રહી શક્યો! પરંતુ આ ક્ષણ...બસ આ જ ક્ષણ હૃદયમાં, ઊંડે-ઊંડે, રૂમીના પૂરા અસ્તિત્વમાં ક્યાંક ગહેરી ખુશી ભરી ગઈ. એ ખૂબ જ ઉત્સાહિત થઈ ઊઠ્યો. એના અંગેઅંગની રુંવાટી રોમાંચથી ઊભી થઈ ગઈ. રૂમીનું થાકેલું સૂકું અશક્ત શરીર અનોખો આનંદ, તાજગી અને રોમાંચ અનુભવી રહ્યું હતું. એ ચોક્કસ હતું કે એ ખુશી માત્ર આ પથ્થરોને પગથી અને છાતીથી રોકી શક્યો તેની ન હતી. આ રોમાંચ પોતાના હૃદયમાંથી ઊંડેથી આવેલો અવાજ હતો.

રૂમી મુસ્કુરાયો. બાળકોએ તેને હસતો જોયો એટલે એ બધાને અકારણ હારનો અહેસાસ થયો. દુશ્મનની મુસ્કાન પણ હરાવી દેતી હોય છે!

ફરીથી નવો દાવ! આ સમયે એક છોકરો કચરામાં પડેલી વ્હીસ્કીની ખાલી બૉટલ લઈ આવ્યો. બાકીના સૌએ પથ્થર વીણીને તૈયાર કર્યા. વધુ કાતિલ ઘા થયો. રૂમીએ બે પથ્થરને પગ મારીને ઉછાળી દીધા.

કાચની બૉટલ ફેંકાઈ. બૉટલ તો રૂમીથી ઘણી પાછળ પડવાની હતી.

એ વાગે તેમ ન હતી, પણ રૂમી તો ઝીણી આંખે બૉટલને હવામાં જોતો ફટાફટ એક પગથી પાછળની બાજુ લંગડી લઈને દોડ્યો. જાણે એનું લક્ષ્ય પેલી બૉટલને જ પોતાના શરીર પર વગાડવાનું હોય એમ પાછળ ગયો! રૂમીની કુમળી છાતી પર એ ફરફરતી વીંઝાતી બૉટલ આવી. રૂમીએ બૉટલને છાતી પર ઝીલી.

બોદા અવાજ સાથે એ બૉટલ છાતીને અથડાઈ અને નીચે રાખમાં પડી ગઈ. બાકીના પથ્થરોનો કોઈને ખ્યાલ રહ્યો નહીં.

રૂમીની અંદર તો ખુશીઓની જ્વાળાઓ ફેલાઈ રહી હતી! બસ...મને પથ્થરો મારો, બૉટલો ફેંકો એવી તમન્ના થઈ રહી હશે. કોઈ વિચાર હજુ પણ જન્મ લેતા ન હતા, પરંતુ હૃદય અત્યારે ખુશ થતું હતું.

છોકરાઓએ વધુ મોટા પથ્થર લીધા. રૂમી સામે હસતો હસતો બંને હાથ ફેલાવીને તૈયાર થયો. છોકરાઓએ જેટલું બળ હતું તે ભેગું કરીને પથ્થર ફેંક્યા. રૂમી વધુ જુસ્સામાં આવીને પથ્થરોને રોકવા દોડ્યો.

હાડકાના અવાજ સાથે બે પથ્થર રોકાયા. રૂમીને મજા આવી. ત્રીજો પથ્થર વધુ મોટો અને ઝડપી હતો. રૂમી ઝડપથી તેને છાતી પર લેવા ગયો અને...

"ધબ્બ..."

રૂમી ત્યાં જ પડી ગયો. સૌ છોકરાઓ શાંત થઈ ગયા. એકબીજાની સામું જોઈ એ બધા કંઈક બબડવા લાગ્યા.

"ઓ બાપ રે. લગતા હૈ...યે મર ગયા."

"ના રે બુદ્ધુ...યે ઢોંગી હૈ...અભી ખડા હોગા ઓર અપને કો મારને આયેગા."

"મારને તો આયે...સાલે કી ચડ્ડી પીછે સે ફટી હૈ...મૈં આગે સે ભી ફાડ દૂંગા."

રૂમી ઘણીવાર સુધી દર્દ-ભર્યા અવાજ કરતો પડ્યો રહ્યો. છોકરાઓએ રાહ જોઈ પરંતુ તે ઊભો ન થયો. તે બધા ધીમે પગે રૂમી જ્યાં પડ્યો હતો તે તરફ રૂમીને જોવા ચાલ્યા.

ત્યાં તો ચિત્તા જેવી ઝડપથી દોડતી ભસતી-ભસતી પેલી કાળી

વિકરાળ કૂતરી આ છોકરાઓ તરફ આવતી હતી. કૂતરીને જોતાં જ બધાના ગાઢ છૂટી ગયા! એ બધા ભાગ્યા. બે છોકરાએ તો બૅગ પણ ન લીધી, અને બીજા બેએ પોતાની બૅગ ફેંકી દીધી. રૂમીની ચડ્ડી ફાડવા માંગતા છોકરાની પોતાની ચડ્ડી ડરને લીધે ભીની થઈ ગઈ! કૂતરી ઘણા અંતર સુધી તેમની પાછળ ભસતી-ભસતી દોડી. છોકરાઓને રોડ પર દૂર સુધી મૂકી, અને ફરી એ જ ઝડપથી ભાગતી રૂમી પાસે આવી. રૂમીને તે આવીને ચાટવા લાગી! રૂમી તે કૂતરીની આંખોને જોઈ રહ્યો. કૂતરીની આંખો ભીની હતી. આંખોમાંથી નીકળેલું પાણી કાળી ચામડી પર દેખાતું હતું. કૂતરી રૂમીના દુઃખમાં રડતી હતી.

પાગલોને આંસુની ભાષા સૌથી પહેલાં સમજાઈ જતી હોય છે.

રૂમીને છાતી પર દુખાવો ઓછો થયો એટલે તે બેઠો થયો. કૂતરી પણ તેની બાજુમાં ખાડો કરીને બેસી ગઈ. લાંબા સમય પછી...પેલા દાદાજીના ગયા પછી આજે રૂમીના ચહેરા અને કપાળ પર કરચલીઓ ઓછી થતી દેખાઈ. દાદાજીની જેમ કૂતરી પણ તેના હૃદયને સુકુન અને દિલાસો આપતી હતી. નવું દોસ્ત મળ્યાની શાંતિ સાંજ ઢળી તેમ વધતી જતી હતી.

રૂમીએ તેના પર ફેંકાયેલી બૉટલનું ઢાંકણ ખોલ્યું. અંદર એક આંખ બંધ કરીને જોયું. તળિયે થોડી વ્હીસ્કી ભરી હતી. એકાદ ઘૂંટ જેટલી. બસ...તેણે બૉટલને સીધી મોઢે માંડી દીધી! એ ઘૂંટ ગળે ઉતારી રહ્યો! આહ્ક...મોઢું બગડી ગયું. ગળામાં કોઈ જીવતો કોલસો ગળી રહ્યો હોય તેવો જલતો એહસાસ થયો. તેણે બૉટલ ફેંકી દીધી. કૂતરી સામું જોઈને તે હસી પડ્યો. કૂતરી ઊભી થઈને બાજુમાં આવીને બેસી ગઈ.

અંધારું શહેરને ઘેરવા લાગ્યું. સામે પોતાના નાનકડી, માસૂમ દેખાતી, ગુલાબી ફ્રોક પહેરેલી દીકરીને તેડીને એક સ્ત્રી જઈ રહી હતી. તે પોતાની છોકરીને ઊંચકી રાખવા માગતી હતી, પરંતુ છોકરીને નીચે જ ચાલવું હતું. મમ્મીએ કંટાળીને પોતાની દીકરીને નીચે મૂકીને તેની નાનકડી પગલીઓ સાથે ધીમે-ધીમે ચાલવાનું શરૂ કર્યું. નાની છોકરી ખુશ થઈને હસી રહી હતી. રૂમી અને કૂતરી આ દશ્ય જોઈને એકબીજાની સામું જોઈ રહ્યાં હતાં.

૨૬

કૂતરીની હકીકત થોડી અનોખી અને દઝાડનારી હતી.

થોડા સમય પહેલા જ શિયાળાની એક સવારે આ કાળી કૂતરીએ એક બચ્ચાંને જન્મ આપ્યો હતો. દર વરસે તેને ત્રણ-ચાર બચ્ચાં સાથે જન્મતાં હતાં. આ વરસે તેને એક જ બચ્ચું થયું હતું. એ બચ્ચું થોડું સફેદ હતું અને તેની પૂંછડી ઉપર કાળાં ટપકાં હતાં. બચ્ચાની માસૂમ આંખો તેના પિતા જેવી હતી, જે અત્યારે ખોવાઈ ગયા હતા. કૂતરી પોતાના બચ્ચાને જીભથી ચાટી-ચાટીને ચોખ્ખું રાખતી હતી. જ્યારે બચ્ચું તેનાથી દૂર જાય અથવા બીજા ગલૂડિયાઓ સાથે રમવા લાગે ત્યારે તેની ગંધ પારખીને પીછો કરતી. કોઈ બીજું કૂતરું તેના બચ્ચા તરફ ભસે તો પણ તે કૂતરાનું આવી બનતું! રોજ સવારે ખૂબ જ સરસ દૃશ્ય રચાતું. માની ગોદમાંથી ઊઠેલું બચ્ચું ચારે તરફ કૂદાકૂદ કરતું. ધૂળમાં આળોટતું. ભૂખ્યું થાય એટલે દોડીને આવતું અને માના આંચળમાં મોઢું ભરાવીને ધાવવા લાગતું. કાળી કૂતરી બચ્ચા સાથે રમતી, લડતી, સાફ કરતી અને સાંજ પડ્યે સ્કૂલની અગાશી પર જવાના પગથિયાં પર ચડીને બચ્ચા સાથે સૂઈ જતી.

એક સાંજે પગથિયાંની ટાઇલ્સ ખૂબ ઠંડી લાગતી હોવાથી કૂતરી પોતાના બચ્ચાંને ઉઠાડીને ચાલતી થઈ. રાતના અઢી વાગ્યા હશે. તે સૂવા માટે હૂંફાળું સ્થળ શોધવા માંડી. તે રસ્તા પર આવી. બચ્ચું ચાલતાં-ચાલતાં પણ માને ધાવી રહ્યું હતું.

સામે રસ્તાને ઓળંગી બીજી તરફ સૂઈ શકાય તેવી જગ્યા હતી. રાત્રે અઢી વાગ્યે કૂતરી બચ્ચાંને આંચળ મુકાવીને આગળ ચાલી. તે રસ્તો પાર કરી રહી ત્યારે બચ્ચું પાછળ દોડતું આવી રહ્યું હતું. મા ડિવાઈડર કૂદીને બીજી તરફ ગઈ, પરંતુ બચ્ચું ડિવાઈડર કૂદી ન શક્યું. માને તો ડિવાઈડરની ઊંચાઈનો ખ્યાલ પણ ન હતો. આગળ જઈને તે જ્યાં પાછું ફરીને જુએ છે ત્યાં જ...

ડિવાઈડર ન કૂદી શકતી મજબુર આંખો માની આંખો સાથે મળી ન

મળી ત્યાં જ સડસડાટ આવતો એક ટ્રક બચ્ચાને ભરખી ગયો. બચ્ચું ત્યાં જ લાલ ડામર બની ગયું. મા ભસી પણ ન શકી.

બસ...તે રાત્રીથી જ રસ્તાની એક તરફ જતાં બધાં જ વાહનો સામે આ કાળી કૂતરી આખી રાત ભસ્યા કરતી. જ્યારે કોઈ ટ્રક નીકળે ત્યારે ટ્રકના દરવાજા સુધી કૂદકો મારીને ભસતી. રાતના અઢી વાગે એટલે તે ઊઠીને ભસવા માટે રોડ પર સ્કૂલના ગેટ પાસેના અંધારામાં ઊભી રહી જતી. માણસો પાસે તે ભસીને પોતાના બાળકના ખૂનીનો ચહેરો માગતી હશે, અથવા તો રૂમીની જેમ પોતાની નજર સામે પોતાના વ્હાલા મરી જાય ત્યારે જેવું થયું એવું થયું હશે.

કૂતરાનું ગાંડપણ કોણ જાણે?

રૂમીની જેમ એ પણ મગજ ગુમાવીને ઘટનાસ્થળે જ ગાંડી બની ગઈ હશે. બસ...બંનેમાં ફર્ક એ હતો કે એક દરેક આવતા-જતા માણસ અને વાહન સામે ભસીને પોતાના બાળકનો ખૂની શોધવા પ્રયત્ન કરતી હતી, જ્યારે બીજો એ પણ કરી શકે તેમ ન હતો. રૂમી પાસે શબ્દો ન હતા. લાગણીઓ મરી ચૂકી હતી.

દુનિયામાં દુ:ખિયારાઓ એકબીજાની ગંધ પારખી લેતા હોય છે. ગઈ રાત્રે જ્યારે રૂમી રડતો હતો તે અવાજ સાંભળીને આ કૂતરી દોડતી આવી. નાનકડા ગલૂડિયા જેવો અવાજ ફરી સાંભળીને તેની અંદર માની મમતા છલકાઈ આવી. જે રીતે પોતાના બાળકને કરતી તે રીતે તે રૂમીને જીભથી સાફ કરવા લાગી. રૂમી પણ કૂતરીની આંખોમાં પોતાનો સૂકાયેલો ચહેરો અને થોડી ભીનાશ જોઈ શક્યો હશે. તે ડર્યો નહીં. તે કૂતરીની બાજુમાં સાંજે ચૂપચાપ બેસી રહ્યો.

*

દિવસો ઝડપથી ભાગી રહ્યા હતા. એકસરખી વાર્તાઓ જીવેલાં બે પાગલ ભેગાં થઈ ગયાં હતાં. બંનેના જીવન ભટકતાં હતાં, અને આંસુની ખારાશ સરખી હતી. બપોરે રૂમી સાથે કૂતરી પણ એંઠવાડ ખાવા પહોંચી જતી. રૂમી ઢગલી ઉપર રહેલા ટુકડા ખાવા લાગતો, જ્યારે કૂતરી નીચે રહેલું પાણી ચાટવા લાગતી. બંને એકસાથે ખાઈને ખુશ રહેતાં હતાં. લાંબી

રાત્રીઓ કાઢવી મુશ્કેલ બની જતી. હવે તો કૂતરી રૂમીની સાથે જ સૂઈ જતી. જે કચરામાં રૂમી છીછરો ખાડો બનાવીને સૂતો ત્યાં જ તે આવીને રૂમીની છાતી પાસે લપાઈને સૂઈ જતી. બંને મૂંગા દોસ્તોના પેટ શ્વાસ ભરીને એકસાથે અંદર-બહાર થતા. બંનેના માસૂમ ચહેરા ઘણું બધું બોલી જતા. શબ્દો ન હતા. રૂમી પાસે શબ્દો હતા, પરંતુ બોલવાનું સામર્થ્ય ન હતું, જ્યારે કૂતરી પાસે ભસવાની શક્તિ હતી, પરંતુ શબ્દો વિના બધું જ નકામું હતું. ભસે કે ન ભસે, બોલે કે ન બોલે...કદાચ રૂમી ક્યારેય પેલા કાળા શેતાનોને શોધી શકવાનો ન હતો જેમને લીધે એની જિંદગી આવી બની ગઈ હતી. આ કૂતરી કેટલુંયે ભસી લે...પેલો કાળમુખો ટ્રક પોતાના ટાયર પર બચ્ચાના લોહીના ડાઘ દેખાડશે નહીં.

રોજ રાત્રે અઢી વાગ્યે કૂતરી ઊઠી જતી. રૂમીની બાજુમાંથી અવાજ ન થાય તે રીતે ઊભી થઈને સ્કૂલના ગેટ પાસેના અંધારામાં ઊભી રહી જતી. જ્યારે વાહનો નીકળે ત્યારે ભસવાનું શરૂ કરી દેતી. સવારે ટ્રાફિક ચાલુ થઈ જાય એટલે આવીને રૂમી પાસે સૂઈને રૂમીને ચાટવા લાગતી.

૨૭

મુંબઈની એક સાંજ અનોખી રીતે આવી. સાંજના સાત વાગ્યે અંધકાર જન્મવા લાગ્યો. દરિયા પરથી આવતી ઠંડી હવા અને આછું મંદ અંધારું શહેરમાં પથરાઈ ગયાં.

રૂમી જ્યાં મહિનાઓથી પોતાનું એકલું ગાંડું જીવન પસાર કરી રહ્યો હતો તે મ્યુનિસિપાલિટીની જમીનના ટુકડામાં આવી જ એક સાંજ હતી. કચરો વીણવા આવતા એક છોકરાએ કચરાના ડબ્બાની અંદર કચરો સળગાવીને ધુમાડો કર્યો હતો. કચરાપેટી અંદરથી ધીમે-ધીમે નીકળતો સફેદ ધુમાડો આખા મેદાનમાં જમીનથી સહેજ ઉપર છવાઈ ગયો હતો. જાણે કોઈ નાનકડું સફેદ વાદળ રૂમીની આ જમીન પર તોરણ બનીને લટકતું હતું. ઠંડીમાં મચ્છરો પણ ધુમ્મસ અને ધુમાડાને લીધે ભીંત પર ઊંઘી ગયા હતા. સાંજે રૂમીની દોસ્ત કૂતરી રૂમીથી દૂર ચાલી જતી. એકાંતમાં.

સાંજ છવાતી ગઈ. ધીમેથી મેદાનના ખૂણા પરની સ્ટ્રીટલાઇટ ચાલુ થઈ. આછા અંધારામાં રસ્તો ચમકતા પીળા રંગનો દેખાવા લાગ્યો. થોડી મિનિટોમાં આખું મુંબઈ પીળી બત્તીઓને લીધે અંધારામાં ચમકવા લાગ્યું.

ઘણા સમય પછી તે સાંજે રૂમી પોતાની ખૂણાની પથારી છોડીને મેદાનની શરૂઆતમાં રસ્તાની કિનારી પાસે ધૂળની નાની ઢગલી પર પગ પર પગ ચડાવીને ત્રાંસો થઈને બેઠો. મેદાન ઉપર બની ગયેલું ધુમાડાનું વાદળ પણ કિનારી પાસે અટકી જતું હતું. તે આજે થોડો ખુશ હતો. કૂતરી સાથે મળતા પ્રેમને લીધે અંદરની એકલતા અને શૂન્યતા સાજાં થયાં હશે. થોડા દિવસથી તે એકલો એકલો હસી શકતો હતો. આજે આમેય વાતાવરણ વધુ શાંત અને રંગીન હતું.

રૂમી સામે જતા વાહનોને જોઈ રહ્યો હતો. હજુ કોઈ વિચાર આવતા ન હતા, પરંતુ લાગણીઓ અનુભવી શકાતી હતી. મગજમાં શાંતિ મહેસૂસ થતી હતી. જીવનના કિનારે ઊભેલા વૃદ્ધને જે રીતે પોતાનું વહી જતું જીવન જોઈને લાંબો શ્વાસ લેવાનું મન થાય તેવી શાંતિ રૂમી અનુભવી

રહ્યો હતો. રૂમી જ્યાં બેઠો હતો ત્યાં બાજુમાં જ તેણે કાચનો એક વેંત જેવડો કાળો અનિયમિત આકારનો અને અર્ધ-પારદર્શક ટુકડો જોયો. ટુકડો રસ્તા પર પસાર થતા વાહનોની લાઇટમાં ચમકતો અને જ્યારે વાહન પસાર થઈ જાય ત્યારે ફરી કાળો બની જતો હતો. કુતૂહલથી રૂમીએ એ ટુકડો ઉઠાવીને નિરીક્ષણ કરવા માંડ્યું. રૂમીએ પોતાની સૂકી ઠંડી આંગળી ફેરવીને કાચ પરની ઝીણી ધૂળ સાફ કરી. ઠંડો કાચ પોતાના ગાલે ફેરવ્યો. રૂમીના ચહેરા પર હળવી ખુશી દેખાઈ આવતી હતી.

તેણે ટુકડાને પોતાની આંખો પાસે બંને હાથથી પકડી રાખ્યો. તે અદ્ભુત દૃશ્ય રચાતું જોઈ શકતો હતો. સ્ટ્રીટલાઇટનો પીળો પ્રકાશ રૂમી અને કાચ પર પડી રહ્યો હતો. કાચનો ટુકડો અર્ધપારદર્શક હોવાને લીધે સામેથી આવતા વાહનોના કાળા પડછાયા અને પીળી લાઇટ તેમાં પ્રવેશતાં દેખાઈ રહ્યા હતા. રૂમીની પાછળ તરફથી આવતાં વાહનો પણ નાનકડા કાચમાં ચમકીને સમાઈ જતા હતા. રૂમીને મજા પડી ગઈ. કોઈ સામાન્ય માણસને પણ જોવી ગમે તેવી દુનિયા કાચમાં દેખાતી હતી. રૂમી અજીબ આકૃતિઓ જોતો રહ્યો.

રોડ પર જતા ભૂખ્યા કૂતરાઓ, મેલાં ભૂંડ અને મરવા પડેલી ગાયો. પડતા અથડાતા અને ફરી ઊભા થતાં દારૂડિયાઓ. ખુલ્લા પગે ચાલતા જાત્રાળુ. ભૂખી ડોશી. થેલીમાં કપડાં ભરીને તરછોડાયેલાં મા-બાપ—બધાં જ કાળા બનીને કાચના સન્નાટામાં લાઇટનો લીસોટો બનીને વિલીન થઈ જતાં હતાં.

બાઇક પર બેસીને નીકળેલાં પ્રેમીઓ. નોકરી પતાવીને ઘરની રસોઈની ઉપાધિમાં ઝડપથી ચાલતી સ્ત્રીઓ. સપનાઓ અને હકીકત વચ્ચે જીવતી આખી માનવજાત દોડતાં-દોડતાં કાચના ગાઢ અંધારામાં ડૂબી જતી હતી. સ્ટ્રીટ લાઇટ ફરતે ઊડતા ઝીણાં જીવડાંઓના પડછાયા પણ કાચમાં ભળીને ગાયબ થઈ જતા હતા. પીગળેલા કાજળ જેવો સમય ફટાફટ ભાગતો કાચમાં ઘૂસી જતો હતો. કાચમાં સમાઈને બધું જ ખામોશ થઈ જતું હતું.

રૂમી કલાક સુધી એક નજરે આ અલૌકિક દૃશ્ય જોઈ રહ્યો. આ અજીબ આકૃતિઓ તેને કશુંક નવું જોયાની ખુશી આપી રહી હતી. કાચને

આડો-ત્રાંસો કરીને તે પ્રકાશના ધાબાઓને નવા-નવા આકાર આપી રહ્યો હતો. કાચમાંથી પાછાં આવતાં કિરણો સાંજે રૂમીના કાળા-સૂકા ચહેરા પર પીળી લાઇટ ફેંકીને ચમકાવતા હતા. રૂમીના ચહેરા પર ભોળી મુસ્કુરાહટ આવી હતી.

એક ક્ષણે આ કાચ પર એક આકૃતિનો જન્મ થયો જેણે આ બાળકની હસીને છીનવી લીધી.

સમય ઊભો રહી ગયો. રૂમીની આસપાસનું દરેક વાહન, દરેક માણસ, કુદરત ઊભી રહી ગઈ. રૂમીની આંખો ઝીણી થઈ એ આકૃતિના જન્મને જોવા માટે.

હૃદયમાં ઊંડો ભરાઈને શ્વાસ પણ ઊભો રહી ગયો. કાળા કાચમાં રૂમીને પોતાના અબ્બા-મમ્મીના ચહેરા દેખાયા. પીળા પ્રકાશમાંથી બનેલા રામ-મુસ્કાનના ચમકતા આકાર! લાશ અને રાખ બની ગયેલા બે પ્રેમીઓ પોતાના પાગલ બની ગયેલા બાળક સામે આટલા સમય પછી અચાનક જન્મીને મુસ્કુરાઈ રહ્યાં હતાં!

માત્ર એક વિચાર પહેલીવાર રૂમીના પાગલ મગજમાં પેદા થયો, અને જેને પોતાનું નામ કે પોતાના અસ્તિત્વ વિશે પણ કંઈ સવાલ કે સંવેદના થયા ન હતા એ બાળક આ મુખાકૃતિ જોઈને ઓળખી ગયો! એ ચહેરાઓ જોઈને રૂમીના હોઠ પહેલીવાર ધ્રૂજી ઊઠ્યા. ધ્રૂજતા હોઠ બોલી શક્યા:

"અ...અબ...મમ્મી."

બીજા એક પણ વિચારની કૂંપળ તેના સૂકાભઠ્ઠ મગજમાં ફૂટી નહીં. હજુ કાચને તે પોતાની આંખ નજીક લઈ જાય એ પહેલા જ એ ચહેરાઓ રોળાઈ ગયા. બંને કાળા કાચમાં પાછા સમાઈને અદૃશ્ય થઈ ગયા. રૂમીની આંખો તરત આંસુઓથી છલકાઈ ગઈ. આંસુને લીધે કાચમાં દેખાતું પીળું ટપકું રેલાઈ ગયું. હવે તે માત્ર કાચ હતો.

અબ્બા-મમ્મીની છબી રૂમીના મગજમાં અને હૃદયમાં કોતરાઈ ઊઠી. સાથે જ તેની અંદર રહેલા અજીબ-અકળ અંધકારમાં તે વધારો કરતી ગઈ. થોડી જ સેકંડ માટે બનેલી એ ઘટનાએ રૂમીની અંદર ઊંડો નિ:સાસો

ઉત્પન્ન કરી દીધો. એકલતા ઘેરી વળી. રૂમીનું મગજ અજાણ હતું છતાં અસ્તિત્વ થોડા પ્રશ્નો આપતું ગયું હતું: *અબ્બા. મુસ્કાન. તેઓ ક્યાં છે? આ કાચમાંથી બહાર કેમ આવતા નથી. હું એકલો અહીં શું કરી રહ્યો છું? મારી સાથે...શું થયું? હું અહીં એકલો છું. બધાં ક્યાં ગયાં?*

રૂમીનું વિચારવાનું સામર્થ્ય ન હતું. જેવી એ આકૃતિ અદશ્ય થઈ કે તરત જ રૂમી અંધારું અનુભવવા લાગ્યો. તેણે કાચ ફેંકી દીધો. કાચે તેનું કંઈક છીનવી લીધું હતું. હવે ચારે તરફ ચમકતી દુનિયા ગમતી ન હતી. આંસુના લીધે રસ્તા પર વાહનો પણ રોળાઈ ઢોળાઈ જતાં હતાં. શ્વાસ ઝડપી થઈ ગયા હતા. ગુસ્સો આવતો હતો. ભારે પાંપણો સાથે તે ઊભો થયો અને હીબકાં ભરતો, આંખો ચોળતો ઉકરડાવાળી સૂવાની પથારી પાસે જતો રહ્યો.

સાંજે પેલી કૂતરી દોડતી આવી. રૂમી પાસે આવીને તે ઊભી રહી ગઈ. રૂમીની આંખોમાં તેણે આંસુ જોયા હશે કે કેમ...તે તરત જ રૂમી પાસે ગઈ. રૂમીના ગળા પાસે પોતાનું ગળું લઈ ગઈ. રૂમી સાથે ગળું ઘસવા લાગી. રૂમીએ રોકી રાખેલાં બધાં આંસુ એકસાથે બહાર દોડી આવ્યા.

અહો...

કૂતરી ઊંચી થઈને તેના બંને પગ રૂમીના પાતળા શરીરની બંને બાજુ ફેલાવી તેને વળગી પડી!

પાગલોને પણ છાતીએ ચોંટીને રડી લેવાની ખબર પડતી હશે. રૂમી તેને બાંહોમાં લઈને હીબકે-હીબકે રડવા લાગ્યો. કૂતરી પ્રેમભર્યા અવાજ કરવા લાગી. રૂમીને તે છાનો રાખતી હશે. કહેતી હશે કે *મને પણ એ વાહનોના કાચમાં ઘણીવાર મારું બચ્ચું દેખાય છે.*

તે રાત્રે રૂમી ઉદાસ રહ્યો.

એ આકૃતિઓ જોઈને થયેલી અનૂભૂતિ રૂમીના હૃદયમાં ઊંડે-ઊંડે સુધી કોતરાઈ ગઈ હશે. એ ચહેરાઓને મગજ તરત જ ભૂલી ગયું, પણ લાગણીઓ જીવી ગઈ.

ગાંડાઓનાં મગજ નબળાં હોય છે...હૃદય નહીં.

૨૮

ગરમીના દિવસો શરૂ થઈ રહ્યા હતા. ઉનાળાનો ગરમ વાયરો ફૂંકાવા લાગ્યો હતો. શિયાળામાં પોતાનાં પાંદડા ખેરવતાં વૃક્ષો પર લીલી કૂંપળો ફૂટવા લાગી હતી. રૂમી અને કૂતરી બંને કુદરતના પરિવર્તનમાં લપટાવા લાગ્યાં. કૂતરીને ખરજવું લાગ્યું અને તેના પેટ અને ગળા પાસે ચાઠાં પડવા લાગ્યાં. તે આખો દિવસ પાછળના પગને ગળા સુધી લંબાવીને ખરજવા પર નખ ઘસ્યા કરતી હતી. રૂમી પણ આ કૂતરી સાથે છાતીએ વળગીને સૂતો હતો એટલે તેને પણ ખરજવું ચોંટી ગયું હતું. રૂમી આખો દિવસ ગળા પર, હાથ પર અને સાથળ પર પોતાના લાંબા નખ ઘસ્યા કરતો હતો. હવે ભાંગેલો પગ દુઃખતો ન હતો. રૂમી સીધો ચાલી શકતો હતો.

બપોર થાય એટલે ગરમી વધવા લાગતી. પરસેવો થાય તેમ-તેમ ખરજવાના ચાઠા પર બંનેને બળતરા અને ખંજવાળ આવવા લાગતી. કૂતરીને ઇલાજ આવડતો હતો. તે પોતાનું શરીર ભીંત સાથે ઘસી લેતી, અને પછી રૂમીને ચાઠા પર પોતાની લાંબી જીભથી ચાટી દેતી. ખરજવા પર ચોંટતી ચીકણી લાળવાળી જીભથી રૂમીને અનોખી મજા પડી જતી. લાળ ઠંડી લાગતી અને તે મોટેમોટેથી હસ્યે જતો. મુસ્કાનની જેમ જ રૂમીને પણ કોઈ સ્પર્શ કરે તેવી જ ગુદ-ગુદી ચાલુ થઈ જતી.

કચરામાંથી આવતી ગરમ વરાળને લીધે થતો ઉકળાટ કૂતરીને પજવવા લાગ્યો હતો. તે બપોર થાય એટલે રૂમીની ફાટેલી ચડ્ડીને પોતાના દાંતથી પકડીને ખેંચવા લાગે. રૂમી હસતો-હસતો તેની પાછળ ચાલવા લાગે.

કૂતરી તેને ખેંચીને રસ્તાની બીજી બાજુ લઈ જતી. થોડે આગળ મોટું મેદાન હતું. મેદાનમાં લીલું ઘાસ અને ચારેબાજુ વૃક્ષો હતાં. ત્યાં લીમડાના છાંયડામાં બંને બેસતાં. કૂતરી જીભ કાઢીને હાંફે. રૂમી તેની નકલ કરતો જીભ કાઢીને હાંફવા લાગે. હસ્યા કરે. બપોરની ગરમ હવા વૃક્ષોને ડોલાવતી એટલે લીમડાનાં પાંદડાંઓમાંથી પસાર થઈને આવતાં

સૂરજનાં કિરણોના સફેદ ડાઘાઓ જમીન પર આમ-તેમ ડોલતા. કૂતરીને આ રંગોળીમાં મજા પડી જતી. લીમડામાં થઈને આવતાં કિરણો જ્યારે હવાને લીધે આગળ-પાછળ થતા તો તે પૂંછડી પટપટાવતી તે સફેદ કુંડાળાઓને પકડવા દોડતી. પોતાના કાળા પેટ પર પણ આવા ચમકતા સફેદ ડાઘ બનતા તેને તે ચાટવા પ્રયત્ન કરતી. રૂમીને તેની પણ નકલ કરવાની મજા આવતી.

બપોર પછી પાંદડાંઓ કેચ કરવાની મજા પડી જતી. તડકો ઓછો થાય એટલે ઉપરથી ખરતા પાંદડાં જોઈ શકાતાં. રૂમી જેટલાં પાંદડાં કેચ થાય તેને બાજુમાં રાખેલી બૉટલમાં ભર્યા કરતો હતો. આ બૉટલ પેલા મ્યુનિસિપાલિટીના કામદાર દાદાજીએ આપેલી હતી. રૂમીએ બૉટલમાં પાંદડાંઓ ભરી દીધાં હતાં. બૉટલનું ઢાંકણ તેનાથી ખોવાઈ ગયું હશે, પરંતુ સૂકાઈ ગયેલો મકાઈનો ટુકડો ઢાંકણની જગ્યાએ ફસાઈ ગયો હતો.

પીળાં પાંદડાં ભરેલી પ્લાસ્ટિકની બૉટલ એ બંને માટે ખુશીનું સાધન બની ગઈ હતી. વહેલી સવારે ઉકરડામાં કોઈ કચરો નાખવા આવે તે પહેલાં રૂમી અને કૂતરી ઊઠી જતા. ઊઠીને ધુમ્મસની વચ્ચે નીલા અજવાળામાં તેઓ બૉટલવાળી રમત રમતા. રૂમી બૉટલને સીધી ઊભી રાખીને દોડીને લાત મારતો. બૉટલ હવામાં ઊછળે, કૂતરી બૉટલની સાથે જ ફટાફટ ભાગતી જાય, અને જ્યાં પણ બૉટલ પડે ત્યાંથી મોઢામાં પકડીને પાછી રૂમી પાસે લઈ આવે. સવારના પહોરમાં મેદાનમાં ખિલખિલાટ સંભળાય. વળી રૂમી બૉટલને હવામાં ઉછાળે, પછી જેવી નીચે આવે કે દોડીને તે બૉટલ તેની પીઠ પર પડે તે રીતે વાંકો વળીને ઊભો રહે. કૂતરીને પણ મજા પડી જતી.

ધારાવીમાંથી ઘણા લોકો પાછળ કોથળી બાંધીને પ્લાસ્ટિક વીણવા નીકળી પડતા. એ તેમની રોજી-રોટી હતી. તે બધા કચરામાંથી બધી બૉટલ વીણી જતા. એક દિવસ કૂતરી ન હતી ત્યારે એક સ્ત્રી આવી અને રૂમી પાસે પડેલી બૉટલ ઝૂંટવીને લઈ ગઈ. રૂમી તેની પાછળ પાછળ ચાલવા લાગ્યો. પેલી સ્ત્રી પાછું જોઈને ભાગવા લાગી. રૂમી પણ પાછળ દોડવા લાગ્યો. તે ડરી ગઈ. તેણે રૂમી સામે બૉટલ ફેંકી. રૂમીએ હવામાં

આવતી બૉટલને લાત મારી અને પેલી સ્ત્રીને માથામાં બૉટલ વાગી. એ ભાગી ગઈ. રૂમી અચાનક ખુશ થઈને હસવા લાગ્યો!

*

એ દિવસે કૂતરીએ રૂમીની ચડ્ડી ખેંચી અને બંને ફરવા નીકળી પડ્યાં.

ફરતાં ફરતાં બપોર થઈ ગઈ હતી. ભૂખ લાગી હતી. રોજ તે બંને જે રસ્તે જતા તેના કરતા તે દિવસે અલગ રસ્તા પર ગયા હતા. રસ્તા પર નવું-નવું ઘણું દેખાઈ રહ્યું હતું. વાહનો ઓછાં હતાં. ઘણી દુકાનો બંધ હતી. જ્યાં ચાર રસ્તા ભેગા થાય ત્યાં અમુક જગ્યાએ વચ્ચે રાખની ઢગલીઓ ફેલાયેલી પડી હતી. વાતાવરણ હૂંફાળું હતું. ફિલ્મનાં ગીતો સંભળાઈ રહ્યાં હતાં. અત્યાર સુધી રૂમી જ્યાં પડ્યો રહેતો તે છેવાડાનો વિસ્તાર હશે. ત્યાં ટ્રેનોનો અવાજ ઓછો સંભળાતો. અહીં ટ્રેનના અવાજ વધુ સંભળાતાં હતાં. બંનેએ ચાલ્યે રાખ્યું. રસ્તામાં બાળકો રમતાં હતાં. પુરુષો ટોળે બેસીને સિગારેટ પીતા વાતો કરતા હતા. રૂમી અને કૂતરી સામે બધા જોતા હતા. રૂમીને થોડી ગભરાહટ થતી હતી, પરંતુ કૂતરી આગળ-આગળ ચાલતી હોવાથી તે પણ પાછળ ચાલતો રહ્યો.

રૂમીએ આ ધારાવી પહેલાં પણ જોયેલું હતું. હજારો ઝૂંપડાં. લાખો માણસોની વસ્તી. ગરીબોનો મેળો. કાચાં-જૂનાં ઘર. ઘર પર વાદળી કે કાળી તાડપત્રી. છત પર ટીવીનું એન્ટેના. અંદર ઓરડીમાં જૂના બેડ. ફિલ્મોનાં પોસ્ટર. સાંકડી ગલીઓમાં બાથરૂમ. એક જ પલંગ પર લંગોટ વાળીને સૂતા બે-ત્રણ બાળકો. કચરો. કાગડા. ચીકન અને બકરાના માંસની દુકાનો. સૂકાયેલા બાળકો. વૃદ્ધો. ગટરની વાસ. ખુશીઓ. કાળી મજૂરી. પ્લાસ્ટિક રીસાઇકલ કરતી ફૅક્ટરીઓ. ભંગાર. માટીનાં વાસણો. કૂતરા. મરઘા. ચોરી. લુંટારા. કેમેરા લઈને ગરીબોના ફોટો ખેંચતા ટૂરિસ્ટ અને આર્ટિસ્ટ લોકો. દંડા લઈને ઊભેલી પોલીસ. ટ્રેનો. ઘોંઘાટ. ભૂખ. આંસુ. પીડા. છતાંયે હસતા ચહેરાઓ. પરસેવો. ગંદા શરીર. ચોખ્ખા હૃદય. વેશ્યાઓ. દલાલો. રૂમી. કાળી કૂતરી.

રૂમી થોડા મહિના પહેલાં ધારાવી સ્ટેશનથી જ આ શહેરમાં પટકાયો

હતો. રૂમીને જૂના અમુક દૃશ્યો યાદ આવીને જતાં રહેતાં હતાં. પહેલીવાર રોટલીના ચાર ટુકડા દેનાર સ્ત્રીનો ચહેરો યાદ આવ્યો.

રૂમી એક સાંકડા રસ્તા અંદર ગયો. માણસો આમતેમ ભાગતા હતા. મોટાભાગના છોકરાઓ હતા. થોડે દૂર કૂતરાઓ ઝઘડતા હતા. કાળી કૂતરીના કાન ઊંચા થયા. તે કૂતરાઓનો અવાજ સાંભળી તે દિશામાં દોડી. જતાં-જતાં રૂમી સામે જોઈને ગળામાંથી ઝીણો એવો અવાજ કર્યો. રૂમીને રાહ જોવાનો સંકેત આપ્યો હશે. રૂમી ત્યાં જ ઊભો રહી ગયો. ચાલીચાલીને થાક્યો હતો એટલે બાજુમાં પડેલા પથ્થર પર બેસી ગયો.

એટલામાં રૂમીની પીઠ પર કંઈક વાગ્યું, અને પીઠ પાણી-પાણી થઈ ગઈ. રૂમી ઝટકા સાથે ડરીને ઊભો થઈ ગયો. બીજો ઘા બરાબર રૂમીના કપાળ પર આવ્યો. સામેથી એક નાના છોકરાએ ઘા કરેલો. રૂમીનો આખો ચહેરો પલળી ગયો, અને વાદળી પાણી રૂમીના ચહેરા પરથી નીતરવા લાગ્યું. આંખોમાં થોડી બળતરા થવા લાગી હતી.

રૂમીને હજુ કંઈ ખબર પડે એ પહેલાં જ...

એક સાથે છ-સાત રંગ ભરેલા ફુગ્ગાઓ રૂમી ઉપર આવ્યા અને ફૂટ્યા. અમુક બાજુમાંથી નીકળી ગયા.

"હોલી હૈ..."

"હોલી હૈ..."

આનંદના અવાજો આવ્યા. આજે ધુળેટી હતી. ચોક પર જોવા મળતા રાખના ઢગલા ગઈ રાત્રે ઠેર-ઠેર પ્રગટેલી હોળી હતી. ધારાવીની હોળી થોડી અલગ હતી.

રૂમીને આખા શરીરે લાલ-પીળા-લીલા-વાદળી ડાઘાઓ પડી ગયા. હજુ રૂમી ચારે બાજુથી શું આવ્યું તે સમજે એ પહેલાં જ...

અઢાર-વીસ વર્ષના યુવાન છોકરાઓનું ટોળું બીજી સોસાયટીમાંથી દોડતું આવ્યું. રૂમી રસ્તામાં વચ્ચે ઊભો હતો. ગભરાઈને ચારેબાજુ જોઈ રહ્યો હતો. ગળામાંથી કૂતરી જેવો અવાજ કરી રહ્યો હતો. જાણે પોતાની દોસ્તને મદદ માટે બોલાવતો હોય.

"પકડો ઇસકો...નહલા દો..."

"અબે ટાંગ પકડ તૂ...મૈં હાથ પકડતા હૂં."

"પર કોન હૈ યે લડકા?"

"અરે જો ભી હો...અપને કો હોલી ખેલને સે કામ હૈ સાલે."

રૂમીના શરીરમાં ક્ષણિક ધ્રુજારી પ્રસરી ગઈ. એક તરફ ભૂખ હતી અને બીજી તરફ તેને આ બધાથી બચાવનારી તેની દોસ્ત બીજા કૂતરાઓના ઝઘડા બાજુ નીકળી ગઈ હતી. બધા છોકરા રૂમીની ચારે તરફ ટોળું વળી ગયા હતા. એકસાથે એ બધાના કલરવાળા મોટે-મોટેથી હસતા ચહેરા જોઈને ડરીને રૂમીથી રાડ નખાઈ ગઈ. ઝીણી રુંવાટી ઊભી થઈ ગઈ અને પગ થોડા ઠંડા પડી ગયા. રૂમી પર પાછળથી કોઈએ પિચકારી મારી. રૂમી તેની સામું જુએ એ પહેલા કોઈએ રૂમીની ચડ્ડીના પાછળ રહેલા મોટા કાણા અંદર પિચકારી મારી. રૂમીને ડરથી ચડ્ડી ભીની થઈ ગઈ.

હજુ એ બધા અવાજ વચ્ચે કંઈ સમજાય એ પહેલાં જ રૂમીના પગ અને હાથ પકડીને છોકરાઓએ તેને ઊંચકી લીધો.

"બોલો...સિયાવર રામચન્દ્ર ભગવાન કી..."

"જય..." બધા એક સાથે બોલ્યા, અને આ બાળકને બધાએ દોડતા-દોડતા ટીંગાટોળી કરીને ગટરનું પાણી ભરેલા મોટા ખાડામાં ફેંકી દીધો. રૂમી બે-ત્રણ વાર ગોથાં ખાઈને ગંધાતા કાળા કાદવમાં લપેટાઈ ગયો.

"હોલી હૈ..." સૌ છોકરાઓ હાથ અને પિચકારી ઊંચી કરીને મોટી જીત મેળવી હોય તેમ ખુશ થઈને બોલ્યા. એ સૌના રંગવાળા ચહેરા કાળા રંગને બદલે જુદા રંગ લગાવીને આવેલા પેલા ગોધરાના શેતાનો જેવા લાગતા હતા. મશાલની જગ્યાએ પિચકારીઓ હતી. રૂમીના કાન સુધી પહોંચતા લાંબા કાદવવાળા વાળ, ડરેલો ચહેરો અને કાદવથી ખરડાઈ ગયેલું ફાટેલું શર્ટ નીતરી રહ્યાં હતાં. શરીરમાં માત્ર આંખો દેખાતી હતી. એમાંથી નીકળતાં ડરનાં આંસુ ગાલ પરથી કાદવને હટાવી શકતાં ન હતાં.

એટલામાં કાળી કૂતરી ભસતી-ભસતી આવી. છોકરાઓ ભાગ્યા. રૂમીએ કૂતરીનો અવાજ સાંભળીને પાછળ જોયું. તે રૂમીને જ શોધી રહી હતી. કાળો રૂમી તે ઓળખતી ન હતી. રૂમીના શરીરની ગંધ તે સૂંઘી શકતી ન હતી. રૂમીથી અવાજ નીકળી ન શક્યો. તે આમતેમ રૂમીની આસપાસ

ભટકતી હતી. રૂમીનું શરીર લકવા થઈ ગયેલા વૃદ્ધની જેમ ધ્રૂજતું હતું. કૂતરી એકદમ બાજુમાં જ ઊભી હતી, પરંતુ રૂમી બોલી જ ન શક્યો. તે ચારેબાજુ ખૂબ ભસી. જાણે પોતાના ફરીથી ખોવાયેલા-કચડાયેલા બચ્ચાને શોધતી હોય તે રીતે તે દરેક આવતા-જતા માણસ સામે મોટેથી ભસી રહી હતી. એને એમ હશે કે તેનું બીજું બાળક પણ કોઈ ટ્રક કચડી ગયો.

થોડે દૂર ઊભેલા યુવાનો પોતાની મસ્તીમાં મશગૂલ થઈ ગયા હતા, અને રસ્તે આવતા-જતા બધાને રંગી રહ્યા હતા. કૂતરી તેમના તરફ પણ ભસી. તે બધા પથ્થર ફેંકવા લાગ્યા. કૂતરી પર પણ કલર ભરેલા ફુગ્ગા ફેંકી રહ્યા હતા. છેવટે તે થાકીને નીચું જોઈને ચાલવા લાગી. રૂમીએ પાછળથી કાદવવાળો હાથ ઊંચો કર્યો, પરંતુ તે દૂર નીકળી ગઈ હતી. આગળ જઈને રસ્તા પર નીકળતા ટ્રક પાછળ ભસવા લાગી. રડતી રડતી તે ટ્રકની પાછળ દોડવા લાગી.

પાછળ રડતું-તડપતું, બોલી ન શકતું, ધ્રૂજતુ શરીર પડ્યું હતું. ઘણા દિવસોથી જોયેલી ખુશીને લીધે હૃદયની અંદરનો અંધકાર ઓછો થયો હતો, એ ખુશીઓની દોર ફરી ખેંચાઈ ગઈ. અંદર અંધકાર છવાઈ ગયો. એ ફરી એ જ રૂમી હતો જે થોડા મહિના પહેલા ધારાવીમાં આવ્યો હતો.

શૂન્ય.

*

રસ્તા પર રૂમી જેવડા લાગતા આઠ-દસ છોકરાઓનું ટોળું દોડતું ક્યાંક જઈ રહ્યું હતું. તે બધા કાદવના ખાડા પાસેથી પસાર થયા અને રૂમીને ઓળખી ગયા.

“અરે બાપ રે...યે તો હમારી સ્કૂલ કે પાસવાળા બંદા હૈ!” એક છોકરો ઊભો રહ્યો અને બોલ્યો.

“ઓ તારી...બે ભાગો ઇધર સે...વો કુત્તી આયેગી અભી.” બીજો છોકરો આસપાસ જોઈને બોલ્યો.

“વો કુત્તી તો અભી સામને મિલી અપને કો.” ટોળામાં પાછળથી કોઈ બોલ્યું.

“તો ફિર રુકો સબ...” સૌથી ઊંચા છોકરાએ હવામાં પોતાનો હાથ

ઊંચો કરી ઑર્ડર કર્યો. થોડીવાર શાંતિ ફેલાઈ ગઈ. ધીમેથી બધા છોકરા ફિલ્મી ગુંડાઓની જેમ રૂમી પાસે ગયા.

"તેરા નામ ક્યા હૈ સાલે?" ઊંચા છોકરાએ રૂમીના કપાળ પાસે પિચકારી રાખીને પૂછ્યું. રૂમીના દાંત ધ્રૂજી રહ્યા હતા. મોટી સફેદ આંખોમાં ડર દેખાઈ રહ્યો હતો.

"ભાઈ છોડો ના ઇસ પાગલ કો...જાને દો. આજ હોલી કા દિન હૈ." એક નાનો છોકરો બોલ્યો.

"દેખ પેંડે...તેરે કો જાના હો તો જા. આજ ઇસ ચુ*યે કો પીલાકે છોડના હૈ."

સૌ કોઈ ખુશ થઈને વિચિત્ર રીતે હસવા લાગ્યા. એક ટેણિયાએ તો ખુશ થઈને રૂમી પર પિચકારી મારી અને ચહેરા પરનો કાદવ પલાળી દીધો. આંખમાં કેમિકલવાળો રંગ પડવાથી રૂમીથી રાડ નખાઈ ગઈ. બીજી-ત્રીજી-ચોથી પિચકારી ખાલી થઈ અને રૂમીના શરીર પરથી અડધો કાદવ નીકળી ગયો. રૂમી હાંફતો ઊભો થયો. બધા છોકરા થોડા પાછળ ચાલ્યા.

"એ ચંદુ...જા એક વ્હીસ્કી લેકર આ..." જાડો છોકરો બોલ્યો. મુંબઈમાં હોળી પર ખૂબ જ નશો થતો હોય છે.

ટોળામાંથી એક છોકરો દોડતો નજીકની ગલીમાં ગયો. પોતાના ઘરે જઈને એક બૉટલ લઈને આવ્યો. ઊંચા છોકરાએ તેના હાથમાંથી બૉટલ લીધી અને રૂમીની પાસે ગયો. રૂમી કરતાં તે એકાદ ફૂટ ઊંચો હતો. રૂમી અને તે છોકરાની આંખો મળે એ પહેલાં તેણે રૂમીને ગળાથી પકડીને ખુલ્લી બૉટલ તેના થોડા ખુલ્લા મોઢામાં ઘુસાડી દીધી. ડરી ગયેલા રૂમીના શ્વાસની ઝડપ વધી ગઈ, અને તે જ ઝડપથી વ્હીસ્કી ગળા નીચે ઉતારવા માંડી. જ્યારે પેલાએ અડધી બૉટલ પીવડાવીને ઝાટકો મારીને બૉટલને બહાર ખેંચી ત્યારે રૂમીનો શ્વાસ ઊભો રહી ગયો. પેટમાં અને અન્નનળીમાં ભારે બળતરા થવા લાગી. રૂમીએ જીભ કાઢીને, ગળું પકડીને મોઢામાંથી શ્વાસ બહાર કાઢવા માંડ્યો. આંખો ફાટી પડી. તે નીચે પડી ગયો. ચહેરો અને હાથ-પગ ધ્રૂજી ઊઠ્યા. કાદવ ભરેલા ખાડાની નજીક તે પડી ગયો.

"અબ દેખ ઇસકો કૈસી ચડતી હૈ!" કોઈ બોલ્યું. બધા છોકરાઓ કૂતરીને લીધે થયેલી હેરાનગતિનો બદલો થઈને ખુશ થઈ રહ્યા હતા. એટલામાં ત્યાં એક નાનો ટ્રક નીકળ્યો.

"ઓયે ચાચા. કિધર જા રહે હો?" એક છોકરાએ ડ્રાઇવરને સાદ પાડ્યો.

"બહોત દૂર. જૂહુ બીચ જા રહા હૂં બેટા. આજ વહા ભાડા મિલા હૈ." ડ્રાઇવર બોલ્યો.

"ચાચા...તો એક હેલ્પ કર દો. યે લડકા જુહુ સે હી આયા હૈ. મેરા દોસ્ત હૈ. ઉસકા ઘર ઉધર હૈ. સાલેને પી લિયા હૈ ઔર ચડ ગઈ હૈ. તો ઇસકો ગાડીમેં લે જાઓ. ઉધર કહીં પર છોડ દેના."

"હાં ક્યૂં નહીં...સુલા દો પીછે ડીક્કીમે. ઉતાર દેંગે જૂહુ બીચ પે" ભોળા ચાચાએ કહ્યું.

પેલા છોકરાઓએ ચૂપચાપ રૂમીને ઊંચકીને મીની ટ્રકના પાછળના ભાગમાં સામાન પર સુવડાવી દીધો. ટ્રક નીકળી ગયો.

સાંજના ચાર વાગ્યા હતા. કૂતરી પાછી રસ્તા પર જઈને ભસી રહી હતી. થાકીને તે બંનેના ઘર એવી મ્યુનિસિપાલિટીની જગ્યા પર પાછી આવીને રાહ જોતી બેસી ગઈ હતી. એનું બીજું બાળક પણ જતું રહ્યું હતું. હવે દરેક માણસમાં એ પોતાના બાળકને શોધતી રહેશે.

રૂમી મુંબઈના બીજા છેડે ટ્રકમાં પહોંચી ગયો હતો.

૨૯

રૂમી જુહુ બીચ પર પડ્યો હતો. મોજાંઓ ઊછળીને તેના કાદવવાળા પગને સ્પર્શીને જતા રહેતાં હતાં. કાળી ટૂંકી ચડ્ડીનાં નીચેથી ચીંથરાં નીકળી ગયાં હતાં. પાછળના ભાગમાં ચડ્ડી ઘસાઈ જવાને લીધે મોટું કાણું પડી ગયું હતું અને ત્યાં માખીઓ બેસી રહી હતી. સાથળ પર મોટો ખરજવાનો ચાંદો હતો. દરિયાની ઝીણી રેતી તે ડાઘ પર કવર બનીને ચોંટી ગઈ હતી. રૂમીનું સફેદ ખાદીનું શર્ટ ચારે તરફથી ફાટેલું હતું. શર્ટ પર રાખ-કાદવ-ધૂળ-લોહીના રંગ હતા. શરીર પર ઘણી જગ્યાએ કાળા અને આછા ગુલાબી રંગના ડાઘ હતા. પીઠ પર પીળો અને લાલ રંગ હતો. પગ પર વાદળી રંગના ડાઘ પડ્યા હતા. ખભા સુધી પહોંચી ગયેલા વાળમાં દરિયાની રેતી ભરાઈ ગઈ હતી. માથા પર માખીઓનું ઝુંડ બેઠું હતું. પગના તળિયા સૂકાઈને ફાટી ગયાં હતાં. હાથના વધેલા નખમાં મેલ ભરાયો હતો. ખુલ્લા હોઠ પર રેતી ચોંટી હતી.

આ બાળકને શહેરમાં આવ્યાને માત્ર ચાર મહિના થયા હતા પણ એને જોઈને લાગતું હતું કે આખો લાંબો જન્મારો અહીં કાઢી નાખ્યો હશે.

*

રૂમી છેલ્લા ચોવીસ કલાકથી અહીં પડ્યો હતો. ગઈકાલે સાંજે ટ્રકમાંથી ઉતારીને દરિયાકાંઠે શરીરને મૂકવામાં આવ્યું હતું.

સાંજનો સૂરજ દરિયામાં જઈ રહ્યો હતો. કેસરી પ્રકાશ રૂમીના કાળા શરીરને ચમકાવી રહ્યો હતો. આખો દિવસ તડકામાં પડ્યા રહેવાથી માથામાં ભયંકર દુખાવો ચાલુ થયો હતો. નશો ઊતરી ગયો હશે. પડ્યા-પડ્યા જ તે માથું પકડીને અવાજ કરવા માંડ્યો:

"આહ...મ...હોસે...હોસે...હોસે..."

હૃદયને ધમણ ચડી હતી. રૂમી કંઈક બબડી રહ્યો હતો. સાંજે બીચ પર ઘણા માણસો આવ્યા હતા. અમુક એકબીજાનો હાથ પકડીને તેઓ ઠંડી થતી રેતીમાં ટહેલતા હતા. નાના બાળકો પોતાની ચપ્પલ હાથમાં

લઈને કિનારે પાણીમાં પગ ભીના કરતાં ચાલતાં હતાં. થોડે દૂર ઉગી નીકળેલી નાળિયેરીના નીચે એક કપલ બેસીને ચુંદડી ઓઢીને એકબીજાને કિસ કરી રહ્યું હતું. નાળિયેરીનાં વૃક્ષો પાસે અમુક રેસ્ટોરન્ટ હતી. એની પાછળ ભવ્ય મુંબઈ ચાલુ થઈ જતું હતું.

ધીમેથી આંખ ખૂલી. બંધ થઈ. ફરી ખૂલી. ડૂબતો સૂરજ આંખને દેખાયો. નાસ્તાની લારીઓ પરથી વડાપાંઉ અને ભાજીપાંઉની ગરમ સુગંધ કિનારા પર ફેલાઈને રૂમીના નાક સુધી પહોંચી.

"શમ…શમ…" તે પીડાને લીધે થોડું મોટેથી બોલ્યો, અને પછી "શમ… હોસે…હોસે…" એવું કંઈક ધીમેથી. તે જીભ ફેરવીને પોતાના ખારા સૂકાયેલા હોઠ ચાટવા લાગ્યો.

"આ…ઓ…વ…શે…શે…" આંખો આછા અંધારિયા આસમાન તરફ જોઈ રહી હતી. શરીર અશક્તિ, ભૂખ, તરસ અને નશાને લીધે ઊભું થઈ શકતું ન હતું. બાજુમાંથી પસાર થતું કપલ નાક બંધ કરીને થોડે દૂર ચાલીને આગળ નીકળી ગયું.

રૂમી ઊભો થયો. સંતુલન ન રહ્યું. પડી ગયો. રેતીને લીધે વાગ્યું નહીં. આખો દિવસ પડ્યા રહેવાથી શરીરના સ્નાયુઓ-નસો જકડાઈ ગયાં હતાં. તે જીવતું હાડ-પિંજર હોય તેવો લાગતો હતો. ઊંડી ચાલી ગયેલી ચીપડા ભરેલી મોટી ડરામણી આંખો ચોળીને તે ચાલતો થયો.

એક પાગલપન દરિયાની રેતીમાં ખંખેરીને બીજું પાગલપન લઈને ઊપડ્યો. ખોખલું મગજ. વધુ બીક લાગે તેવું ભૂત જેવું કાળું શરીર. અંધકારભર્યું હૃદય. જૂનું કંઈ યાદ ન હતું. નવો જન્મ હતો. જૂનો ભૂતકાળ ભુલાઈ ગયો હતો. તરસ લાગી હતી. દરિયાનું પાણી પીવાનો વિચાર આવ્યો ન હતો. તે કિનારા બાજુ ઊપડ્યો હતો. બીજા અવતારમાં બબડાટ વળગ્યો હતો.

"તા…કપ…કપ…આશ…તાશ…પ…તા…તા…" એ બબડતો હતો.

કિનારા પાસેની બે હોટલ વચ્ચે એક નાનકડી સાંકડી ગલી હતી. બંને બાજુ ઊંચી દીવાલ હતી. વચ્ચે થોડા પાણીના પાઉચ વેરાયેલાં પડ્યાં હતાં. રૂમી તે બાજુ ચાલ્યો. ભૂખ, તરસ અને વ્હીસ્કીને લીધે ચક્કર આવી

રહ્યા હતા અને પેટમાં બળી રહ્યું હતું. ચાલતાં-ચાલતાં તેણે ઉપર જોયું. આકાશમાં ટમટમતા તારાઓ ઘૂમી રહ્યા હતા. આસપાસની હોટેલો અને બિયરબારનાં ચમકતાં બેનર ધૂંધળાં દેખાઈ રહ્યાં હતાં. ચાલતાં-ચાલતાં હોટેલ્સ પાછળ રહી ગઈ હતી. કિનારો દેખાતો બંધ થયો.

તે એક સડક પર આવ્યો હતો. વાહનો ખૂબ જ ઓછાં હતાં. આસપાસ ભવ્ય ઊંચાં મકાન હતાં. તે રસ્તાના કિનારા પર ભીંત પર હાથ રાખીને ચાલવા લાગ્યો. થોડો ચાલ્યો અને પછી પડી ગયો. તે પડ્યો ત્યાં થોડું અંધારું હતું. આગળ થોડે દૂર એક મોટા બિલ્ડિંગના છત પર મૂકેલા મોટા બોર્ડની વાદળી લાઇટ રૂમી પર પડતી હતી. આંખો ફરી બંધ થઈ રહી હતી. બાજુમાંથી થોડી-થોડી વારે કાર અને બાઇક પસાર થતી હતી. વાહનોની હેડ-લાઇટમાં રૂમીનું શરીર થોડીવાર માટે માણસના હાડ-પિંજર જેવું દેખાતું, અને વાહન નીકળી જાય ત્યારે વાદળી લાઇટમાં સૂતેલા કૂતરા જેવું લાગવા માંડતું હતું.

*

રૂમીની બાજુમાં એક કાર ઊભી રહી. રૂમીએ ઉપર જોયું. ધૂંધળી લાલ કાર દેખાઈ રહી હતી. કારનો કાચ ખૂલ્યો. એક નાની છ-સાત વર્ષની માસૂમ છોકરીએ પાછળની સીટમાંથી ઊભા થઈને બહાર ડોકિયું કર્યું. આગળ તેની મમ્મી કાર ચલાવી રહી હતી. તેણે પોતાની ગુજરાતી ભાષામાં પૂછ્યું:

"મમ્મી...હું નીચે ઊતરું?"

"ના બેટા." મમ્મીએ કાચ ખોલીને રૂમી સામું જોઈને કહ્યું.

"પણ મમ્મી તે ઊભો થશે?"

"હા બેટા...બોલાવ તેને."

"ટારઝન ભૈયા...ઓ ટારઝન ભૈયા. મારું નામ બિંદુ છે." છોકરીએ ધીમા અવાજે રૂમીને કાનમાં કહેતી હોય તેમ કહ્યું. રૂમી અવાજ સાંભળીને ભીંતને ટેકે માથું રાખીને અડધો સૂતો હોય તેમ બેસી ગયો. બિંદુની મમ્મી હસી રહી હતી.

"બેટા...એ ટારઝન નથી."

"મમ્મી...જોને તેને ટારઝન જેવા જ લાંબા વાળ છે ને."

"હા." મમ્મીએ સ્વીકારી લીધું, "પણ ટારઝન જંગલમાં રહેતો અને ખાલી ચડ્ડી જ પહેરતો."

છોકરીને મમ્મીએ કહેલી વાર્તા યાદ આવી. "ભૈયા...તમે ટારઝન નથી?" બિંદુએ ધીમેથી રૂમીને પૂછ્યું.

"નથી..." રૂમી બબડી ગયો. તે સાંભળેલા વાક્યનો પાછળનો શબ્દ અજાણતાં જ બોલી શક્યો.

રૂમી તે બાળકીની સામું જોઈ રહ્યો. તે ડરતો ન હતો. નવો પાગલ ડર જેવી સંવેદના લઈને આવ્યો જ ન હતો. ડર ત્યારે જ ઉત્પન્ન થાય જ્યારે વિચાર આવે.

"બેટા...એ મૌગલી છે. જંગલમાંથી તને મળવા સીટીમાં આવેલો મૌગલી." મમ્મીએ પોતાની દીકરી નિરાશ ન થાય તે માટે કહ્યું.

"મૌગલી, તને ભૂખ લાગી છે?" બિંદુએ પૂછ્યું. મૌગલીએ આંખો ચોળી.

"ભખ..." તે ચહેરા પર કોઈ લાગણી વિના બબડ્યો.

"મમ્મી...હું નીચે ઊતરીને તેની પાસે જાઉં?"

મમ્મીએ ના કહી, પણ તે માની નહીં. બારણું ખોલીને તે નીચે ઊતરી. નાની નાની પગલીઓ ભરતી રૂમી પાસે ગઈ. તેના હાથમાં એક બૉક્સ હતું.

"મૌગલી...ટૂડે ઈઝ માય બર્થ ડે." રૂમી પાસે જઈને તે બોલી.

"બ...બથ...ડે." રૂમી હસ્યો. તે ખુશ થઈ ગઈ.

"તું મને હેપ્પી બર્થ-ડે નહીં કહે?" તેણે રૂમીના કાન પાસે જઈને પૂછ્યું.

"ન...કહ..."

"કંઈ વાંધો નહીં. તો પણ આ ચૉકલેટ કેક તારી બસ?"

"બસ..." બોલીને રૂમીના હાથ ઝડપથી બૉક્સને ચોંટી ગયા. તેણે બૉક્સને આંચકી લીધું. બૉક્સ લઈને તે તરત જ મોઢું ફેરવીને ભીંત તરફ બેસી ગયો. પોતાના ખોળામાં બૉક્સ રાખીને તેને જોવા લાગ્યો. બૉક્સ ઠંડું હતું.

"મમ્મી...મૌગલીને ભૂખ લાગી છે. હેં ને?"

"હા બેટા. હવે અંદર આવી જા." મમ્મીને રૂમીનો ચહેરો જોઈને ડર

લાગતો હશે. બિંદુ કારમાં બેસી ગઈ. કાચ પર પોતાનું નાક મૂકીને તેણે રૂમીને બૉક્સ સૂંઘતા જોયો. બિંદુના ચહેરા પરની ખુશી રૂમીની ભૂખ અને બૉક્સને તોડવા લાગેલા સૂકા હાથ જોઈને અદૃશ્ય થઈ ગઈ.

"મૌગલી આટલો ભૂખ્યો કેમ છે મમ્મી?" બિંદુએ પૂછ્યું. "મમ્મી... એક મિનિટ." બોલીને બિંદુ નીચે ઊતરી. હજુ મમ્મી કંઈ બોલે તે પહેલા મૌગલી પાસે પહોંચી ગઈ. બિંદુને પાછળ ઊભેલી જોઈને રૂમીએ બૉક્સને નખ મારવાનું બંધ કર્યું.

"મૌગલી...આઈ એમ સિન્ડ્રેલા. નાઈસ ટુ મીટ યુ..." બિંદુ પોતાનો નાનકડો સફેદ હાથ લાંબો કરીને બોલી. રૂમીએ બૉક્સ પકડ્યું હતું. બિંદુ છેવટે રૂમી પાસે બેસીને તેના હાથમાંથી બૉક્સ લીધા વિના ખોલવા લાગી. બૉક્સ ખૂલ્યું. અંદર ડાર્ક ચૉકલેટ કેક હતી. ઉપર સફેદ અક્ષરોમાં 'Happy Birthday Bindu' લખેલું હતું. બિંદુએ કેકમાં પોતાની નાનકડી આંગળી ભરાવીને બહાર કાઢી અને રૂમી સામે રાખી. રૂમી બિંદુ સામે જોઈ રહ્યો. નાનકડી ભૂરી આંખોને જોઈ રહ્યો. મોઢું ખોલીને તે બિંદુની આંગળી પરની કેક ચાટી ગયો. બે દિવસથી બળતા ભૂખ્યા પેટ અને જીભને ઠંડક મળી. પોતાની ચારે આંગળી તેણે કેકની વચ્ચે નાખીને બહાર કાઢી અને ચાટવા લાગ્યો.

"મારું નામ સિન્ડ્રેલા છે. યાદ રાખીશ ને?"

"સન...ડલા" તે ખાતો ખાતો બોલ્યો.

"ના. સિ-ન-ડ્રે-લા. બોલ ફરીથી." બિંદુએ અક્ષરો છુટ્ટા બોલીને કહ્યું. રૂમીએ ભૂખ તરફ ધ્યાન આપ્યું. બૉક્સ ઊંચું કરીને પોતાના હાથથી ઝડપથી ખાવા લાગ્યો. બિંદુ ગાડીમાં બેસી ગઈ. મમ્મીએ પોતાની આંખો લૂછીને ગાડી હંકારી મૂકી. જતાં-જતાં બિંદુ કાચ ખોલીને રૂમીને "ટાટા" કહેતી હતી. રૂમીએ તેની સામે જોયું. પોતાનો ચૉકલેટવાળો હાથ ઊંચો કર્યો. સિન્ડ્રેલા ખૂબ જ ખુશ થઈ ગઈ.

૩૦

ભટકવાની ક્ષણ આવી. તે રસ્તાની એક તરફ ચાલવા લાગ્યો. રસ્તો દરિયાકિનારે ચાલતો હતો. આંખો સામે અંધારામાં દરિયો અવાજ કરી રહ્યો હતો. દરિયા ઉપરથી ઘસાઈને આવતી રાત્રીની ઠંડી હવા કિનારા પર થઈને શહેર સાથે ભટકાતી હતી. હજુ આંગળી પર ચોંટેલી કેક ચાંટતા રૂમીના વાળને એ ઠંડી હવા લહેરાવી રહી હતી. રૂમી થોડું ચાલીને અંધારામાં ઊભો રહ્યો. રસ્તાના દરિયા તરફના ભાગ પર થોડી ઊંચી જાડી દીવાલ હતી, જે રસ્તાની બીજી બાજુ આવેલા મકાનોની અંદર ઊડતી રેતી ન ઘૂસે તે માટે બનાવેલી હતી. રૂમી ઊભો રહ્યો. એક ક્ષણ માટે તે દરિયા સામું જોઈ રહ્યો. તે ધીમેથી દરિયા તરફની દીવાલ પાસે ગયો. સામે કિનારાની રેતી અને તોફાનો ભરતો દરિયો પડ્યા હતા. રૂમી દીવાલ પર ચડ્યો, અને પોતાની કમર પર હાથ રાખીને કોઈ યોદ્ધાની જેમ ઊભો રહ્યો.

હવાના સપાટામાં તેની આંખો બંધ થઈ જતી હતી. વાળમાં ઘૂસેલી રેતી ખરી ગઈ હતી. ખભા સુધી પહોંચતા વાળ પાછળ ઊડી રહ્યા હતા. દરિયાના પાણી પર ચંદ્રનું અજવાળું પડી રહ્યું હતું. સફેદ ચાંદની. નીલું ચમકતું આકાશ. મોજાના ઘુઘવાટ. દૂર દેખાતા વહાણોની ફાનસ-બતીઓ.

ખામોશી હતી.

રૂમીની આગળ-પાછળ કઈ પણ હતું નહીં.

એકલતા.

યુદ્ધમાં લડી રહેલા, વારંવાર હારી જનારા, છતાં એકલા લડતા યોદ્ધા જેવી એકલતા.

કોઈ પોતાની જીવનગાથા સાંભળનાર ન હતું. ગાથા કહેનારો પણ અત્યારે આઝાદ ન હતો.

આંખોમાં પાણી ભરાયું. બાળકની ભરાયેલી આંખો સામે ખળખળતો સમુદ્ર અને નીલું ટમટમતું આકાશ પીગળીને એક થઈ ગયાં. દૂર દેખાતી

ફાનસ-બતીઓ તેની આંખોમાં આંસુના પાણીમાં ડૂબવા લાગી. કેટલાયે સમયથી સુમસાન, ચૂપ હૃદય ઘણા સમય પછી જાણે કહી રહ્યું હતું:

"અહિયાં માત્ર હું જ છું. મારો ધબકાર છે. મારું વિશ્વ છે. જ્યાં અંદર માત્ર તું જ છે. તું મને સાંભળ. તું મને તારી એકલતાનું, તારી જિંદગીનું, ખોવાયેલી ખુશીઓનું, અને તારાં ટપકતાં આંસુનું ઊંડાણ પૂછ. હું તને રસ્તો બતાવીશ. હું જ માત્ર તને રસ્તો બતાવીશ. બધું જ તારી અંદર છે રૂમી. મારી પાસે છે—તારી ધડકનોમાં. તું મને સાંભળ. મારા અવાજને ઓળખી લે."

બાજુમાં એક માણસ આવ્યો હતો અને રૂમીથી થોડે દૂર દીવાલ પર ચડીને બેઠો હતો. તેના શરીર પર એક પણ વાળ ન હતાં. માથામાં પણ નહીં. નીચે માત્ર ફાટેલું, ચીંથરેહાલ જીન્સ પેન્ટ પહેરેલો, ઊંચો, યુવાન દેખાતો માણસ હતો. તેના હાથમાં એક મોટો રેડિયો હતો. ખભા પર તે રેડિયો મૂકીને ગીત સાંભળતો હતો. તેણે રૂમીની સામું જોયું હતું. અંધારામાં રૂમીનું આછું શરીર દેખાઈ રહ્યું હતું. રૂમીએ ગીતનો અવાજ સાંભળીને આંસુ લૂછીને તે માણસ તરફ જોયું. રસ્તા પરની દૂરની ઝાંખી લાઇટને લીધે તેને રૂમી જોઈ શકતો હતો. રૂમી સામું જોઈને હસીને તે દીવાલ પર સૂતો. રેડિયો પોતાની છાતી પર મૂકીને તેણે સ્ટેશન સેટ કર્યું, અને પછી આંખો બંધ કરીને સૂઈ ગયો. રૂમી સ્થિર ઊભો હતો. હવા ગમી રહી હતી. આંસુઓ નીકળી ગયાં એટલે દરિયો, વહાણની બત્તીઓ અને આકાશ અલગ થઈને ફરી ચમકી રહ્યાં હતાં. પેલા ટકલા માણસે આંખો ખોલીને રૂમીને બોલાવ્યો:

"અકેલા હૈ?"

રૂમીએ કોઈ જવાબ ન આપ્યો.

"હમારે લિયે ઇસ શહરમે જગહ નહીં હૈ. કિનારો પે સોના પડતા હૈ." તેણે પોતાના માથા પર હાથ ફેરવીને કહ્યું. રૂમીએ તેના તરફ ધ્યાન ન આપ્યું. આંખો ચોળીને તે ત્યાં જ દીવાલ પર બેસી ગયો. ઠંડો પવન ઊંઘને બોલાવીને આવ્યો હતો. બેઠાં-બેઠાં આંખોનાં પોપચાં પડવા લાગ્યાં

એટલે રૂમી ત્યાં જ દીવાલ પર સૂઈ ગયો. તે રાત્રે ભરેલા પેટને સારી ઊંઘ આવી.

*

ઠંડી ભીની હવાના એક હળવા સપાટાથી રૂમી જાગી ગયો. સવારના પાંચ વાગ્યા હતા. આહ્લાદક નજારો હતો. સામે ઘૂઘવતા સમુદ્રનું ખારા પાણીનું મીઠું સંગીત. ગાઢ વરસાદ પહેલાં સર્જાય તેવું હૂંફાળું અંધારું. બાજુમાં ઊભેલાં નાળિયેરીનાં વૃક્ષોનું પાંદડાંઓનું સંગીત. ભેજને લીધે ભીના થયેલા રસ્તાની સુગંધ. આ બધા વચ્ચે રૂમીનો કાળો ચહેરો થોડી નિરાશામાં દેખાતો હતો. માણસોની દુનિયાથી દૂર કુદરતે તેને હકીકત જણાવી દીધી હોય તેમ પોતાની એકલતા તેને સતાવી રહી હતી.

એક ટમટમતો આગિયો નીલા અંધારામાં ઊડતો રૂમીની આસપાસ આવ્યો. આગિયો આકાશમાંથી ઊડીને આવેલા તારોડીયા જેવો દેખાતો હતો. રૂમીના ઊડતા કાળા વાળના ઉપર તે બેસવા જતો હતો. રૂમી તેને પકડવા માટે દીવાલથી નીચે ઊતર્યો.

“અરે...ઇતના જલદી ઉઠ જાને કા બોસ?” રેડિયોવાળો યુવાન આખી રાતનું ભેગું કરેલું થૂંક રેતીમાં થૂંકીને બોલ્યો. રૂમી તેને જોતો રહ્યો. તેની બાજુમાં ગયો. તેના શરીર પર ગળા પાસે લીલા ડાઘ પડેલા જોઈ રહ્યો હતો.

“ક્યા નામ હે તેરા?” તેણે રૂમી સામે હસીને પૂછ્યું. પેલાના ગંધાતા મોઢામાંથી ગંદી વાસ આવતી હતી.

“નામ...” રૂમીએ તેના શબ્દોને અજાગૃત રીતે બોલી નાખ્યા. તે છેલ્લા શબ્દોને પકડીને બોલી નાખતો હતો.

“પાગલ હે ક્યા?” તે ફરી હસીને બોલ્યો. રૂમી પણ હસ્યો.

“પા...ગલ ક્યા...”

“સાલે...ડરા રહા હૈ મુજે? ચલ મેરા દોસ્ત બનેગા?”

“બનેગા...”

“ચલ ફિર ચલતે હૈ. કુછ ધંધા ભી કર લેતે હૈ.”

રૂમી સમજી શકતો ન હતો. ડર તો સંવેદનામાં જ ન હતો. એકલતા

હતી જે આ મુંડન કરેલો લીલો-ગોરો યુવાન પોતાના પ્રશ્નોથી ભરી રહ્યો હતો. યુવાન ઊભો થયો. તે પાતળો અને પહાડી દેખાવનો હતો. તેની આંખો સૂજેલી-લોહી ભરેલી હતી. તેનું લાંબુ જીન્સપેન્ટ મેલને લીધે કાળા જેવું થઈ ગયું હતું. પેટ અને ગળાના ભાગ પર લીલી છારી જામી ગઈ હતી. ઊંચાઈને લીધે તેની ચામડી પર જૂની સફેદ લીટીઓ પડી ગઈ હતી.

એ હાથમાં રેડિયો લઈને ચાલવા માંડ્યો. રૂમી તેની પાછળ-પાછળ નીચું જોઈને ચાલવા લાગ્યો. આગિયો ટકલૂના માથા પર ઊડી રહ્યો હતો. ટકલૂ તેને જોઈ રહ્યો હતો.

"ભીખ માંગતા હૈ ક્યા?" તેણે પાછળ ફરીને રૂમીને પૂછ્યું.

"ભીખ...ક્યા." રૂમીએ હળવેથી હસીને કહ્યું. રૂમીનું કાળું પડી ગયેલું શરીર અને સફેદ આંખો નીલા અંધારામાં ડરાવે તેવી લાગતી હતી.

"દેખ અપન કો પહેલે તો એક પ્લાસ્ટિક બૅગ લેને કા ઔર રાસ્તે મેં જીતના ભી અપને કો કામ કા દિખે વો બૅગ મેં ભર દેનેકા. સમજા?" તેણે ચાલતાં-ચાલતાં બંધ રેડિયોથી આગિયાને હવામાં થપાટ મારીને કહ્યું. રૂમી પાછળ બોલ્યો:

"સ...સમજા."

અજવાળું થતું હતું. રસ્તામાં એક જગ્યાએ કચરો પડ્યો હતો ત્યાં બંને ઊભા રહ્યા. યુવાને રૂમીને હાથમાં રેડિયો પકડાવીને એક પ્લાસ્ટિકની કોથળી શોધી કાઢી. રૂમી પણ તેને જોઈને કચરામાં જોવા લાગ્યો.

"ચુ*યે...તૂ તો સચમેં પાગલ હૈં. યે લે બૅગ પકડ..." તેણે રૂમીના હાથમાંથી રેડિયો લઈને પ્લાસ્ટિકની કોથળી આપી. "અભી હમકો એક મંદિર જાના હૈ. વહાં પે અપને કો અચ્છી ભીખ મિલને વાલી હૈ." તે બોલ્યો.

રૂમીએ બૅગ પકડી રાખી. પેલો યુવાન ચાલતાં-ચાલતાં રસ્તામાંથી અલગ-અલગ વસ્તુઓ લઈને બૅગમાં નાખતો જતો હતો, અને રૂમી પાસે વજન વધતું જતું હતું. બૅગ બપોર સુધીમાં આખી ભરાઈ ગઈ હતી. રૂમીની છાતીમાં દુઃખવા લાગ્યું હતું. ખભા પર લટકતી બૅગ તેના હાડ-પિંજર જેવા શરીરને ત્રાંસુ કરી દેતી હતી. બપોરનો તપતો સૂરજ માથા પર આવી રહ્યો હતો. એક મંદિર આવ્યું. ટકલૂ ખુશ થયો.

"દેખ...અપના ભગવાન આ ગયા!"

બપોર વચ્ચે પણ દર્શન ખૂલતા જોવા માટે ભક્તોની લાઇન લાગી હતી. ટકલો રૂમીને તે તરફ લઈ ગયો. મંદિરના ગેટથી દૂર, સિક્યોરિટીવાળા આદમીઓ ન જુએ તે રીતે યુવાન એક લીમડા નીચે બેઠો. રૂમી પણ બૅગ પડતી મૂકીને ત્યાં જ ફસડાઈ ગયો. સામે થોડે દૂર મંદિર ચાલુ થતું હતું. મંદિર આગળ સિક્યોરિટી હતી અને બધા દર્શનાર્થીઓ આ વૃક્ષ પાસેથી પસાર થઈને જ મંદિર તરફ જતા હતા.

"દેખ. અભી મૈં તેરે કો જેસે બોલતા હૂં વો હી તેરેકો કરને કા. સમજા?" યુવાને રૂમીના ખભા પર હાથ મૂકીને કહ્યું.

"સમજા..." રૂમી બબડ્યો. વિચારો હજુ જન્મતા ન હતા. થોડીવારમાં લોકો અંદર આવવા લાગ્યા. પોતાના હાથથી ખોબો બનાવીને પેલા યુવાને ભીખ માંગવાનું શરૂ કર્યું:

"દે દે...અરે ભૈયા...ઇસ ભૂખે કો કુછ દે દે. ઓ મેરા ભગવાન આપકા ભલા કરેગા. ઇસ બચ્ચેકી દુઆ મિલેગી આપકો. દે દે..."

શરૂઆતમાં રૂમીને કંઈ ખબર ન પડી, પણ થોડીવારમાં એક સ્ત્રી તેમની પાસે આવી અને ટકલાના હાથમાં એક સિક્કો મૂકતી ગઈ. રૂમીને આ સિક્કો ખાવાની વસ્તુ લાગતી હશે એટલે પછી તેણે પણ એક હાથ ઊંચો કરીને ધીમે-ધીમે બોલવા માંડ્યું:

"દે...દે...દે...દે..."

રૂમીનો દેખાવ જોઈને આસ્થા લઈને આવેલા માણસને દયા આવી જતી હતી. કાળું, સુકાયેલું શરીર ડર અને દયા બંને ઉપજાવે તેવાં હતાં. એક પ્રૌઢ આવીને રૂમીના હાથમાં દસની નોટ રાખતા ગયા. રૂમી તે નોટને પકડીને જોવા લાગ્યો.

"લા બચ્ચુ...દે દે ઇધર. યે કાગજ કોઈ કામ કા નહીં હૈ." ટકલૂએ તરત જ કહ્યું. રૂમીએ નોટ તેને આપી દીધી. બદલામાં તેણે રૂમીને રૂપિયાનો સિક્કો આપી દીધો. રૂમીએ સિક્કાને ધ્યાનથી જોયો, પછી બાજુ પર મૂકીને પેલા માણસ જેવી માંગવાની નકલ કરવા લાગ્યો. ટકલો રૂમીને કહી રહ્યો હતો:

"સાલા હરેક આદમી અજીબ હૈ. અંદર ભગવાન કે પાસ જાકે ભીખ માંગતા હૈ...ઔર...બાહર આકે અપને કો ભીખ દેકર ખુદ હી ભગવાન બન જાતા હૈ."

નવાઈ લાગે તે રીતે એકાદ કલાકમાં નોટો અને સિક્કાઓથી રૂમીનો ખોળો ભરાઈ ગયો. ટકલો તો જોતો જ રહી ગયો. હકીકતમાં રૂમીનો દયાજનક દેખાવ આ માટે જવાબદાર હતો. ઘણા બાજુમાં આવીને સો રૂપિયાની નોટ મૂકી દેતા, તો કોઈ વળી દૂરથી કહેતા:

"કામ કરો...મહેનત કા કમાઓ...તુમ્હારે લિયે પૈસે નહીં કમાતા."

જેને એ શબ્દો સમજાતા હતા તેને કામ કરવું ન હતું, અને જે કામ કરી શકે તેવો હતો તેને શબ્દો સમજાતા ન હતા. આ લીલો માણસ એવા બધા સામે પીળા દાંત દેખાડીને હસતો. રૂમી પણ દાંત દેખાડી તેની નકલ કરતો હતો. ગઈ રાત્રે અનુભવેલી એકલતા કદાચ રૂમીના આ માણસ સાથે રહેવા માટે જવાબદાર હશે.

રૂમીને તરસ અને ભૂખ લાગી હતી. તે કહી શકતો ન હતો. બેઠા-બેઠા તે પોતાના ઊંડા પેટ હાથ ફેરવી લેતો. થોડી-થોડી વારે પોતાની માંગીને થાકેલી સૂકાયેલી જીભ બહાર કાઢીને સિસકારા બોલાવતો.

"ભૂખ લગી હૈ?" લીલા માણસે પૂછ્યું.

"ભૂ...ખ..." રૂમીની જીભ કરતાં વધુ લાચાર આંખો બોલી શકતી હતી.

"તૂને આજ મેરે કો બડા ફાયદા કરવા દિયા હે સાલે. ટોટલ ચારસો રૂપયે મિલ ગયે. આજ તો મેં તેરે કો બિસ્કિટ ખિલાયેગા." કહીને તે ઊભો થયો. રૂમી તેની પાછળ ટેવને લીધે ઊભો થવા ગયો, પરંતુ પેલા એ રૂમીના ખભા પર પોતાનો પગ મૂકીને પાછો બેસાડી દીધો. રૂમી ફરી ઊભો ન થયો. સામેની એક પ્રસાદીની દુકાન પર જઈને તે બિસ્કિટ અને પાણીના પાઉચ લઈને આવ્યો.

"દેખ તેરે કો મૈં પારલે-જી દેતા હૂં. અબ ખુશ ના?"

"ખુશ..." પોતાના મોટા નખથી પૅકેટ તોડતાં રૂમી બોલ્યો. થોડી જ વારમાં બધાં બિસ્કિટ અને પાણીના બે-ત્રણ પાઉચ તોડીને સાફ કરી ગયો.

"તૂ મેરે ઘર આયેગા?" યુવાને ઓડકાર ખાતાં રૂમીને પૂછ્યું.

"ઘર..." રૂમીએ હસીને નકલ કરી.

"હાં. ઘર. અપના વેસે તો ઘર નહીં હૈ...પર મેં ઇસ મંદિર કે પીછે જહાં પે લોગ પ્રદક્ષિણા કરતે હૈ ના? મૈં વહાં પીછે સોતા હૂં."

"સો...તા."

"હા...ઉધર મંદિર કે આસપાસ પ્રદક્ષિણા કે લિયે છોટા સા ચલને કા રાસ્તા હૈ. ઉધર હમ દોનો સો જાયેંગે."

"સો..." રૂમી મોટે-મોટેથી હસવા લાગ્યો. દાંત પર ચોંટેલા બિસ્કિટનો પીળો કલર અને ભૂખ-તરસ મટી ગયાની ખુશી બંને ચહેરા પર ચમકતા હતા.

સાંજ પડવા આવી. દિવસ આમ જ વૃક્ષના છાંયડા નીચે વીતી ગયો. યુવાન દૂર જઈને ઈડલી ખાઈ આવ્યો. રૂમી માટે બીજાં બિસ્કિટ અને પાઉચ લેતો આવ્યો. સામેની દુકાન પર ચાર્જિંગ કરવા રેડિયો પણ આપતો આવેલો. સાંજે મંદિર બંધ થઈ ગયું. શાંતિ છવાઈ ગઈ. સિક્યોરિટીના માણસો આરામ કરવા લાગ્યા.

"અબ જશન ચાલુ હોગા બચ્ચુ!"

તેણે રેડિયો ચાલુ કર્યો. તેઓ જ્યાં બેઠા હતા તે લીમડાની ડાળી પર ગોઠવ્યો, અને પછી થોડા અંધારામાં તેઓ બંને એકબીજાના ચહેરા જોઈ શકતા હતા. સ્ટેશન સેટ થયું. ગીત ચાલુ થયું. લીલા યુવાને નાચવાનું શરૂ કર્યું. રૂમી પણ બિસ્કિટ ખાઈને ઓડકાર આવ્યો એટલે ઊભો થયો. ગીત વાગી રહ્યું હતું:

"પરદેસી...પરદેસી...જાના નહીં...જાના નહીં. મુજે છોડ કે..." રેડિયો સાથે યુવાન ગાતો જતો હતો.

"જા...ના...છોડ....છોડ...જા..." રૂમી હાંફતો, નાચતો, ગાતો હતો. મજા પડી ગઈ. બંનેએ ખૂબ જ ડિસ્કો કર્યો. ખૂબ જ હસ્યા. એકલતાનો ખાડો પુરાઈ રહ્યો હતો. નાચતાં-નાચતાં પહેલીવાર ખુશીઓનાં આંસુ આવ્યા હતા.

"પ...દેસી...પ...દેસી..." રેડિયો બંધ થયો તો પણ રૂમી લીમડાને ટેકે બેસીને ગાતો રહ્યો. મિત્રતા સારી બની ગઈ હતી. રાત સુધી બંને ત્યાં જ બેઠા રહ્યા.

"બસ અબે...મેન્ટલ હે ક્યા? કિતના ગાયેગા?" દેખ અપને કો સોના હૈ અબ. ચલ મંદિર કે પીછે ઘૂસ જાતે હૈ."

"ચલ...પી...છે." કહીને રૂમી પાછળ ચાલવા લાગ્યો. સિક્યોરિટીને ખબર ન પડે તે રીતે તે રૂમીને પાછળ લઈ ગયો. મંદિરની પ્રદક્ષિણા કરવા માટેની સાંકડી ગલી બે-ત્રણ ફૂટ જેટલી પહોળી હતી. એક તરફ મંદિર અને બીજી તરફ ઊંચી દીવાલ હતી. આછું અંધારું હતું. મચ્છર હતા. નીચે આરસની ઠંડી ટાઇલ્સ હતી. ચાંદનું અજવાળું દીવાલને લીધે મંદિરની ભીંત પર પડતું હતું, પરંતુ નીચે ટાઇલ્સ પર અંધારું હતું. તમરાંનો અવાજ આવી રહ્યો હતો.

"પ...દેસી..." રૂમીએ પાછળ જઈને સૂતાં-સૂતાં ગાયું.

"એય...ચૂપ." અંધારામાં થોડે આગળ સુતેલા ટકલાએ તેને ધીમેથી કહ્યું. બંને સૂઈ ગયા. થોડીવારમાં રૂમીને પણ ઘસઘસાટ ઊંઘ આવી ગઈ.

*

રાત્રીના ત્રણ વાગ્યા હતા. ચાંદ બીજી દિશામાં જતો રહ્યો હતો. લીલો યુવાન ઊભો થયો. ગલીમાંથી બહાર નીકળી તે મંદિર સામે લાઇટ નીચે કંઈક શોધવા ગયો. આવીને તે સૂતેલા રૂમી પાસે પગ વાળીને બેસી ગયો. થોડીવાર તે રૂમીને જોતો રહ્યો. ચંદ્ર બીજી બાજુ ચાલ્યા જવાથી રૂમીનો ચહેરો આછો-આછો દેખાઈ રહ્યો હતો. મચ્છર કરડવાથી રૂમી પગ વાળીને સૂઈ ગયો હતો. તેના ચહેરા પરનું ભોળપણ ચાંદનીમાં ચમકતું હતું.

"એય..." લીલા યુવાને રૂમીને ચહેરા પર બે-ત્રણ વાર જોરથી લપડાક મારીને કહ્યું.

મીઠી ઊંઘમાંથી રૂમી સફાળો જાગી ગયો. થપાટ વાગવાથી મોઢામાં ભરાયેલું થૂંક લાળ બનીને લબડી પડ્યું. જડબાનું હાડકું તીવ્ર દુખાવો કરવા લાગ્યું.

રૂમી આંખો ખોલીને પાછળ જુએ એ પહેલા જ પેલાએ તેના હોઠ પર પોતાનો મોટો હાથ મૂકીને દબાવી દીધો. રૂમીને વિચાર આવ્યો હશે. તે ડરી ગયો. અચાનક થયેલી આ ઘટના તેને ખબર ન પડી. તે અવાજ કરવાનો પ્રયત્ન કરતો હતો, પણ શ્વાસ પણ સરખો લેવાતો ન હતો. તેણે જ્યારે

આંખ ત્રાંસી કરીને પાછળ જોયું ત્યારે ચાંદનીમાં ચમકતું પોતાના દોસ્તનું ગળા પાસેથી લીલું અને પેટ પર સફેદ શરીર ડર પેદા કરી રહ્યાં હતાં.

"એય...તેરે દાંત બિસ્કિટ ખાકે પીલે હો ગયે હૈ ના?"

રૂમીનું મોઢું વધુ દબાવીને તે ધીમેથી રૂમીના કાન પાસે બોલ્યો.

"અબ મેરે કો તેરે દાંત દિખા ચલ...સાફ કર દેતા હૂં." કહીને તેણે ઝડપથી રૂમી કંઈ અવાજ કરે તે પહેલાં જાડા લાલ કાપડના લીરાને બે હાથથી પકડી રૂમીના મોઢા વચ્ચે દાંત પર ફસાવીને પાછળ ગાંઠ મારી દીધી. રૂમીના શ્વાસનો મોટો અવાજ આવી શકતો હતો. રૂમી કંઈ સમજી ન શક્યો. તેના ચહેરા પર, ગાલ પર લોહી ભરાઈ આવ્યું. તે બળ કરી રહ્યો હતો. ધ્રૂજી રહ્યો હતો.

"દેખ...તેરે કો મૈં કુછ નહીં કરેગા. લેકિન મૈં જો કરેગા વો તો મૈં કરેગા હી કરેગા. સમજા?" તે આંખો મોટી કરીને રૂમીના બંને હાથ પાછળ સાથે પકડીને બોલ્યો.

રૂમી બંને ભીંત સાથે પગ ભરાવીને પાછળ જવાની ટ્રાય કરતો હતો, પરંતુ આરસ પર પગ લપસી જતા હતા. પેલો ટકલો તેના ખભા પર પગ ચડાવીને બેઠો હતો એટલે રૂમી ઊભો થઈ શકતો ન હતો. આંખમાં અંધારાં આવવા લાગ્યાં હતાં. આ લીલો માણસ ચાંદનીમા હસતો હતો, તે પણ હવે આછું-આછું દેખાઈ રહ્યું હતું. તેણે રૂમીના કાન પાસે આવીને કંઈક કહ્યું:

"સુન...અબ મૈં તેરી મારેગા. લેકિન યાદ રખ, સુબહ સે અપન દોનો વાપસ દોસ્ત. સમજા?" તેણે રૂમીને ઊભો કર્યો. તે પાછળ ઊભો રહ્યો.

"દેખ ભાઈ...આગે સે સૉરી બોલ દેતા હૂં. બાદ મેં રોના મત સાલે..." તેણે રૂમીને ધક્કો મારીને વાંકો ઊભો રાખ્યો.

રૂમીના નાકમાંથી કફ નીકળવા માંડ્યો હતો. એ ચૂપચાપ હાંફતો પડ્યો હતો. પેલાએ ગેલેરીની બંને બાજુ જોઈને પછી પોતાનું જીન્સ પેન્ટ ઉતારી દીધું. રૂમીનું શિથિલ શરીર સામનો કરી શકે તેમ ન હતું. રૂમીને કંઈ ખબર પણ ન હતી.

"અબે...તેરી તો ચડ્ડી ભી ઉતારને કી જરૂરત નહીં હૈં. પહેલે સે હી હોલ હૈં."

રૂમી પાછળ જોઈ શકતો ન હતો. ડોક દુઃખવા લાગી હતી.

"સાલે પીછવાડા કભી સાફ નહીં કરતા? વો ભી મેરે કો કરના પડેગા?" કહીને તેણે કપડાથી રૂમીનો પાછળનો ભાગ સાફ કર્યો.

એક અમાનવીય કૃત્ય થઈ ગયું. બાળકનો ઉંહકાર પણ કોઈને સંભળાયો નહીં. બાજુમાં જ રહેલા, માત્ર વચ્ચે ભીંત રાખીને સૂતેલા ઈશ્વરને પણ નહીં!

સવારે મંદિરના પાછળના ભાગમાં રૂમી પડ્યો હતો.

તેના પાછળના ભાગમાંથી લોહી વહ્યું હતું. બેભાન હશે કદાચ તે. પેલો રાક્ષસ ભાગી ગયો હતો. રેડિયો ન હતો. પ્લાસ્ટિકની કોથળી ન હતી. લીરાથી જીભ કચરાયેલી હતી. લાળો પડવાથી કપડું ભીનું થઈ ગયું હતું. આંસુને લીધે પણ.

સવારે સંજવારી કાઢવા આવતો કામદાર સમજી ગયો. પૂજારી આવ્યો. સિક્યોરિટી આવી. કોઈએ કહ્યું એમ્બ્યુલન્સ બોલાવો. બીજા કોઈએ એમ્બ્યુલન્સની ના પાડી. રૂમી પર પાણી છંટાયું. અશક્ત આંખો ખૂલી.

સજ્જન લોકોએ કહ્યું:

"ઇજ્જત જાયેગી મંદિર કી! ન્યૂઝ મેં આયેગા તો મંદિરમેં પૂજા કે લિયે કોઈ નહીં આયેગા! બહાર બેઠને વાલા ભિખારી હોગા કોઈ. એક કામ કરો...ઇસે થોડા ખાના ખીલા દો. ઔર બહાર બીઠા દો."

સજ્જન માણસો બોલ્યા તેમજ થયું. રૂમીને બેસાડીને, શાંત કરીને બધું પૂછવાનું અને પછી પાછળની જવાબદારી સંભાળી હૉસ્પિટલ લઈ જવાનું કોઈને યોગ્ય ન લાગ્યું.

મંદિરની આબરૂ ન ગઈ! કોઈને ખબર ન પડી. રૂમીને ગઈ કાલે હતો તે જ લીમડાના છાંયડામાં બેસાડી દેવામાં આવ્યો.

"તુઝે ખાના ચાહિયે ના? તેરે લિયે સ્પેશિયલ પ્રસાદ આ જાયેગા." એક પૂજારી બોલીને જતો રહ્યો.

અંદરથી જમવાનો પ્રસાદ આવ્યો. રૂમીએ ખાધું. બીજા દિવસની સાંજ આઘાત ઓછો થવામાં જ ઢળી ગઈ. અંદર ભગવાન સૂઈ ગયા. રૂમી હજુ બહાર ગેટ પાસે, લીમડા નીચે જાગતો પડ્યો હતો.

*

પાછળના ભાગમાં દર્દ થતું હતું.

સવાર સુધી આંખો ખુલ્લી રહી. ઊંઘ ન આવી. લીમડાના ટેકે તે પડ્યો રહ્યો. પાંદડાં આડે સંતાયેલો ચાંદ રૂમીની આંખમાં ચમકી રહ્યો હતો. ધીમેધીમે આંખોની પાંપણોને ક્યારો બનાવીને ભરાતો પાણીનો ક્યારો છલકાતો અને પેલો દૂર ચમકતો ચાંદ એમાં તર્યા કરતો. રાત્રીના પવનમાં પાછળના ભાગે લોહી સુકાઈ ગયું હતું.

મુસ્કાન નાનકડા રૂમીને રોજની જેમ ચાંદામામા અને તેની અંદર બકરી દેખાડતી. બકરીને દોતાં ડોશીમા, લીમડાનું ઝાડ અને બળદ છોડેલું ગાડું પણ દેખાડતી. રૂમી પૂછતો:

"મમ્મી...ત્યાં એ બધાં એકલાં રહે છે?"

"ના રે...ચાંદામામા છેને. તે ડોશીમાનું ધ્યાન રાખે. ડોશીમા બકરીનું ધ્યાન રાખે. બકરી બળદનું ધ્યાન રાખે. બળદ ગાડાનું ધ્યાન રાખે. બસ..."

"તો ચાંદામામાનું ધ્યાન કોણ રાખે? ત્યાં તેમનાં વાઇફ ન હોય?"

"હા. તેમના વાઇફનું નામ ચાંદનીમામી છે. એ ત્યાંથી રોજ રાત્રે પૃથ્વી પર આવી જાય. ચાંદની આવે એટલે પૃથ્વી પર બધાને શાંતિ મળે."

"મમ્મી...એ બધાં આપણી દુનિયાથી આટલાં દૂર કેમ બેસી રહે છે?"

"એ બધા દૂર એટલા માટે રહે છે કે જેથી અહીં પૃથ્વી પર બધી મમ્મી તેમના બાળકોને તેમની વાર્તા કહી શકે."

"—તો આપણી વાર્તા બીજાને કહેવી હોય તો આપણે એકલા રહેવું પડે?" રૂમી પૂછતો.

અંદરથી એકલતા કોરી ખાતી હતી. છતાંયે ઊભું થઈને ભટકવું જ રહ્યું. તેની વાર્તા એટલી પીડાદાયક હશે કે કોઈ બાળક સાંભળશે જ નહીં.

૩૧

"મને એ ખબર નથી પડતી કે: કઈ રીતે એક સ્થળ...માત્ર એક જગ્યા... આટલી બધી પેઢીઓથી કેટલાયે માણસોના દુઃખ મિટાવી શકે? માત્ર ચીકણી માટીમાંથી બનાવેલી એક મૂર્તિ અને તેના પર થોડી શણગાર અને સજાવટ. માત્ર ઈંટોથી ચણેલી એક કબર અને તેના પર કાપડની ચાદર. બીજું કંઈ નહીં. એક પથ્થરના ટુકડા સિવાય બીજું કંઈ જ નહીં. જો ઈશ્વર પથ્થરના ટુકડામાં રહેતો હોય...તો પછી ભૂખ્યા મરી જતા લાચાર માણસોમાં નહીં રહેતો હોય? તમારી શ્રદ્ધાનું નામ દઈને તમે કહી દો છો કે—માણસને શ્રદ્ધા હોય તો પથ્થરમાં પણ ભગવાન દેખાય. પથ્થરની પણ પૂજા થાય! હું કહું છું કે—જો લોકોને પથ્થરના ચણેલા મંદિરમાં ભગવાન દેખાતો હોય તો પછી તેને ઘર વગરના માણસમાં પણ દેખાવો જોઈએ. ભૂખ્યા મરી જતા ભિખારીમાં પણ દેખાવો જોઈએ." રામ કાજુ ખાતો-ખાતો બોલ્યો હતો.

"બસ અબ્બા." મુસ્કાન અને રૂમી બંને રામની વાતો સાંભળીને એકસાથે બોલતા. રામને ગુસ્સે કરવા માટે તેની વાત ન સાંભળવી એ શ્રેષ્ઠ રસ્તો હતો. મુસ્કાન રામને બંધ કરવા કહેતી:

"રામ...તને ઠીક લાગે તે સાચું બસ? તું જ રૂમીને કહેતો હતો ને કે ભગવાન આપણી શ્રદ્ધામાં હોય છે? રૂમી ઘરે આવીને મને કહે: મમ્મી... આજે સવારે મેં અબ્બાને પૂછ્યું કે ભગવાન ક્યાં રહે છે...તો અબ્બાએ એટલું મોટું લેક્ચર આપ્યું કે મારે દુકાનમાંથી ભાગીને બહાર નીકળવું પડ્યું!"

"ના બેટા...તે દિવસે તો હું ખોટું કહેતો હતો. ભગવાન આપણી શ્રદ્ધામાં નહીં, પણ આપણી જરૂરિયાતમાં રહે છે. આપણી માંગ પ્રમાણે આકાર લઈ લે છે. આપણા હૃદયમાં નહીં. આપણા મગજમાં રહે છે. સમજાવું કેમ? કારણ કે મોટા ભાગના માણસો મંદિર-મસ્જિદમાં જઈને પોતાની જરૂર હોય તે માંગે છે. ભગવાન ન આપે તો બીજા મંદિર કે

માતાજી પાસે ઊપડે છે! એટલે ભગવાન તો જરૂર પ્રમાણે જન્મી જાય છે. આ તો સારું છે કે ભિખારીને ભીખ આપીને જ પબ્લિક ચલાવી લે છે. જો કોઈ એવું કહે કે પેલા ભિખારીને ભીખ આપી અને પગે લાગી, પછી કોઈ મન્નત માગવામાં આવે તો મન્નત પૂરી થઈ જાય છે...તો આ પબ્લિકને એ ભિખારીમાં પણ ભગવાન દેખાવા લાગે. બોલ. બધા લાઇન કરવા માંડે ભીખ દઈને આશીર્વાદ લેવા માટે. આ તો સારું છે કે હજુ સુધી પથ્થરમાં જ એ રહે છે. પબ્લિકને શ્રદ્ધા પથ્થરમાં છે એ સારું છે. જો એ શ્રદ્ધા કૂતરા, બિલાડા કે પ્લાસ્ટિક ખાતી ગાયમાં દેખાશે તો એ બધાં પ્રાણીઓ મન્નત પૂરી કરી કરીને હેરાન થઈ જશે!"

"અબ્બા...પ્લીઝ." પેલાં બંને પાછાં બોલતાં. રામને ગુસ્સો આવતો.

"રૂમી...હું તને મારા વિચારો આપવા માંગતો નથી. તું તારી રીતે જ વિચારતો થઈ જઈશ. પરંતુ માણસને પથ્થરોને બદલે પોતાનામાં શ્રદ્ધા હોવી જોઈએ. અથવા તો બંનેમાં હોવી જોઈએ."

રામનાં ઘણાં વાક્યો અધૂરાં જ મરી ગયાં.

૩૨

એક દિવસ મુંબઈ અંધાર્યું. આકાશ રૂમીની ચામડીનો જેવો રંગ પકડવા લાગ્યું. વીજળીઓ થઈ. ભીની માટીની સુગંધ આવી. ધોળા દિવસે જન્મેલા અંધારામાં વાહનોને લાઇટ્સ ચાલુ કરવી પડી.

મોટા મોટા ગગડાટ થવાનું શરૂ થયું. રસ્તાની કિનારી પર ચાલતા રૂમીના શરીર સાથે ઠંડી હવા અથડાઈ. આખા મુંબઈની વચ્ચે આ બાળક પોતાના અવિરત ચાલતા પગને થંભાવીને, આંખો બંધ કરીને, પોતાના સૂકા હાથ ફેલાવીને, આકાશ તરફ ચહેરો રાખીને ઊભો રહ્યો.

શહેરમાં ખામોશી ભરી હતી. થોડાં વધેલા પક્ષીઓ આકાશમાં ઊડતાં-ઊડતાં પોતાના ઘરે ભાગી રહ્યા હતા. ટ્રાફિક ધીમો અને શાંત પડી ગયો હતો. થાકેલી ટ્રેનોના અવાજ આવતા હતા. બાળકો સ્કૂલની રિક્ષામાંથી બહાર જોઈને ખુશ થઈ રહ્યાં હતાં. એરપોર્ટ પરથી ઊડીને આકાશમાં અંધારામાં ગયેલા પ્લેનમાંથી મુસાફરો તેમની બારીથી નીચે દેખાતા આછા અંધકારભર્યા મુંબઈને જોઈ રહ્યા હતા.

કાળા ડામર જેવાં વાદળોએ શહેરને ઘેરી લીધું હતું. આકાશમાંથી ઝીણી-ઝીણી બુંદો રૂમીના તડકાથી દાઝેલા ચહેરા બેસવા લાગી. અને પછી ધીમેથી ધોધમાર વરસાદમાં શહેર ઝૂમી ઊઠ્યું.

એક ડોશી વૃદ્ધાશ્રમની છત પર એકલી નાચી રહી હતી. પોતાના બંને હાથ ફેલાવીને તે ગોળ-ગોળ ફરી રહી હતી. એક યુવાન લાકડાની બારી પાસે પોતાના વૃદ્ધ બાપને પહેલો વરસાદ દેખાડવા તેડીને ઊભો હતો. અમુક બાળકો રસ્તા પર આવીને નાચી રહ્યાં હતાં. કોઈ એકલો મ્યુઝિશિયન છત પર ચડીને છત્રી નીચે ગિટાર વગાડી રહ્યો હતો. દરિયાકિનારે એક બાળક પોતાની મમ્મીની આંગળી પકડીને ગભરાતું ચાલી રહ્યું હતું. એક જહાજ કિનારે આવવા તડપતું હતું. જહાજ અંદર ખલાસી પોતાની દીકરીને યાદ કરતો હતો. એક ઊંચી ઇમારત પર ચડેલો યુવાન આત્મહત્યા કરવા જઈ રહ્યો હતો. ઝૂંપડાના બારણે બેઠેલી એક વેશ્યા તેના બાળકને એકડા

શીખવતી હતી. શહેરમાં માણસો અને પાણી બંને ભાગવા લાગ્યાં હતાં.

રૂમીએ શિયાળો અને ઉનાળો આ શહેરમાં કાઢ્યા હતા. અત્યાર સુધી એનું શરીર નાહ્યું ન હતું. ચોમાસાના આ પહેલા વરસાદમાં તેના શરીર પરનો કાળો મેલ જમીન પર વહી રહ્યો હતો. કાળી ચડ્ડી, ગંધાતો પાછળનો ભાગ, ખરજવાના મોટા મોટા ડાઘ પરનાં લોહી ધોવાઈ રહ્યાં હતાં. વાળમાં ચઢેલી રેતી અને જીવાત ધોવાઈ રહ્યા હતા.

રૂમીએ શરીર પર ગળા સાથે લબડતો શર્ટ ખેંચીને ફેંકી દીધો. શરીર પર હવે માત્ર કાળી ચડ્ડી હતી.

શરીરને મળેલી ઠંડકથી આનંદમાં આવીને એ વરસાદમાં ડાન્સ કરવા લાગ્યો. તે નાનકડા રસ્તા પર વાહનો ઓછાં જતાં હતાં. વાહનોની અંદર બેઠેલા લોકો રૂમીને જોઈને હસી રહ્યા હતા. રૂમી હાથ-પગ આમ-તેમ ઉછાળીને આસપાસ પાણી ઉડાડી રહ્યો હતો. હરખના શબ્દો નહીં, રાડો હતી. તે ચારેબાજુ જોઈને નાચતો-નાચતો બૂમો પાડી રહ્યો હતો. ભૂખ પણ યાદ આવતી ન હતી.

એક નાનકડી ખુશીની ક્ષણ અહેસાસ કરાવી રહી હતી કે એ કેટલા કાતિલ દુઃખમાં હતો.

*

પીગળેલા નીલમ જેવું આકાશ, ઠંડી હવા, ગહેરો સન્નાટો અને આ પાગલનો નાચવાનો અવાજ.

સાંજ પડવા આવી હતી.

નાચી-નાચીને થાકેલા રૂમીના પેટનો ખાડો વધતો જતો હતો. હવે તે ભૂખને લીધે ખાવાની શોધમાં આમતેમ ભટકતો હતો. આજે કચરો અને કચરાપેટી પાણીથી ભરાઈ ગયાં હતાં. રસ્તા પર ભરાયેલા પાણીમાં પ્લાસ્ટિક તરતું હતું. રૂમી માટે ખાવાલાયક વસ્તુઓ ભીંજાઈ ગઈ હતી. હાથમાં લેતાં જ તૂટીને પડી જતી હતી. દૂરથી કોરા લાગતાં બ્રેડ અને વડાપાંઉના ટુકડાને સ્પર્શતાની સાથે જ ભીનો લોટ બની જતા હતા. ઠંડી હવાને લીધે ભૂખ વધતી જતી હતી.

અડધું શહેર હેરાન હતું. ઝૂંપડીઓમાંથી પાણી બહાર ફેંકાતાં હતાં.

પવન ખૂબ હતો. રસ્તા પર ટ્રાફિકજામ હતો. મોટાભાગના વિસ્તારોમાં વીજળી જતી રહી હતી.

ઠંડી હવામાં રૂમી જે રસ્તે ખાવાનું શોધતો ચાલી રહ્યો હતો ત્યાં રસ્તા પર રૂમીના ગોઠણ સુધી પાણી પહોંચી ગયું હતું. પાણીમાં ચાલવામાં ભૂખ્યા પેટે તકલીફ પડી રહી હતી. રસ્તાના ડિવાઈડર નજીક ઊભેલી એક સરકારી બસ બંધ પડી ગઈ હતી.

રૂમી ડિવાઈડર પર ચડ્યો, અને પેલી બંધ બસની બારી પાસે ઊભો રહી ગયો. બસમાં બેઠેલા બધા જ શાંતિથી રૂમી સામે જોઈ રહ્યા હતા. સાંજના અંધારામાં વાહનોની લાઇટમાં રૂમીનો ભીનો ચહેરો બધાને દેખાઈ રહ્યો હતો.

બસમાં બારી પાસે બેઠેલી એક સ્ત્રી રૂમીની સામું જોઈ રહી. રૂમીએ પણ તેને જોઈ. બંને એકબીજાને જોતાં રહ્યાં.

રૂમીએ આદતવશ ભીખનો હાથ લંબાવ્યો.

એ સમજી ગઈ. તેણે પોતાનું ખભે લટકાવેલું, બપોરે ન ખાધેલું ટિફિન ખોલ્યું. સૌથી ઉપરના ડબ્બામાં પુરીઓની થપ્પી હતી. તેણે પહેલો ડબ્બો ઊંચો કર્યો. બીજા ડબ્બામાં બટાકાનું રસાવાળું શાક હતું. રસા પર મરચાની કટકીઓ તરી રહી હતી. બારીમાં ઘૂસી જતા વરસાદની બુંદો શાકમાં પડવા લાગી.

પાછળના વાહનો હોર્ન કરી રહ્યાં હતાં. બસ આગળ ચાલી શકે તેમ ન હતી. બસની બાજુમાંથી એક પછી એક વાહન આગળ જવા લાગ્યાં હતાં.

સ્ત્રીએ ટિફિન બંધ કરી દીધું. રૂમીનો ખુશ થયેલો ચહેરો અને વધુ ઊંચો થયેલો હાથ નીચે પડી ગયા. સ્ત્રી પોતાની સીટમાંથી ઊભી થઈને ટિફિન લઈને બસના બારણા પાસે ગઈ.

"તેરા નામ ક્યા હૈ?" તેણે બારણેથી પૂછ્યું. જવાબ ન મળ્યો. રૂમી સ્થિર આંખોથી સ્ત્રીના કોમળ, ભોળા ચહેરાને જોઈ રહ્યો હતો.

"ભૂખ લગી હૈ બેટા?" રૂમીની સ્થિરતા જોઈને તેણે ચિંતાભર્યું હસીને પૂછ્યું. રૂમીએ ફરી તેની સામે હાથ લંબાવ્યો. રૂમીની પાંપણ પણ બંધ

થઈ રહી ન હતી.

"અરે ઓ બહેનજી...જલદી સે સીટ પે બેઠો. અભી ગડ્ડી ચાલુ હો જાયેગી." બસનો કંડક્ટર બરાડી ઊઠ્યો.

સ્ત્રી એ સાંભળીને બસમાંથી નીચે ઊતરી ગઈ. હવે તે ભીની થઈ રહી હતી. રૂમીની બાજુમાં ઊભી રહી તે રૂમીને જોવા લાગી.

"આંટી...યે છોરા કુછ ભૂખા-બૂખા નહીં હૈ. ઇસે દો રુપયે દો તો યે હજાર માંગતે હૈ." બારીમાંથી બહાર ડોકું કાઢીને કોઈ બોલ્યું.

"બહનજી...અંદર આ જાઈયે. હમ ઐસે બચ્ચો પર રહમ ખાયેંગે તો ઉનકી કમાને કી ઉંમર હોગી તબ ભી વો ભીખ હી માંગતે રહેંગે." પાછળથી એક યુવાન બોલ્યો.

પરંતુ પેલી સ્ત્રીએ રૂમીનો ભીખ માટે લંબાયેલો હાથ પકડ્યો. તેણે રૂમીને હળવેથી ડિવાઈડર પર બેસાડ્યો. રૂમી પોતાના બંને પગ રસ્તાના પાણીમાં બંને તરફ ડુબાડીને ડિવાઈડર પર બેસી ગયો. તે પોતે પણ ડિવાઈડર પર એક તરફ બેઠી. પોતાની પાસે રહેલી કાળી છત્રી ખોલી. છત્રી તેણે રૂમીને હાથમાં આપી. રૂમી બંને હાથથી છત્રી પકડીને એ સ્ત્રીની આંખોને જોઈ રહ્યો. રૂમીએ અજાણતાં જ તે સ્ત્રી પર છત્રી રાખી હતી. આખી બસ આ બંનેને જોઈ રહી.

"તુઝે ખાના હૈ ના બેટા?" તેણે રૂમીના ભીના ગાલ પર હાથ મૂકીને મુસ્કુરાઈને પૂછ્યું.

પેલી સ્ત્રીએ ટિફિન ખોલ્યું. શાકનું ખાનું આગળ મૂક્યું. પૂરીઓ ઊંચકી.

"તુઝે બહોત ભૂખ લગી હૈ? મુઝે ભી બહોત ભૂખ લગી હૈ. લેકિન મેં ઘર જા કે ખાના બના લૂંગી." કહીને તેણે પૂરીનું એક બટકું તોડીને શાકમાં બોળ્યું, અને મુસ્કુરાઈને રૂમીના હોઠ પાસે પોતાના હાથે ધર્યું.

રૂમીએ મોઢું ખોલ્યું. વાત્સલ્યથી ભરાઈ ગયું. જીભ મમતાને ચાખી ગઈ. આંખો આંસુથી ભરાઈ ગઈ. છાતી વહાલથી છલકાઈ ગઈ. સામે ખવરાવનારીના ચહેરા પરની ભીનાશ એક ભૂખ્યાના પેટને ઠારતી હતી.

બીજો ટુકડો તેણે શાકમાં બોળ્યો. પોતે ખાધો. રૂમી હસી પડ્યો.

"અચ્છા હૈ ના?" સ્ત્રીએ પૂછ્યું. રૂમીનો ચહેરો માત્ર હસી જ આપી

શક્યો. જવાબ એ જ હતો. ફરી-ફરી તે રૂમીને પૂરી-શાક ખવરાવવા લાગી. રૂમી આંસુ પાડતો જમવા લાગ્યો.

બસમાં સૌ એકબીજા સામે જોઈને નેણ ઉછાળતાં હતાં. કોઈ-કોઈ કહેતું હતું:

"ભિખારિયોં કો સર પે ચઢાના અચ્છા નહીં હોતા. યે લોગ તો શહરમેં બઢતે હી જાતે હૈં."

"ઐસે ગંદે બચ્ચે કે પાસ ભી કોઈ કૈસે બૈઠ સકતા હૈ?"

બસ ચાલુ થઈ. સૌ કોઈને શાંતિ થઈ.

પરંતુ હજુ પેલી સ્ત્રી ત્યાં જ હતી. રૂમી કોળિયે-કોળિયે ઘણું બોલવા માંગતો હતો. જાણે કહેતો હોય કે:

"મમ્મી...મુસ્કાન...તું ક્યાં ગઈ હતી આટલા દિવસ? મને એકલો મૂકી દીધો? તું અને અબ્બા ક્યાં ગયાં હતાં? મમ્મી...તું મને જમાડીને ગળે વળગાડીને સુવડાવી દેને. મને ગોદડું ઓઢાડીને તારી ગોદમાં માથું રાખવા દેને. મમ્મી...તું મને રોજ આમ ખવરાવવા આવતી રહીશ?"

બસનો ડ્રાઇવર લીવર દઈને એન્જિન ગરમ કરી રહ્યો હતો. બસમાંથી કોઈએ બેસી જવા માટે સ્ત્રીને બૂમ પાડી, પરંતુ તેણે જવાબ આપ્યો નહીં. ડિવાઈડરની ધાર સુધી ભરેલા પાણીમાં બસ અને પછી બીજાં વાહન આગળ જવા લાગ્યાં. વાહનોની લાઇટના અજવાળામાં બધાએ રૂમીને જમાડતી સ્ત્રીનું દશ્ય જોયું. સૌ કોઈ પોતપોતાના વિચારો બબડતું હતું.

બધી પૂરીઓ ખલાસ થઈ ગઈ. રૂમી પેટ ભરીને જમ્યો હતો. પેલી સ્ત્રીને પેટ ભરીને સંતોષ અને ઠંડક મળી હતી. થોડીવાર પછી એ બોલી:

"બેટા, તું છાતા રખ. મુઝે ઉસકી જરૂરત નહીં હૈ. તુઝે અગર બારીશમેં ભીગ કર ન્યુમોનિયા હો ગયા તો?"

રૂમી મુસ્કુરાયો. સમજાયું નહીં.

"તુઝે પતા હૈ? મેરા બેટા તેરે જૈસા હી થા." એ કંઈક વિચારતી હતી. રૂમીના ગાલ પર ફરીથી હાથ ફેરવીને તે ગાજતાં વાદળોના અવાજ

વચ્ચે એ બોલી:

"મૈં તુઝે ઇધર હરરોજ ખાના ખીલાને આઉંગી. ઠીક હૈ? તૂ મેરા ઇન્તઝાર કરના. અભી તો મુઝે ઘર પે ભી ખાના બનાના હૈ, ઇસ લિયે નીકલતી હૂં. અચ્છા હુઆ આજ દોપહર મૈંને ટિફિન ખાયા નહીં થા. તુઝે ખાના મિલ ગયા." કહેતી તે ઊભી થઈ. પોતાની પલળેલી સાડીનો છેડો નિચોવીને તે બોલી:

"મૈં કલ આઉંગી. અભી તો મેરે પાસ તુઝે દેને કે લિયે છાતા ઔર મેરે આશીર્વાદ કે સિવા કુછ નહીં હૈ."

રૂમી ચૂપચાપ બધું સાંભળતો રહ્યો. વિચાર જન્મતો જ ન હતો. ઠંડી હવામાં છત્રી પકડીને હાથ થોડા ધ્રૂજતા હતા. વરસાદ બંધ થયો હતો, પરંતુ આકાશ હજુ પણ ગાજતું હતું.

"તો મૈં નીકલું?" તે રૂમીને હાથ હલાવીને હસીને 'ટાટા' કહી રહી હતી. તે એક રિક્ષામાં બેસી ગઈ.

ત્યાં અચાનક રૂમી રિક્ષાની પાછળ ડિવાઈડર પર ચડીને ચાલવા લાગ્યો. ડ્રાઇવરે અરીસામાં પાછળ છત્રી લઈને આવતા રૂમીને જોયો.

"બહેનજી...વો લડકા હમારે પીછે આ રહા હૈ..."

"ના ભૈયા. જાને દો. વો અભી રુક જાયેગા." તે પાછળ જોયા વિના દબાયેલા અવાજે બોલી.

રૂમી ઊભો રહ્યો. છત્રી હાથમાં હતી. ચહેરા પર કંઈક પોતાનું દૂર થતું હોય તેવી ચિંતાભરી રેખાઓ હતી.

"મા..." તેના હોઠ બબડ્યા. હૃદય બોલ્યું. મગજ ચૂપ હતું. રૂમીએ ઊભા રહીને છત્રી પાછી આપવા માંગતો હોય તેમ છત્રી આગળ કરી. પાછળથી એક ધસમસતી બાઇક તેના પર પાણી ઉડાડતી ગઈ. એ રાત ત્યાં ડિવાઈડર પર જ પસાર થઈ. બીજે દિવસે સવારે છત્રી ત્યાં જ ખુલ્લી છોડીને તે શહેરમાં ઊપડી ગયો હતો.

બીજે દિવસે મા આવી, પરંતુ દીકરો અલગ દુનિયામાં જતો રહ્યો હતો. ટિફિનમાં ભરેલી રોટલી અને શાક ખવાયા કે ચવાયા વગરનાં જ પડ્યાં રહ્યાં.

33

એ વરસાદ પછી બફારા અને ઉકળાટના દિવસોની શરૂઆત થઈ.

રૂમી બબડતો-બબડતો ચાલતો. કયા વિસ્તારમાં ઊભો રહે તે નક્કી ન હતું. ક્યારેક બગીચાની બેંચ પર સૂતો રહેતો. ક્યારેક કોઈ ઇમારતને ફર્યા કરતો. ક્યારેક બીડી-સિગારેટનાં ઠૂંઠાં વીણ્યા કરતો. એક પછી એક બીડીને ચોળીને બળેલી તમાકુ હથેળીમાં ભેગી કરતો. હથેળીમાં ભેગી થયેલી બળેલી તમાકુ તે મોઢામાં મૂકી દેતો. તમાકુ ખાઈને ખુશ થતો કારણ કે તમાકુ જીભ પર આવે એટલે તેના સતત બડબડાટ કરતા હોઠ ચૂપ થઈ જતા. તેને ગમતું. સૂકા શરીરમાં નશો અને જુસ્સો આવતો. તમાકુને લીધે જ્યારે ચક્કર આવે ત્યારે આપોઆપ ગમે ત્યાં સૂઈને આંખો બંધ કરી દેતો. લાંબી ઊંઘ આવી જતી. પેટમાં ભૂખ ન લાગતી.

બીજા વરસાદમાં પાણીમાં બીડીના ઠૂંઠાં તરીને દૂર ચાલી ગયેલાં. જે સિગારેટ-બીડી હાથમાં લેતો તેમાંથી તમાકુના રંગનું પાણી બહાર આવતું. ખાવા માટે ખૂબ જ ઓછી વસ્તુ બચી હતી. કચરાપેટીઓ સડીને વાસ મારતી હતી. દરિયા પાસે વસેલું મુંબઈ ચોખ્ખું હતું એટલે અહીં રૂમી ભૂખ્યો રહેતો હતો. કોઈ જગ્યાએ તેને કૂતરાઓ પાસે બેસીને બિસ્કિટ મળી જતાં. કોઈ વળી લાકડી મારતું. ચોમાસાની વરસાદ પછીની રાત્રીઓ ખરાબ પસાર થતી. તે ક્યાંય ભીનામાં સૂતો હોય તો બાજુમાં કૂદાકૂદ કરતા દેડકા કે રૂમીને ડરાવતાં અળસિયાં આવી જતાં. ઠંડો પવન આવતો. અડધી ઊંઘમાંથી જગાડી દેતું વરસાદનું ઝાપટું આવી જતું. લાંબા ભીના વાળમાં ખંજવાળ આવવા લાગતી. શરદી, ખાંસી અને તાવ આવી જતાં.

પેલા હત્યાકાંડે દઝાડેલાં જીવન ધીમે-ધીમે સમયનો મલમ પામીને સાજા થઈ રહ્યાં હતાં, પરંતુ આ શહેરમાં ફેંકાઈ ગયેલું આ બાળકનું જીવન તેના ખરજવાની જેમ જ વકરતું જતું હતું. ચોમાસાની ગંદકી અને ભેજમાં શરીર ખાંસી ખાઈને અડધું થઈ ગયું. ફૂટપાથ પર તે હાંફતા કૂતરાની જેમ પડ્યો રહેતો. ત્યાં સૂવા આવતાં બીજા મજૂરો અને ગરીબો રૂમીની

સ્થિતિ જોઈને તેની બાજુમાં જતાં પણ ગભરાતા હતા. કોઈ આવીને રૂમીને ધાબળો ઓઢાડી જતું. આવી તો કેટલીયે રાત્રીઓ પસાર કરવાની હતી. કોઈ ઓવરબ્રિજની નીચે બેસીને ધ્રૂજવાનું હતું. કોઈ ઇમારતની ભીંતને ચોંટીને સૂતું રહેવાનું હતું.

સામાન્ય જિંદગીઓથી આ વાર્તા ખૂબ દૂર હતી. અંધારી વાર્તા હતી.

આ જિંદગીઓ, ફૂટપાથ પર મોટી થતી દાસ્તાનની અનુભૂતિ કરવા પીડાતા બાળકના શરીરમાં પ્રવેશવું પડે. એની છાતીમાં ભરેલી કાળી શૂન્યતાને પોતાની કરવી પડે. એ ધ્રુજાવી દેતી એકલતા. ત્યાં અંદર પડેલી ધીમે-ધીમે મરતી આશાઓ. પાગલોની છાતીમાં આશા સૌથી છેલ્લે મરનારી લાગણી હશે. એક બટકું રોટલી માટેની આશાઓ. સાંજે શરીર મૂકીને આંખ બંધ કરી શકાય તેટલી જગ્યા માટેની ઝંખનાઓ. સવાર પડવા સુધી સંઘરી રાખેલા શ્વાસો. મારું પોતાનું કોઈ મળી આવે...મને ભેટી પડે...ચૂમી લે... કલ્પનાભરી સંવેદનાઓ. અડધા રોકાયેલા ઊડી જવાને વારે-વારે પૂછતા આતુર શ્વાસ. છાતીમાં ઊંડે સુધી ભરાયેલા ગરમ આંસુના કૂવાઓ. ડર... આગલી ક્ષણે મરી જવાનો ડર. સવાર સુધી જીવી જવાનો ડર. સાજા થવાનો ડર. સાજા થઈને ફરી ભટકવાનું ડરામણું દૃશ્ય.

અહીં મૃત્યુનો ડર ન હતો. જિંદગીનો ડર હતો.

*

જિંદગીમાં અમુક અજીબ પ્રસંગ બનતા.

એક દિવસ રૂમી એક નવી ખોદાયેલી ગટરની બાજુમાં પડેલી ઉલેચાયેલી માટીના ઢગલા પર બેઠો હતો. વરસાદથી ભીની સુગંધી માટી તે પોતાના ખરજવા પર લગાવી રહ્યો હતો. માટીને હાથમાં લઈને ગળા પર મૂકીને તે ઘસ્યા કરતો હતો. માટી ઘસીને તેને બળતરા પણ ન થતી, અને મજા પણ આવતી. પોતાનું આખું શરીર માટીથી ખરડાઈ ગયું હતું. આખો દિવસ તે ત્યાં બેસી રહેતો. પોતાની ચડ્ડી અંદર પણ તે માટી ભર્યા કરતો. ઠંડી માટી ચડ્ડી અંદર ભરીને તેની ઠંડક લઈને તેને મજા આવતી.

એકવાર તેને શું સૂઝ્યું કે તે માટીને પોતાના બે હાથ વચ્ચે દબાવીને ગોળા બનાવવા માંડ્યો. એ રમત મજાની હતી. ગોળા બનાવવામાં સમય

પસાર થઈ રહ્યો હતો. મન તાજગી અનુભવતું હતું. ભૂખ લાગતી ન હતી. બસ...રૂમીને બીજું કશું જોઈતું ન હતું. ભૂખ લાગવી ન જોઈએ.

રાત્રીના મોડે સુધી તે ત્યાં બેઠા-બેઠા માટીના નાનકડા ગોળા બનાવતો રહ્યો. છેલ્લા ઘણા દિવસ પડેલા વરસાદનું પાણી શોષીને ભીની થઈ ખોદાયેલી માટીમાંથી કેટલાયે ગોળા બનાવીને તેણે પોતાની આસપાસ ગોઠવી દીધા હતા.

સવાર થઈ ગઈ. હજુ તેને ઊંઘ આવી ન હતી. સવારમાં ગટર ખોદતા મજૂરોના બાળકો આવ્યા. રૂમીની આસપાસ નાનકડા ગોળાઓનો ઢગલો જોઈને બધાને મજા પડી ગઈ. મોઢામાં તૂટી ગયેલા બ્રશ ભરાવીને તે બધા રૂમીથી દૂર ટોળું વળીને રૂમીને જોવા લાગ્યા. રૂમી બબડતો હતો અને નીચે જોઈને ગોળાઓ બનાવ્યે જતો હતો. બાળકોને ખબર પડી ગઈ કે આ આખા શરીર પર માટી લગાડેલો કોઈ ગાંડો છે. બાળકો રૂમીની પાસે ગયા. રૂમીએ તેમને જોયા એટલે એ હળવું હસ્યો અને પોતાના કામમાં પાછો જોડાઈ ગયો, પણ બાળકો જ્યારે નજીક આવીને રૂમીએ બનાવેલા માટીના ગોળાઓ ઉઠાવવા લાગ્યા ત્યારે રૂમીનું મગજ થોડું ચાલ્યું. રૂમીને પોતાની મહેનત બીજા કોઈ લઈ જાય એ પસંદ ન હતું. એ રાડ નાખીને ઊભો થયો. બાળકો જેટલા ગોળા હાથમાં આવે એટલા લઈને ભાગ્યા. તે બધાને લૂંટવાની મજા પડી, પરંતુ રૂમીને પોતાની મહેનત કોઈ ચોરી જાય એ પસંદ ન હતું! એણે પોતાના હાથમાં રહેલો હજુ પૂરો ગોળ ન બનેલો ગોળો પેલા ભાગતા બાળકો તરફ ફેંક્યો. એક છોકરીને માથામાં ચોંટી ગયો.

બધા છોકરાઓ તાળીઓ પાડવા લાગ્યા. જેને વાગ્યો હતો એ છોકરી ઊભી ઊભી મૂંગું રડવા લાગી. બદલો તો લેવાનો જ હતો. રૂમી બેસી ગયો હતો, અને નવા ગોળાઓ બનાવવા માંડ્યો હતો. પેલા બાળકો બદલો લેવા માંગતા હતા, પરંતુ રૂમી પાસે જવું સલામત ન હતું. એ બધાએ છેવટે પ્લાન કરીને લૂંટેલા ગોળાઓ રૂમી તરફ ફેંકવા માંડ્યા!

રૂમીને તડાતડ અવાજ સાથે ચીકણી માટી માથામાં, પેટ પર, પીઠ પર ચોંટી ગઈ.

આહા...! રૂમી એકદમ ઉત્સાહિત થઈ ગયો. તે ઊભો થયો. ઊભા થતાની સાથે જ એક જૂનું દૃશ્ય રૂમીના મગજમાં આવીને જતું રહ્યું. તેને મહિનાઓ પહેલા સ્કૂલના બાળકોએ પથ્થર મારીને ખુશ કરી દીધેલો એ દૃશ્ય. દૃશ્ય આવીને જતું રહ્યું અને ધીમેથી મગજમાં ફરી શૂન્યતાનો સન્નાટો થઈ ગયો.

રૂમી લાંબો નિ:સાસો ભરીને પેલા બાળકો સામે ઊભો રહી ગયો. બાળકોએ ગોળા ફેંક્યા. રૂમીને વાગ્યા. થોડી મજા આવી. ફરી ઘા થયા. ગોળા પગ પર વાગ્યા. બસ...દિલમાં ખુશીઓનો ચમકારો થયો! તે પોતાની જગ્યા પર ઊભો રહીને આનંદથી મોટા-મોટા અવાજ કરતો ગોળાઓને પગથી રોકવા લાગ્યો. હવે ગોળાઓ વાગતા ન હતા. રૂમી ખુશ થતો ગયો. બાળકો પાસે ગોળા પૂરા થઈ ગયા તો રૂમી સામે ચાલીને ગોળાઓનો ખોબો ભરીને તેમને આપી આવ્યો. ખૂબ મજા પડી ગઈ. બાળકો પણ ખુશ થઈ ગયાં. થોડીવારમાં રૂમીનું આખું શરીર માટીવાળું થઈ ગયેલું.

છેવટે બાળકો થાક્યાં. કેટલાકને ખભે સ્કૂલ-બૅગ ભરાવી સ્કૂલનો સમય થઈ ગયો. અમુકને ખભે કોથળી ભરાવીને શહેરના ઉકરડા પર જવાનો સમય થઈ ગયો. પાછળ વધેલા એકલા રૂમીને પાછા ગોળાઓ બનાવવાનો સમય થઈ ગયો.

રાત આખી જાગીને તેણે ગોળાઓ બનાવ્યા. બીજે દિવસે બપોર પછી ગટરનું કામ કરાવનાર ઊંચો-જાડો કૉન્ટ્રાક્ટર આવ્યો. રૂમીને જોઈને પોતાના રાખેલા મજૂરોમાંથી કોઈનો છોકરો હશે એવું સમજીને તે કહેવા લાગ્યો:

"ઓ બચ્ચે...કિસકા પોતા હૈ તૂ?"

"તૂ?" રૂમીએ બબડી નાખ્યું. પેલો ગુસ્સે થયો.

"પીછવાડે પે એક દૂં ક્યા?"

"દૂં?" રૂમીએ હસીને કહ્યું. કૉન્ટ્રકટર વધુ ગુસ્સે થતો હતો. તેણે રૂમીની બાજુમાં ઊભા રહી બે-ત્રણ વાર ત્યાંથી ઊભા થવા કહ્યું, પરંતુ રૂમી પીળા તમાકુવાળા દાંત બતાવીને હસ્યા કરતો હતો.

રૂમીને એક વસ્તુ બરાબર મગજમાં ઘૂસી ગઈ હતી કે કોઈને તે માટીનો ગોળો મારતો એટલે સામેવાળો તેને સામે મારતો. રૂમીને તો મજા પડતી હતી!

"ફટાક...!" એક ગોળો સીધો પેલા મૂછવાળા કૉન્ટ્રાક્ટરની મૂછ પર આવ્યો. ચહેરો ભરી મૂક્યો. બીજો ગોળો એનાં સફેદ શર્ટ પર આવ્યો. ગોળો ફાંદ સાથે અથડાઈને નીચે પડ્યો, અને પાછળ મોટો ડાઘ મૂકતો ગયો. પેલો આદમી થોડીવાર તો ડરી જ ગયો. રૂમી માટી ચોંટેલા ગટરના સૂવર જેવો લાગતો હતો.

કૉન્ટ્રાક્ટર દૂર ચાલ્યો ગયો. રૂમી નિરાશ થઈ ગયો. બધી મહેનત કરી છતાં પેલાએ સામે ગોળા ફેંક્યા જ નહીં!

પરંતુ એકાદ કલાક પછી એક પીળું, લોખંડના લાંબા હાથવાળું અને મોટા ટાયરવાળું મશીન આવ્યું. છેક રૂમીના માથા પાસે એ લોખંડના મોટા દાંતાવાળી ડોલી ઊભી રહી. રૂમી તો ડરથી જ બેઠો-બેઠો ઢસડાઈને દૂર ભાગી ગયો. એ મશીન અર્થ-મુવર હતું. મશીને પોતાના લોખંડનો હાથ રૂમીના બધા જ ગોળા પર માર્યો, અને ગોળાઓ ભાંગીને માટી બની ગયા. રૂમી તો ડઘાઈ ગયો. તે મશીન પાસે રાડો નાખતો ગયો. મશીન ચલાવતો પેલો કૉન્ટ્રાક્ટર નીચે ઊતર્યો. રૂમીને પકડીને મશીનની ડોલીમાં બેસાડ્યો. રૂમી હજુ નીચે ઊતરે એ પહેલાં જ પેલાએ ડોલીને ઊંચી કરી. ડોલીમાં રૂમીને એકદમ ઊંચે હવામાં લઈ જઈને એ ભાઈએ મશીનને ચારેબાજુ ફેરવ્યું. અંદર રૂમીએ ગભરાઈને ખૂબ રાડો નાખી.

છેવટે થાકીને પેલા વ્યક્તિએ ડોલી નીચે કરીને એક ઊંચી હૉસ્પિટલની દીવાલ પાસે હળવેથી ડોલી ત્રાંસી કરીને રૂમીને ઠાલવી દીધો. રૂમી ત્યાં જ પડ્યાં-પડ્યાં થાકીને સૂઈ ગયો.

*

બીજી સવારે રૂમીની આંખ ખૂલી. માથું જેના ટેકે હતું એ એક મોટી ઊંચી હૉસ્પિટલની દીવાલ હતી. પરોઢે ઝરમરિયો વરસાદ પડ્યો હોવાથી હૉસ્પિટલની ઊંચી છત પરથી પાણીનાં ટીપાં રૂમીની છાતી પર પડી રહ્યાં હતાં.

રૂમીની સામે વિશાળ મેદાન હતું. મેદાન જ્યાં પૂરું થાય ત્યાં દૂર મકાનોની લાઇન હતી. એ મકાનો પાછળ સૂરજ ધીમે-ધીમે વાદળાંઓ બહાર ડોકાઈ રહ્યો હતો. એનાં ત્રાંસાં કુમળાં કેસરી કિરણો રૂમીની આંખો પર પડ્યાં.

રૂમી પોતાની અંદર ચાલી ગયેલી છાતી પર હાથ મૂકીને આકાશમાં જન્મ લેતા નાનકડા સફેદ વાદળને જોઈ રહ્યો. વાદળાંઓ આસપાસ પંખીડાં ઊડતાં હતા. વાદળ નવા-નવા આકાર લઈ રહ્યું હતું. એકલું હતું. રૂમીની જેમ.

ટપ...ટપ...ટપ...

રૂમીની છાતી પર છત પરથી પાણીની ધીમી ધાર થઈ. એ ખુશ થયો. ઠંડા પાણીના સ્પર્શથી તેના શરીર પર રુંવાટી ઊભી થઈ જતી હતી. એક પછી એક ટીપાં રૂમીની છાતી પર પડતાં અને છાતી બોદો અવાજ કરતી. રૂમીને એ અવાજ ગમ્યો. તેણે ટીપાની ધારથી થોડા દૂર ખસીને પડતી બુંદો નીચે હથેળી રાખી. રૂમીની સફેદ લોહી વગરની હથેળીની બરાબર વચ્ચે પાણીની ધીમી ધાર પડીને અવાજ કરવા લાગી. હથેળી પર પડતાંની સાથે જ દરેક બુંદ તૂટી જતું હતું અને બીજાં હજારો ઝીણાં બુંદમાં ફેરવાઈને હથેળીની ચારે તરફ ઊડી જતું હતું. સૂરજનાં કિરણોમાં એ હજારો ઝીણીઝીણી બુંદો હવામાં ઊડતી દેખાતી હતી.

એ સાથે જ રૂમીની હથેળી પરથી ઊડતી પાણીની ઝીણી બુંદોમાં સૂરજના ત્રાંસા કિરણોને લીધે મેઘધનુષ્ય રચાયું!

અહો! સાત રંગોમાં એ નાનકડું મેઘધનુષ્ય રૂમીની આંખોથી સહેજ જ દૂર હતું. રૂમીની હથેળીમાં એ જન્મ પામ્યું હતું! રૂમીની ટચલી આંગળી પાસેથી શરૂ કરીને રૂમીના પાતળા કાંડા સુધી તે લાંબુ હતું. પાણીની બુંદોની ભીનાશ અને ધીમા વહેતા પવનમાં આ સાત રંગોની દુનિયા ચમકતી હતી. આંખો મોટી કરીને રૂમી મંદ-મંદ હસતો હતો. ગઈકાલનું દુઃખ યાદ પણ ન હતું. સાત રંગ વિખેરાઈ ન જાય તે માટે તે પોતાની હથેળીને પાણીના ટીપાની નીચે સ્થિર રાખીને બેઠો હશે.

ત્યાં જ એક દશ્ય રચાયું. રૂમીનું હૃદય થોડી ક્ષણો માટે બંધ કરી દેતું દશ્ય. બાળકની આંખોને મોટી બનાવી દેતું ચિત્ર.

મેઘધનુષ્યના એ રંગોમાં રામ અને મુસ્કાન રમતાં હતાં. રૂમી એ ચિત્ર જોઈ શકતો હતો. મુસ્કાન રૂમીને સાદ કરી રહી હતી. ચિત્ર વિખેરાઈ ગયું. રૂમીની આંખો ઝીણી થઈ. રામ આવ્યો. રૂમી સામે જોઈને તે કશુંક

બોલતો હતો. રામ અદશ્ય થઈ ગયો. ફરી મેઘધનુષ્યના રંગો છવાઈ ગયા. ફરી એમાં મુસ્કાન આવી. તે રામને શોધતી હતી. હસતી હતી. રામ આવ્યો. તે બંને એકબીજાના ખભે હાથ રાખીને રૂમી સામે મુસ્કુરાઈ રહ્યાં હતાં. બંને ચાલ્યાં ગયાં. સાત રંગ પાછા સર્જાઈ ગયા. રંગો આગળ-પાછળ થઈને બીજી કોઈ આકૃતિ બનાવી રહ્યા હતા.

ફરી રામ અને મુસ્કાન હસતાં દેખાયાં. ગોધરાના ઘરનું નાનકડું ફળિયું દેખાયું. રૂમી પણ દેખાયો!

રામ ઢીંગલી બનાવતો હતો. મુસ્કાન જ્યાં રોટલા બનાવતી એ ચૂલા અંદર મૂકીને તે ઢીંગલીને તપાવીને મજબૂત કરતો હતો. ઢીંગલીનું નામ 'મુસ્કાન' હતું. રૂમી પાછો રામના હાથરૂમાલની સાડી બનાવીને પોતાની મુસ્કાનને પહેરાવતો! મુસ્કાનના નાક અને કાનમાં તાંબાના વાયરની ગોળ રિંગ બનાવીને પહેરાવતો. ઢીંગલીના હાથમાં ચૂડી અને પગમાં તાંબાના ઝાંઝર પણ પહેરાવતો. મમ્મીની નેઈલપોલિશ ચોરીને પોતાની ઢીંગલીને લગાડી દેતો હતો. રસોડામાંથી બે-ત્રણ ટામેટાં અને ભીંડાની શીંગો લઈને પોતાની પહેલેથી જ બનાવેલી પૂંઠાના ટાયરવાળી રેંકડી પર મૂકતો, અને બાજુમાં પોતાની 'મુસ્કાન'ને ઊભી રાખતો. માટીની મુસ્કાન શાક વેચતી. રૂમી સાદ પાડતો. આખા ઘરમાં બંને શાક વેચતાં. સાંજ સુધીમાં ત્રણ ભીંડાની શીંગ અને ત્રણ ટામેટા વેચી દેતાં. સાંજે થાકેલી મુસ્કાનને પોતાની બાજુમાં સુવડાવી રૂમી મમ્મી પાસે બેસી જતો. મમ્મી રૂમીના અને ઢીંગલીનાં લગ્નગીતો ગાતી.

"અબ...અબા...મ...મ...મમ.ઈ...મમ્મી..." રૂમીની જીભ ધ્રૂજતી બોલી ઊઠી. આટલી ક્ષણોમાં તેનું શૂન્ય દિમાગ દુઃખવા માંડ્યું. રૂમીના ગળામાં ડૂમો બાઝી ગયો હતો. હૃદય ભરાઈ આવ્યું હતું અને શ્વાસ લઈ શકતો ન હતો. હજુ હથેળી પાણી નીચે સ્થિર ખુલ્લી હતી. પોતાની લાલ આંખોમાં પાણી ઊતરી આવ્યાં હતાં.

અચાનક આંખો સામે ઝાંખા મેઘધનુષ્યમાંથી અબ્બા-મમ્મી રૂમી સામે જોઈને મુસ્કુરાયા. રૂમીએ હથેળી બંધ કરી દીધી. બંધ મુઠ્ઠી પોતાની છાતી પર મૂકી દીધી. પોતાના હૃદય ઉપર...

જાણે રામ-મુસ્કાનને મેઘધનુષ્યમાં મૂકીને હથેળીમાં ભરીને પોતાના હૃદયમાં છુપાવી દીધાં.

આંસુઓ આવ્યાં. હોઠ ધ્રૂજ્યા.

"અબ્બા...મ...મમ્મી..." રૂમીએ રાડ નાખી. ગરમ શ્વાસ બહાર આવ્યા.

બસ...એ ઊંઘી ગયો. કદાચ.

આઘાતથી ભાન ગુમાવ્યું હશે...અથવા...હૃદયમાં બેઠેલા મા-બાપે હાલરડું સંભળાવ્યું હશે.

*

બીજા ચાર વર્ષ વીતી ગયા.

૩૪

રૂમીનું પંદરમું વર્ષ ચાલુ થઈ ગયું.

અબ્બા-મમ્મીને પાણીની બુંદોના બનેલા મેઘધનુષ્યમાં જોયા પછી ચાર વર્ષ નીકળી ગયાં. એમને જોયા પછીનો થોડો સમય જિંદગી કપરી હતી. રૂમીનું મગજ જાણી ગયું હતું. એક વિચાર જન્મી ચૂક્યો હતો કે-અબ્બા અને મમ્મી ક્યાંક હતાં. મારું પહેલાં પણ કોઈ હતું. પોતાનું કોઈ ક્યાંક છે એવો અહેસાસ આ ગાંડાને થઈ ગયો હતો.

હૃદયમાં જીવતી એ આકૃતિ પીડા આપતી હતી. અબ્બા-મમ્મી ક્યાં ગયાં? શું થયું? તે પોતે અહીં કેમ આવ્યો? પોતાનું નામ? પોતે કોણ છે? બધા જ પ્રશ્નો અજાણતાં જ જન્મીને થોડી ક્ષણોમાં જ મટી ગયા હતા. પરંતુ હજુ પેલી આકૃતિ યાદ આવતી હતી.

અંદર ઉદાસી ઘેરી વળી હતી. હૃદયમાં જ્યાં હંમેશાં અંધકાર ભર્યો હતો ત્યાં તે દિવસે એક અમર તણખો થયો હતો. પહેલીવાર જ્યારે રામ-મુસ્કાનને કાચના ટુકડામાં જોયા ત્યારે કાળી કૂતરીની દોસ્તી હતી. રૂમીનું નબળું મગજ તરત જ બધું ભૂલી ગયું. પરંતુ બીજીવાર કોઈ સાથે ન હતું. દિવસ-રાત બસ અબ્બા-મમ્મીના ચહેરાઓ મગજમાં આવીને જતા રહેતા અને રૂમી પાસે માત્ર આંસુઓ છોડીને ગાયબ થઈ જતાં.

એ ચોમાસું વીતી ગયું. શિયાળો આવ્યો. શિયાળો પણ વીતી ગયો. ઉનાળો આવ્યો.

...અને આમ જ ચાર વર્ષ વીતી ગયા.

ચાર વર્ષને અંતે બધું બદલાઈ ચૂક્યું હતું. ચાર વર્ષ પછીનું વિશ્વ અલગ હતું. મુંબઈ પોતાનું જૂનું શરીર છોડીને ભાગી ગયું હતું. હવેનું મુંબઈ રૂમી માટે નવું જ હતું. રૂમી જે રસ્તે રોજ નીકળતો તે રસ્તા પરના માણસો માટે રૂમી જૂનો ગાંડો થઈ ચૂક્યો હતો. રૂમી માટે એ જ રસ્તો રોજ નવો લાગતો.

પંદરમું વર્ષ.

શરીરમાં હોર્મોન્સ ઉત્પન્ન થતા હતા. ઊંચાઈ વધી હતી. શરીર હજુ પણ લાકડી જેવું પાતળું જ હતું. હવે શિયાળામાં ચામડી અને હોઠ ફાંટતા ન હતા. ખભા સુધી પહોંચતા કાળા વાળ મુંબઈની હવાને દોસ્ત બનાવીને ઊડતા રહેતા હતા. અંદર ઘૂસી ગયેલી પાંસળીઓ મોટી બની હતી. છાતી પર ઝીણા વાળ ઊગી ગયા હતા. ખરજવાનાં ચાંદાં હજુ પણ આખી રાત ખંજવાળવા માટે મજબૂર કરતાં હતાં. લાંબા સુકલકડી પગ. શરીર પર નવા ઝીણા વાળ ઊગ્યા હતા. હવે કાળી અને પાછળથી ફાટી ગયેલી ચડ્ડી ચીંથરેહાલ થઈ ગઈ હતી. શર્ટ તો છેલ્લાં ચાર વર્ષથી પહેર્યો જ ન હતો.

જ્યારે ખૂબ ગરમી પડતી અને બડબડાટ ચાલુ થઈ જતો ત્યારે ઘાટો અવાજ નીકળતો. ઘાટા અવાજમાં તે વધુ પાગલ અને ડરામણો લાગતો હતો. કુદરત તેનું કામ કર્યે જતી હતી. પરિવર્તન આવતું જતું હતું.

ઠંડી, ગરમી કે વરસાદ કશું પણ રૂમીના કાળમીંઢ શરીરને સ્પર્શતું ન હતું. વરસાદમાં તે નાહ્યા કરતો પરંતુ તાવ-શરદી લાગતાં જ નહીં. પોતાના યુવાન પેટમાં કશું પણ નાખતો પચી જતું. પેટ બધું જ ભરડી નાખતી ઘંટી હતી. તે દોડતા પણ થાકતો નહીં. હવે તો કૂતરું પાછળ દોડે ત્યારે એ એટલી ઝડપથી દોડતો કે કૂતરું થોડીવારમાં થાકીને હાંફીને બેસી જતું! છેલ્લાં ચાર વર્ષમાં તરુણાવસ્થાને લીધે નવું લોહી ઝડપથી બન્યું હતું, પરંતુ શરીર વધારે કથળી ગયું હતું. ઉનાળાની કાળી બપોરે તે ડામરના રસ્તા વચ્ચે ખુલ્લા પગે ઊભો રહે ત્યારે કાળો લોખંડનો થાંભલો ઊભો હોય એવો પાતળો બની ગયો હતો. શ્વાસ લેતાં ફેફસાં સામે જ દેખાતાં. પાતળી સોટી જેવા હાથ અને ખભા સુધી ઝુલતા લાંબા વાળ, વળી ચાર વર્ષથી ક્યારેય બ્રશ ન કરેલા તમાકુવાળા પીળા દાંત! શરીર ન નાહવાને લીધે ખૂબ જ ગંધાતું. ઉનાળામાં પોતાની બગલ સૂંઘીને જ તે રાડો નાખતો, અને નાક બંધ કરી દેતો.

કમરની બંને તરફના હાડકાને સહારે લટકતી કાળી ચડ્ડી માત્ર લટકતી જ હતી. નીચેના ભાગમાં વાળ ઊગી ગયા હતા. તે ગોળાઈવાળા વાળ જોઈને, સ્પર્શીને તેને પોતાને પણ શરમ આવવા લાગતી હતી. જ્યારે રસ્તાઓ

પર રખડતો ત્યારે તેને સામે મળતાં અમુક માણસો મોઢું ફેરવી લેતાં.

એકાદ વર્ષ તે એક ચર્ચના ગેટ પાસે પડ્યો રહ્યો. ચર્ચનો પાદરી આવીને ખાવાનું અને ઓઢવાનું આપી જતો. અમુક મહિના સુધી તે દરિયાકિનારાની રેતીમાં પડ્યો રહ્યો. અમુક મહિના કોઈ રેલવેસ્ટેશનની આસપાસ.

ઘણીવાર કેટલાયે દિવસો સુધી ભૂખ્યા રહેવું પડતું. છતાંયે પેલી સ્ત્રી જે બસમાંથી ઊતરીને પોતાનું ટિફિન રૂમીને જમાડતી ગઈ...એ ઘટના પછી ક્યારેય રૂમીએ ખાવાનું માંગવા માટે હાથ લાંબો કર્યો ન હતો.

ભૂખ જન્મ લેતી. ભૂખ મોટી થતી. ભૂખ મરી જતી.

ભૂખ રૂમીના શરીરને કથળાવી ગઈ હતી.

ઈશ્વર હજુયે મરેલો હતો. પાગલો માટેનો ભગવાન મરેલો હશે, અથવા પોતે પાગલ હશે, અથવા કોઈ બટકું રોટલી દેનારો પાગલોને મન ભગવાન હશે.

*

છેવટે પાંચ વર્ષના કાળમુખા જીવન પછી એ દિવસ આવી ગયો.

અંત નજીક હતો.

૩૫

"પકડો સાલી કો...ભે**દ" મોટો અવાજ આવ્યો. સાથે વરસાદ ગાજ્યો. એ એક ઠીંગણો, ચારેક ફૂટ ઊંચો, માત્ર ગોઠણ સુધીનો લીલો ચડ્ડો પહેરેલો માણસ હતો. તે જાડો હતો. ગોળ મોટી ફાંદ વધુ પડતી આગળ હતી. ટૂંકા અને જાડા લોહી ભરેલા પગ હતા. તેની કાળી દાઢી છાતી સુધી લાંબી હતી. તેની આંખો ભયાનક હતી. તેના મોટા માથામાં એક પણ વાળ ન હતો. તેનું માથું જાણે ખાઈ ખાઈને મસ્ત બનાવેલા શરીર ઉપર મોટું તરબૂચ મૂકી દીધું હોય એવું જ લાગતું હતું. ગળું જાડું અને ટૂંકું હતું. ચરબીથી ગરદન પર પાછળ ચોસલાં પડતાં હતાં. તે દેખાવમાં ગોરો હતો, પરંતુ ગોળ ચહેરા પર લાંબી કાન સુધીની દાઢી અને મોટી કાળી આંખોથી તે ભયાનક લાગતો હતો. તેની પાછળ તેના ટપોરી જેવા બીજા પાંચ આદમી હતા.

એ વરસાદમાં કોઈ છોકરીનો પીછો કરતો હતો.

સવારના દસ વાગ્યા હતા, છતાં ઘનઘોર વાદળી અંધારું હતું. મુંબઈનો એક ગીચ વિસ્તાર હતો. વરસાદ ગાજવીજ સાથે વરસી રહ્યો હતો. રસ્તાઓ પર પાણી ભરાઈ ગયાં હતાં. વાહનો સ્થિર હતાં.

બહાર રસ્તા પર એક યુવાન છોકરી દોડી રહી હતી. તેના ચહેરા પર કપડું બાંધેલું હતું. માત્ર આંખો દેખાતી હતી. વરસાદમાં તેનું આછું સફેદ ટી-શર્ટ અને જીન્સનું શોર્ટ નીતરતાં હતાં. અંદર પહેરેલી કાળી બ્રા બહાર ઊપસી આવેલી હતી. તેના ખુલ્લા સફેદ લાંબા પગ સડક પરનું પાણી ઊછળતા ફટાફટ દોડતા હતા. તેની આંખોમાં ડર હતો. તે ગભરાયેલી હતી, અને થોડી-થોડી વારે પાછું ફરીને જોતી દોડતી હતી. રસ્તા પરના પાણીને લીધે તેને દોડવામાં વધુ હાંફ ચડતો હતો.

"કહાં જાયેગી બચકે મેરી જાન?" પેલા જાડા-ઠીંગણા માણસે પાછળ દોડતાં-દોડતાં બૂમ મારી. તેનો લીલો ચડ્ડો પાણી ભરાવાને લીધે અવાજ કરી રહ્યો હતો. સફેદ શરીર પર ઢોળાતું પાણી અને પલળેલી દાઢી બધી

બાજુ ઊછળતાં હતાં. તેની પાછળ દોડતા માણસોના હાથમાં છરીઓ, હોકી અને સાંકળો હતી.

"દેખ...દેખ...દેખ...ઉસકો છોડના મત." ગોરાએ તેનાથી આગળ દોડતા ટપોરીને કહ્યું. આગળ દોડતી છોકરીથી તે થોડો જ દૂર હતો.

છોકરી ડાબી બાજુ સાંકડી ગલીમાં ભાગી. અચાનક સામે આવતી કાર અંધારાને લીધે તેની બાજુમાંથી સ્પર્શીને પસાર થઈ ગઈ.

"મરના હે ક્યા?" ડ્રાઇવરે રાડ નાખી. એણે ગુસ્સામાં લીવર આપ્યું. કાર વળાંક લેતી હતી, ત્યાં સૌથી આગળ દોડતા ટપોરી સાથે અથડાઈ. પેલો પડી ગયો. ટપોરી પાછળ દોડતો ગોરો માણસ ઊભો રહ્યો. કાર ઊભી રહી. બીજા બધા ટપોરી પણ ઊભા રહ્યા.

"મા**જાત...ઇસકા ટાઇમ ભી આજ હી ખતમ હોનેવાલા થા ક્યા?" ગોરાએ પેલા કાર-ડ્રાઇવર સામે જોઈને કહ્યું. ડ્રાઇવરે ચહેરો બગાડ્યો. ગોરાએ પોતાના આદમીને ઇશારો કર્યો. એક પાતળો ટપોરી આગળ આવ્યો, અને ડ્રાઇવરના ગળા પાસે છરીથી લીસોટો કરી નાખ્યો. તે સ્ટીયરિંગ પર જ ઢળી પડ્યો.

"વો અપની વાલી આગે નિકલ ગઈ સાબ્જી..." પાછળ ઊભેલો ટપોરી બોલ્યો.

"કહાં જાયેગી અપને મુંબઈ મેં રહકે? પકડો જાઓ ઉસકો."

પાંચેય ટપોરી સાંકડી શેરીમાં દૂર દેખાતી છોકરી પાછળ દોડ્યા. વરસાદ વધી ગયો. ગોરો કાર પાસે ઊભો-ઊભો હાંફતો હતો.

"અબ બચકે કિધર જાયેગી? સામને તો અપના હી ઇલાકા હૈ!" એક ટપોરીએ દોડતા-દોડતા કહ્યું. છોકરી ભાગી રહી હતી, પરંતુ થાકને લીધે ધીમી પડી ગઈ હતી. પેલા પાંચેય લોકો નજીક પહોંચી ગયા હતા.

તે એક લાંબી સાંકડી અંધારી ગલીમાં ઘૂસી. બંને બાજુ ઊંચી લાંબી બિલ્ડિંગની દીવાલો હતી. માત્ર બે-ત્રણ ફૂટ પહોળી એ ગલીમાં કોઈ હતું નહીં. અંધારું હતું. બંને મોટાં બિલ્ડિંગની અગાશીઓ ત્રાંસા વરસાદને રોકી દેતી હતી. છતાં બિલ્ડિંગની છત ઉપરથી ટપકતા વરસાદનાં ટીપાંઓને લીધે માટી ચીકણી હતી.

એ સાંકડી ગલીમાં ઘૂસતાંની સાથે જ છોકરી અંધારામાં માટીમાં લપસી પડી. એણે પડવાને લીધે ડરથી રાડ નાખી. આગળ ગલીમાં બીજી તરફ માત્ર નીલો પ્રકાશ દેખાતો હતો. ત્યાં સામે છેડે કદાચ કૂતરું બેઠું હતું. તે ઊભી થવા જતી હતી, ત્યાં જ પાછળથી એક હાથ ચીપકી ગયો. પેલા આદમીઓમાંથી એક ત્યાં પહોંચી ગયો હતો.

સૌથી આગળના ટપોરીએ છોકરીનો હાથ પકડી લીધો. પણ તરત જ છોકરી ઊભી થઈને બળ કરીને ભાગી. ચીકણી માટીવાળો તેનો હાથ ટપોરીના હાથમાંથી લપસી ગયો.

“ચુ*યે...જાને ક્યૂં દિયા?” ગભરાઈને પાછળના બે ટપોરી એકસાથે બોલી ઊઠ્યા.

“ઉસકો નહીં પકડા તો સા'બ અપનકો માર ડાલેગા ભે**દ.” કોઈ બોલ્યું. સૌ બમણી ઝડપે પીછો કરવા લાગ્યાં. છોકરી અંધારી લાંબી ગલીમાં આગળ દોડી રહી હતી. આ લાંબી ગલી જાણે છેડા પાસે ભેગી થઈ જતી હોય તેમ સામે માત્ર નીલું આકાશ અને નીચે રસ્તાની કાળી સરહદ દેખાઈ રહી હતી. તે છોકરી તે તરફ ભાગતાં ગભરાતી હશે, તે ધીમી પડી. સામેના છેડે નીલી લાઇટમાં કૂતરું બેઠું હશે એટલે તે આગળ જતાં ગભરાતી હતી. તેણે પાછળ જોયું તો ટપોરીઓ બમણી ઝડપે આવી રહ્યા હતા. તે આગળ દોડી. દોડતાં-દોડતાં પેલા કાળા નીચે પડેલા શરીર પાસે પહોંચવા આવી ત્યારે તે ધીમી પડી.

તે રૂમી હતો!

સામેની ભીંત પર તે પોતાના પગ ભરાવીને માટીમાં સૂતો હતો. છોકરી તેની નજીક પહોંચી, તેને કૂદી. રૂમીના પહોળા પગને તે કૂદી ન શકી અને રૂમીના પગ સાથે તેનો પગ અથડાયો. રૂમી સફાળો જાગી ગયો. અંધારામાં તેની આસપાસ બેઠેલા માખી-મચ્છર ઊડ્યા. રૂમીના મોઢામાં ભરાયેલું થૂંક ઊડ્યું. રૂમી ઊભો થઈ ગયો.

રૂમી સામું જોઈને તે છોકરી ગલી બહાર ભાગી ગઈ. રૂમી તેને જોઈ રહ્યો. તે બહાર મોટા રસ્તા પર આવી ગઈ. બહાર વરસાદ ખૂબ જ હતો. તે રસ્તા પર ડાબી બાજુ ભાગી ગઈ અને વરસાદમાં ગુમ થઈ ગઈ.

પેલા ટપોરીઓ રૂમી પાસે પહોંચ્યા. તે ભીંતને અડકીને મૂંગો ઊભો હતો. ટપોરીઓએ રૂમીને જોયો. રૂમીનો આછો ચહેરો અંધારામાં હસ્યો. તેમાં સૌથી આગળ હતો તે ટપોરીએ રૂમીને ધક્કો મારીને નીચે પાડ્યો અને પોતે આગળ વધ્યો. સૌ રૂમીને કૂદીને આગળ ગયા.

હજુ તેઓ બહાર અજવાળા તરફ પહોંચે એ પહેલા અંધારામાંથી એક પથ્થર આવ્યો જે સૌથી છેલ્લે જતા ટપોરીના માથામાં આવ્યો.

ટપોરી રાડ નાખીને માથું પકડીને નીચે બેસી ગયો. બીજા બધા અવાજ સાંભળીને પાછા વળ્યા.

"સાલા...મરેલા હૈ ઓર મારને આયા હૈ?"

"ફટ..." બીજો ગોળો બોલનારની આંખ પર આવ્યો. તે પણ ચીસ પાડીને ત્યાં જ ભીંત પાસે બેસી ગયો.

રૂમીને એવું હશે કે હમણાં તે લોકો રૂમીની સામે માટીના ગોળા મારશે અને તેની સાથે રમવા લાગશે!

બાકી બચેલા ત્રણ રૂમી તરફ આવ્યા. રૂમી પાસે ગોળાઓનો ઢગલો પડ્યો હતો. પેલા ત્રણેય રૂમીનો દેખાવ જોઈને પહેલાં ખચકાયા. ત્રણેય પાસે હથિયાર હતાં. આંખ દબાવીને નીચે બેઠેલો બોલ્યો:

"કમીનો...દેખતે ક્યા હો? ઇધર હી ઠોક ડાલો સાલે કો."

"અંધેરા હૈ કિસીકો પતા ભી નહીં ચલેગા ઇસકી બોડી કા. ઠોક દો." માથું પકડીને બેઠેલો ટપોરી બોલ્યો.

આગળના ટપોરીએ હોકી સરખી પકડી. રૂમીનું નિશાન સચોટ હતું,

"ધબ..." આગળ આવેલા ટપોરીના બે પગ વચ્ચે ગોળો આવ્યો!

"આહ...મા***દ." તે બોલતા જ ત્યાં પડી ગયો.

"તેરી ભેણ કા..." બોલતો ચોથો ટપોરી આવ્યો. નીચે પડેલી હોકી લઈને આગળ વધ્યો. તેને છાતી પર પથ્થર વાગ્યો, તેમ છતાં તે રૂમીની નજીક આવી ગયો. રૂમી હસતો-હસતો નવો ગોળો ફેંકતો હતો ત્યાં જ...

"ફટ..."

રૂમીની ગરદન પર હોકીનો ઘા આવ્યો.

અવાજ પણ ન નીકળી શક્યો, અને તે ત્યાં જ ચત્તોપાટ પડી ગયો.

બધા ટપોરી એક સાથે ત્યાંથી ભાગી ગયા. ગોરો બોસ હજુ આવ્યો જ ન હતો. રૂમીની આંખો બંધ હતી. શ્વાસ ધીમા પડી ગયા હતા.

"કિધર ગઈ અપનેવાલી?" ગલી બહાર નીકળીને તે બધાને અહેસાસ થયો કે ધોધમાર વરસાદમાં છોકરી ભાગી ગઈ હતી. તે બધા હાથમાં રહેલાં હથિયારો ફેંકીને અલગ-અલગ દિશાઓમાં ભાગી ગયા. તેમને બોસનો ડર હશે.

વીજળીનો એક મોટો લાંબો ચમકારો થયો. આખો મુંબઈ ટાપુ ચમકી ઊઠ્યો. બે ક્ષણ માટે દરેક જીવ કુદરતથી સ્તબ્ધ થઈ ગયું. એક લાંબો સન્નાટો છવાઈ ગયો. વરસાદનો અવાજ પણ આવતો બંધ થઈ ગયો. રૂમીની આસપાસ ઊડતા મચ્છરોની પાંખોનો અવાજ આવી રહ્યો હતો. થોડી જ વારમાં વાદળોનો કાન ફાટી જાય તેવો અથડાવાનો અવાજ આવ્યો. બધું જ ધ્રૂજી ઊઠ્યું.

વરસાદ વધી ગયો.

સમય. નવો સમય જન્મ લઈ રહ્યો હતો. કાળનો ગર્ભ ફાટ્યો હતો તેનો અવાજ હતો એ. દરિયાનું તોફાન જાણે નવા સમયને વધાવી રહ્યું હતું. રૂમી બેભાન હતો.

*

બીજે દિવસે એક કાળી ઍમ્બેસેડર કાર તે ગલી પાસે બહાર રસ્તા પર ઊભી રહી. પાછળની સીટ પર પેલી છોકરી પોતાનો ચહેરો ઢાંકીને બેઠી હતી. તે બોલી—

"ડ્રાઇવર...ઇધર સામને ગલી કે અંદર અંધેરેમે વો બચ્ચા પડા હોગા."

અ બુક ઓફ મેરિલીન

"No matter What has happened.
No matter what you've done.
No matter what you will do.
I will always love you.
I swear it."

—Defiance, By C. J. Redwine

૩૬

કાળી ઍમ્બેસેડર કાર અંધારી ગલીના ખૂણે ઊભી રહી.

"ઈમદાદ...વહાં અંદર હૈ લડકા." પાછળની સીટ પર બેઠેલી છોકરીએ પોતાના ડ્રાઇવરને કહ્યું. ડ્રાઇવર અંધારી ગલીમાં ગયો જ્યાં રૂમી પડ્યો હતો. તે રૂમીની પાસે બેઠો. માખીઓ ઊડી. રૂમીને તેણે કફન જેવું સફેદ કપડું ઓઢાડ્યું.

"અરે મેમસાબ...યે અભી ઝીંદા હૈ!" ઈમદાદ બોલ્યો.

"ઝીંદા હૈ?" છોકરી કારમાંથી બોલી.

"હાં. સાંસ તો લે રહા હૈ." કહી ડ્રાઇવરે ફરીથી રૂમીની છાતી પર પોતાનો કાન મૂકીને તપાસ્યું.

"ઠીક હૈ, ઉસે હૉસ્પિટલ લે જાતે હૈ." તે બોલી.

ડ્રાઇવરે રૂમીને સફેદ કપડામાં વીંટીને પાછળની સીટ પર છોકરીના ખોળામાં સુવડાવ્યો. ગાડી હૉસ્પિટલ તરફ ઊપડી. રસ્તામાં ડ્રાઇવર પૂછતો હતો: "મેમ...ઇસે ક્યૂં લેને આયે આપ?"

છોકરીએ જવાબ આપ્યો નહીં.

હૉસ્પિટલ પર એક લેડી ડૉક્ટર દર્દીને જોવાં આવ્યાં.

"ઓહ માય ગૉડ! આઈ કેન નોટ બિલીવ ધીસ!" તે રૂમીનું શરીર જોઈને બોલ્યાં. રૂમીની હાલત જોઈને તેમણે છોકરીને પૂછ્યું - "ક્યા રીલેશન હૈ આપકા ઇસ લડકે કે સાથ?"

"ઈઝ ઈટ ઈમ્પોર્ટન્ટ મેડમ?" છોકરીએ પૂછ્યું. ડૉકટરે જવાબ આપ્યો નહીં. ડૉક્ટરે બધું ચેક કરવાનું શરૂ કર્યું. રૂમીનું હૃદય ધીમું હતું. ખરજવું હદ કરતાં વધુ ખરાબ હાલતમાં હતું. તે જ્યાં સૂતો હતો તે સ્ટ્રેચર પર રૂમીના વાળમાંથી જીવાત અને ધૂળ ખરેલી તે પડી હતી. રૂમીનું શરીર જોઈને ડૉકટરે અમુક ઇન્જેક્શન અને બૉટલો ચડાવવાનું શરૂ કર્યું. થોડીવાર પછી છોકરીને બોલાવીને કહ્યું:

"લગતા હૈ યહ લડકા મેન્ટલી અનસ્ટેબલ હૈ. પાગલ હૈ. મેરી સલાહ

માને તો આપકો ઇસે અભી હી દાખિલ કર દેના ચાહિયે. ફિઝિકલ ટ્રીટમેન્ટ કે સાથ ઉસકી મેન્ટલ ટ્રીટમેન્ટ જરૂરી હૈ."

ડૉક્ટરની વાત સાંભળીને છોકરી કંઈક વિચારવા લાગી. ઘણું વિચાર્યા પછી તે ડૉક્ટરને બોલી:

"ઈઝ ઈટ પોસિબલ ઇફ આઈ કેન ટ્રીટ હીમ એટ હોમ?"

ડૉક્ટરને મનમાં થતું હતું કે આ અજાણ્યો છોકરો છે અને છતાં આ છોકરી પોતાના ઘરે લઈ જવા માંગે છે. ડૉક્ટરે કહ્યું:

"એક બાત કહું?"

"જી બોલીયે."

"ઇસ પેશન્ટ કો દવાઈ સે જ્યાદા પ્યાર કી જરૂરત હૈ. આપ ઇસે ઘર પે દવાઈ દેકર ઠીક કરકે વાપસ ઇસ શહરમેં છોડ દેના ચાહતે તો વહ વાપીસ પાગલ હો જાયેગા. બહેતર હૈ કી યહ બચ્ચા..."

છોકરી અને ડૉક્ટર વચ્ચે પછી ઘણી વાતો થઈ. ડૉક્ટરે દવાઓ લખી આપી. નક્કી થયું કે છોકરાને ઘરે લઈ જઈને સારવાર કરવામાં આવશે. હૉસ્પિટલના સ્ટ્રેચરમાંથી રૂમીને ફરી ઍમ્બેસેડરમાં મૂકવામાં આવ્યો. કાળી ઍમ્બેસેડર રૂમીને લઈને નીકળી ગઈ.

"મેડમ, ઇસે હૉસ્પિટલ વાલોને નહીં રખા ક્યા?" ડ્રાઇવરે કાચમાં પાછળ જોઈને છોકરીને પૂછ્યું.

"નહીં ઇમદાદ...મૈં ખુદ રખૂંગી ઇસે."

"પર જબ ઠીક હો જાયેગા આપ ઇસકા ક્યા કરેંગે?"

"આપ ડ્રાઇવિંગ હી કરો તો અચ્છા હૈ." છોકરીએ ગુસ્સામાં કહ્યું. ગાડી શહેરમાં ચાલી ગઈ.

૩૭

એક દિવસ અને એક રાત વીતી ગઈ.

બીજે દિવસે સવારે મોડેથી રૂમીએ આંખો ખોલી. આંખો સામે ઝાંખી, મુસ્કુરાતી છોકરી હતી. એક પહોળા બેડ પર તે રૂમીની બાજુમાં પલાંઠી વાળીને બેઠી હતી. રૂમીએ છોકરી પર નજર કરી. આંખ બંધ કરી દીધી. ફરી આંખ ખોલી. છોકરીના કાળા ટીશર્ટ અને નીચે પહેરેલા કાળા જીન્સ શોર્ટ પર નજર કરી.

"હેય..." છોકરીએ રૂમીના ગાલ પર હાથ ફેરવીને કહ્યું. હાથ ગરમ હતો. છોકરી રૂમીની વધુ નજીક બેઠી. તેના શોર્ટ રૂમીના પગને અડકવાથી ગંદા થઈ રહ્યા હતા.

રૂમી થોડી ગભરાહટ સાથે જાગ્યો. આસપાસ બધે જ નજર ફેરવી. ફરી પોતાની આંખ બંધ કરી ગયો. તે ઊભો થઈ શકતો ન હતો.

"યુ ઓલ રાઇટ?" છોકરીનો ઝીણો અવાજ રૂમી સાંભળી રહ્યો હતો.

રૂમી તેની સામું જોઈ રહ્યો. તે કશુંક બોલી રહી હતી જે રૂમી માટે અજીબ હતું. રૂમી ઊભો થવા માંગતો હતો, પરંતુ હોકી વાગવાથી ગળા નીચે કોઈએ પકડી રાખ્યો હોય એવું લાગી રહ્યું હતું.

"મૈં તુઝે કુછ નહીં કરુંગી." તેણે રૂમીના ગંદા વાળમાં હાથ ફેરવીને, મુસ્કુરાઈને કહ્યું. રૂમી ચૂપ હતો. છોકરીએ રૂમીનો ઠંડો હાથ પોતાના હાથમાં લીધો.

"થેંક્સ ફોર સેવિંગ માય લાઇફ..." તે બોલી. રૂમીનો ચહેરો ભાવવિહીન હતો.

"બહેરે હો ક્યા?"

"હં?" રૂમીએ અવાજ કર્યો.

"અચ્છા. બહેરે તો નહીં હો!"

"અંધે?"

સામેથી જવાબ ન મળ્યો.

"અંધે ભી નહીં હોંગે ના...મુઝે બચાયા જો થા."

"હં?" રૂમીએ તેના ચહેરાને નીરખતાં કહ્યું.

"સિર્ફ હં...હં...હી બોલતે રહેતે હો ક્યા?"

"હં?"

એ ખડખડાટ હસી પડી. રૂમીના ચહેરા પણ તાણ ઓછી થઈ. તે થોડો મુસ્કુરાયો. તે આસપાસ દીવાલોને જોઈ રહ્યો.

"કિતને દિનોં સે નહાયા નહીં હૈ તૂ?" તેણે રૂમીના શરીર પર જોઈને પૂછ્યું. જવાબની રાહ જોઈ.

"ઓકે. યુ વોન્ટ સ્પીક. સો લેટ અસ ટેક અ વોર્મ બાથ." તે બોલી. તેણે રૂમીને બેડ પરથી હળવેથી બેઠો કર્યો. રૂમી ઠંડી ટાઇલ્સ પર ઊભો રહ્યો. શરીર દુઃખતું હતું. નીચે કાળી ચડ્ડીની જગ્યાએ તેને સફેદ કાપડ લૂંગી જેમ પહેરાવેલ હતું.

"આઈ એમ સૉરી..." એ પોતાનો કાન પકડીને બોલી, "મેરી વજહ સે તુમ્હારી યે હાલત હો ગઈ. આઈ એમ સૉરી ફોર એવરીથિંગ." રૂમીને મન તો આ કોઈ અજાણ્યું માણસ બબડી રહ્યું હતું.

"તૂ મુઝે સમજ રહા હે ક્યા?" તેણે રૂમીના ખભા પર હાથ રાખીને આંખો મિલાવીને પૂછ્યું. જવાબમાં ભાવ-વિહીન ચહેરો જ જોવા મળ્યો. તે ગભરાઈ ગઈ. "ઓહ ગૉડ." બોલીને તેણે રૂમીને પોતાની છાતીમાં ભીડી દીધો. પોતાની આંખો બંધ કરી દીધી. બંનેને તણાવ ઓછો થયો.

તે રૂમીના ખભા પર હાથ રાખીને તેને હળવેથી ચલાવવા લાગી. બાથરૂમ બેડથી થોડું જ દૂર હતું. બંને બાથરૂમમાં ગયાં. બાથરૂમની પીળી લાઇટ અને અંદર રહેલા લાંબા અરીસામાં રૂમી ભયાનક લાગી રહ્યો હતો.

પોતાનું શરીર!

રૂમીએ પહેલીવાર, ચાર વર્ષને અંતે પોતાનું ઘસાઈ ગયેલું શરીર જોયું હતું. તે પોતાનું શરીર જોઈને ડરી ગયો. તેણે બાજુમાં ઊભેલી છોકરીનો હાથ પકડી લીધો. તે સામે ઊભેલા સ્થિર-મૂંગા શરીરને સતત તાકી રહ્યો હતો. હવે છોકરી પણ રૂમીને અરીસામાં જોઈને મુસ્કુરાઈ રહી હતી. તે સમજી ગઈ હતી કે રૂમીને પોતાના શરીરનું પણ ભાન હતું નહીં. થોડીવાર

પછી તે અરીસા આડે ઊભી રહી ગઈ. છતાં રૂમી પાછળ ડોકિયું કરવા પ્રયત્ન કરી રહ્યો હતો.

છોકરીએ નીચે બેસીને રૂમીને પહેરાવેલ લૂંગી કાઢતાં પૂછ્યું:

"તેરા નામ ક્યા હૈ?"

રૂમીનું ધ્યાન અરીસામાં રહેલા ભૂતકાળમાં હતું. તેની આંખો અરીસાને સવાલો કરી રહી હતી. મોં ખુલ્લું રહી ગયું હતું ભૂતકાળ જોઈને.

"મેરા નામ સ્વરા હૈ." તે લૂંગી ઉતારીને ચુપકીદી તોડવા માટે બોલી. રૂમી નગ્ન હતો. પોતાના શરીરને તે ધીમે-ધીમે હાથ ફેરવવા લાગ્યો. પોતાના ખરજવાના ચાઠા પર તેની આંગળીઓ સ્પર્શી. સ્વરા રૂમીને અરીસામાં જોઈ રહી હતી. રૂમી પોતાના કમર નીચેના ભાગમાં ઊગી નીકળેલા ઝીણા કોમળ વાળ પર આંગળી ફેરવી રહ્યો હતો. સ્વરા તે જોઈને મોઢું બગાડીને અરીસાને કહેવા લાગી:

"ઓહ શીટ...ડોન્ટ ડુ ધેટ પ્લીઝ!"

રૂમી તરુણ બની ગયો હતો. સ્વરાએ ઊભા થઈને ગરમ પાણીની સ્વીચ દબાવી. ડોલમાં પાણી ભરાવા લાગ્યું. હૂંફાળા પાણીનો ટબ ભરીને તેણે રૂમીના પગ પર રેડ્યું. ધીમેથી રૂમીના હાથ પલાળ્યા. રૂમી હસી પડ્યો. અરીસામાં દેખાતો હસતો રૂમી તેને ગમ્યો.

રૂમીના દરેક અંગને સ્વરાએ સાબુથી ઘસીને સાફ કર્યાં. શરીર પરનો મેલ સાફ થતાં રૂમીનું ફિક્કું પડી ગયેલું પીળું શરીર દેખાવા લાગ્યું. બાથરૂમની પીળી લાઇટમાં તે વધારે ચમકતું હતું. પાંસળીઓ વચ્ચે રહેલા ગેપમાંથી મેલ નીકળી જતાં હવે રૂમી માણસ જેવો દેખાવા લાગ્યો હતો.

"નીચે ભી મુઝે હી સાફ કરના પડેગા?" સ્વરાએ હસીને પૂછ્યું.

રૂમીની કમરથી નીચેના ભાગ પર છોકરીનો ગરમ સુંવાળો હાથ ફરવા લાગ્યો. રૂમીની તરુણાવસ્થા જવાબ આપવા લાગી.

"બડે હો ગયે હૈં જનાબ!" પોતાનો હાથ પાછો લઈને તે બોલી, "તુમ લડકો કો બસ કોઈ લડકી ટચ કરની ચાહિયે બસ...સિગ્નલ ચાલુ હો જાતા હે!" તે અરીસાને કહી રહી હતી.

પાણીનો શાવર ચાલુ થયો. રૂમીને લાંબા વાળમાં તેણે અડધી બૉટલ

શેમ્પુ ઠાલવીને બધો મેલ કાઢ્યો. બાથરૂમમાં ગરમ પાણીની બાષ્પને લીધે રૂમી હવે અરીસામાં ઝાંખો બની ગયો હતો.

"તુઝે સાફ કરનેમેં મેં ગીલી હો ગઈ. તૂ ઇધર કોને મેં વેઇટ કર." સ્વરાએ પોતાનું ટીશર્ટ કાઢતાં કહ્યું. રૂમી તેની કાળી બ્રા જોઈ રહ્યો. તેણે પોતાની જીન્સ શોર્ટ પણ કાઢી નાખી. રૂમી તેની કાળી પેન્ટી અને તેના શરીરના વળાંકને જોવા લાગ્યો. સ્વરાએ રૂમીની આંખો સામે જોઈને હસીને કહ્યું:

"આઈ થીંક યુ આર ઓકે વિથ મી. રાઇટ?"

રૂમી તેને જોતો રહ્યો. તે સ્વરા સામે ખૂણામાં ઊભો રહી ગયો હતો. એ મુંબઈની સૌથી સુંદર છોકરી હશે. પચીસ વર્ષનું ખુલ્લું શરીર પાણીથી ભીંજાઈ રહ્યું હતું. પાણીની ભાગ્યશાળી બુંદો તેના શરીર પર એકબીજાને ધક્કો મારી રહી હતી. શાવર નીચે સ્વરાની નીલી ભીની આંખો ખુલ-બંધ થતી હતી. ભીના કાળા વાળ તેની ભરાવદાર છાતી પર બંને બાજુ ચોંટી ગયા હતા. સ્વરાના ગરમ હોઠને પાણી ભીંજવી શકતું ન હતું.

શાવર બંધ થયો. રૂમીની આંખો પલકી શકી. રૂમી તેના નીતરતા શરીરને જોઈ રહ્યો હતો. ભીના વાળમાંથી એક પાણીની બુંદ નીકળીને નીચે તરફ આગળ વધતી જોઈ રહ્યો. એ બુંદ ચામડી પર લપસતી પોચી-પાતળી કમર પર પહોંચી, ત્યાંથી પોતાનો રસ્તો બદલી સાથળ પર આવીને ઊભી રહી ગઈ. રૂમી પીળા પ્રકાશમાં ચમકતા આ શરીરને જોઈ રહ્યો.

શાવરમાંથી બહાર આવીને તે બાથરૂમ બહાર ગઈ. રૂમી હજુ અંદર નગ્ન ઊભો હતો. તે બહાર સ્વરા સામે જોઈ રહ્યો હતો. તે વાળને સૂકવતી આમ-તેમ ફરી રહી હતી. માથા પર રૂમાલ બાંધીને તે પોતાની બ્રાનો હૂક ટાઇટ કરી રહી હતી. પોતાની પેન્ટી પહેરી તે શોર્ટ શોધી રહી હતી. રંગીન શોર્ટ અને લીલું ટીશર્ટ પહેરીને તે રૂમાલ લઈને બાથરૂમમાં આવી. રૂમીને તેણે કોરો કર્યો. રૂમીને પણ તેણે પોતાનું નવું બ્લુ-જીન્સ શોર્ટ અને સફેદ ટીશર્ટ પહેરાવ્યું! વળી પાછા રૂમીને પહેરાવેલાં કપડાં કાઢતાં-કાઢતાં એકલી બોલતી હતી:

"સૉરી...સૉરી. મેં ભૂલ ગઈ. અભી તો તુમ્હારે દાગ પે ક્રીમ લગાના હૈ. સૉરી. અભી નાખુન ભી કાટને હૈ...ઔર...ઔર...રૂમીના શરીરની

નિરીક્ષણ કરીને બોલી, "ઔર સર પે તેલ લગા કે માલિશ ભી કરના હૈ."

રૂમી સ્થિર ઊભો રહીને તેને સાંભળી રહ્યો હતો.

"ઓહ ફક. શીટ. તુઝે ભૂખ લગી હૈ? સૉરી...પાની?" એ રૂમીને જમવાનું અને પાણી આપતાં જ ભૂલી ગઈ હતી. તે ઉતાવળમાં રૂમીને બેડ પર બેસાડીને પોતાનું પર્સ લઈને સામેનું બારણું ખોલીને બહાર ગઈ.

રૂમી ઘરને જોતો રહ્યો. બેડ પરથી ઊભો થયો. મોટા લાંબા લંબચોરસ ડબ્બા જેવો એ હોલ હતો. રૂમી જ્યાં બેડ પાસે ઊભો હતો ત્યાં બેડ સામે જ મોટી કાચની બારી હતી. ખુલ્લી હતી. બેડની ડાબી બાજુ એક સ્ટેન્ડ પર સફેદ કોરું કેનવાસ હતું. નીચે રંગો પડ્યા હતા. કેનવાસ પાછળ પડદો હતો, જ્યાં કદાચ નાનકડું રસોડું હતું. રસોડામાં પાણીનું ફિલ્ટર હતું. નાનકડો ગેસ. અમુક વાસણ. બેડની જમણી બાજુ સામે થોડે દૂર મુખ્ય બારણું હતું જ્યાંથી સ્વરા ઘર બહાર ગઈ હતી. બેડ સામેની કાચની બારીથી થોડું જમણી તરફ દીવાલ પાસે બાથરૂમનું બારણું હતું.

રૂમી મુખ્ય બારણાં તરફ ગયો. બારણું ખોલતા આવડતું ન હતું. તે પાછો બેડ પાસે આવી રહ્યો હતો તે સમયે તેણે ડાબી બાજુ થોડા અંધારાવાળા ચોરસ ખાંચામાં બીજી એક નાનકડી રૂમનું બારણું જોયું. ત્યાં તાળું મારેલું હતું. બારણા પાસે ખૂણામાં જાળીવાળી મોટી બાસ્કેટમાં સ્વરાનાં કપડાંનો ઢગલો હતો. બાસ્કેટની બાજુમાં અંધારામાં પુસ્તકોની મોટી થપ્પી પડી હતી. આખા લંબચોરસ ઘરમાં પ્રકાશ માત્ર પેલી બારીમાંથી બેડ પર પડતા સૂરજના તડકાનો જ હતો.

સ્વરા આવી. રૂમી બેડ પાસે ઊભો હતો. તે તેના બંને હાથમાં કોથળીઓ લટકાવીને આવી હતી. કોથળીઓ બેડ પર મૂકી તેણે અંદરથી એક પછી એક વસ્તુઓ કાઢવાની શરૂ કરી. એક કાતર, નુડલ્સનાં પૅકેટ, રૂમીની દવાઓ, સેનેટરી નેપ્કીન, જ્યુસ, ફ્રુટ્સ, ટુથ-બ્રશ અને બે ટિફિન.

રૂમીને તેણે નીચે બેસાડી પોતાના હાથે જમાડ્યું. રૂમીની આંખ ભીની થઈ ગઈ. જમીને તેણે રૂમીને ફ્રુટ જ્યુસ આપ્યું. નખ કાપી દીધા. બપોર પછી સ્વરાએ રૂમીને બેસાડીને લાંબા વાળ ટૂંકા કરી આપ્યા. રૂમીના માથામાં તેલની માલિશ કરી આપી. ખરજવા પર ક્રીમ લગાવ્યું.

સાંજ નજીક જ્યારે સ્વરાને ઘરમાં વાસ આવવા લાગી, ત્યારે તે રૂમીને બાથરૂમમાં લઈ ગઈ. પોતાની આંખ આડે હાથ રાખીને તેણે ટોઇલેટ સીટ પર બેસાડ્યો.

“સુન…જબ ટટ્ટી નિકલ જાયે તબ મુઝે બોલના…ઓકે? મૈં ફ્લશ કર દૂંગી.” તે બોલી, પણ રૂમી બોલતો ન હતો, “આયી ક્યા?” તે વારંવાર આંખ પરથી હાથ થોડો ઊંચો કરીને પૂછતી હતી. છેવટે મોટો અવાજ આવ્યો, અને સ્વરાને નિરાંત થઈ!

મુશ્કેલી આવી જ્યારે સ્વરા પાણીની પિચકારી ચાલુ કરતી હતી. રૂમી જેવી પિચકારી ચાલુ થાય તેવો જ ડરીને ઊભો થઈ જતો હતો. સ્વરાને એ જોઈને એટલું હસવું આવ્યું કે તે બાથરૂમમાં હસતી-હસતી નીચે પડી ગઈ! રૂમીને તેણે પાછો સીટ પર બેસાડ્યો, અને ધીમે-ધીમે પાણી ચાલુ કર્યું.

“થેંક ગૉડ…મુઝે હાથસે સાફ નહીં કરની પડી. વરના મૈં તો ઉધર હી બેહોશ હો જાતી!” એ રૂમીનો હાથ પકડીને તેને હસાવી રહી હતી. રૂમી ધીમું-ધીમું હસતો હતો.

*

સ્વરા સાથેની મિત્રતા સાંજ સુધીમાં ગાઢ બની ગઈ હતી. રૂમી બસ તેના ચહેરાને જ જોયા કરતો હતો. રૂમીને સાંજે ઊંઘ આવી ગઈ હતી. કાચની મોટી પહોળી બારીમાંથી સૂર્યનો હળવો કેસરી તડકો રૂમીની અને બાજુમાં સુતેલી સ્વરાના શરીર પર પડી રહ્યો હતો. રૂમીના પીળા ફિક્કા ચહેરાને તે વધુ ચમકાવી રહ્યો હતો. રૂમીએ આંખ ખોલી.

“ઊઠ ગયે?” રૂમીની સામે જોઈને બાજુમાં સૂતેલી સ્વરાએ પૂછ્યું. રૂમી તેની સામું મલકાયો. સાંજનો તડકો રૂમીની આછી-ઝીણી ઊગેલી મૂછને સોનેરી કલરથી શણગારતો હતો. સ્વરાની દરિયા જેવી વાદળી, ભીની આંખો રૂમીના ચહેરાને જોઈને હસી રહી હતી. સ્વરાના છુટ્ટા વિખેરાયેલા વાળ તડકામાં ચમકી રહ્યા હતા. તે બંને એકબીજાની સામું જોઈને મિનિટો સુધી બેઠાં રહ્યાં.

“દર્દ હોતા હે અભી?” સ્વરાએ રૂમીની ગરદન પર હાથ મૂકીને પૂછ્યું. રૂમીની આંખોએ ના પાડી.

"તું પહેલે મુંબઈ મેં હી રહતા થા?"

આંખો બધું સમજતી ન હતી.

"મમ્મી...પપ્પા...કોઈ નહીં હૈ તેરે?" સ્વરાએ રૂમીના ટૂંકા વાળમાં હાથ ફેરવીને પૂછ્યું.

"મ...મમ્મી..." રૂમી બબડ્યો. રૂમી પહેલીવાર કોઈ શબ્દ બોલ્યો. સ્વરા ખુશ થઈ ગઈ. જાણે રૂમી બધું બોલવાનો હોય એમ પૂછવા લાગી.

"હા...મમ્મી...પપ્પા...ક્યા નામ હૈ ઉનકા?"

આંખો નિરાશ દેખાતી હતી. કંઈ યાદ આવતું ન હતું. વર્ષોથી સુમસાન મગજ પર અંધકારની ચાદરો છવાયેલી હતી.

રાત્રે બેડ પર આરામ કરતા રૂમીના પેટના ખાડા પર પોતાનો હાથ મૂકીને સ્વરાએ પૂછ્યું:

"થોડા નાસ્તા હો જાયે? બહોત ભૂખ લગી હૈ મુઝે."

"હં?" રૂમીએ તરત જ કહ્યું.

"વેઇટ ફોર મી. ઇટ્સ ટાઇમ ફોર નુડલ્સ." તે બોલી અને કેનવાસ પાછળ રહેલા રસોડામાં ગઈ.

૩૮

એક મહિનો નીકળી ગયો.

એ એકવીસ માળ ઊંચી ઇમારત હતી જ્યાં રૂમી છેલ્લા એક મહિનાથી રહેતો હતો. સૌથી ઉપરના એકવીસમા માળ પર સ્વરાનું આ ઘર હતું. દિવસો દોડવા લાગ્યા હતા. રૂમીને આ લંબચોરસ મકાનમાં મહિનો થવા આવ્યો.

દિવસો સુધી ચૂપ રહીને રૂમી આ દુનિયાને નિરખ્યા કરતો. સ્વરા ઘરે ન હોય ત્યારે બેડ પરથી ઊભો થઈને સામેની બારી પાસે જતો. નીચે આખું શહેર દેખાતું. નાનાકડાં વાહનો અને માણસોની દોડધામને જોતો રહેતો. મગજમાં નાની-નાની શબ્દોથી બંધાયેલી કલ્પનાઓ જન્મ લેવા માંડી હતી. કોઈ શબ્દ સ્વરા પાસેથી સાંભળેલો હિન્દી કે ઇંગ્લિશ હોય, તો કોઈ જૂના ભૂતકાળમાંથી અચાનક મગજમાં આવી જનારો ગુજરાતી શબ્દ હોય. વર્ષોનો લાંબો થાક ઓસરતો જતો હતો.

તે જ્યાં સૂતો તે લંબચોરસ હોલ સિવાય અહીં એકવીસમાં માળ પર કંઈ જ ન હતું! સાંજ નજીક સ્વરા બહાર ચાલી જતી. રૂમી એકલા-એકલા આ બધી જ વસ્તુઓને હળવો સ્પર્શ કરતો હતો. અનુભવતો હતો. બારીમાંથી આવતા સાંજનાં કોમળ પીળાં કિરણોને તે નીરખ્યા કરતો, અને તેને લીધે ભીંત પર પડતા પડછાયાને સમજવાની કોશિશ કરતો હતો. અસ્તિત્વ શાંત અને સ્થિર થતું હતું.

હવે સ્વરાની મદદ વગર પેન્ટ ખોલીને બાથરૂમમાં જઈ આવતો હતો. હાથે નાહવા લાગ્યો હતો. સ્વરા તેને માટે નવાં જીન્સ અને ટીશર્ટ લઈ આવી હતી. સ્વરાએ તેને કપડાં પહેરતાં શીખવ્યું. બારણું ખોલતા શીખવ્યું. રૂમી ચૂપચાપ બધું જ જોતો રહેતો હતો. એ રોજ સવારે પાંચેક વાગ્યે ઘરે આવતી અને ડોરબૅલ દબાવતી. રૂમી જાગીને બારણું ખોલતો. એ ચૂપચાપ કપડાં બદલાવીને રૂમી સાથે બેડ પર સૂઈ જતી. સવારે જ્યારે રૂમી જાગતો ત્યારે એ રૂમીને પોતાની બાંહોમાં લઈ લેતી. માથે હાથ

ફેરવતી. એકલી-એકલી રૂમી સાથે વાતો કરતી. તેના શબ્દોને રૂમીનું ફરી ઊગતું મગજ જલદીથી સંઘરી લેતું હતું.

છતાં તે ચૂપ હતો. સદાય ચૂપ. માત્ર મુસ્કુરાતો હતો. જમતો. ઊંઘી જતો સ્વરાની બાંહોમાં.

જ્યારે સ્વરાની સાથે વળગીને સૂતો ત્યારે બસ પોતાની ભીની ચૂપ આંખોથી સ્વરાના અદ્‌ભુત શરીરને જોયા કરતો. તેના પર પોતાની આંગળી ફેરવ્યા કરતો. એ ઊંઘમાંથી ઊઠી જતી. રૂમીની આંગળી તેની કમરથી થોડે નીચે ચમકતા લીલા રંગના એક ટેટુ પર ફર્યા કરતી. તે હસી પડતી. એ હસવાના અવાજ સાંભળીને રૂમીની અંદર દફનાયેલા અસ્તિત્વના સ્તરો ઊખડતા જતાં હતાં.

*

મોટો કડાકો થયો. રૂમી ઝબકીને બેડ પરથી ઊભો થઈ ગયો. રાત્રીના ચારેક વાગ્યા હતા. સ્વરા બાજુમાં ન હતી. બહાર અંધારામાં ધોધમાર વરસાદ પડી રહ્યો હતો. વીજળીના કડાકા થઈ રહ્યા હતા. નીચે રસ્તા પરથી એકવીસ માળ ઊંચી આ રૂમ વાદળોમાં ઘેરાઈ ગઈ હોય એવું લાગી રહ્યું હતું. રૂમીની આંખો સામેની બારીમાંથી બહાર ચમકતી વીજળી દેખાઈ રહી હતી. હવાને લીધે બારીના કાચ પર પાણી અથડાતું હતું.

બેડની બાજુમાં રાખેલો નાઇટ-લેમ્પ બંધ હતો. સન્નાટાભર્યા એ હોલમાં રૂમી એકલતા અનુભવી રહ્યો હતો. વીજળીને લીધે થોડી-થોડી વારે આખો હોલ સફેદ થઈ જતો હતો. બાથરૂમની પીળી લાઇટ ચાલુ રહી ગઈ હતી. અંદરથી ડોલમાં પડતા પાણીનો ટપ-ટપ અવાજ વાદળો અને વીજળીના ગડગડાટમાં અસ્પષ્ટ બની જતો હતો. થોડી ખુલ્લી બારીમાંથી ઠંડી હવા અને વાછટ આવતાં હતાં.

રૂમી લાંબા સમયથી ચૂપચાપ આ દશ્યને જોઈ રહ્યો હતો. વીજળીને લીધે સફેદ થઈને પાછા કાળા બની જતા પોતાના શરીરને જોઈ રહ્યો હતો. રૂમી જાડો થયો હતો. પાંસળીઓ દેખાતી બંધ થઈ ગઈ હતી. સોળ વર્ષના યુવાનને યોગ્ય શરીર હતું. ખરજવાનાં ચાંદાં મટી ગયાં હતાં. માત્ર દાગ હતા. છાતી બહાર આવી હતી. પીળી ચામડી પર ઊપસેલી રગોમાં

લોહી ભરાયું હતું. તંદુરસ્તી કપાળ પર ચમકી રહી હતી. અત્યારે આંખો ભીંજાયેલી હતી. આંસુથી. એકલતાથી. છાતીમાં હજુ અંધકાર ભર્યો હતો. છાતીના અંધકારને વીજળીની જરૂર હતી.

છાતીમાં દબાવ આવ્યો.

વરસાદ ગાજ્યો. ભૂતકાળ ફાટ્યો.

ચૂપચાપ ફાટ્યો.

જમીનમાંથી જે રીતે અવાજ કર્યા વગર એક કૂંપળ પોતાની ઉપરના પોપડાને તોડી નાખે એ રીતે ભૂતકાળ બહાર આવ્યો. મોડી રાત્રે જન્મ લઈને જે રીતે છોડ પર કળી ફૂટી જાય તે રીતે અવાજ કર્યા વગર ફાંટ્યો.

રૂમી બારીના કાચ પર ઢોળાતા પાણીને જોઈ રહ્યો હતો. પોતાની પાણી ભરેલી આંખોને લીધે કાચ પર ઢોળાતા પાણીની બુંદોના વળાંક અજીબ દશ્યો ઊભાં કરી રહ્યાં હતાં. બારીમાં પોતાના ભૂતકાળના દશ્યો વરસાદનાં ટીપાંઓ સાથે ઢોળાતાં જતાં હતાં. નવાં દશ્યો રચાતાં હતાં, અને વિખેરાઈ જતાં હતાં.

આંખો સામે એક ચોક દેખાતો હતો. રામ...નગ્ન મુસ્કાન...કાળા ચહેરાઓવાળા શેતાનો...લોહી...મરી ગયેલી માનવતા...બળતું મકાન... પોતાના ધ્રૂજતા પાતળા પગ. દેખાયા. વહી ગયા. ધુમાડો દેખાયો...ફરી-ફરી રામ આવ્યો...ફળિયું...તારાઓ ભર્યું આકાશ...ગીતો ગાતી મુસ્કાન...

રૂમીના ધબકારા વધી ગયા હતા.

ધારાવી... ઝૂંપડાંઓ... પોતાના જેવા અર્ધ-નગ્ન બાળકો... મ્યુનિસિપાલિટીનો લીલો ડબ્બો...વૃદ્ધ... પેલો કાળો કાચ...કૂતરી...દરિયો... ઉકરડાઓ...રાત...ભૂખ...સાંજ...આંસુ...શરીર...લીલો માણસ... મંદિર... ભગવાન...સિન્ડ્રેલા...પાણી...એંઠવાડ...બાળકો.

લીલી ઊલટીઓ...કચરામાં પડેલી વસ્તુઓ...બબડાટ...શબ્દો...ફરી અબ્બા...જૂતાંઓ...સાઇકલ...ભાખરી...મુસ્કાન...ઘર...ગોધરા શહેર... પોતાનું બાળપણ... રમકડાં... મુસ્કાનની રોટલીઓ...રામની દુકાન... બાળપણની ગલીઓ...રેંકડી...સ્કૂલ...દોસ્તો...પરીની કહાનીઓ...પોતાની

ચાદર...ઢીંગલી...અબ્બા-મમ્મીની પ્રેમકહાની...જૂના શબ્દો...સપનાંઓ...

બધું જ ધીમે-ધીમે હૃદયમાંથી બહાર નીકળીને ચેતાઓ સાથે વહેતું મગજ સુધી પહોંચી ગયું. ચૈતન્ય જન્મ્યું.

ઉંદર...મેઘધનુષ્ય...વરસાદ...રસ્તાઓ... પીળી સ્ટ્રીટ-લાઇટ...વાહનો... અવાજ...ઘોંઘાટ... માટીના ગોળાઓ...પથ્થરો...પેલી વૃદ્ધ સ્ત્રી... અંધારી ગલી...દોડતી સ્વરા...પેલા ગુંડાઓ...

બધું જ જીવતું થયું. ક્ષણો સુધી જીવ્યું. પાણી સાથે વહી ગયું. ડોરબૅલ વાગી. ડોરબૅલના અવાજ સાથે જ રૂમી ઝબકી ગયો. પોતાની આંખો ચોળીને તે ઊભો થયો. બારણું ખોલ્યું. સ્વરા હતી.

“હેય...” બોલીને આવતાં સાથે જ તે રૂમીને ગળે વળગી પડી. રૂમીને શાંતિ મળી. રોજ સવારે ચાર-પાંચ વાગ્યે તે ડોરબૅલ વગાડતી. રૂમી ઊંઘમાંથી જાગીને બારણું ખોલતો. તે રૂમીને અંદરથી બારણું લૉક કરતા શીખવતી ગઈ હતી. રૂમીએ બારણું લૉક કર્યું.

સ્વરાએ પોતાનાં ભીનાં કપડાં બદલાવી સામેની બારીનો પડદો બંધ કર્યો. રોજની જેમ રૂમીને બાંહોમાં લઈને તે સૂઈ ગઈ.

સવાર નજીક બેડ પર પડતાં આંસુઓનો અવાજ આવ્યો. સ્વરાની આંખ ખૂલી ગઈ. સ્વરાના ચહેરા નજીક રૂમીનો ચહેરો હતો. સ્વરાએ રડતી આંખો જોઈ. વરસાદ ઊભો રહી ગયો હતો.

“ક્યા હુઆ?” સ્વરાએ રૂમીના ગાલ પર હાથ ફેરવીને ચિંતાભર્યા અવાજમાં કહ્યું.

“મમ્મી...અબ્બા...” તે બોલી શકતો હતો.

“ઓહ ગૉડ...” તે બોલી અને રૂમીને પોતાની છાતીમાં છુપાવી દીધો. રૂમીની પીઠ પર તે પોતાનો હાથ ફેરવી રહી હતી. રૂમીનાં ગરમ આંસુને તે પોતાની છાતીને સ્પર્શતા મહેસૂસ કરી રહી હતી.

“અકેલા મહેસૂસ કર રહે હો?” તેણે પોતાની આંખો બંધ કરીને પીઠ પર હાથ ફેરવીને કહ્યું.

“હા” રૂમી બોલ્યો. સ્વરાને સમજાયું કે હવે તે બોલી શકશે. તેણે રૂમીના કપાળ પર વ્હાલથી ચૂમીને કહ્યું:

“મૈં હૂં ના. કોઈ ટેન્શન નહીં લેના હૈ તુઝે.”

રૂમીએ સામેથી પોતાનું માથું સ્વરાની બાંહોમાં છુપાવી દીધું. આંખો બંધ કરી દીધી. બંધ આંખોમાં પણ કહાનીઓ જીવતી હતી. રૂમીના માથા પર હાથ ફેરવતાં સ્વરાએ પણ એક આંસુ પાડી લીધું.

૩૯

તૂટેલા વૃક્ષ ઉપર ફરી ફૂટેલી કૂંપળની જેમ રૂમીના તૂટેલા માનસપટ પર ફરી ભૂતકાળ જન્મ્યો. ચાર દિવસ સુધી સતત એક પછી એક ચિત્રો જન્મ્યાં. એ માની શકતો ન હતો કે આવી કાળી – કપરી – અકલ્પનીય જિંદગી જિવાઈ ગઈ અને એ પણ અર્ધજાગૃત અવસ્થામાં! રૂમીના મગજમાં ફરી ભાષા જન્મી. રામ-મુસ્કાનને સળગાવી નાખનારા શેતાનો સામે બદલો લેવાની અને એ દરેક નરાધમને મારી-કાપી નાખવાની તીવ્ર ઇચ્છા જન્મી. મુંબઈમાં જીવેલી જિંદગી પ્રત્યે દયાભરી પીડાઓ જન્મી. એ જિંદગીમાંથી ઉગારી લેનારી સ્વરાને સમજવાની તાલાવેલી જન્મી.

પાંચમા દિવસ તેણે સ્વરાને પોતાનું નામ કહ્યું. પોતાની સાથે ગોધરામાં બનેલી ઘટનાઓ કહી. પોતે કઈ રીતે મુંબઈમાં આવી ગયો તે કહ્યું. સ્વરાએ કલાકો સુધી બધું જ ધ્યાનથી સાંભળ્યું. વચ્ચે-વચ્ચે રૂમીને સારું લાગે એટલે હસાવતી હતી:

“મને ભી થોડા ગુજરાતી આવડે છે. હું ગુજરાતી બુક્સ પઢું છું. અબ સે હું તારી સાથે ગુજરાતીમાં જ બોલીશ. ઓકે?”

રૂમી હસી પડતો. ગુજરાતી બોલતી વખતે સ્વરાનો નિર્દોષ અવાજ રૂમીને ગમતો હતો. દિવસો પસાર થતા ગયા તેમ-તેમ રૂમી બધું જ કહેતો ગયો. વાતો કરતાં-કરતાં તે રૂમીને તૈયાર કરી દેતી. રૂમીના વાળને જેલ લગાવીને સ્પાઈક બનાવી દેતી. રૂમીને બારી પાસે આવતી રોશનીમાં બેસાડીને તે દાઢી કરી દેતી હતી. રૂમી હવે હિન્દી અને ગુજરાતી ઝડપથી બોલી શકતો હતો. હાથે જમી લેતો હતો. બાથરૂમમાં જાતે જ જઈ આવતો હતો. સ્વરાને સાંભળીને તે શબ્દો પકડી લેતો હતો.

રૂમીનાં કપડાં લેવા બંને અલગ-અલગ મોલમાં રખડતાં. લગભગ રોજ બપોરે સ્વરા રૂમીને હોટલમાં જમવા લઈ જતી. ઑર્ડર કર્યા પહેલાં તે રૂમીને પૂછતી:

“તારું ફેવરીટ ફૂડ શું છે?”

રૂમીને એ બધાં નામ આવડતાં નહીં. *મને તો હમણા સુધી મ્યુનિસિપાલિટીની કચરાપેટી જ ફેવરીટ ફૂડ હતી.* રૂમી વિચારતો. સ્વરા બધું ઑર્ડર કરી દેતી.

રૂમી રેસ્ટોરન્ટના ટેબલ પર સ્વરાની સામે ન બેસતો. બાજુમાં બેસતો. પ્લેટમાં ખાવાનું જોઈને સ્વરાને કહેતો–

"ઓહ...મને ખબર નહીં આ બર્ગર કહેવાય. મેં તો કચરાપેટીમાંથી ખૂબ જ ખાધાં છે!"

એ સાંભળીને સ્વરા ખડખડાટ હસતી. રૂમી રેસ્ટોરન્ટ બહાર આવીને કહેતો કે તે કઈ રીતે બર્ગર ખાતો! સ્વરા હસતી-હસતી કાન પર હાથ મૂકી દેતી!

"સ્વરા...તું તારી વાતો કર ને." રૂમીએ તેને શોપિંગ મોલમાં ટ્રોલીને ધક્કો મારતાં પૂછ્યું.

"મારી? મારી બાતે બોરિંગ છે. લાઇફ સિમ્પલ છે. હું કોલસેન્ટરમાં કામ કરતી છું. પ્લસ હું કભી-કભી ગિટાર વગાડું છું. સેઈમ રૂટીન હરરોજ."

"તું પેલી કાળા કાચવાળી કાર લઈને ક્યાં જાય છે?"

"ઓહ...તે કાર એક્ચ્યુલી અમારા કોલસેન્ટરની છે."

"ઓહ...કોલસેન્ટરની કાર તારે એકલાને લઈ જવાની?"

"યેસ...હું ત્યાં ટીમ-લીડર છું. બધા ટીમ-લીડરને રાત્રે જાને-આને કે લિયે કાર મળે છે."

"પણ તું દિવસે કામ પર ના જઈ શકે?"

"ના. મારું કામ અમેરિકન કસ્ટમર સાથે હોય છે. આપણે જ્યારે અહીં રાત હોતી હે...તબ એ લોકોને દિવસ હોય છે."

રૂમી વધુ ન પૂછતો. તેને કંઈ જાણવું પણ ન હતું. બંને ખુશ હતાં. દિવસો ભાગતા હતા. રૂમીનું ચાર-પાંચ વર્ષ સુધી તાપ-ઠંડી અને વરસાદમાં હેરાન થયેલું શરીર ખડતલ બનતું જતું હતું. હવે તે પોતાના અબ્બા રામ જેવો જ દેખાતો. સ્વરાના આ નાનકડા ઘરમાં એ દરેક કામ હાથે કરવા માંડ્યો હતો. બાથરૂમમાં નાહવા માટે તેને સ્વરાની જરૂર પડતી નહીં. હવે તો તે શરમાતો હતો! સ્વરા રૂમમાં કપડા બદલાવતી હોય ત્યારે તે બીજે

જોવા લાગતો. રાત્રે સ્વરા આવીને તેની બાજુમાં સૂતી ત્યારે તે સ્વરાની કમર નીચે દોરેલા ટેટુને સ્પર્શવામાં થોડો ખચકાતો હતો!

સવારે બારી પાસે ઊભો રહીને તે નીચે દેખાતા ઝીણા શહેરને જોયા કરતો. શહેર ધીમે-ધીમે ઝડપ પકડતું દેખાતું. બપોર નજીક પાછું ધીમું પડતું. સાંજ થાય એટલે ફરી ભાગવા લાગતું. દિવસો આમ જ વીતવા લાગ્યા હતા. રૂમી એ લંબચોરસ રૂમ અંદર પોતાના મગજ પર ચડેલી કાળી ચાદરને કાઢતો જતો હતો. હવે તે ખુશ હતો. સ્વરાને લીધે તે ખુશ હતો. સ્વરા તેને ખુશ રાખતી હતી.

"સ્વરા...તું આ કેનવાસ પર કેમ કઈ દોરતી નથી?" તે પૂછતો. સ્વરા જવાબ ન આપતી. રૂમી રસોડામાં જતો. રસોડામાં એક નાનકડી ઇલેક્ટ્રિક સગડી હતી. બે-ત્રણ વાસણ પડેલાં હતાં. કૉફીના બે મગ હતા. બીજું કંઈ હતું નહીં.

"સ્વરા...રસોડામાં કેમ કંઈ નથી?"

"મુઝે ખાના બનાના હી નહીં આતા રૂમી." તે પોતાના મોબાઇલમાંથી ઉપર જોઈને કહેતી.

"—અને આ ખૂણામાં જે રૂમ છે તેના પર લૉક કેમ હોય છે?"

"અરે...વો રૂમમેં આપણા મકાનમાલિકનો સામાન ભર્યો છે. આ બિલ્ડિંગમાં કોઈ રહેતું નથી. આ કૉમર્શિયલ બિલ્ડિંગ છે. ઇધર સિર્ફ બિઝનેસ ઑફિસ હી હોતી હૈ. હમારા ઘર તો ઇસ બિલ્ડિંગ કે કોન્ટ્રક્ટર ને દિયા હૈ ભાડે પે. લીગલ નહીં હૈ."

"સ્વરા...તું બહાર જાય ત્યારે સ્કાર્ફ અને ગોગલ્સ કેમ પહેરે છે?"

"વો લોગ જો પીછે પડે થે. પહચાન જાયેંગે તો?" સ્વરા કહેતી. રૂમી ડરી જતો.

"ડર ગયે ના?" સ્વરા હસીને કહેતી-"ના બાબા...હું તો બસ એમ જ પહેરું છું. મને કપડાં-ગોગલ્સ-કૉસ્મેટિક્સ ઇન સબકા બહોત શોખ હૈ."

"હા...હું એ તો ભૂલી જ ગયો. મને તારી કહાની તો તેં કહી જ નહીં. તે દિવસે તારી પાછળ કોણ દોડતું હતું?"

"અરે સાહબ...લાંબી કહાની છે. કભી આરામસે બતાઉંગી."

"તારો બર્થ-ડે ક્યારે આવશે?"

"મેં બર્થ-ડે સેલિબ્રેટ નહીં કરતી રૂમી. લેકિન તેરા બર્થ-ડે હમ મસ્ત મનાયેંગે."

રૂમી જેમ-જેમ બહારની દુનિયાને સમજતો જતો હતો તેમ તેને હજારો સવાલો થતા હતા. તે સ્વરાને બધું પૂછી શકતો ન હતો. ઘરમાં ખૂણામાં પડેલાં પુસ્તકો તે લેતો. સાંજે સ્વરા પીળી લાઇટ ચાલુ કરતી. બારી ખોલતી. સફેદ કેનવાસની બાજુમાં પડેલું રંગો મૂકવાનું ટેબલ બારી પાસે ગોઠવતી. એકવીસ માળ ઊંચી જગ્યાએ બારીમાંથી ઠંડી હવા આવતી. તે બુક લઈને બારી પાસે બેસી જતી. રૂમી પણ નવલકથા લઈને બેડ પર બેસી જતો. હકીકતમાં નવલકથા આંખ આડી રાખીને સામે બેઠેલી સ્વરાને જોતો રહેતો. સ્વરાના ઊડતા વાળને જોતો. વિચારતો. સ્વરાની બુકના પેજનો ફડફડાટ સાંભળતો રહેતો. સ્વરાના ખુલ્લા ચમકતા પગને જોતો રહેતો. તે સ્વરાને પૂછતો:

"સ્વરા...તું કઈ બુક વાંચે છે?"

સ્વરા પોતાની ગુજરાતી નવલકથામાં ખોવાયેલી રહેતી. રૂમીને ખબર હતી કે સ્વરા પોતાનું ગુજરાતી સારું બોલી શકે એટલે વાંચી રહી છે.

"તારો ગમતો લેખક કોણ છે?"

"નેઈલ ગેઇમેન" સ્વરા કહેતી, "આ તારે લીધે ગુજરાતી ના શીખતી ત્યારે હું આખો દિવસ એને જ વાંચ્યા જ કરતી."

"એ કેમ તને ગમે છે?"

"કારણ કે એ પ્રેમને ડીફાઈન કરે છે."

"કઈ રીતે?"

"તું તેની સેન્ડમેન કોમિક્સ વાંચજે. એમાં ખબર પડી જાશે."

મોડી રાત થાય એટલે પેલા ડ્રાઇવર ઇમદાદનો ફોન આવતો. સ્વરા ફોન કાપીને ફટાફટ કપડાં બદલવા લાગતી. રૂમી પૂછતો:

"તું આટલા ટૂંકાં કપડાં પહેરે તો તને રાત્રે બધા સામું જોશે તેનો ડર ન લાગે?"

"નોપ..." સ્વરા ફટાફટ પોતાનાં સેન્ડલ પહેરીને કહેતી. રૂમીને હજુ સવાલો થતા:

"સ્વરા...હું પૂછતો હતો કે..." તે પૂછવા જતો, પણ થતું કે તેને વધુ હેરાન ન કરવી જોઈએ. સ્વરા તૈયાર થઈને નીચે જતા પહેલા રૂમીને કહેતી જતી:

"સૉરી રૂમી...મારે કોલસેન્ટરમાં જવાનું મોડું થાય છે."

રૂમી મુસ્કુરાતો. સ્વરા બારણું બંધ કરીને જતી રહેતી. તે એકલો પડી જતો. બારી પાસે ઊભો રહેતો. સ્વરાની ઍમ્બેસેડર કારને રોડ પર જતી જોતો. અમસ્તા જ એક આંસુ પાડી લેતો. સ્વરાએ ટેબલ પર મૂકેલી બુકને વાંચ્યા કરતો. પુસ્તકો તેને ગમવા લાગ્યાં હતાં. ત્યાં ખૂણામાં સેંકડો પુસ્તક પડ્યાં હતાં. તે ગમે તે બુક ઉઠાવતો અને વાંચવા બેસી જતો. જ્યાં સુધી સવારે ચાર-પાંચ વાગ્યે સ્વરા આવીને ડોરબૅલ ન વાગે ત્યાં સુધી તે વાંચ્યા કરતો. સ્વરા આવે એટલે તેની સાથે સૂઈ જતો. પુસ્તકો વાંચીને તેને બીજા હજાર સવાલ થતા. તેને સવાલોને લીધે જ પરેશાની થતી. આ પાગલને દુનિયા જાણે સમજાવા માંડી હતી! એક પછી એક પુસ્તક તે વાંચતો ગયો. સવાલો નીકળતા ગયા. ઘણા જવાબ પુસ્તકોમાંથી જ મળી ગયા હતા. થોડા સવાલ બાકી રહેતા હતા. સ્વરા વિશેના અને પોતાની અંદર જાગતા પોતાના વિશેના સવાલો!

તે બધાનો જવાબ સ્વરા હતી.

*

તે રાત્રે રૂમી પુસ્તકોના ઢગલામાંથી કોઈ નવું પુસ્તક શોધી રહ્યો હતો. અચાનક તેને એક જૂનું ધૂળ ચડેલું પુસ્તક હાથમાં આવ્યું. તે પુસ્તક જેવું ન હતું. રૂમીએ તેના પરની ધૂળ ખંખેરી. તેને ખોલ્યા વિના બારી પાસે લેતો ગયો. બારી પાસે પડેલા નાનકડા ટેબલ પર બેસીને તેણે તે બુક ખોલી. તે ડાયરી હતી. રૂમની લાઇટમાં તેનું પેજ ઝાંખું લાગી રહ્યું હતું.

પહેલા પેજ પર હિન્દીમાં લખેલું હતું:

मेरी छोटी सी कहानी

નીચે એક ઢીંગલી દોરી હતી. રૂમીએ બીજું પેજ ખોલ્યું. તે પેજ પર પહેલી લાઇન લખેલી હતી:

डियर गॉड,
मुझे पता नहीं कि तुम इस जहां में हो भी या नहीं।
मैं तो तुम्हारे बारे में बहुत कन्फ़्यूज़्ड हूँ।
लेकिन तुम जिंदा हो या मुर्दा, आज मेरी कहानी लिखनी है।
मेरा नाम स्वरा है, और ये कहानी है मेरी जिंदगी की।
ध्यान से सुनना अपनी बच्ची की कहानी।

બસ. આટલું જ! પાછળ બધાં જ પેજ કોરાં હતાં. ડાયરીનાં જૂનાં પીળાં પેજ લખાયા વિના બારીમાંથી આવતી હવામાં અવાજ કરી રહ્યાં હતાં. રૂમી ઊભો થયો. ચારે તરફ પેન શોધવા લાગ્યો. આખા ઘરમાં તેને પેન ન મળી. છેવટે તેણે કેનવાસની નીચે પડેલા રંગોના બૉક્સમાં જોયું. બૉક્સમાં એક કાળી ચમકતી પેન્સિલ પડી હતી. તે પેન્સિલ અને ડાયરી લઈને રૂમી બેડ પર બેસી ગયો.

ડાયરીનું છેલ્લું પેજ ખોલ્યું. થોડીવાર વિચાર્યા કર્યું. ઘણા સમયથી લખ્યું ન હતું. પેન્સિલ પકડતા ભૂલી ગયો હતો. છેલ્લા પેજ પર તેણે ઘણા શબ્દો લખ્યા. *રામ. મુસ્કાન. સ્વરા. રૂમી.* અબ્બા બધું જ યાદ હતું! ચાર-પાંચ શબ્દોમાં તેનું બધું જ આવી જતું હતું. હવે જરૂર માત્ર લખવાની હતી.

રૂમીએ પાછળનું બીજું કોરું પેજ ખોલ્યું, અને લખવાનું શરૂ કર્યું:

ડિયર ગૉડ,
તમે મરી ગયા છો?
કેમ? સ્વરા કહે છે તમે મરી ગયા છો.
મારાં મમ્મી અને અબ્બા પણ મરી ગયાં છે.
એ મારા ગૉડ હતાં.
એ તમારી પાસે છે?

હું મારા અબ્બાને પૂછતો કે–"અબ્બા, ગૉડ ક્યાં રહે છે?" તેઓ પણ સ્વરાની જેમ જ વિચારતા. મને કહેતાં કે-"યાર... હું આ ભગવાનની બાબતમાં ખૂબ કન્ફ્યુઝનમાં છું."

મારા અબ્બા એમ પણ કહેતા કે–"રૂમી બેટા...મને લાગે છે કે ભગવાન ક્યાં રહે છે, અને કોણ છે, અને એ છે કે નહીં એ સવાલ પાછળ ટાઇમપાસ ન કરવો જોઈએ. એણે આપણને જીવ આપ્યો છે તો જીવી લેવું જોઈએ."

પણ તમે અમને કોઈને જીવવા કેમ ન દીધાં? કેમ મારા અબ્બા-મમ્મીને મારી નાખ્યાં? કેમ મને આટલાં વર્ષ ગાંડો બનાવી દીધો?

પોતાનાં ભગવાન જેવાં મા-બાપની યાદ એવી તીવ્ર આવી કે રૂમીના આંસુ ડાયરીના પાનાંઓને ભીના કરવા લાગ્યાં. એની છાતીમાં દુખવા લાગ્યું. ગળામાં ડૂમો ભરાઈ ગયો.

*

ડોરબૅલ વાગી. બાથરૂમ ઉપર લટકતી ઘડિયાળમાં સવારના સાડા ચાર વાગી ગયા હતા. રૂમીએ ઝડપથી ડાયરી બંધ કરી દીધી અને કેનવાસના લાકડાંના સ્ટૅન્ડ પાછળ દેખાય નહીં તે રીતે ખાંચામાં મૂકી દીધી. પેન્સિલને હતી એમ જ બૉક્સમાં મૂકી દીધી. ડોરબૅલ ફરી વાગી. રૂમી દોડીને ખોલવા ગયો.

"કોણ?" રૂમીએ સ્વરાને ચીડવવા કહ્યું.

"હેય બેબી...ઇટ્સ મી." સ્વરાએ બહારથી કહ્યું. રૂમીએ બારણું ખોલ્યું. વરસાદમાં ભીની થઈ ગયેલી સ્વરા મુસ્કુરાતી હતી.

"ક્યા બાત હૈ. આજ કુછ જ્યાદા હી સેક્સી લગ રહે હો ના." એ રૂમીને થોડી નીચે નમીને ગાલ પર ચૂમીને બોલી.

"તુમ્હારે જીતના નહીં!" રૂમી ગાલ પર સ્વરાના ભીના હોઠને લૂછતો બારણું બંધ કરીને બોલ્યો.

"આહા! મગજ ચાલવા માંડ્યું છે ને અબ તો." સ્વરાએ કહ્યું. રૂમની પીળી લાઇટ અને ભીનાં કાળાં કપડાંમાં તે અદ્ભુત લાગી રહી હતી. તેણે પહેરેલું સફેદ અને ભૂખરાં ફૂલોવાળું વનપીસ ભીનું થઈને શરીરને ચોંટી ગયું હતું. તેના ખુલ્લા સફેદ પગ પર પાણી નીતરી રહ્યું હતું.

"સોયે નહીં થે ક્યા?" તેણે પૂછ્યું. રૂમીએ કંઈ જવાબ ન આપ્યો. સ્વરાના શરીરના વળાંકો પરથી ટપકતી પાણીની ઝીણી બુંદોને રૂમી જોઈ રહ્યો. રૂમી સામું જોઈને તે ખૂણામાં થોડી અંધારામાં ખસી ગઈ. રૂમીએ નજર બેડ તરફ કરી દીધી. સ્વરા રૂમીનો ચહેરો જોઈને અંધારામાં હસવા લાગી, અને બોલી:

"હોતા હૈ...હોતા હૈ...સોલાહ બરસ કી બાલી ઉંમરીયામેં યે સબ હોતા હૈ!"

રૂમી શરમાઈને ફિક્કું હસી પડ્યો. તેણે વાત બદલી નાખી:

"બહાર ખૂબ જ વરસાદ છે?"

"હા. આજે તો મારો કાર ડ્રાઇવર ઇમદાદ જૉબ પર આવ્યો ન હતો એટલે મારી ફ્રેન્ડ પોતાની સ્કૂટી પર મૂકી ગઈ." સ્વરા કપડાં બદલીને સફેદ શર્ટ અને નીલા શોર્ટમાં અંધારામાંથી બહાર આવી. પોતાના ભીનાં કપડાં બાથરૂમમાં પડેલી બાસ્કેટમાં નાખી રૂમી પાસે આવી. રૂમી બેડ પર બેઠો હતો. રૂમી પાસે જઈને તે બોલી–

"ચલ...ટેરેસ પર નાહવા જઈએ."

"તેં હજુ તો કપડાં–"

રૂમી આગળ બોલે એ પહેલાં સ્વરા રૂમીનો હાથ પકડીને બારણાં બહાર લઈ ગઈ અને બારણાંને ખુલ્લું મૂકીને દાદરા ચડીને બંને અગાશી પર ગયા. એકવીસ માળની ઊંચી અગાશીની ચારે બાજુ બાંધેલી નાનકડી દીવાલ પાસે આવીને એ બંને ઊભાં રહ્યાં. વરસાદમાં નીતરતાં કપડાંમાં આછા દેખાતા શરીર થોડી ઠંડી હવાથી ધ્રૂજી રહ્યાં હતાં. દાદરાના બારણાં ઉપર રહેલી ચાલુ-બંધ થતી ફ્લડ-લાઇટમાં તેમના ચહેરા થોડા ચમકી રહ્યા હતા. અગાશીની એકદમ વચ્ચે સ્વરા ટાઇલ્સ પર સૂઈ ગઈ. રૂમી હજુ દીવાલ પાસે ઊભો-ઊભો ભીંજાતા ચમકતા મુંબઈની ખૂબસૂરતીને

જોઈ રહ્યો હતો. દૂર થતી વીજળીઓના આકાર જોઈ રહ્યો હતો.

"આજે મારો બર્થ-ડે છે." સ્વરા પાછળથી બોલી. રૂમીએ જોયું તો એ નીચે સફેદ ટાઇલ્સ પર સૂતાં-સૂતાં વરસાદને ભેટી લેવા માંગતી હોય એમ હાથ ફેલાવીને પડી હતી. રૂમીએ શબ્દો સાંભળ્યા. શું બોલવું તે ખબર ન પડી. સ્વરાના શરીર પરથી ઉછળતી પાણીની ઝીણી બુંદોને તે ફ્લડલાઇટમાં ચમકતી જોવા લાગ્યો.

"વિશ નહીં કરે મને?" સ્વરા સૂતાં-સૂતાં બોલી. રૂમી મુસ્કુરાયો. સ્વરાની બાજુમાં જઈને ઊભો રહ્યો. પોતાનો હાથ લાંબો કર્યો. સ્વરાએ હસીને રૂમી સાથે હાથ મિલાવ્યો. રૂમીએ તેને ખેંચીને ઊંચી કરી. સ્વરા ઊભી થઈ. રૂમીની સામે પોતાની નીલી આંખોથી હસતી રહી. બંને સામ-સામે સ્થિર ઊભાં રહ્યાં. હસી પડ્યાં.

રૂમીએ તરત જ સ્વરાને પોતાના બંને હાથથી ભેટી લીધી. પોતાના કાન સ્વરાના હૃદય પર મૂકીને તે આંખો બંધ કરી ગયો. સ્વરા ઊભી-ઊભી હસી પડી.

"ઓપ્સ...ઇમોશનલ હો ગયા?" રૂમી ફરતે પોતાના હાથ વીંટાળીને તે બોલી. રૂમીએ જવાબ આપ્યો નહીં. થોડીવાર બંનેએ એકબીજાને પકડી રાખ્યાં.

"થેંક્યુ." રૂમી બોલ્યો. સ્વરાએ જવાબ આપ્યો નહીં. સ્વરાની અંદર એક મુંબઈ શહેર હતું જેમાં વરસાદ અને વીજળીઓ થઈ રહ્યાં હતાં.

(૪૦)

આગલે દિવસે રાત્રે રૂમી પોતાની ડાયરીમાં થોડું જ લખીને સૂઈ ગયો.

હેલ્લો ગૉડ...

ગઈ કાલે સવારે પાંચ વાગ્યે અમે બંને ત્યાં અગાશી પર ગયાં હતાં. સ્વરાનો બર્થડે હતો. જ્યારે એ બોલી કે આજે મારો બર્થડે છે ત્યારે હું એને ઊભી કરીને વળગી પડ્યો. એણે મને થોડીવાર તેના ભીના ગરમ શરીર સાથે પકડી રાખ્યો. હું આંખો બંધ કરીને તેના હૃદયના ધબકારાને સાંભળતો હતો. તેનું હૃદય મોટેથી ધબકતું હતું. જાણે અંદર કંઈ હતું જ નહીં. પડઘાઓ પાડતું હતું. અચાનક મને એમ લાગ્યું કે...એ ઊભાં-ઊભાં રડતી હતી. તેનો ચહેરો તો પાણીથી ભીંજાયેલો હતો એટલે દેખાતું ન હતું, પણ એનાથી ભૂલથી હીબકાં ભરાઈ ગયાં હોય એવું લાગ્યું. વળી પાછું તેને શું થયું તે મને વહાલી વહાલી કરવા લાગી. ગાલ પર, કપાળ પર, નાક પર, ગળા પર...મારી બંધ આંખો પર.

તેના હોઠ ભીના અને ગરમ હતા. તે કંઈક બોલતી હતી. મને કંઈ સંભળાતું ન હતું. મને એ સમયે ખબર જ ન હતી કે શું થઈ રહ્યું છે. અત્યારે પણ કંઈ ખબર નથી.

તમને ખબર છે હું સ્વરા સાથે હોઉં ત્યારે આ દુનિયાનો સૌથી ખુશ માણસ છું.

અને અધૂરો પણ...

સ્વરા ન સમજાય તેવી છે.

*

ઘણીવાર રૂમી અને સ્વરા સાંજે મુંબઈની જૂની ગલીઓમાં ફરવા જતાં. જૂનું મુંબઈ જોવાની મજા જ અલગ હતી. અંગ્રેજોના સમયની જૂની ઇમારતો. ઇમારતોની જૂની બારીઓ. તૂટેલી ઈંટો. પોતાનો ઇતિહાસ લઈને

બેઠેલી દીવાલો. બંને બસ અમસ્તા જ રખડતાં. ચર્ચ-ગેટ પર જૂની બુક્સ ખરીદવા જતાં. ફેશન-સ્ટ્રીટમાં શોપિંગ કરવા જતાં. સાંજે નરીમન પૉઇન્ટ પર એકબીજાની બાજુમાં બેસીને હજારો વાતો કરતાં. ત્યાં કિનારા પર મૂકેલા પથ્થરો પર ઊભાં રહીને અંધારામાં કરચલા શોધતાં. મોડી સાંજે ભૂખ લાગે એટલે કોઈ ફાસ્ટ-ફૂડની લારી પર કોણ વધુ ખાય તેની શરત લગાવતાં.

એ બંને રોજ એકબીજાની આંગળી પકડીને ચાલતાં! આજકાલ એ બંને એકબીજા સાથે બોલ્યા વગર પણ એકબીજાની વાતો અને લાગણીઓને સમજી લેતાં હતાં. ખૂબ જ ખુશ હતાં.

ક્યારેક રૂમી સ્વરાને પોતાના ગાંડપણના સમયના ભૂતકાળને જોવા લઈ જતો.

"જ્યારે ચોમાસું આવતું ત્યારે હું અહીં સૂતો." તે ફૂટપાથની જગ્યા બતાવીને કહેતો.

"અહીં સ્કૂલના છોકરાઓ મને બહારથી ખાવાનું પણ આપતા."

"ત્યાં મને પેલી કાળી કૂતરી મળેલી. એ કૂતરી અત્યારે પણ મને ક્યાંક જોઈ લે તો ઓળખી જાય. તે દિવસે જ ઓળખી ન શકી."

રૂમી તેને એક જૂની જગ્યા પર લઈ ગયો હતો. ત્યાં રૂમીએ બે વર્ષ પહેલાં ઉનાળો કાઢેલો. તે એક ગાંડાનું ખાલી ઘર હતું. ભીંત સાથે બે ખીલી ખોસીને તેમાં ચોરસ ચાદરના બે છેડા ભરાવેલા હતા. બીજા બે છેડા બાજુ નાની બે લાકડીઓથી ટેકો બનાવેલ હતો. રૂમીએ તેનું અંદર પોતાનું નાનું ઘર બનાવેલું હતું. દિવસે ચાદરને લીધે તડકો ન આવતો.

"મને અહીં એક મોટા જાડા માણસે મારેલો, કારણ કે મેં એનું ઘર પચાવી પાડેલું. એ પણ ગાંડો હતો." રૂમીએ એ ચાદરવાળું ઘર બતાવીને કહ્યું. સ્વરા માની રહી ન હતી. "સાચું કહું છું. આ ઘર તેનું જ હતું. એ થોડા સમય માટે બહાર ગયો હશે અને હું એના ઘરમાં ઘૂસી ગયો હતો!"

સવારા ચકિત થઈ જતી. "તને ખબર પડી જતી કે એ પાગલ હતો?" એ પૂછતી. રૂમીનો ભૂતકાળ તેને વિચારવા મજબૂર કરી દે તેવો હતો.

"હા. અમે લોકો કપડાં ખૂબ ઓછાં પહેરીએ એટલે ખબર પડી જાય. ડ્રેસ-કોડ!" રૂમી થોડા ગર્વથી કહેતો.

"તારું કોલસેન્ટર બતાવીશને મને?" રૂમી પૂછતો.

"હા. જઈશું ક્યારેક..." તે કહેતી. એ બંનેની વાતો ચાલ્યા કરતી.

*

એક મોડી સાંજે ખૂબ આહ્‌લાદક વાતાવરણ સર્જાયું હતું. ચોમાસાની સાંજની ઠંડી હવા. વૃક્ષો હવામાં ડોલતાં હતાં. આછી પીળી સ્ટ્રીટલાઇટમાં વૃક્ષોના પડછાયા ડોલતા હતા. સ્વરા-રૂમી એ પડછાયાઓ નીચે ચાલ્યાં જતાં હતાં.

ફરતાં-ફરતાં એ બંને એક દુકાન પર વડાપાંઉ ખાવાં ગયાં. દુકાનની બાજુમાં એક વીસેક વર્ષનો યુવાન વાયોલીન વગાડતો હતો. તવા પર શેકાતા પાંઉના દાઝવાથી નીકળતો સુગંધી ધુમાડો તેના વાયોલિન પર છવાતો હતો.

સ્વરાએ એક જ વડાપાંઉ મંગાવ્યું. એ એકલી ખાતી હતી. રૂમી તેની સામું નેણ ઊંચાં કરીને ઊભો હતો.

"ક્યા?" સ્વરાએ રૂમીને ચીડવવા પૂછ્યું. રૂમી થોડો હસતો ચહેરો રાખીને બોલ્યો:

"હમ ભી ભૂખે હૈં મેડમ..."

"તો?" સ્વરા બીજી બાજુ ફરીને ખાવા લાગી.

"તો...બસ ભૂખે હૈં...ઔર ક્યા?" રૂમીએ પરાણે હસવા પ્રયત્ન કર્યો, પણ સામે સ્વરા હસી નહીં! તે ગંભીર ચહેરો કરીને બોલી:

"દેખ...અપની કમાઈ સે ખાના હૈ તો ખા. મૈં તેરે કો મના નહીં કરને વાલી...બટ ધીસ ઇસ માય મની."

"ઓહ..." રૂમી ગભરાઈ ગયો. થોડીવાર તે કંઈ બોલ્યો નહીં, પછી મેઇન કાઉન્ટર પર જઈને બે વડાપાંઉ ઑર્ડર કરી આવ્યો. હવે રૂમીને નેણ ઊંચાં કરીને જોવાનો વારો સ્વરાનો હતો. તે કમર પર હાથ રાખીને ઊભી રહી, અને રૂમી તેની સામું બે મોટાં વડાપાંઉ દાબી ગયો.

"આના પૈસા કોણ આપશે?" સ્વરાએ રૂમીને ખભા પર મારીને પૂછ્યું.

રૂમીએ મોઢામાં એટલું ઠૂંસી દીધું હતું કે તેણે હાથથી સ્વરાને 'બે મિનિટ' રાહ જોવાનો ઇશારો કરવો પડ્યો. તે ચાવી-ચાવીને વધુ સમય લઈ રહ્યો હતો. સ્વરા હવે પાછી ગુસ્સે થઈ રહી હતી. દુકાન પર બધા સ્વરાની સુંદરતાને જોઈ રહ્યા હતા. એ બધાના વડાપાંઉ ઠંડા પડી રહ્યા હતા.

છેવટે રૂમીએ બધા સાંભળે તેવો લાંબો ઓડકાર ખાધો. સામે તવા પર વડાપાંઉ બનાવનારા સામે હાથથી 'ટનાટન'ની સિગ્નલ બતાવી. સ્વરા રૂમીના ખુશ થતા ચહેરાને જોઈ રહી હતી. કારીગર ખુશ થઈને સ્વરા સામું 'ટનાટન' કહી રહ્યો હતો! થોડીવાર શાંતિ છવાઈ ગઈ.

અચાનક રૂમીએ દુકાને ઊભેલા લોકોના ટોળાની પાછળ આંગળીથી ઇશારો કર્યો.

"નહીં..." રૂમીએ જોરથી-મોટેથી રાડ નાખી, અને પાછળ ઊભેલા એક કૂતરા તરફ આંગળી દેખાડી. દુકાન પર ઊભેલા બધા ગભરાઈ ગયેલા. વડાપાંઉ ખાવાનું મૂકીને બધા પાછળ ઊભેલા કૂતરાને જોવા લાગ્યા. કારીગર પણ બહાર આવ્યો. હજુ બધા કૂતરાને જુએ એ પહેલાં તો રૂમીએ સ્વરાનો હાથ પકડીને ખેંચી અને ભાગવાનું ચાલુ કર્યું! સ્વરા કંઈ સમજે એ પહેલાં તો રૂમી તેને રસ્તાની બીજી બાજુ ખેંચી ગયો.

"ભાગ...!" તેણે સ્વરાને કહ્યું. સ્વરાને સમજાયું!

"ફક...!" સ્વરા ભાગતાં-ભાગતાં હસી પડી. પેલો કારીગર પાછળ દોડતો રાડો નાખવા લાગ્યો:

અરે પકડો સાલોં કો...ભે**દ...પૈસે કૌન દેગા...ભાગતી કહાં હૈ મેડમ?

તે રાત્રે સ્વરા અને રૂમી બે કિલોમીટર સુધી ભાગતાં રહ્યાં. ભાગતા-ભાગતાં રૂમી પૂછતો હતો:

"તું ક્યારેય આટલું દોડી છે?"

"નહીં...હું હવે પડી જવાની છું..."

"મારા ખભા પર બેસી જવું છે?"

"ના...ના...ના...ના..."

"હું તને ગાંઠિયા-પેંડા કરું?"

"વૉટ? કર પ્લીઝ..." સ્વરા હાંફતી-હાંફતી બોલી. રૂમીને રામ રોજ

ગાંઠિયા-પેંડા કરીને ફળિયામાં દોડતો. રૂમી અબ્બાની પાછળ ચોંટી જતો. ગળેથી પકડીને કમરની બંને બાજુ પગ રાખતો. મુસ્કાન એ બંને પર રાડો નાખ્યા કરતી, અને રામ આખા ફળિયામાં રૂમીને ઊંચકીને દોડતો. મુસ્કાનના હાથનું જમીને તેને પચાવવાની આ ટેકનિક હતી!

રૂમીએ સ્વરાને અંધારામાં ઊભી રાખી. રામની જેમ તેને પીઠ પર ઊંચકી અને ભાગ્યો. થોડો આગળ ચાલ્યો ત્યાં બંને પડ્યા! રૂમી સ્વરાનો ભાર ઊંચકી શક્યો નહીં! સ્વરા ગાયના છાણ પર પડી હતી.

"શીટ...શીટ...શીટ...અબ ક્યા કરેંગે?" તે રૂમીને પૂછતી. રૂમી હાથ ઊંચા કરી દેતો.

સાંજના અંધારામાં એ બંને ફરી ચાલવા લાગ્યાં.

એકબીજાની આંગળીઓ પકડીને.

એકબીજાનાં કપડાં સાફ કરતાં.

વડાપાંઉના તેલવાળા હાથ એકબીજાનાં કપડાં પર લૂછતાં.

રૂમી પોતે જીતી ગયો હોય તેમ આગળ ચાલતો. સ્વરા પાછળથી કહેતી—

"તો તને લાગે છે કે આપણે રૂપિયા આપ્યા વગર ભાગ્યાં?"

"હાસ્તો...મારી પાસે ક્યાં કંઈ હતું જ!"

"બુદ્ધુ...તું જ્યારે કાઉન્ટર પર બે વડાપાંઉ ઑર્ડર કરવા ગયો, ત્યારે જ મેં પાછળથી કારીગરને રૂપિયા આપી દીધા હતા. તારો ચહેરો જોઈને એ બધાને ખબર હતી કે તું ભાગવાનો છે. એ કારીગર તો પાછળ દોડવાની એક્ટિંગ કરતો હતો."

સ્વરાએ રૂમીની બધી જ હવા કાઢી નાખી!

"સ્વરા...તું તારી કહાની કહેવાની હતી ને?" રૂમી સ્વરાથી આગળ ઊલટા પગથી ચાલતો-ચાલતો પૂછતો.

જેનો કોઈ જવાબ આવતો નહીં. થોડીવાર પછી જ્યારે રૂમી થાકીને ફરી સ્વરાની આંગળી પકડીને તેની સાથે ચાલવા લાગતો ત્યારે સ્વરા કહેતી, "ઉસકા ભી એક ટાઇમ આયેગા રૂમી...અપની કહાની કા ભી ટાઇમ આયેગા." એ મુસ્કુરાતી. રૂમી ઠંડી હવામાં એ વિચારોને ઉડાડી દેતો.

"સ્વરા, એક વાત કહું? મેં નોટિસ કર્યું છે તું જ્યારે હિન્દીમાં બોલવા લાગે ત્યારે કશુંક છુપાવતી હોય છે."

"હાં...છુપાતી હૂં...તો?" સ્વરા ગુસ્સે થવાનું નાટક કરતી.

"તો કુછ નહીં...મૈં તો બસ...યું હી..." રૂમી ચાલતાં-ચાલતાં બીજી બાજુ જોઈ જતો. સ્વરા ગુસ્સે થતી.

"આઇ એમ ગોઇંગ..." કહીને એ પણ બીજી બાજુ એકલી રસ્તા તરફ નીકળી જતી.

રૂમી પાછળથી સાદ કરતો.

"સ્વરા...તું જ્યારે ઇંગ્લિશમાં બોલે છે ત્યારે સાચું બોલે છે?" એ હસતો. એને ખબર હતી કે સ્વરા તેને છોડીને નહીં જાય.

"એસહોલ..." એ બોલીને હસતી-મુસ્કુરાતી રૂમી પાસે પાછી આવતી. રૂમીની આંગળી ફરી પકડી લેતી, અને પછી બીજી બાજુ જોઈને તે જોરથી રૂમીની આંગળી પર ભાર દેતી.

૪૧

વર્ષ નીકળી ગયું. રૂમીનું તૂટેલું મગજ ધીમે-ધીમે સાજું થઈ ગયું હતું. મન શાંત હતું. શાંત મનમાં ખુશીઓની લહેરો ઊઠતી. એ ખુશીની લહેરોનું કારણ હતી - સ્વરા. સ્વરા હોય ત્યારે રૂમીનું શાંત-ચૂપ અસ્તિત્વ ઝૂમી ઊઠતું. હિલ્લોળે ચડતું. સ્વરા સાથેની ક્ષણોમાં જિંદગી ઊંઘમાંથી બેઠી થતી. સ્વરા ન હોય એ ક્ષણોમાં જિંદગી બેભાન જેવા ઘેનમાં રહેતી.

રૂમી ડાયરી લઈને પોતાની અંદર ચાલતી જિંદગીને લખતો. એની જિંદગીમાં બે જ લાગણીઓ હતી:

એક - સ્વરા પ્રત્યેનું એનું અનહદ વહાલ.

બીજી - સ્વરા માટે એના અખૂટ સવાલ.

ડિયર ગૉડ...

મારે સ્વરાને ઘણુંબધું પૂછવું છે. મારે પૂછવું છે કે – તું મને હજુ કેટલો સમય તારા આ ઘરમાં રહેવા દઈશ? હું ક્યાંક નોકરી શોધી લઉં? તું મને ક્યારેક એમ જ ઘર બહાર નીકળી જવા નહીં કહી દેને? મને બીક લાગે છે કે જો તું મને છોડી દઈશ તો હું ફરી ક્યાંક ગાંડો ન થઈ જાઉં.

સ્વરા.

સ્વરા સાથે હોઉં તો મારી અંદર એક હુંફ છવાયેલી રહે છે. એ વહેલી સવારે નોકરી પરથી આવીને મને બાંહોમાં લઈને સૂઈ જાય ત્યારે બસ એમ જ થયા કરે કે સ્વરા એક મિનિટ માટે પણ મારાથી દૂર ના જાય. મને એ પોતાની બાંહોમાં લઈને બસ પડી રહે....બીજા દિવસની સાંજ સુધી.

મહિનાઓ સુધી.

વર્ષો સુધી.

સ્વરા સાથેની મારી દરેક સેકંડ ખૂબ જ મજાની પસાર

થતી હોય છે. અમે બંને જ્યારે ગમે તે બસમાં બેસીને સાંજની ઠંડી હવામાં આખું મુંબઈ ફરીએ. ટ્રેનમાં ચડીને આમતેમ આખું શહેર રખડીએ. કેટકેટલું નવુંનવું ખાઈએ. ક્યારેક તો અમે બંને પાણીપુરી માટે ઝઘડી પડીએ. અમને બંનેને પાણીપુરી ખૂબ ભાવે. ક્યારેક સાંજના ટ્રાફિક વચ્ચે અમે બંને રસ્તા પર દોડવાની રેસ કરીએ. સ્વરાને જોઈને કેટલાયે લોકોના મોઢા ખુલ્લાં રહી જાય! વાહનો ધીમા પડી જાય. હા...તમને ખબર છે? સ્વરા જેટલું સુંદર આખા શહેરમાં કોઈ નહીં હોય.

ડિયર ગૉડ...

મારે તેને જાણવી છે. મારી પાસે સ્વરા માટે હજારો સવાલો છે. એ ક્યારેય એની પોતાની વાર્તા કહેતી જ નથી. હું પૂછી શકતો નથી. મારે તેને પૂછવું છે કે એ કોણ છે? ક્યાંથી આવી છે? અહીં આ શહેરમાં મારી જેમ એકલી કેમ હશે?

કેવું અજીબ છે મારું જીવન! એક અજાણી છોકરી પાછળ કોઈ ગુંડાઓનું ટોળું પડેલું. એ છોકરી ભાગતાં-ભાગતાં અજાણતા મારા પગ સાથે અથડાઈ. કદાચ તે દિવસે મેં અજાણતાં જ એનો જીવ બચાવ્યો. બીજે દિવસે એ મારા જીવને બચાવવા આવી. મને એના ઘરમાં રાખી દીધો. એ નોકરી કરીને મને સાચવે. ખવડાવે. મારી દોસ્ત. મારું બધું જ. મારી પાસેથી કશું જ માગ્યું નથી. એક સડેલા મરવા પડેલા ગાંડા છોકરાને સાજો કરીને એ સાચવે છે.

ગૉડ...એ કોણ છે?

*

એક સાંજે એ બંને એમની ઇમારતની અગાશી પર દીવાલ પર બેઠા હતાં. સામે સાંજના તડકામાં શહેર ચમકતું હતું. રૂમી કહેતો હતો–

"હું નાનો હતો ત્યારે મારે ગાઈડ બનવું હતું. આખી દુનિયા ફરવી હતી અને તે પણ પૈસા કમાઈને. અબ્બા કહેતા કે આપણે અહીં મન

ભરીને નવું નવું જોઈ લેવું જોઈએ. તારે શું બનવું હતું?"

"મારે? મારે નાની હતી ત્યારે એસ્ટ્રોનોટ બનવું હતું. મારે સ્પેસમાં જવું હતું. દૂર. તારાઓ પાસે. ત્યાંથી મારે આ દુનિયાને જોવી હતી. મારે ત્યાં અંધકારમાં ગુમ થઈ જવું હતું. આ દુનિયાથી દૂર..."

"કેમ તને આ દુનિયા નથી ગમતી?" રૂમીએ પૂછ્યું. સ્વરા કશું બોલી નહીં.

બંનેને નીચે પડવાનો કોઈ ડર નહીં હોય, બંનેના પગ નીચે ઝુલતા હતા. આખું શહેર આછું ધીમું ગાજી રહ્યું હતું. રૂમી સ્વરાને સવાલો પૂછ્યે જતો હતો–

"સ્વરા...હવે તારું ડ્રીમ શું છે?"

"ખબર નહીં રૂમી." સ્વરા જવાબ ન આપીને રૂમીને ચીડવવા માગતી હતી.

"સ્વરા...તને સૌથી વધારે કોની સાથે ગમે?"

"ખબર નહીં." એ હસીને બોલી.

"મારા સિવાય તારે કોઈ દોસ્ત છે?"

"ખબર નહીં."

"તને ક્યારેય આખા મુંબઈમાં રખડવાનું મન થાય?"

"ખબર નહીં." તે પોતાનું માથું હલાવીને હસતી ના પાડી રહી હતી.

"તને હું અહીંથી નીચે ફેંકી દઉં તો તું શું કરે?" રૂમીએ સ્વરાનો હાથ પકડીને સહેજ આગળ તરફ ખેંચીને પૂછ્યું.

"તો નીચે જતા પહેલાં તને કહેતી જાઉં કે મારું જીવવાનું કારણ તું એકલો જ છે. અને પછી તારો હાથ પકડીને નીચે પડી જાઉં..."

સ્વરાએ રૂમીનો હાથ મજબૂતીથી પકડ્યો. રૂમી ચૂપ થઈ ગયો. સ્વરાને તે કંઈ પૂછી ના શક્યો.

હવે સ્વરાનો દાવ હતો.

"રૂમી...તને મુંબઈના લોકોને જોઈને શું ફિલ થાય?"

"એ જ કે...બધા હજુ પણ જીવી રહ્યા છે!"

"તને એમના જીવવાનું શું કારણ દેખાય છે વળી?"

"પ્રેમ..."

"તેં ક્યારેય પ્રેમ કર્યો છે કોઈને?"

"હાસ્તો..."

"કોને?" સ્વરાએ નેણ ઊંચાં કરીને પૂછ્યું.

"ખબર નહીં..." રૂમી હસી પડ્યો.

"પ્રેમ હોય ત્યારે કેવું ફિલ થાય?" સ્વરાએ રૂમી સાથે આંખો મિલાવીને પૂછ્યું.

"અમ્મ્મ..." એ વિચારવા લાગ્યો. "પ્રેમ હોય તો તમને અહીંથી નીચે કૂદતા પહેલાં કોઈને કહેવાનું મન થાય કે મારે માટે જીવવાનું કારણ તું જ છે."

સ્વરાનો ચહેરો ઝાંખો થઈ ગયો. જાણે તેણે પોતે કંઈ ભૂલ કરી હોય તેવું લાગ્યું હશે એવો ગંભીર ચહેરો. તે રૂમીથી દૂર બીજી બાજુના શહેર તરફ જોવા લાગી.

"સ્વરા...તને પ્રેમ થયો છે ક્યારેય?"

"ના..." તે બોલી, પણ રૂમી તરફ નજર ન કરી. રૂમીને લાગ્યું કે સ્વરા દુઃખી છે. તેણે વાત બદલી–

"સ્વરા, તું મને કપલ ડાન્સ શીખવને."

બસ...સ્વરા દોડીને નીચે ગઈ. રૂમમાંથી સ્પીકર લઈ અગાશી પર આવી. એક ટેબલ પણ લાવી. ટેબલ પર સ્પીકર ગોઠવીને તેણે ફ્લડ-લાઇટના પ્લગમાં પીન ભરાવી. પોતાના મોબાઇલને સ્પીકર સાથે કનેક્ટ કરી ધીમું મ્યુઝિક ચાલુ કર્યું. શહેરના સાંજના ઠંડા મિજાજની વચ્ચે સ્વરાએ ધીમે-ધીમે સ્ટેપ-બાય-સ્ટેપ શીખવવા માંડ્યું. સાંજના ઝાંખા અંધારામાં સ્વરા અદ્ભુત લાગી રહી હતી. સ્વરાની નીલી આંખો, અને ગુલાબી બેક-લેસ ડ્રેસ અંધારાને ઝાંખું કરી રહ્યા હતા. રૂમીએ એ જ જૂની કેપ્રી અને ટીશર્ટ પહેર્યાં હતાં.

સ્વરાએ પહેલું સ્ટેપ શીખવ્યું. રૂમીનો ડાબો હાથ અને સ્વરાનો જમણો હાથ ભિડાયા. રૂમીનો જમણો હાથ સ્વરાના ખભા પર, અને સ્વરાનો ડાબો હાથ રૂમીના ખભા પર.

બંનેનાં શરીર એકબીજાને સ્પર્શીને દૂરથી એક બની ગયેલા લાગતાં હતાં. રૂમી ચૂપચાપ પિયાનોના ધીમા સંગીતમાં અને સ્વરાના ધીમા અવાજમાં ગુમ થઈ રહ્યો હતો. સ્વરા થોડી-થોડી વારે રૂમીને કાનમાં હળવેથી કશુંક કહેતી હતી. રૂમી એ મુજબ રીધમ પકડીને ડાન્સ કરતો હતો. સ્વરાના ખભાને રૂમીનું કપાળ સ્પર્શતું હતું. રૂમીનો કાન સ્વરાના હૃદયને સાંભળી રહ્યો હતો. એ ધબકારની વચ્ચે પિયાનો ધીમે-ધીમે સંભળાઈ રહ્યો હતો.

સ્વરાએ રૂમીને પોતાનાથી થોડો દૂર કરી ડાન્સ કરતાં કરતાં ધીમેથી પૂછ્યું.

"રૂમી..."

"બોલને..." રૂમીએ મુસ્કુરાઈને કહ્યું.

"તું મારા વિશે શું વિચારે છે?"

"હું? હું વિચારું છું કે કેવું અજીબ છે કે કોઈ એક વ્યક્તિ કેટલી બધી રીતે તમારી લાઇફને ખુશીઓથી ભરી શકે છે. કોઈ એક જ વ્યક્તિ કેટલાં બધાં કારણોથી કોઈના જીવવાનું એક માત્ર કારણ બની જાય છે. કોઈ..."

સ્વરાએ ધીમેથી રૂમીના હોઠ પર પોતાનો હાથ મૂકી દીધો. ગાલ પર કિસ કરી. બંને હજુ પિયાનોની ધૂન પર એક બની રહેલાં હતાં.

"તું કેટલું ખોટું વિચારે છે રૂમી..." સ્વરા બોલી. રૂમીએ સાંભળ્યું. અજીબ લાગ્યું.

*

મહિના પછી બીજી એક સાંજે સ્વરા અને રૂમી બંને બારી પાસે બેઠાં હતાં. બારીમાંથી ઢળતી સાંજ દેખાતી હતી. રૂમી સામે પડેલા કોરા સફેદ કેનવાસ સામું જોઈ રહ્યો હતો. સ્વરાના હાથમાં ફ્રેડરિક નિત્શે નામના લેખકની બુક હતી. કવર પર લખ્યું હતું—ગૉડ ઈઝ ડેડ.

"સ્વરા...તું આ કેનવાસ પર કેમ ક્યારેય ચિત્ર દોરતી નથી? હંમેશાં કોરું સફેદ કેનવાસ કેમ રાખે છે?"

"બસ...એમ જ. કેમ એવું પૂછ્યું?" સ્વરાએ બારી બહાર જોઈને રૂમીના સવાલને બહાર ફેંકી દીધો.

"એમ જ..." રૂમીએ આમેય આ સવાલ બીજીવાર પૂછ્યો હતો. રૂમીએ

વિચાર્યું કે એ આવું કંઈ ન પૂછે એ જ સારું. તેણે બીજી વાત ચાલુ કરી.

"સ્વરા...તું આવી કેમ છે?"

તે આ સાંભળીને ઝબકી ગઈ. બુકમાંથી ઊંચું જોયું. તે રૂમીના ગભરાયેલા ચહેરા સામું જોઈને હસી પડી. રૂમી જે ટેબલ પર બેઠો હતો ત્યાં રૂમીની નજીક જઈને રૂમીના પગ પાસે નીચે બેસી ગઈ. રૂમીનો હાથ પકડીને તેણે પૂછ્યું:

"રૂમી...આવી મતલબ કેવી?"

રૂમીએ જવાબ તૈયાર રાખ્યો હતો–"તું મને તારો ભૂતકાળ કહેતી નથી. તું તારા કામ વિશે ક્યારેય કશું કહેતી નથી. તું આ સફેદ કેનવાસની સામું જોઈને ઘણીવાર બેસી રહે છે. ઉદાસ. ચૂપ. ક્યારેય ન સમજી શકાય એવો ચહેરો છે તારો. મને તેં નવી જિંદગી આપી છે. આટલા સમયથી મને સાચવે છે. હું પૂછું કે તું મને અહીં કેટલો સમય રહેવા દઈશ, તો તું મને બસ ભેટી પડે છે, અને છતાં કશું જવાબ નથી આપતી. તારી જિંદગીમાં મારા સિવાય કોઈ મેં ક્યારેય જોયું જ નથી. તારા મોબાઇલમાં તારા કોઈ સગાવહાલાનો ફોન ક્યારેય આવતો નથી. બસ પેલો ડ્રાઇવર કોલ કરે ત્યારે તું ઉઠાવે. તને હું આવી બધી વાતો પૂછું અને તું દુઃખી થઈ જાય છે."

રૂમીને ખુદને ખબર ન હતી કે શા માટે તે સ્વરાને આવું બધું પૂછી રહ્યો છે. બસ એના મનમાં ઘણુંબધું ભરાયું હતું. સ્વરા થોડી મલકાઈ. આ વખતે સ્વરા દુઃખી ના થઈ. થોડીવાર તે ચૂપ રહી. કદાચ પોતાનો જવાબ વિચારતી હતી. એણે રૂમીના વાળ પર હળવો હાથ ફેરવીને સરખા કરતાં કહ્યું:

"રૂમી...ખબર છે તને...હું તને એ પણ ક્યારેય કહેતી નથી પણ તારા આવ્યા પછી મારી લાઇફ કેટલી ચેન્જ થઈ ગઈ છે? તારી બધી જ વાતો મારી એકલતાને દૂર કરી નાખતી હોય છે. તારી સાથે સૂઈ જાઉં છું ત્યારે મને કેટલી સારી ઊંઘ આવે છે. તારી સાથે જ્યારે હું ફરવા નીકળું છું ત્યારે હું સાચે જીવું છું. તારી કહાની સંભાળું છું, અને મને મારાં દુઃખ ભુલાઈ જાય છે. તારી–"

"સ્વરા...મને ખબર છે આ બધું. મારે તારાં દુઃખ જાણવાં છે." રૂમીએ સ્વરાની આંખોને જોઈને મુસ્કુરાઈને કહ્યું.

"રૂમી...સાંભળને. લાઇફ કેટલી સિમ્પલ છે આપણી બંનેની. કેમ તેને વધારે સવાલો કરીને કૉમ્પ્લિકેટેડ કરી નાખે છે?"

"સ્વરા. ફરી પૂછી લઉં?...તું આવી કેમ છે?" રૂમીએ સ્વરાના માથા પર સ્વરાની જેમ જ હાથ ફેરવીને ફરી કહ્યું.

"સમય આવશે ત્યારે જરૂર કહીશ રૂમી." સ્વરાએ રૂમીનો હાથ પકડીને પોતાના સુંવાળા હાથોથી દબાવીને કહ્યું. બંને ધીમું હસી પડ્યાં. રૂમીએ મનમાં નક્કી કરી લીધું હશે કે—હવે તે કશું જ નહીં પૂછે. બસ નહીં પૂછે. એમ જ.

૪૨

એક રાત્રે એક ઘટના બની. રૂમીની ડાયરીમાં એ ઘટના લખાઈ રહી હતી ત્યારે પેન્સિલ ધ્રૂજી રહી હતી. આંસુ ખરી રહ્યાં હતાં.

ગૉડ...

ગઈ રાત્રે સ્વરાએ બહારથી અવાજ ન થાય એ રીતે બારણાંનું લૉક ખોલ્યું. એ અવાજ કરવા માંગતી નહીં હોય, પરંતુ હું ઘરમાં જાગતો હતો. હું રોજ એની રાહ જોઉં છું. એ આવે ત્યાં સુધી જાગું છું. રોજ લૉક ખૂલવાનો અવાજ આવે એટલે હું બેડ પર સૂઈ જવાનો ઢોંગ કરું છું, કારણ કે મને ખબર હોય કે સ્વરા અંદર આવશે એટલે ધીમેથી મને પોતાની બાંહોમાં ખેંચીને સૂઈ જશે. સ્વરા બાજુમાં ન હોય ત્યાં સુધી ઊંઘ જ નથી આવતી.

ગઈ રાત્રે એ ચૂપચાપ રૂમમાં આવી હતી. મેં સૂવાનો દેખાવ કર્યો. મારી એક આંખ ખોલીને મેં તેને અંદર આવતાં જોઈ લીધી હતી. હું તો પછી આરામથી સૂઈને રોજની જેમ રાહ જોઈ રહ્યો હતો કે મને ખેંચીને એ વીંટળાઈ જશે. મારા ગાલ પર કિસ કરશે, અને પછી અમે બંને સૂઈ જશું.

...પણ મેં આંખ ખોલી તો સ્વરા મારી બાજુમાં આવી જ ન હતી. રૂમમાં જ ન હતી! હું તો બેડમાં બેઠો થઈ ગયો. હજુ બે મિનિટ પહેલાં જ તે બારણાં અંદર આવી હતી અને તરત જ ગાયબ થઈ ગઈ? હું ઊભો થઈને બહાર લિફ્ટ પાસે જોવા માટે જતો હતો, પણ બારણાં પર તો ફરી લૉક આવી ગયું હતું! મને થયું કે સ્વરા ક્યાંક છુપાઈ ગઈ હશે, અથવા મને ઊંઘ આવી ગઈ હશે અને સપનામાં જ સ્વરા રૂમમાં આવતી દેખાઈ હશે. પણ એ રૂમમાં તો ન જ હતી. મેં રસોડામાં પણ જોઈ લીધું હતું.

પછી હું ફરી બેડ પર સૂઈ ગયો. ત્યાં જ થોડીવાર પછી મને કાચની બૉટલનો ધીમો અવાજ સંભળાયો. સ્વરાનો હસવાનો ધીમો અવાજ પણ સંભળાયો. પેલી ખૂણામાં રહેલી ક્યારેય ન ખૂલતી અંધારી રૂમમાંથી અવાજ આવ્યો હતો. હું ત્યાં રૂમના બારણાં પાસે ગયો. બારણું અંદરથી લૉક હતું અને અંદરની નીલી લાઇટ તિરાડમાંથી દેખાતી હતી.

ડિયર ગૉડ...

સ્વરા કોઈ બીજા પુરુષ સાથે હતી. એ બંને કશુંક કરી રહ્યાં હતાં. મારી સ્વરા અજીબ અવાજ કરી રહી હતી. જાણે એ પેલા પુરુષ સાથે જે કંઈ પણ કરી રહી હતી એમાં ખુશ હતી. એ રૂમમાંથી આવતા ધીમા અવાજ સાંભળીને મારું હૃદય જાણે બંધ પડી ગયું. મારી છાતીમાં કોઈ લાંબી સોય ઘુસાડીને ગોળ-ગોળ ફેરવી રહ્યું હોય એવું લાગ્યું. મારું શરીર ઠંડા પરસેવાથી ભીનું થઈ ગયું. ખોટું પડી ગયું. સ્વરાનો એવો અવાજ સાંભળીને... પેટમાં કોઈ ઠંડો બરફ જામી ગયો હોય તેવું લાગી રહ્યું હતું.

મને થયું કે હું જાણે ફરી પહેલાં જેવો ગાંડો થઈ જઈશ.

મને થોડીવાર થયું કે તે રૂમનું બારણું તોડીને અંદર જાઉ, અને પછી પેલા છોકરાને મારવા માંડુ. મેં બારણા પર કાન રાખીને ધ્યાનથી સાંભળ્યું બધું. ખબર નહીં કેમ, પણ સ્વરા થોડીવાર માટે ખૂબ દૂર-દૂરની કોઈ અજાણી છોકરી લાગવા માંડેલી. જ્યારે પહેલીવાર મેં તેને પેલી સાંકડી ગલીમાં મારા પગ સાથે અથડાયા પછી ગલીથી બહાર ભાગતી જોઈ હતી તેવો અહેસાસ થયો! સ્વરા જેને હું જાણતો હતો એ દૂર જઈ રહી હતી.

*

એ લખ્યાના બે દિવસ પછી રૂમીએ ફરી એવા જ ધ્રૂજતા હાથે અને ભીની આંખે ફરી લખવા માંડ્યું.

સ્વરાના પર્સમાંથી મેં પેલી રૂમની ચાવી લઈ લીધી હતી.

ગઈ સાંજે જ્યારે સ્વરાને ડ્રાઇવરનો ફોન આવ્યો અને એ નોકરી પર જતી રહી પછી મેં તરત જ પેલી ખૂણાની રૂમનું તાળું ખોલ્યું.

હું આગળ તમને નહીં કહી શકું.

આટલું લખીને રૂમી કલાકો સુધી બારી બહાર જોતો રહ્યો. ઊંડા વિચારો અને ઠંડું શરીર. પથ્થરની જેમ બેઠો રહ્યો. રાત્રે બે વાગ્યે ફરી લખવા લાગ્યો.

ગૉડ...

મેં એ રૂમ ખોલી. અજીબ નશીલી સુગંધ આવી.

મેં લેમ્પ ચાલુ કર્યો તો આખો રૂમ નીલા કલરથી છવાઈ ગયો. રૂમમાં સામેની દીવાલ પર સ્વરાનું એક મોટું પોસ્ટર છે જેમાં એણે સાવ ઓછાં કપડાં પહેર્યાં છે. રૂમમાં ચારેબાજુ સ્વરાના એવા જ ફોટો છે. એક ફોટોમાં એ દરિયા સામે નગ્ન ઊભી છે અને પાછળ ફરીને જુએ છે. પાછળથી એનો ફોટો પાડવામાં આવેલો છે.

...પણ એ ખુશીથી પાછળ જોઈ રહી છે.

મેં નીલી લાઇટ બંધ કરી અને પીળો લેમ્પ ચાલુ કર્યો. દીવાલો પરના પોસ્ટર જોઈને મને લાગ્યું કે હું મારી સ્વરાને અત્યાર સુધી ઓળખતો જ ન હતો.

સ્વરાની એ સિક્રેટ રૂમમાં એક મોટી ખુલ્લી બાલ્કની છે જ્યાંથી આખું મુંબઈ દેખાય છે. ત્યાંથી આખું શહેર ચમકી રહ્યું હતું. ઠંડી હવા આવતી હતી. રૂમમાં કાળી ચાદરવાળો બેડ છે. બેડની બાજુમાં વ્હીસ્કીની એક બૉટલ પણ પડી હતી. કાચના ગ્લાસ હતા. સામે ટીવી હતું. મેં ટીવી ચાલુ કર્યું તો તરત જ નીચે રાખેલું ડીવીડી ચાલુ થયું. એક ખૂબ જ ગંદી ફિલ્મ ચાલુ

થઈ હતી. મને થયું ટીવીને પકડીને નીચે ફેંકી દઉં. સારું થયું તેમાં સ્વરા ન હતી.

*

રૂમીએ અત્યાર સુધીના જીવનમાં ક્યારેય આવાં દશ્યો જોયેલાં ન હતાં. એના ભોળા મગજમાં દશ્યો ઘર કરી ગયાં હતાં. સ્વરા હવે અજાણી હતી. અજીબ હતી. દુનિયાનો આ નવો રંગ અજાણ્યો હતો. એક પછી એક વિચારોનાં તણખલાં રૂમીના અને હમણાં જ સાજા થયેલા મગજ સાથે અથડાઈ રહ્યાં હતાં અને અંદર બધું જ સળગી ઊઠતું હતું. પોતાની અંદર એટલું બધું હતું કે ડાયરીમાં લખી શકતો ન હતો. સ્વરાને કહી શકતો ન હતો. સ્વરા સામેથી ન કહે ત્યાં સુધી આ બધું પૂછવું ન હતું.

સવારે સ્વરા આવી ત્યારે રૂમીને પકડીને સૂઈ ગઈ, પણ રૂમીને મડદાની જેમ કોઈ વ્હાલની લાગણી જન્મી રહી ન હતી. સ્તબ્ધ મનમાં સવાલો આવીને જતા રહેતા હતા.

સ્વરા, તું કોણ છે? તું કોને પ્રેમ કરે છે? એ તારી સાથે આવેલ માણસ કોણ છે? સ્વરા...તારે માટે હું કોણ છું?

*

બીજા અમુક દિવસ ગયા અને ફરી સવાર નજીક બહારથી લૉક ખૂલ્યું. રૂમીએ ઊંઘવાનો ઢોંગ કર્યો. સ્વરા પોતાની સાથે ફરી અન્ય કોઈ પુરુષને લાવી હતી. રૂમીએ ફરી એ જ ધીમા અવાજો સાંભળ્યા હતા. રૂમીએ સવારના સાતેક વાગ્યે પેલા પુરુષને બહાર જતાં જોયો હતો. સવાર નજીક સ્વરાને પોતાની બાજુમાં આવીને ચૂપચાપ સૂઈ જતાં અનુભવી હતી.

પરંતુ...

હવે સ્વરા જ્યારે બાજુમાં આવીને રૂમીને ભેટી લેતી ત્યારે સ્વરાની લાગણીઓની તીવ્રતા ખૂબ વધુ હતી. હવે જે રીતે તે રૂમીને વળગી પડતી, જે રીતે તે રૂમીને કલાકો સુધી પોતાનાથી અલગ ન કરતી, જે રીતે એ રૂમી સાથે ઊંડું જીવતી. જાણે...

*

બે મહિનામાં આવું છ-સાત વાર થયેલું. હંમેશાં કોઈ અલગ માણસ સ્વરા સાથે આવતું હતું.

૪૩

"રૂમી... મારે કોલસેન્ટરના કામને લીધે ત્રણ દિવસ માટે શ્રીલંકા જવાનું છે. તું એકલો રહીશ?" સ્વરાએ એક સવારે બાથરૂમમાંથી બહાર આવીને કહ્યું. રૂમીની આંખોમાં એ દુઃખ જોઈ ગઈ. તરત જ રૂમી જ્યાં બેડની કોરે બેઠો હતો ત્યાં ગઈ અને રૂમીના ખોળામાં બેસીને રૂમીને વળગીને બોલી–

"તારી અંદર ઘણા સમયથી કશુંક ચાલે છે. હું જોઈ શકું છું."

એ બોલી ત્યારે રૂમીએ સ્વરાની આંખોમાં જોયું હતું. તેણે સ્વરાથી દૂર થવા પ્રયત્ન કર્યો, પરંતુ સ્વરાએ તેને અળગો ન થવા દીધો. રૂમીએ પણ તેને વધુ તીવ્રતાથી ભેટી લીધું.

ધીમેથી...રૂમીના ગળા પાસે ગરમ પાણીનું ટીપું પડ્યું. રૂમીએ ફરી સ્વરાની આંખો જોવી હતી. જોવું હતું કે એ એના વાળમાંથી ખરતું પાણી હશે કે આંખેથી વહેલું આંસુ.

"તું મને થોડું ચાર્જીંગ કરી લેવા દે." સ્વરા હસીને બોલી. જાણે એ રૂમીના શરીરમાંથી ઊર્જા ખેંચીને પોતાને ચાર્જ કરતી હોય એમ કેટલીયે ક્ષણો સુધી વળગીને બેઠી રહી.

જ્યારે બંને અલગ થયાં ત્યારે બંનેના ચહેરા પર એટલી બધી લાગણીઓ હતી કે જેને માટે કોઈ શબ્દ ન હતા.

સ્વરાએ રૂમીના કપાળ પર વ્હાલથી ચૂમી લીધું. પછી ધીમેથી રૂમીની ભીની આંખોમાં જોઈને બોલી–

"આઈ લવ યુ, રૂમી..."

એ બોલી અને પહેલીવાર રૂમીના હોઠોને એણે પોતાના કુમળાં ભીના હોઠ સ્પર્શ કર્યા.

*

એક તરુણ છોકરાની અંદર આગ સળગતી હતી. એ આગ જે છોકરીએ સળગાવી હતી એ જ છોકરીએ ધીમેથી એ આગમાં એક ફુલડું મૂકી દીધું હતું.

*

રૂમીનું અસ્તિત્વ વિચારોના દ્વંદ્વમાં અસ્ત-વ્યસ્ત બનીને જાણે જ્વાળામુખીની જેમ ગાંડું થયું હતું. જેને જાણવાની તાલાવેલી પાગલ કરી રહી હતી તે માણસ એટલું પોતીકું અને પ્રેમભર્યું લાગતું હતું કે રૂમી અંદર એ યુદ્ધ સહન થતું ન હતું.

સ્વરા શ્રીલંકા જતી રહી. રૂમી ડાયરી લઈને ઘર બહાર ચાલતો થયો.

*

ચર્ચગેટ રેલવેસ્ટેશનની અંદર એક ખાલી બેંચ પર બેસીને રૂમીએ પોતાની ડાયરી કાઢી.

સ્વરા...

આજે હું ગૉડને કશું નહીં લખું. આજે તને કહીશ.

હું નાનકડાં શહેરમાં જન્મેલો હતો. હજુ દુનિયાને સમજું એ પહેલાં ગાંડો થઈ ચૂક્યો હતો. મા-બાપ જતાં રહ્યાં હતાં. ટ્રેનમાં ફેંકાઈને આ મુંબઈ શહેરમાં આવ્યો હતો. અમુક વર્ષે અહીં આ ગાંડો મરવા પડ્યો હતો ત્યાં જ તું આવી ગઈ. મને બચાવવા.

તું મારી ગૉડ થઈ ગઈ. આજે હું તને લખીને બધું કહેવા માંગું છું.

સ્વરા...

તેં મને સાચવ્યો, મને તારા ઘરમાં જગ્યા આપી. પહેલા દિવસે તું નીચે સૂતી હતી અને મને બેડ પર સુવડાવ્યો હતો. હું તો મારા છેલ્લા શ્વાસ લઈ રહ્યો હતો. પરંતુ મારા દરેક ઘાવ પરથી તેં જાતે ખરાબ લોહીને લૂછ્યું હતું. મને સાજો કરવા માટે તું કેવી પાગલ થતી હતી! તું તડપતી હતી કે ક્યારે હું બોલું! જેમ જેમ દિવસો પસાર થયા અને હું બોલતો થયો તેમ તું ઘણું ઓછું બોલવા લાગી. હું વધુ ને વધુ સાજો થતો ગયો અને તું દિવસે દિવસે ચૂપ થવા લાગી.

તને યાદ છે આપણે મરીન-ડ્રાઇવ પર સાંજ સુધી બસ ખાલી વાતો જ કર્યા કરતાં? રાત્રે બેડ પર એકબીજાના ચહેરા

નાઈટ લેમ્પમાં જોતા રહેતાં. ક્યારેક સવાર સુધી બસ વાતો જ કર્યા કરતાં હતાં. પેલા જુહુ બીચ પર એકબીજાની બાજુમાં બેસીને દરિયાનાં પછડાતાં મોજાંઓના અવાજને સાંભળતા રહેતાં. અગાશી પર જઈને તું મને કપલ ડાન્સ શીખવ્યા કરતી. ક્યારેક તો તું રાત્રે ચાર વાગ્યે નોકરી પરથી આવે ત્યારે મને ઉઠાડતી અને પછી આપણે બંને ફરવા નીકળી જતાં. તું મને એક છૂપી જગ્યાએ લઈ જતી જ્યાં આપણે બંને લાકડાં સળગાવીને તાપણું કરતાં. એ રાત્રીઓ કે જેમાં એ અગ્નિની બાજુમાં બેઠાંબેઠાં તું મને ખુશ કરવા માટે ખોટી વાર્તાઓ કહેતી.

તને એ યાદ છે કે એકવાર પેલા નરીમન પૉઇન્ટ પર આપણે બંને બેઠાં હતાં અને તું થોડે દૂર નાસ્તો લેવા ગઈ હતી ત્યારે હું પાછળથી એક પથ્થર પાછળ સંતાઈ ગયો હતો? તું મને શોધવા માટે બાવરી બનીને ચારે તરફ દોડતી હતી. સાદ પાડતી હતી. લોકો તારી સામે જોઈ રહ્યા હતા. જ્યારે હું તને ખૂબ ચિંતામાં જોઈને પથ્થર પાછળથી બહાર આવ્યો ત્યારે તું કેવી ગુસ્સે થઈ હતી! તરત જ મને ભેટીને રડી પડી હતી. તું ત્યારે ચોક્કસ કોઈ સાચા કારણથી રડી હશે.

સ્વરા...મારે તારી સાથે હસવું છે. સાથે રડવું છે. નાચવું છે. ગીતો ગાવાં છે. તારી બાંહોમાં સૂવું છે. તારા ઘરની અગાશીની દીવાલ પર તારો હાથ પકડીને બેસવું છે જ્યાંથી આખું શહેર દેખાય છે. તું મારા કરતાં દસ વર્ષ મોટી છે છતાં મારી અંદર કશુંક એવું છે જે હું કહી શકતો નથી. તું ન હોય ત્યારે તને યાદ કરીને એકલો એકલો હસ્યે રાખું છું. તું બાજુમાં ન હોય ત્યારે રડી લઉં છું. ઘણીવાર બસ એમ જ કલાકો સુધી તારા વિચારોમાં ખોવાઈને બેઠો રહું છું. ક્યારેક હસતાંહસતાં દિવસ આખો નીકળી જાય. ક્યારેક રડવા માટે રાત ટૂંકી પડે છે. અને ઘણીવાર તો ખબર પણ નથી પડતી કે એ દિવસ છે કે રાત! આપણે બંને સાથે હોઈએ અને પછી તું થોડીવાર માટે પણ દૂર

જાય તો મને એ થોડો સમય પણ આખા દિવસ જેવો લાગી જાય છે. જ્યારે તું બાજુમાં સૂતી હોય ત્યારે રાત નાનકડી લાગે છે.

તું ત્રણ દિવસ બહાર ગઈ છે પણ હું એકલો જમી પણ નહીં શકું. એકલાં ઊંઘ નહીં આવે. જો ઊંઘ આવે તો સપનાંઓમાં તું જ હોય છે. અને ફરી હું જાગી જાઉં છું. તું મને સૂવા દેતી નથી અને જાગવા પણ નહીં. તું બસ મને તારી બાંહોમાં પકડી રાખ અને હું મારી જાતને આ મુંબઈનો રાજા સમજવા લાગીશ! તું મને બસ તારી આંખોને જોવા દે અને હું તારી પાછળ આંધળો બની જઈશ. તું મને કઈ ના કરે તો પણ ચૂપચાપ મારી બાજુમાં બેસી રહે કે જેથી મારી અંદર, મારા હૃદયમાં સમાયેલી સ્વરા જીવી શકે. હું તને મારા આ વિશ્વમાંથી અલગ કરી શકતો નથી. કરવા ચાહું તો પણ તું અલગ નહીં થાય. ખબર નહીં કેમ પણ તું મારા શરીરનું એક અંગ બની ગઈ છે. તું મારું હૃદય અને મારો ધબકાર બની ગઈ છે. હું તારા વિના મરી જઈશ સ્વરા. હું સ્વરા વિના જીવી નહીં શકું.

મારા અબ્બા તો કહેતા કે મુસ્કાન સાથેના પ્રેમ પછી આ દુનિયા વધારે સુંદર લાગે છે. પ્રેમમાં કોઈ વ્યક્તિ તમારા જીવવાનું એક કારણ બની જાય છે.

તું મારું જીવવાનું કારણ છે સ્વરા.

સ્વરા...એકવાર દરિયાકાંઠે સાંજે બેઠાં બેઠાં તેં મને તારા પ્રિય લેખકની સેન્ડમેન કોમિક બુકની એક વાત ગુજરાતી કરી આપી હતી. એમાં લખ્યું હતું–

"તમે ક્યારેય પ્રેમ કર્યો છે? ભયાનક હોય છે, હેં ને? એ તમને અંદરથી તોડી નાખે છે. તે તમારી છાતી ખોલે છે, અને અંદરથી હૃદયને ખુલ્લું કરી નાખે છે...અને તેનો મતલબ એ થાય છે કે કોઈ તમારી અંદર ઘૂસી જવાનું છે, અને તે તમને અંદરથી ગૂંચવી દેવાનું છે. તમે પોતાના વિચારોથી પછી ગમે તે

કરો, ભલે તમે હૃદયને વિચારોનું સુરક્ષિત કવચ પહેરાવી દો કે જેથી તમને કોઈ દુ:ખી કરી શકે નહીં...પણ છેવટે એક સ્ટુપીડ માણસ આવે છે, જે બીજા માણસોથી કંઈ અલગ નથી...એ વ્યક્તિ તમારી સ્ટુપીડ લાઇફમાં ઘૂસી જાય છે. તમે તેને તમારા હૃદયનો થોડો ટુકડો ભૂલથી આપી દો છો. મૂર્ખ...તેણે કંઈ માગ્યું ન હતું તો પણ આપી દીધું? પછી તમે બંને એક દિવસ કંઈક સ્વીટ મૂર્ખામી કરી બેસો છો. ગમતી ભૂલો કરી દો છો. ઉદાહરણ તરીકે એક કિસ કે પછી નાનકડું સ્માઇલ. અને પછી તમારી જિંદગી તમારી રહેતી જ નથી! લવ તમારો કબજો કરી લે છે! એ તમારી અંદર ઘૂસી જાય છે, તમારા હૃદયને કીડાની જેમ ખાય છે...અને તમને અંધારામાં રડતા મૂકી દે છે! એ ખૂબ જ દુખે છે દોસ્ત. એક વ્યક્તિ હવે ધારદાર છરી બની જાય છે! એ માત્ર ખયાલો અને ઈમેજીનેશનમાં નહીં... માત્ર મગજમાં પણ નહીં...પણ એ આત્મામાં ઘૂસી ગઈ હોય છે. તમારા અસ્તિત્વ અંદર એ વ્યક્તિ ઘૂસી ગઈ હોય છે, અને તમને અંદરથી તોડી નાખતી હોય છે. હું પ્રેમને ધિક્કારું છું... અને એટલે જ વારે-વારે તને પ્રેમ કરી બેસું છું."

સ્વરા...હું પણ અત્યારે પ્રેમને ધિક્કારું છું. એ મને અંદરથી તોડી નાખે છે. તું જ્યારે પેલા અજાણ્યા પુરુષો સાથે તારી રૂમમાં જાય છે ત્યારે હું કશું સમજી નથી શકતો. વળી તું મને આઈ લવ યુ પણ કહે છે.

મને એ બધાને મારી નાખવાનું મન થાય છે. તેમની ડોક પકડીને મરડી નાખવાનું મન થાય છે. એ રૂમમાંથી સંભળાતા તારા ધીમા અવાજો સાંભળ્યા પછી હું એ ભૂલી શકતો નથી. મને પેલા બધા માણસોના નીચેના અંગને કાપી નાખવાનું મન થાય છે.

એ બધા કોણ છે સ્વરા? તારી જિંદગીમાં કેટલા રૂમી છે?

તું એમાંથી કોઈને પ્રેમ કરે છે? તેં એમાંથી કોઈને આઈ લવ યુ કહ્યું છે?

હું અંદરથી સડી રહ્યો છું. દિવસે દિવસે હું મરી રહ્યો છું. મારે આ સ્થિતિમાં નથી જીવવું સ્વરા.

તારે બધું કહેવું પડશે સ્વરા. તને જાણવી એ જ મારો પ્રેમ છે. હું એ છોકરીને નથી સહી શકતો જે રોજ બીજા કેટલાયે છોકરાને લઈને આવે છે. તું એવું કર તો પણ હું કશું નહીં કહું, પરંતુ તું મને કહી દે કે તું એ કોઈને પ્રેમ નથી કરતી.

*

ત્રણ દિવસ પછી સવારે સ્વરા આવી. બારણાનું લૉક ખોલ્યું. રૂમી રાહ જોઈ રહ્યો હતો કે ક્યારે એ ફરી સ્વરાનો ચહેરો જુએ.

બારણું ખોલીને એ અંદર આવી. સ્વરાએ પોતાના લાંબા વાળને રૂમીના વાળ જેટલા ટૂંકા કર્યા હતા! પોતાના વાળમાં વાદળી રંગના શેડ બનાવેલા હતા. માથા પરના કાળા અને વાદળી રંગને લીધે એ વધુ વ્હાલી લાગતી હતી. એ આવીને રૂમીની બાજુમાં બેઠી. બંને હસી પડ્યા.

"તું આ સ્ટાઇલમાં મારાથી વધારે સારી દેખાવા માંડી છે!" રૂમીએ સ્વરાના માથા પર હાથ ફેરવીને કહ્યું.

"બચ્ચુ...મૈં તેરે સે પહેલેભી સો ગુના અચ્છી લગતી થી." એણે રૂમીના નાકને પકડીને કહ્યું. સ્વરાની નીલી આંખો અને એવા જ કલરના વાળને લીધે પીળા નાઇટલેમ્પમાં તે અલગ જ દેખાતી હતી.

"કેવી લાગું છું? સાચું બોલ." એ બોલી.

"કોઈ બીજી દુનિયામાંથી આવીને આ માણસોની દુનિયામાં રહેવા લાગી હોય એવી." રૂમી બોલ્યો. સ્વરા એને વળગી પડી. બંને એકબીજાને પકડીને સૂઈ ગયાં. રૂમી પણ આમેય આખી રાત સૂતો ન હતો. બીજા દિવસની બપોર સુધી બંને સૂતાં રહ્યાં.

બપોરે બંને બેઠાં અને સ્વરાએ પોતાની ટ્રીપની બધી જ વાતો કરી. તે ખૂબ જ ખુશ હતી અને થોડી થોડી વારે રૂમીને પૂછ્યે જતી હતી- "તું આજે આટલો ચૂપ કેમ છે?"

રૂમીના જવાબમાં ફક્ત એટલું જ હતું કે, "હું તને મિસ કરતો હતો એટલે બસ થોડીવાર માટે તને સાંભળ્યા કરવાનું મન થતું હતું."

"હું ત્યાં શ્રીલંકામાં મારી એક ફ્રેન્ડ સાથે હતી. અમે બંનેએ અમારા કોલસેન્ટરના પ્રોજેક્ટ માટે ત્યાનાં કોલસેન્ટરના ડાયરેક્ટરને મળવાનું હતું. મીટિંગ ફિક્સ કરીને અમે બંને ત્યાં કોલંબોમાં ફરવા નીકળી ગયાં. આ હેરસ્ટાઇલ મેં ત્યાંના સૌથી ફેમસ સલૂનમાં કરાવી છે. એ સલૂનનું નામ છે-'જાશમા'. તેનો મીનિંગ થાય 'મધર ઑફ ફોર્ચ્યુન!' એકવાર તને સાથે લઈ જઈશ અને આપણે બંને આવી બ્લુ સ્ટાઇલ કરાવીશું."

"તું મને સાથે લઈ જઈશ?"

"કેમ...ના લઈ જાઉં?"

"જઈશું ને...પણ સ્વરા, હું વિચારતો હતો કે ત્યાં સુધીમાં હું કોઈ જૉબ જોઇન કરી લઈશ અને પછી તો..."

"તારે કઈ જૉબ કરવી છે રૂમી?"

"ચર્ચગેટ બહાર ન્યૂઝપેપર્સ વેચવાની." રૂમી બોલ્યો. સ્વરા હસી પડી. બંને જૉબ લોકેશન જોવા ચર્ચગેટ ગયાં.

*

આ શહેરથી ખૂબ દૂર ગોધરા શહેરના બહારના વિસ્તારમાં ફકીરબાબાએ દિલના આકારનું નીચું અને નાનકડું ઘર બનાવ્યું છે. ઘરની ચારે બાજુ વૃક્ષો છે. ફકીર એ ઘર બહાર મૂકેલી સફેદ બેંચ પર બેઠા છે. ત્યાં ઘણા બધા યુવાન છોકરા-છોકરીઓ આવી રહ્યાં છે. તેમાંથી ઘણા ત્યાં ફકીરબાબા પાસે બેઠેલા છે. ઘણાં છોકરા-છોકરી એકબીજાનો હાથ પકડીને એ ઘર અંદરના અંધારામાં જાય છે. ત્યાં અંદર કશું જ નથી. કોઈ મૂર્તિ નથી. કોઈ કબર નથી. માત્ર દીવાલો વચ્ચેનું એકાંત છે. ખૂણામાં ફકીરબાબાએ પોતાના હાથે કાગળ પર દોરેલા બે ચહેરા છે. ત્યાં જઈને પ્રેમીઓ એકબીજા સાથે ધીમા અવાજે વાતો કરે છે. તેઓ ત્યાં મૂકેલા બે ચહેરાઓ સામે ઊભા રહીને પોતાનો પ્રેમ અખંડ રહે તેવું વિચારે છે. તેઓ આ આકૃતિઓને પૂજતા નથી. ત્યાં કોઈ ધૂપ-ધુમાડો નથી. એકાંત છે. પ્રેમ છે. એ પ્રેમનું ઘર છે.

અંદર મૂકેલા બે ચહેરાઓ રામ-મુસ્કાનના છે.

આ મકાનનું નામ છે: 'વિશ્વમાનવ.'

બહાર બેંચ પર ફકીરબાબા બધા યુવાનોને આ મરી ગયેલા પાત્રોની જીવતી કહાની કહ્યા કરે છે. કહે છે કે પ્રેમની કોઈ જ્ઞાતિ-સરહદો-રંગ કે રૂપ હોતાં નથી. પ્રેમ ઈશ્વર છે. પ્રેમ અલ્લાહ છે. પ્રેમમાં જીવતું દરેક માનવ 'વિશ્વમાનવ' છે.

૪૪

આજે રામ-મુસ્કાન જેવી જ બે વિશ્વમાનવોની કહાનીને શરૂ થયાંને બે વર્ષ વીતી ગયાં. ખૂબ જ સીધીસાદી કહાની હતી. જો કે તેમાં અમુક વાતો સમજમાં ન આવે તેવી હતી. કહાનીમાં એક રૂમી નામનો સાડા સત્તર વર્ષનો તરુણ છે. તેની પાસે કંઈ જ ન હતું ત્યારે સ્વરા નામની એ ખૂબસૂરત છોકરીએ પોતાનું સર્વસ્વ તેને આપી દીધું! એણે રૂમીને સાચવ્યો અને સાજો કર્યો. રૂમી સાજો થયો. દિવસો વીતી ગયા ત્યારે સ્વરા એની એ જ હતી, પરંતુ નવો સર્જાયેલો રૂમી એ છોકરીની અંદર પોતાનું સર્વસ્વ જોવા લાગ્યો! રૂમીનો પ્રેમ શરીરના આકર્ષણમાંથી નહીં, પરંતુ અજાણી છોકરીના મમત્વમાંથી જન્મ્યો હતો. પરંતુ કહાનીની કરુણતા એ હતી કે એ છોકરી રૂમીથી કંઈક છુપાવતી હતી. તે જાણે પોતાની એક અલગ જ કહાની કહેવા માગતી હતી પણ કહી શકતી ન હતી. તે દિવસે દિવસે ચૂપ થતી જતી હતી જ્યારે રૂમી અંદરથી સ્વરા તરફના પોતાના અજીબ ખેંચાણથી પીડાઈ રહ્યો હતો. બંને અંદરથી પીડાઈ રહ્યાં હતાં. છતાં બંને પાસે કોઈ કારણ હતું પોતાની લાગણીઓ ન કહી શકવાનું. બંને આખો દિવસ એકબીજા સાથે બેઠાં રહેશે, પણ એ એક મિનિટમાં કરી શકાતી પેલી વાત માટે તે બંને ચૂપ રહેશે. દિવસે-દિવસે આ સંવેદનાઓ ખૂબ જ તીવ્ર બનતી જતી હતી અને છતાં એમની વાતો બસ એકબીજાને ખુશ કરવાની હતી. તે બંને ખૂબ જ ખુશ હતાં એકબીજા સાથે. પરંતુ રૂમી અંદરથી કોઈ ગાંડા સમુદ્રની જેમ ઊછળી રહ્યો હતો, જ્યારે સ્વરા કોઈ ઊંડી ખીણની જેમ અંધકાર અને રહસ્યોથી ભરેલી હતી.

*

એ દિવસ આવી ગયો!

મરીનડ્રાઇવની ચોમાસાની એક અદ્‌ભુત સવાર હતી. ઝીણી સફેદ ધુમ્મસની બુંદોમાં અહીં ઠંડું અને ચહેરાને ભીનું કરી દેતું વાતાવરણ હતું. સ્વરા આજે બે કલાક જ સૂતી હતી. ગઈ કાલે રાત્રે તેણે રૂમીને કહ્યું

હતું કે-ગમે તેમ થાય તો પણ તારે સવારે પાંચ વાગ્યામાં ઊઠી જવાનું છે. સવારે રૂમીને ઉઠાડવો મુશ્કેલ હતો, પણ રૂમી પર જેવું ઠંડું ધ્રુજાવી દેતું પાણી પડ્યું કે એ સીધો ઊઠીને ભાગીને બાથરૂમમાં ચાલ્યો ગયો. સ્વરા ભીની બેડ-શીટને અગાશી પર મૂકી આવી.

આજકાલ સ્વરાની ઑફિસની કાળી ઍમ્બેસેડર નીચે પાર્કિંગમાં જ પડી રહેતી હતી. ફટાફટ તૈયાર થઈને બંને નીચે આવ્યાં અને સ્વરાએ ઍમ્બેસેડર ચાલુ કરી. રૂમીએ ગાડી વિશે કંઈ ન પૂછવાનું વિચાર્યું હશે. કારમાં બોબ માર્લેનું ગીત વાગી રહ્યું હતું:

"ડોન્ટ વરી...અબાઉટ અ થિંગ...કોઝ એવરી લીટલ થિંગ...ગોન્ના બી ઓલ રાઇટ..."

થોડી જ વારમાં તેઓ મરીનડ્રાઇવ પહોંચી ગયાં. રોડની સાઇડમાં ઍમ્બેસેડર પાર્ક કરીને તે બંને દરિયાનાં મોજાઓ જ્યાં અફળાતાં હતાં તે પથ્થરો ઉપર ઊભાં રહી ગયાં. ઝાંખી લાઇટ્સ અને ઊંચી હોટેલોથી ચમકતો દરિયાનો કિનારો અને એ દીવાલથી અંદર બીજી બાજુ ધુમ્મસમાં દટાઈ ગયેલો સમુદ્ર. ચારેબાજુ છવાયેલા ધુમ્મસને લીધે કોઈ સફેદ વાદળની અંદર બંને પ્રવેશી રહ્યાં હોય તેવું લાગી રહ્યું હતું. રૂમીની આંખ સામે માત્ર ધુમ્મસભર્યું આકાશ ખડું થઈ જતું હતું.

"ઓહ ગૉડ" રૂમી બોલ્યો—"સ્વરા...તું અત્યાર સુધી મને અહીં કેમ ના લાવી બુદ્ધુ." તેણે સ્વરાની ટચલી આંગળી પકડી. તેમના સાથે રહેવાને બે વર્ષ થઈ ગયા છતાં હજુ બંને એકબીજાની આંગળીઓ પકડવાનું અને એકબીજાનું એઠું ખાવાનું છોડતાં ન હતાં. ઘણીવાર તો સ્વરા સવારમાં પેલો સફેદ કૉફીનો કપ બેડ પર મૂકતી અને પછી બંને કપને ત્યાં જ રાખીને બિલાડીની જેમ કૉફી પીતાં હતાં. જ્યારે બંનેની જીભ થોડી ઊંડે ગયેલી કૉફીને ના પહોંચી શકે ત્યારે પછી કપને બાજુમાં મૂકીને ઓશીકાથી ફાઇટ થતી.

બંને હજુ થોડાં આગળ આવ્યાં. દરિયાના તે પથ્થરો સાથે અફળાતા પાણીની ખારી ઝીણી બુંદો બંનેના શરીરને ભીંજવવા માંડી.

"હું જ્યારે જ્યારે લાઇફથી બોર થઈ જાઉં છું ત્યારે અહીં આવું છું." સ્વરાએ પોતાના બંને હાથ પહોળા કરીને ભીની ઠંડી હવાને પોતાની અંદર

ભરી. બંનેના ધુમ્મસમાં ઝાંખા ચહેરાઓ એમ જ મુસ્કુરાઈ રહ્યા હતા.

"સ્વરા..." રૂમી આકાશમાંથી પડતી ધુમ્મસની બુંદોને આંખો બંધ કરીને ચહેરા પર મહેસૂસ કરતો બોલ્યો. સ્વરાએ રૂમીની સામે જોયું.

"બોલને..." એણે રૂમીની આંગળીને થોડી દબાવીને કહ્યું. એ ખુશ હતો. ઠંડીને લીધે રૂમીના શ્વાસમાંથી નીકળતા આછા ધુમાડાને તે નીરખતી હતી. વિચારતી હતી.

"મારે તને એક વાત કહેવી છે." રૂમીએ પોતાની આંખો ખોલીને સ્વરા સામું જોઈને કહ્યું, સમય આવી ગયો હતો.

સ્વરાને કહી દેવાનું હતું કે – હું જાણું છું તારી સાથે રાત્રે અલગ-અલગ માણસો આવે છે.

સ્વરાને કહી દેવાનું હતું કે – છતાં, હું તને મારા જીવ અને જીવનથી વધુ ચાહવા લાગ્યો છું.

"મારે પણ તને એક વાત કહેવી છે." સ્વરાએ કહ્યું. જાણે એ પોતાની બધી જ છૂપી જિંદગી કહી દેવાની હતી.

"પહેલાં તું બોલ." સ્વરાએ કહ્યું. બંનેએ એકબીજાની આંખોમાં જોયું.

"બોલને પ્લીઝ..." એ ફરી બોલી. રૂમીએ સ્વરાના ભીના બ્લુ વાળ સામે જોયું. દરિયા જેવી આંખોને જોઈ. ધીમેથી સ્વરાની નજીક જઈને સ્વરાના ધુમ્મસથી ભીના થઈ ગયેલા શરીરને વળગી પડ્યો. સ્વરા હળવું હસીને પોતાનો હાથ રૂમીના માથે ફેરવવા લાગી. રૂમીએ પોતાની આંખો બંધ કરી. સ્વરાને વધું તીવ્રતાથી ભેટીને બોલ્યો–

"સ્વરા, તને સામે દરિયો દેખાય છે?"

"હા." એ ધીમેથી દરિયા સામે જોતી બોલી.

"સ્વરા...આવા દસ હજાર દરિયા ભેગાં થાય એનાંથી પણ વધુ હું તને પ્રેમ કરું છું. સ્વરા...હું તારા વિના જીવી નહીં શકું. પરંતુ...મને ખબર છે કે કેટલીયે રાત્રે તું પેલી અંધારી રૂમમાં બીજા છોકરાઓને લઈને આવે છે. મેં એ રૂમ જોઈ છે. મારે તને કહેવું છે કે પ્લીઝ, મને તું જે સાચી હોય એવી સ્વરા આપી દે."

અહોહો...રૂમીની આંખે આંસુ આવી ગયું. આટલું બોલતાં તો એનું

શરીર ધ્રૂજવા લાગ્યું. હાંફવા લાગ્યું. એને ક્યાં ખબર હતી કે-બીજી તરફ સ્વરા આ શબ્દો સાંભળીને પથ્થર જેવી બની ગઈ હતી. એનું હૃદય ધબકાર ચૂકી ગયું હતું. જાણે વર્ષોથી છુપાવી રાખેલો રહસ્યનો જ્વાળામુખી અચાનક ફાટ્યો હતો અને એનાં અણધાર્યા ફાટવાથી ધરતી હેબતાઈ ગઈ હતી.

એ ધ્રૂજી નહીં. સ્થિર પથ્થરની જેમ ઊભી રહી.

એની આંખ ભીની નહીં, પણ રણપ્રદેશ જેવી કોરી થઈ ગઈ.

એની છાતીમાં ધબકાર વધ્યા નહીં, પણ હૃદય ધીમું-ઠંડું પડ્યું.

એના ચહેરા પણ કોઈ લાગણી જન્મી નહીં.

સ્વરાની અંદર એ ક્ષણેક્ષણ શું બદલાયું હશે એ કોઈ જાણી શકે એમ હતું.

એણે ધીમેથી રૂમીને પોતાની છાતીથી અળગો કર્યો. રૂમી સ્વરાના ચહેરા સામું જ જોઈ શક્યો. નીચું જોઈ ગયો. હજુ એ કશું જ સમજે એ પહેલાં જ સ્વરાએ જોરથી રૂમીના ગાલ પર તમાચો માર્યો.

મોટા અવાજ સાથે લાગેલી એ થપાટને લીધે એ છોકરા અંદરના દસ હજાર દરિયા ક્ષણના પલકારામાં સૂકાભઠ્ઠ વેરાન થઈ ગયા હોય એવું કશુંક બન્યું. રૂમીનો રાતોચોળ લાલ ચહેરો. એ હજુ નીચું જોઈને જ ઊભો હતો. એના મનમાં શું વિચારો હશે એની કલ્પના જ અશક્ય હતી. સામે પથ્થરની જેમ ઊભેલી સ્વરાનો ચહેરો હજુ એવો જ હતો-લાગણીહીન. હૃદય હજુ એવું જ હશે-ધીમું-ઠંડું. એની અંદર શું ચાલતું હતું એ કોઈ જાણતું ન હતું. એ ધીમેથી બોલી–

"મારે પણ તને એક વાત કહેવી છે." એ બોલી. સામે રણ બની ગયેલો રૂમી હજુ નીચે જોઈને ઊભો હતો. એના કાનમાં સ્વરાના લાગણીશૂન્ય શબ્દો અફળાયા. એ શબ્દો હૃદયને અથડાઈને આત્મ-તત્ત્વ સુધી પહોંચી ગયા–

"હું તને પ્રેમ નથી કરતી રૂમી. મેં તને આઈ લવ યુ કહ્યું એ મારી ભૂલ હતી. હું પ્રેમમાં નથી માનતી. હું તને ક્યારેય પ્રેમ નહીં કરું. ઈઝ ઈટ ક્લીયર? મારી ભૂલ હતી કે હું તને આ દસ દરિયા ઍન્ડ વૉટેવર એવામાં તને ડુબાડી ગઈ. ઇનફેક્ટ મારી ભૂલ એ હતી કે મેં તને મારા

ઘરમાં રહેવા દીધો. કદાચ તને બચાવવા આવી અને લેવા આવી એ જ મારી ભૂલ હતી. તું ન હતો ત્યારે પણ મારી જિંદગી મસ્ત ચાલતી હતી. પાગલને ઘર શું આપ્યું, એ પ્રેમ કરવા લાગ્યો! દસ હજાર દરિયા ઍન્ડ વૉટ નોટ."

જાણે એ શબ્દો રૂમીને ફરી પાગલ કરી દેવા પૂરતા ન હોય અને જાણે કશું જ બન્યું ન હોય એમ સ્વરા આગળ બોલી –

"ઘરે જઈશું? ચલ તને થોડો ટાઇમ સાચવી લઈશ. બાદમેં મેરા ઘર છોડ કર ન્યૂઝપેપર્સ બેચતે રહના ચર્ચગેટ પે." એ બોલી.

"ચલો અબ..." એ ફરી બોલી. હવે રૂમી સ્થિર પૂતળું બની ચૂક્યો હતો. એની અંદરનું ભોળું મગજ કશું જ માની શકતું નહીં હોય. સ્વરાએ એનો હાથ ખેંચ્યો પણ એ પથ્થરની જેમ નીચું જોઈને ઊભો હતો.

સ્વરાએ થોડી રાહ જોઈને પછી તે દૂર પાર્ક કરેલી ગાડી તરફ એકલી ચાલવા લાગી.

*

મરીનડ્રાઇવના કિનારે થોડી અંદર આવેલી એક મોટી હોટેલની બારી પાસે એક બાળક ઢીંગલીથી રમતું હતું. રમતાં-રમતાં તેની ઢીંગલી નીચે ધુમ્મસમાં પડી ગઈ. રોડ પર નીચે પડતાંની સાથે જ ઢીંગલીની ડોક મરડાઈ ગઈ. બાળક ત્યાં બારી પાસે બેસીને રડવા લાગ્યું.

એ બાળકની જેમ જ રૂમીને પોતાની જિંદગી જેવી સ્વરા નામની ઢીંગલી મરડાઈને તૂટી જતી લાગી હશે. આંસુ વધતાં હતાં. આંખો બંધ.

*

સ્વરા પોતાની ઍમ્બેસેડરમાં બેસીને કારને રૂમીથી થોડે દૂર સુધી ચલાવીને આવી. કારનું બારણું ખોલ્યું અને દૂર ધુમ્મસમાં પથ્થર પર ઊભેલા પથ્થર બની ગયેલા રૂમીને સાદ પાડીને કહ્યું –

"ચલ આ જા...સૉરી..."

એ ગાડીમાંથી બહાર નીકળી. ધડામ દઈને ગાડીનું બારણું બંધ થયું. તે થોડી ઝડપથી રૂમી પાસે આવી. રૂમી હીબકાં ભરી રહ્યો હતો. તે તેને જોતી રહી.

"દેખ...મેરી લાઇફમેં દેખના છોડ. તુઝે જો પ્યાર બ્યાર કરના હો વહ કર લેના મુઝસે. ચલ ઘર પે." એ ગુસ્સામાં બોલીને ચારે તરફ જોવા લાગી. ફરી તે કાર પાસે ગઈ અને કંઈક બોલવા માંગતી હતી પણ તે બોલી નહીં. તે ગાડીમાં બેઠી અને ગાડીને શહેર તરફ હંકારી દીધી. એકલા જ!

*

થોડીવાર પહેલાં ત્યાં ધુમ્મસમાં બે પતંગિયાં હતાં. બંને પાંખો ફેલાવીને આ દુનિયાની સુંદરતાને અંદર ભરી રહ્યાં હતાં. મરીન-ડ્રાઇવની એ મોટી દીવાલથી આગળ પેલા પથ્થરો પર બંને પાણીનો અવાજ સાંભળી રહ્યા હતા.

પરંતુ અત્યારે એક પતંગિયું ક્યાંક દૂર ઊડી ગયું હતું. બીજું ત્યાં જ દીવાલ પર દરિયા તરફ ચહેરો રાખીને બેઠું હતું. પાંખો તૂટી ગઈ હતી.

ધીમે-ધીમે આછો વરસતો વરસાદ બંધ થયો હતો અને ધુમ્મસ પણ ગાયબ થઈ ગયું હતું. હવે ત્યાં સવારનો તડકો આવી રહ્યો હતો. ટ્રાફિક વધી ગયો હતો. આંસુ વધી ગયાં હતાં. એકલતા વધી ગઈ હતી. અંદર છાતીમાં રહેલો એ સમુદ્ર વધારે મોટા ઉછાળા મારતો હતો. હૃદયમાં રહેલા પેલા જૂના અંધકારની, સ્વરા નામની એ ઊંડી કાળી ખીણ વધુ ને વધુ મોટી થતી જતી હતી, અને અંદર સમુદ્રનું પાણી એ ખીણમાં સમાઈ શકે તેમ ન હતું. રૂમી ધ્રૂજી રહ્યો હતો. એકલતાથી તેનું મગજ કઈ વિચારી શકતું ન હતું. કોણ હતી એ છોકરી જે બોલી હતી કે 'પાગલને ઘર શું આપ્યું, એ પ્રેમ કરવા લાગ્યો?' કેમ તે તેને એકલો અહીં છોડીને ચાલી ગઈ? પહેલાં તો તે કહેતી હતી કે—રૂમી તારી સાથે રહીને મારી લાઇફ ખૂબ જ મસ્ત બની ગઈ છે. મને પોતાની બાંહોમાં લઈ લેતી હતી. મારે લીધે તે...

રૂમી ત્રણ કલાકથી ત્યાં બેઠો હતો અને તેની રડતી આંખો ઝીણી થઈ ગઈ હતી. તેના ગાલ પર સ્વરાની આંગળીઓ ઊપસી આવી હતી. એ બસ થોડી-થોડી વારે એકદમ તીવ્રતાથી રડવા લાગતો હતો. વિચારોની લહેર ઊઠતી હશે અને રડાવી જતી હશે. ખબર નહીં.

કિનારે ભટકાતા પાણીનો અવાજ તેને સંભળાતો ન હતો. પાછળ આવતાં વાહનોનો અવાજ તે સાંભળતો ન હતો. હાથ-પગ ઠંડા પડતા હતા, અને ચહેરો ગરમ થતો જતો હતો. હીબકાં ભરતું શરીર ધ્રૂજતું હતું ધીમે-ધીમે.

તેને ખબર ન હતી કે તે હજુ ત્યાં કેમ બેઠો રહ્યો છે, કેમ તે સ્વરાએ કહ્યું ત્યારે કારમાં બેસી ના ગયો તેની સાથે? કેમ કંઈ વિચારી નથી શકતો?

બપોર થઈ ગઈ.

સાંજ થઈ ગઈ.

રાત્રી.

હવે વિચારો આવતા હતા. પોતાની લાગણીઓ સમજાતી ન હતી. રૂમીની સૂજેલી આંખો એટલું જાણતી હતી કે તેને હજુ વધારે રડવાનો સમય બાકી છે. રૂમીને હવે ખ્યાલ હતો કે તે ફરી એકલો બની ગયો છે.

ફરી એકલો.

હૃદય આ વિચાર કરીને જ વધારે મોટા અવાજ સાથે ધબકતું હતું. એ સ્વીકારવું પડે તેમ હતું કે-સ્વરા દૂર ભૂતકાળ બનીને નીકળી ગઈ હતી, અને પોતાને ફરી જૂનો વર્ષો પહેલાંનો રૂમી બનવાનું નથી.

રાત્રીના દસ વાગ્યા હતા. રાત્રીની એકલતાનાં આંસુ ગરમ હોય છે. શરીર પાણી પરથી આવતી ઠંડી હવાને લીધે ધ્રૂજતું હતું. રૂમી પોતાના બે હાથ વચ્ચે પગ વાળીને પાણી તરફ જોઈને વિચાર્યા કરતો હતો. ખારા પાણીના આ દરિયાને આંખ પર જન્મતું એક નાનકડું ખારું આંસુ ઝાંખો કરી દેતું હતું. સ્વરા સાથેના એ ભૂતકાળને તેની ગઈ કાલની થયેલી થોડી વાત ઝાંખો પાડી દેતી હતી.

આ માણસ અમુક નાની-નાની ક્ષણોને લીધે પીડાઈ રહ્યો છે.

અમુક નાની-નાની ક્ષણો આ માણસનું જીવી રહેવાનું કારણ પણ છે!

અંદરનો વલોપાત તેનાથી સહન થતો ન હતો. અંદરના દરિયામાં ઓટ આવી ન હતી. એક ડર સતાવી રહ્યો હતો કે-જીવન ફરીથી ડૂબવાનું છે—ફરીથી.

એ આખી રાત સૂઈ ના શક્યો. ત્યાં જ બેઠો રહ્યો. રાત્રે એક પોલીસવાળો આવેલો અને તેને ત્યાંથી ઊઠવા કહ્યું હતું, પણ તે થોડે દૂર

જઈને બેસી ગયો. રસ્તા પર કોઈ વાહન ન હતું. સામે પાણી પણ આજે ભરતીને લીધે કિનારા પર વધારે અવાજ કરતું હતું. ઠંડી હતી. પાણીની ઝીણી બુંદો રૂમીને ધ્રુજાવતી હતી પણ તે દીવાલ પર જ બેસી રહ્યો.

આખી રાત ગઈ. સવાર થઈ. ગઈ કાલ જેવી જ ધુમ્મસ ભરી સવાર હતી. રૂમી ત્યાં દીવાલ પર આડો સૂતો હતો. મોઢામાંથી ઠંડીને લીધે ધુમાડો નીકળતો હતો અને આંખો એટલી સૂજી ગઈ હતી કે ખુલ્લી હોવા છતાં બંધ લાગતી હતી. સવારનું આંસુ ઠંડું હોય છે.

તે ઊંડા વિચારોમાં પીડાતો હતો.

બસ...તેણે એક લાંબો શ્વાસ લીધો. ઊભો થયો. થોડી આળસ મરડીને તેણે સ્વરાએ ગિફ્ટ કરેલી જીન્સના બેલ્ટવાળી કાંડા પરની ઘડિયાળમાં જોયું. સવારના પાંચ વાગ્યા હતા. તેણે પાછળ જોયું. સન્નાટો હતો.

તે ઊભો થયો. શરીરમાં થોડી ધ્રુજારી આવી. આંખો લૂછીને તે દીવાલથી દૂર પાણી તરફ ચાલવા લાગ્યો. બે-ત્રણ પથ્થર પછી તરત જ પાણીનાં મોજાંઓ આવી જતાં હતાં. પાણીનો સ્પર્શ થયો અને રૂમી હસી પડ્યો. પાણી થોડું હૂંફાળું હતું અને રૂમીની ચપ્પલ કિનારે દીવાલ પર પડી હતી. ગરમ પાણીએ તેના મગજને જીવતું કર્યું. જીવતું મગજ સ્વરા સિવાય કોઈના વિશે વિચારવાને ટેવાયેલું ન હતું. તરત જ તે પાણીથી દૂર હટી ગયો, અને બાજુના પથ્થર ઉપર ઊભો રહી ગયો. પથ્થર પર થોડી થોડી વારે આવતી કોઈ મોટી ભરતી જ સ્પર્શતી હતી.

સ્વરા મગજમાંથી ગઈ નહીં. આંખ સામેના એ ધુમ્મસ અંદર સ્વરાના એ ઝાંખાં ચિત્રો બનવા માંડ્યાં.

તે દિવસે તે તેને પહેલીવાર શેવિંગ કરી આપતી હતી. તેની એ ઠંડી આંગળીઓ રૂમીના ગાલ પર ફરતી હતી, અને રેઝરને તે હળવેથી ફેરવી રહી હતી. રૂમી પછી તેના હાથ પર વેક્સ કરી રહ્યો હતો! જીન્સના કાપેલા ટુકડાઓથી તે સ્વરાના હાથ પર ફૂંક મારીને વેક્સને ઠંડું કરતો હતો. બંને ખડખડાટ હસતાં હતાં એકબીજાના ચહેરા જોઈને જ્યારે રૂમીએ તેને ખરાબ રીતે આઈ-બ્રો કરી આપેલો, અને સ્વરાએ રૂમીને પાંપણો પર મેક-અપ લગાવી આપેલો.

એ દિવસો જ્યારે રાત્રે બંને બેડની નીચે ઘૂસીને અંધારામાં મીણબતી કરતાં હતાં, અને એકબીજાને ભૂતની વાતો કરીને ડરાવતાં હતાં. જ્યારે સ્વરા અચાનક મીણબતીને ફૂંક મારીને ઓલવી દેતી હતી, અને રૂમી ડરીને મમ્મી...મમ્મી કરતો નીચેથી બહાર આવતો.

સ્વરા...જ્યારે રૂમીના બર્થ-ડે માટે આખી રાત્રી જાગીને એક ગિફ્ટ તૈયાર કરતી. રાત્રે બાર વાગે તે તેને મારતી-મારતી ઉઠાડતી અને કેક કાપતી. એ બંને એકબીજાના ચહેરા પર એ કેક લગાવીને સ્વરાના મોબાઇલમાં ફોટા પાડતા. કેક ખૂટી પડતી ત્યારે રૂમી બાથરૂમમાંથી ટૂથપેસ્ટ લઈને સ્વરાના ચહેરા પર લગાવી આવતો. પછી સ્વરા રાત્રે બદલો લેવા માટે ત્રણ વાગે બરફ નાખીને તૈયાર કરેલું પાણી રૂમી પર ફેંકતી, અને રૂમી જાગીને ભાગવા જતાં બેડ પરથી નીચે પડી જતો. એ પછી એ રૂમીને તેના બર્થ-ડેની ગિફ્ટ આપતી અને ગાલ પર કિસ કરતી. રૂમી ખુશ થતો થતો જ્યારે એ ગિફ્ટ ખોલતો ત્યારે સ્વરાને ભેટી પડવાનું મન થઈ આવતું. તે રૂમીને આ ઘરે લાવેલી ત્યારની એ ગિફ્ટ હતી. સ્વરા એ ગિફ્ટમાં રૂમીને પેલી ફાટેલી-તૂટેલી જૂની-ગંદી ચડ્ડી આપી હતી. એ ચડ્ડી જે રૂમીએ સતત પાંચ વર્ષ સુધી પહેરી હતી અને છેવટે કમરના રબર સિવાય કંઈ વધુ બચ્યું જ ન હતું! સ્વરાએ એ બધું જ રૂમીને માટે સાચવી રાખ્યું હતું. જ્યારે મ્યુઝિક બંધ થઈ જતું છતાં બંને એકબીજાની બાંહોમાં છુપાઈને ડાન્સ કરતાં રહેતાં હતાં. બંનેના શરીર ધીમે-ધીમે ડોલતા હતાં, પરંતુ હૃદય અજાણતાં જ સ્થિર થઈને એકસાથે ધબકાર ભરી રહ્યાં હતાં. એ કલાકો જ્યારે બંને ટિફિનમાંથી વધેલી છેલ્લી રોટલી માટે ખેંચા-ખેંચ કરતા હતા, છેવટે રૂમી એ રોટલી સ્વરાના હાથમાંથી ઝૂંટવીને કોરી ખાઈ જતો હતો. સ્વરા હારી જતી, પછી રૂમીનું મોઢું પકડીને દબાવતી અને જ્યારે રૂમીથી મોઢું ખૂલી જતું ત્યારે એ ચવાયેલી ગંદી રોટી પણ આંગળીથી ખેંચીને એ બહાર કાઢી લેતી હતી! તે ખુદ ખાઈ જતી હતી અને રૂમી બસ એને ખુશ થયેલી, જીતેલી જોઈને જીતી જતો હતો. વિચારતો હતો કે—સ્વરા, તેં જ તો આપી છે આ ગાંડાને એ રોટી. તારે માટે હું ભૂખ્યો રહી શકું.

એ બધાં જ દશ્યો રૂમીની આંખ સામે ઊભાં થતાં હતાં. સવારની

એ એકલતા અને દરિયાનું હૂંફાળું પાણીએ યાદોને વધુ તીવ્રતાથી સૂજેલી આંખો સામે લાવતા હતા. પણ જૂની યાદોને યાદ કરીને હવે કોઈ ફાયદો ન હતો. એ બધું જ જેટલું વધારે ઝડપથી ભૂંસાઈ જાય એટલું સારું. એટલું વધારે ઝડપથી ગાંડપણ પેદા થશે.

જીવન ડૂબવાનું છે ફરીથી હવે. જેટલું વધારે ઝડપથી એ પાગલપન આવી જાય એટલી યાદોની પીડાને ઓછી સહન કરવી. હૃદયનો અંદરનો વલોપાત સહન થાય તેવો હતો નહીં. બસ...ફરીથી જ્યાં સુધી મગજ ચાલુ છે ત્યાં સુધી બધી જ તૈયારી કરી લેવી છે.

આંખોમાં ફરી ભીનાશ છવાઈ ગઈ અને સામેનો દરિયો ઝાંખો પડવા લાગ્યો. સ્વરા હજુ ઝાંખી થઈ ન હતી. એ દૃશ્યો રચાવા માંડ્યાં ફરીથી. એ યાદો ભીની આંખોને વધુ લાલ કરતી હતી.

સ્વરા...એક કારણ હતી એ માણસ માટે. જીવવાનું. ફરી જીવતા થવાનું. ખુશ થવાનું. દુનિયાને ફરીને સમજવાનું. એ કારણ હતું અહીં મુંબઈમાં એ રૂમમાં બે વર્ષ સુધી દિવસ-રાત પડ્યા રહેવાનું. એ એકલી જ જવાબ હતી રૂમીના દરેક અંગત સવાલ માટે.

તારું કોણ છે અહીં?...સ્વરા.

તારે શું જોઈએ છે તારી લાઇફમાં?...સ્વરા.

તારી હસી-ખુશી-કહાનીઓ કોને લીધે છે, અને તું કોને એ બધું જ આપી દેવા ચાહે છે?...સ્વરા.

તારી આ બધી પીડા, તારી આ લાલ આંખો, તારા આંસુ, તારા અહીં દરિયા પાસે અત્યારે ઊભા રહેવા માટેનું કારણ?...સ્વરા.

તારી જીવવાની છેલ્લી પાંચ મિનિટ તને મળે તો તું કોની સાથે જીવવા માંગે?...સ્વરા?

ના.

રૂમી પથ્થર પરથી નીચે ઊતર્યો. પગ ફરી ભીના થયા. ગરમ પાણી તેના જીન્સને ભીનું કરવા માંડ્યું. તેના ચહેરા પર હસી આવી. મગજ ધીમેથી બંધ થયું. આંખો ધીમે-ધીમે બંધ થઈ. ધ્રૂજતા હાથ અને પગ ધીમે-ધીમે સ્થિર થયા. હાથની મુઠ્ઠીઓ વાળીને તે ટટ્ટાર ઊભો રહ્યો. ધુમ્મસ

તેને વીંટળાઈને છવાયેલું હતું. અંધકાર નીલો હતો, પાછળ રસ્તાની પીળી લાઇટ્સ અને ચમકતાં બિલ્ડિંગ ઊભાં હતાં. સવારના છ વાગ્યા હશે. હવે આંખ સામે કોઈ સ્વરા હતી નહીં.

તે ધીમે-ધીમે મુસ્કુરાતો આગળ વધ્યો.

ધીમેથી તેણે પોતાના બંને હાથ પહોળા કર્યા. પતંગિયાની જેમ.

ઠંડો પવન તેના શર્ટને વીંઝતો અવાજ કરતો હતો. રૂમી એ પવનની દિશામાં આગળ વધી રહ્યો હતો. થોડીવારમાં શરીર પાછું ધકેલાવા લાગ્યું. એ પાણી તરફ જઈ રહ્યો હતો. ખુશ હતો?

તારી આ ખુશીનું કારણ કોણ છે? સ્વરા.

તેની કમર સુધી દરિયાનું પાણી પહોંચી ગયું.

એક મોટું ભરતીની લપેટથી સર્જાયેલું મોજું સામે આકાર લઈ રહ્યું હતું. બે-પાંચ સેકંડમાં એ મોજું રૂમીને પહોંચી જાય તેવું લાગી રહ્યું હતું. રૂમીની મુઠ્ઠી વધારે સજ્જડ બની અને આંખો વધારે સહનશીલતા સાથે મીંચાઈ ગઈ.

"સ્વરા. થેંક્યુ." એ મન બોલ્યું. *"કહ્યું હતું ને મેં તને એકવાર? મારા જીવવાનું કારણ તું જ છે, અને મરવાનું કારણ તું જ હશે."*

એ મોજું રૂમીને ધક્કો મારતું આવ્યું. કિનારા સાથે એ ખારું પાણી અફળાયું અને એ જ તીવ્ર વેગથી દરિયામાં પાછું જવા લાગ્યું. રૂમી અંદરની બાજુ ખેંચાયો અને શ્વાસમાં તકલીફ પડી. પાણી મોઢામાં-શ્વાસમાં ઘૂસ્યું. દરિયામાં એ ખુદને સમર્પણ કરવા ચાલ્યો અને...

...અને સામે ઉછળતી પાણીની બુંદોમાંથી પોતાના રામ અને મુસ્કાનના ચહેરાઓ જન્મ્યા.

અહો...રૂમીની આંખો સામે પોતાના મા-બાપના હસતા ચહેરાઓ. રૂમીનો આત્મા જાણે આનંદ અને શોકથી છળી પડ્યો. એ કશું સમજે એ પહેલાં રામનો ચહેરો બોલ્યો–

"દીકરા...તેં એકવાર પૂછેલું...કે અબ્બા, ભગવાન ક્યાં રહે છે." રામ બોલ્યો, "મેં કહેલું કે એક ઍડ્રેસ છે જ્યાં ભગવાન રહે છે. મેં ત્યાં જોયા

છે. પણ એ અત્યારે તને નહીં કહું. સમય આવ્યે કહીશ." બોલીને હળવેથી હસ્યો. આગળ બોલ્યો–

"બેટા, ભગવાન...પ્રેમમાં રહે છે."

"પ્રેમ કરનારું મરે નહીં દીકું." મુસ્કાનનો ચહેરો બોલ્યો.

તરત બંને ચહેરા અદશ્ય થઈ ગયા. મોટું મોજું આવ્યું.

એ દરિયા અંદર ખેંચાયો.

બહાર ફેંકાયો. બહાર તરફ ખેંચાયો.

"રૂમી..." પાછળથી ચીસ આવી.

ફરી બહાર ખેંચાયો.

પાછળ સ્વરા હતી.

*

"રૂમી..." દબાયેલા અવાજમાં સ્વરાની ચીસ થોડી ક્ષણો પહેલાં જ પડેલી પરંતુ જે વ્યક્તિ એક દુનિયા છોડીને બીજી દુનિયામાં પ્રવેશી રહ્યો હતો તેને એ સંભળાઈ ન હતી.

રૂમીનો શર્ટ પાછળથી ખેંચાયો. સ્વરા તેને કિનારે પથ્થર પાસે ખેંચી આવી. તે ગભરાયેલી હતી. રડતી હતી. બંને પાણીથી નીતરી રહ્યાં હતાં. રૂમી પાણી પી જવાને લીધે બેભાન જેવો થઈ ગયો હતો. કિનારાના એક ગોળ પથ્થર પર મહામહેનતે સ્વરાએ તેને ઊલટો સુવડાવ્યો કે જેથી અંદરનું પાણી બહાર આવી જાય. રૂમીને ખાંસી આવી. પાણી નાક અને મોઢામાંથી નીકળવા લાગ્યું. સ્વરા રૂમી પાસે બેસીને તેની પીઠ પર હાથ ફેરવવા લાગી.

રૂમીની આંખો ખૂલી. રૂમીના ભીના શર્ટની અંદર માથું નાખીને એ રડી પડી. રૂમી પોતાની સૂજેલી આંખોથી એ બધું જ જોઈ રહ્યો હતો.

"સ...સ્વરા." રૂમીએ બધી જ તાકાત ભેગી કરીને કહ્યું. સ્વરા ઝબકીને ઊભી થઈ.

"રૂમી..." એણે તરત જ રૂમીના ચહેરાને પોતાના બંને હાથથી પકડી લીધો. થોડી વધુ રડવા લાગી. એ રૂમીના ગાલ પાસે પોતાનો ચહેરો લઈ જઈને આંખો બંધ કરીને રડી રહી હતી.

એ રૂમીને છોડી શકતી ન હતી.

૪૫

રૂમીની આંખ ખૂલી. શરીર થાકને લીધે દુ:ખતું હતું. સાંજ હતી. સ્વરા બાજુમાં ન હતી.

સાંજનો સૂરજ ડૂબવાને થોડીવાર હતી. બેડ સામેની એ મોટી કાચની બારીમાંથી પીળાં કિરણો આખી રૂમમાં ફરી વળતાં હતાં. રૂમીનાં કપડાં બદલાઈ ગયાં હતાં અને રૂમી એ પહેરેલા વ્હાઈટ શર્ટ પર પડતો સાંજનો તડકો મનને શાંતિ આપી રહ્યો હતો.

બારી સામે જોઈને શાંત મનમાં સવાલો પેદા થતા હતા અને સમાઈ જતા હતા: *હું દરિયાના પાણીમાં કેમ જવા માંગતો હતો? મારા રામ-મુસ્કાન ત્યારે મને કેમ દેખાયાં? અને મને શું થયું? હું મરવા માંગતો હતો? તે શા માટે મને બચાવવા આવી હશે?*

બારણાનું લૉક ખૂલવાનો અવાજ આવ્યો. એ અંદર આવી. તેણે રૂમીની સામું જોયું. બંને હળવું મુસ્કુરાયાં.

સ્વરાને જોઈને બીજા હજારો વિચારો આથમી ગયા.

સ્વરા નજીક આવી. બેડ પર આવીને રૂમીને ગળે ચીપકી ગઈ. બારીમાંથી આવતી સાંજની કુદરતી પીળી લાઇટમાં એ બંને એકબીજાને જોઈ રહ્યાં. સ્વરાએ રૂમીના હોઠ પર ફરી નાનકડી કિસ આપી. એ ખુશ હતી. રૂમી ખુશ થવા માંડ્યો હતો. હજુ એ કશું સમજી શકતો ન હતો.

“આઈ એમ સૉરી...” રૂમીના ચહેરાને પોતાના બંને હાથ વચ્ચે રાખીને તે બોલી. રૂમીના સૂકા હોઠ પર આંગળી ફેરવીને, રૂમીની આંખો સાથે આંખો મિલાવીને તે રૂમી કંઈક બોલે તેની રાહ જોઈ રહી.

“આઈ એમ સૉરી...” રૂમીએ કહ્યું. સ્વરા હસી પડી.

“બુદ્ધુ...” તે બોલી, અને રૂમીના ગાલ પર પોતાની હથેળી મૂકી. એના ગાલ પર પોતાની ચાર આંગળીઓ ઊપસી ગયેલી દેખાતી હતી.

“તું કેમ પાછી આવી મને લેવા માટે?” દરિયાનું પાણી પીને બેસી ગયેલા અવાજમાં રૂમીએ પૂછ્યું.

"કેમ તારે નહોતું આવવું મારી પાસે?" એણે હસીને રૂમીના કપાળ પર કિસ કરી.

"તારા સિવાય મારે ક્યાંયે નહોતું જવું..."

"હાસ્તો....એટલે જ તો તને લેવા આવી." એ મુસ્કુરાતી હતી. રૂમીના વાળમાં હાથ ફેરવતી હતી.

"મને લાગ્યું તું પાછી નહીં આવે."

"મેં તને જે છેલ્લે કહ્યું એ બધું ખોટું હતું."

"મને સાચું કહેવામાં કેમ ડરે છે તું સ્વરા?"

"હાસ્તો..." જેવો જવાબ આપીને સ્વરાની આંખમાંથી એક બુંદ નીકળી અને ગાલ પર થઈને ગળા સુધી પહોંચી ગયું.

"હું તને ફરી નહીં પૂછું તારી વાતો માટે બસ?" રૂમીએ તેના આંસુને પૂછીને જાણી લીધું હશે. સાંજ આ બંને માટે થોડીવાર થોભી ગઈ.

"કોઈ બાત નહીં રૂમી. મારે આમેય તને ક્યારેક તો મારી બધી જ વાતો કહેવી જ હતી. પણ બસ...અંદર ડર હતો કે તું—"

"—કે હું એ બધી કહાની સાંભળી નહીં શકું?"

"ના..."

"તો?"

"કંઈ નહીં. ડર હતો કે તું મને છોડીને ભાગી જઈશ."

એ સાંભળીને રૂમીએ સ્વરાને માથે હાથ મૂક્યો. બંને ચૂપ થઈ ગયાં.

"એક પ્રોમિસ કરીશ ફરીથી?" રૂમીએ પ્રોમિસ માગ્યું.

"હા."

"ક્યારેય મને આ રીતે એકલા છોડીને જઈશ નહીં પ્લીઝ..."

"પ્રોમિસ." સ્વરા બોલી.

"બીજું એક પ્રોમિસ આપીશ?"

"બોલને..."

"હું જે કઈ પૂછું તેનો સાચો જવાબ જ આપવાનો તારે..."

"હમ્મ..."

"ત્રીજું પ્રોમિસ આપીશ?"

"યસ..."

"મને ક્યારેય આટલો જોરથી તમાચો નહીં મારવાનો..."

એ હસી પડી અને રૂમીના ગાલ પર હળવી કિસ કરી. ગાલ પરનો લીલો ડાઘ દબાવ્યો. રૂમી હસી પડ્યો.

"તું મને એક પ્રોમિસ આપીશ?" સ્વરાએ પૂછ્યું.

"ક્યારેય આવી રીતે મારે માટે મરી ના પડીશ રૂમી..."

ફરી બંને એકબીજાની બાંહોમાં સમાઈ ગયાં. રૂમી મનમાં બોલી ગયો. *"પ્રોમિસ સ્વરા. ક્યારેય નહીં કરું એવું. ક્યારેય નહીં."*

સાંજ શાંતિથી રાતમાં ઢળીને સૂઈ ગઈ.

એ બંને એકબીજાને ટિફિનમાંથી ખવરાવવા લાગ્યાં. આજે એ બંનેને ઘણી વાતો કરવી હતી પરંતુ એકબીજાની આંખો જોઈને ચૂપચાપ બધા જ જવાબ મળી જતા હતા.

*

"રૂમી...ચલ મારી સાથે."

"ક્યાં?"

"તું ચાલ ને બુદ્ધુ."

"એ...મને બુદ્ધુ ના કહીશ."

"ચલ ચૂપચાપ."

રૂમી રાત્રે ગિટાર વગાડી રહ્યો હતો. સ્વરા કહેતી કે તે આખી દુનિયાનું સૌથી બોગસ ગિટાર વગાડે છે, એટલે સ્વરાને ચીડવવા માટે તે વગાડ્યા કરતો હતો. ગઈ કાલે બંનેએ કોઈ ખાસ વાતો કરી નહોતી.

"રૂમી, જલદી કર. મેરે કો દેર હો રહી હૈ."

રૂમી તૈયાર થઈ રહ્યો હતો. સ્વરા તો લિફ્ટને ઊભી રાખીને તેની રાહ જોઈ રહી હતી. રૂમી ઝડપથી તૈયાર થઈને લૉક કરીને દોડતો સ્વરાને ધક્કો લગાવીને લિફ્ટમાં ઘૂસી ગયો.

રાતના અગિયાર વાગ્યા હતા.

લિફ્ટ ગ્રાઉન્ડ ફ્લોર પર આવી. બારણું ખૂલ્યું કે તરત જ સામે કાળી ઍમ્બેસેડર ચાલુ થઈને ઊભી હતી. સ્વરા પાછળનું બારણું ખોલીને અંદર

બેસી ગઈ. રૂમી પાછળ સ્વરાની બાજુમાં બેઠો. આગળ સફેદ કપડામાં ડ્રાઇવર હતો.

"કૌન હૈ યે મેડમ?" ડ્રાઇવરે પાછળ ફરીને પૂછ્યું. ગાડી ચાલુ કરી.

"મેરા ભાઈ હૈ." પાછળથી સ્વરાએ ડ્રાઇવરને સમજાવી દીધો.

"લેકિન આપ તો બોલ રહીથી કી આપકા ફેમિલી પૂરા..." ડ્રાઇવર કોઈ મોટું સિક્રેટ કહેતો હોય તેમ પાછળના મિરરમાં જોઈને સ્વરાને પૂછતો હતો.

"હાં. વો બાદ મેં બતાતી હૂં ના..." સ્વરા થોડી ગભરાઈ. રૂમી બંનેના ચહેરા જોઈ રહ્યો હતો. રૂમીની અંદર કેવા વિચારો ચાલી રહ્યા છે એ જાણવું મુશ્કેલ હતું.

"તુમ અભી જલદી કરો મેરે કો આજ લેટ હો ગયા હૈ." સ્વરાએ વાત ફેરવી. ડ્રાઇવર સિક્રેટ સમજી ગયો. તેણે ફટાફટ ગાડીને બિલ્ડિંગના ગેટ બહાર કાઢી. રૂમી સ્થિર બેઠો હતો. ગાડીની અંદર આવતી સ્પ્રેની સુગંધ તેને થોડી પજવી રહી હતી. વિચારતો હતો કે આજે પહેલીવાર કોઈ સરપ્રાઇઝ મળવાની છે. જોકે તે આજની આ નવીનતા કરતા ગઈ કાલથી બદલાયેલી સ્વરાને એમ જ જોઈને ખુશ થતો હતો. અંદર હવે પહેલાં જેવો અંધકાર ઊઠતો ન હતો. તે હવે ઇચ્છે ત્યારે સ્વરાને કહી શકે તેમ હતો.

"સ્વરા, આપણે તારા કોલસેન્ટર પર જઈ રહ્યાં છીએ?" તેને સ્વરાને પર્સમાંથી લિપસ્ટિક કાઢતી જોઈને પૂછ્યું.

"વો મેં અભી નહીં બતાઉંગી. ક્યૂં? ક્યાં હુઆ?" સ્વરાએ લિપસ્ટિક કરીને પર્સમાંથી નાનો મિરર કાઢીને પોતાના લાલ હોઠ ચેક કર્યા.

"તેરે કોલસેન્ટરકા ટાઇમ નહીં હૈ અભી?"

"હાં...વો આજ અમેરિકા મેં છુટ્ટી હૈ ના? ઇસ લિયે બંધ હૈ." સ્વરા રૂમી સામું જોતી ન હતી. રૂમીને એ ગમતું ન હતું. એણે આગળ કંઈ ન પૂછવાનું યોગ્ય સમજ્યું.

સ્વરાએ મેક-અપ ચાલુ રાખ્યો. તે પોતાની આંખો ઉપર બ્રશથી પાંપણો ઘસી રહી હતી. વળી એ મૂકીને આંખો નીચે કાળી લાઇનિંગ કરતી હતી. ધીમે ધીમે એનો ચહેરો વધુ ચમકવા માંડ્યો હતો. રૂમીને

આ વિચિત્ર સ્વરા જોઈને કંઈ સૂઝતું ન હતું એટલે એણે કાચ બહારની દુનિયા જોવા લાગી.

અત્યારે જ્યાં કાર જઈ રહી હતી તે રસ્તાઓ અલગ હતા. રૂમી અને સ્વરા આખું મુંબઈ ફરેલાં હતાં, પણ આવા રસ્તાઓ પર તે બંને ક્યારેય આવ્યાં ન હતાં. રાત્રીના સાડા અગિયાર થવા આવ્યા હતા. સ્વરા ચૂપ હતી અને હજુ તૈયાર થઈ રહી હતી. તેણે પોતાનું ટીશર્ટ કાઢ્યું. રૂમીને નવાઈ લાગી.

“સ્વરા, ક્યા હુઆ?” તેણે સ્વરાને બ્રા અને શોર્ટમાં જોઈને કહ્યું. સ્વરાની કમરથી નીચે ટેટુ ચમકી રહ્યું હતું.

“તૂ સિર્ફ દેખા કરના રૂમી.” સ્વરાએ પોતાની શોર્ટની ચેઈન ખોલતાં કહ્યું. આગળ ડ્રાઇવરે મિરરને ફેરવીને બીજી બાજુ કરી દીધો. રૂમીને મનમાં કેટલાયે વિચારો આવતા હતા.

“સ્વરા...ક્યા કર રહી હૈ?”

“જેસે કી તૂને મેરે કો કભી નંગા દેખા હી નહીં.” તે મલકાઈને બોલી.

મોડી રાત્રે ફૂટપાથ પર કૂતરાઓ સૂઈ ગયા હતા. લોકો પણ સૂતા હતા. એમના ખાલી કટોરા પડ્યા હતા રોડ પર.

શહેર હજારો કહાનીઓથી ખદબદી રહ્યું હતું. કહેવાય છે કે આ શહેર માણસની આંખોની જરૂર પ્રમાણે આકાર ધરી લે છે. ઉત્સાહમાં ઝઝૂમતા સાહસિકો, નશામાં ડૂબેલા પ્રેમીઓ, માત્ર પૈસાવાળા બનાવવા માંગતા બોરિંગ લોકો જેમનું એક જ સ્વપ્ન ‘કમાવાનું’ અધૂરું પડ્યું રહે છે, કલાકારો, કારીગરો, મજૂર, ભિખારીઓ, નિરાશ-હતાશ-કૂદી પડવાને કિનારે આવેલા વિચારકો, ઘરમાં પીડાતી સ્ત્રીઓ અને વૃદ્ધાઓ, સમયે પેદા કરેલા મૂરખાઓ, લેખકો, સર્જકો અને ફોગટનું જીવતા ખાલીખમ લોકો જેમને માટે પ્રેમ કે સેક્સ જેવા આનંદ શરમ જન્માવે છે. બધું જ...આ બધું જ ફટાફટ કોઈ દરિયાનાં મોજાંઓની જેમ કિનારે આવીને થોડીવારમાં ગાયબ થઈ જાય છે.

ગાડીના કાળા કાચમાંથી બહારનું શહેર દેખાતું હતું. રાત્રીના અંધકાર અને સ્ટ્રીટ-લાઇટના મિક્સ કલરની અંદર ધીમે ધીમે માદકતા છલકાતી હતી.

તે ઝબકી ગયો. સ્વરાના પરફ્યુમની સુગંધ આવી. સ્વરા ચાલુ કારમાં કપડા બદલીને પરફ્યુમ લગાવી રહી હતી.

"મને લાગે છે આપણે તારા કોલસેન્ટર નથી જવાના અત્યારે." રૂમીએ પૂછ્યું.

"નહીં. હમ 'કિનારે' જા રહે હૈં ભાઈ!" આગળ બેઠેલો ડ્રાઇવર બોલ્યો. સ્વરાને એ સાંભળીને ગુસ્સો આવ્યો પણ તે કંઈ બોલી નહીં.

"રૂમી. હું તને મારી રીયલ જૉબ દેખાડવા લઈ જાઉં છું." તે પોતાના નવા સ્કર્ટને થોડું નીચે ખેંચતા બોલી. રૂમી તેના ચહેરાને અને કપડાંને જોઈ રહ્યો હતો. અત્યારે સ્વરા બિલકુલ બીજી છોકરી દેખાતી હતી.

"તારી રીયલ જૉબ? તું કોલસેન્ટરમાં જ કામ કરે છે ને?" રૂમીને પહેલાં પણ એ વિચાર આવ્યો હતો એટલે તેણે વધુ પૂછ્યું.

"ના."

"તો?"

"રૂમી, એક વાત કહું?"

"બોલને..." રૂમી રાહ જોઈ રહ્યો હતો.

"આપણે જ્યાં જઈએ છીએ એ જગ્યાથી આપણે સવારે પાંચ વાગે બહાર નીકળીશું. સવારે તને કહીશ મારી કહાની. મારી અને આ મુંબઈની કહાની. તને કહીશ તું કોણ છે મારે માટે. તને એ પણ પૂછી લઈશ કે આવી સ્વરા તને મંજૂર છે કે નહીં." એણે પગ પર કાળી લેગીઝ ચડાવતાં કહ્યું. પર્સમાંથી એક જાડું રબર કાઢીને તેણે પોતાની જાંઘ પર ચડાવ્યું.

રૂમી તેને જોતો રહ્યો. ચૂપ રહ્યો.

અંધારી સાંકડી ગલીના છેડે કાર ઊભી રહી. બંને કારમાંથી બહાર નીકળ્યાં. ગલીમાં કોઈ ન હતું. સામે એક બંધ શટરવાળી દુકાન હતી.

સ્વરા દુકાનના શટર પાસે ગઈ. રૂમી તેની પાછળ ગયો. ત્યાં ઊભેલા વોચમૅને અડધું શટર ખોલ્યું. રૂમી સ્વરાની પાછળ શટર અંદર ઘૂસ્યો. એ મોટી દુકાનમાં ખૂણામાં રહેલા વાદળી લેમ્પને લીધે રૂમીને એ પોતે કોઈ અલગ દુનિયામાં આવી ગયો હોય એવું લાગ્યું. સ્વરાએ નીલા અંધારામાં દુકાનમાં ભીંત સાથે અડકીને પડેલું ટેબલ ખસેડ્યું અને પાછળ રહેલું

નાનકડું બારણું ખોલ્યું. રૂમીની બેચેની વધી. એ બધું જ ચૂપચાપ જોતો રહ્યો અને સ્વરાની પાછળ ચાલતો રહ્યો. સ્વરા નીચે નમીને સામે દેખાતી લાલ રંગની દીવાલોવાળી સાંકડી ગલીમાં ઊતરી. લાલ લાઇટ વચ્ચે તેઓ ગલીમાં આગળ ચાલવા લાગ્યાં.

*

સેક્સોફોનનો રોમૅન્ટિક અવાજ.

લાલ સાંકડી ગલી. ચમકતી લાઇટ્સ. નશીલો ધુમાડો. પરફ્યુમની માદક સુગંધ. બળતી સિગારની વાસ. બિયરની બૉટલનો અવાજ. છોકરીઓનો અવાજ. પિયાનોનો ધીમો અવાજ.

'આહ...ઓહ...ઓહ ગૉડ...' ગલીની દીવાલની બીજી બાજુથી આવા વાસનાભર્યા અવાજ સંભળાયા. આ રેકોર્ડ કરેલા અવાજ સતત વાગી રહ્યા હતા. આ અવાજો સાથે સેક્સોફોનનું ધીમું પણ તડપાવતું મ્યુઝિક હતું. સાથે-સાથે માઇકમાં બોલતા એક યુવાનનો અવાજ મિક્સ થઈને અજીબ દુનિયાનો અહેસાસ કરાવી રહ્યા હતા. અહીં રાત લાગતી ન હતી. રૂમી સ્વરાની પાછળ ગલીમાં ચાલવા લાગ્યો હતો.

સ્વરાની ચાલ ફરી ગઈ. એ સેન્ડલનો અવાજ કરતી કરતી પોતાની કમરને વધુ ઠુમકા લગાવવા લાગી.

"સલામ મેડમ." લાલ લાઇટમાં બેઠેલો બીજો વોચમૅન ઊભો થઈને સલામ કરીને બોલ્યો. સ્વરાએ તેના માથા પર હાથ ફેરવ્યો. વોચમૅન હસ્યો. તે સામેનું બારણું ખોલીને અંદર ગઈ.

"મેડમ, યે લડકા?" વોચમૅને રૂમીને બારણા પાસે રોકીને સ્વરાને પૂછ્યું.

"આને દો ઉસે. ફકીરા ઉસે મિલના ચાહતા હૈ." સ્વરા બોલી. આ બધું જોઈને રૂમીનું મોં ખુલ્લું રહી ગયું હતું, પણ તે આજે બધું જ જોવા માંગતો હતો. બંને રૂમમાં ગયાં.

સફેદ લાઇટ. સુગંધી રૂમ. સાત-આઠ છોકરીઓ. સિગારેટની ગુલાબી હોઠોને સ્પર્શીને આવેલી સુગંધ. કાળી ઊંચી ખુરશીઓ. અરીસાઓ. મેક-અપનાં સાધનો. હસવાના મોટા અવાજ. ખૂણામાં રાખેલા હીટરની ગરમ હવા. સેક્સોફોનનો રૂમની દીવાલની બીજી તરફથી આવતો અવાજ.

માદક અવાજો. રૂમીને સ્વરાની પાછળ આવતો જોઈને તે છોકરીઓમાંથી અવાજ આવ્યા:

"ઓહ ગૉડ."

"હેય સેક્સી."

"વૉટ ધ ફીશ!"

"વ્હુ ધ હેલ ઈઝ હી?"

બધી છોકરીઓ રૂમી સામું જોવા લાગી. એક ખૂણામાં પોતાની બ્રા કાઢીને ઊભી હતી તે છોકરી રૂમીની ઉંમર જોઈને ફરી ગઈ. રૂમીની આંખો બધી જ છોકરીઓ પર ફરી વળી. ત્યાં એમની પેન્ટીનો ખુલ્લો કબાટ હતો. અલગ અલગ રંગોના વાળની વિગ હતી. લિપસ્ટિકનું કાચનું ડ્રોઅર ભર્યું હતું. રૂમની એક દીવાલ પર એક બારણું હતું, જેની તિરાડમાંથી અલગ અલગ લાઇટ્સ દેખાતી હતી.

"કૌન હૈ યે?" એક છોકરીએ મોઢામાં રાખેલી પીનને પોતાની કમર પરની ચમકતી દોરીમાં ભરાવતાં સ્વરાને પૂછ્યું.

"માય...અમ્મ્મ...બોયફ્રેન્ડ." સ્વરા હસીને બોલી. બધીજ છોકરીઓ મોટે-મોટેથી હસવા લાગી. રૂમીએ માત્ર સ્માઇલ આપ્યું.

"ક્યૂં ઇતના દેર લગાતે હો તુમ લડકી લોગ?" બારણું ખોલીને એક વિચિત્ર માણસ અંદર આવ્યો જેણે રૂમીને ડરાવી દીધો. એનો દેખાવ સાચેજ ભયાનક હતો. વેંત લાંબી કેસરી અને કાળા શેડવાળી દાઢી. માથા પર ચમકતું મુંડન. મોટી...ખૂબ મોટી ફાંદ. ફાંદ પર લાલ ગીધનું ટેટુ. તેની કાળી આંખો પર કાજળ લગાવેલું હતું. તેના પગ ટૂંકા અને ચરબીવાળા હતા. એણે પેન્ટની જગ્યાએ કચ્છો પહેરેલો હતો. એના મોઢામાં સિગાર હતી.

"શીટ...વ્હુ ધ ફક આર યુ?" એણે બારણા પાસે ઊભેલા રૂમીને જોઈને આંખો મોટી કરીને થોડા ગુસ્સા સાથે પૂછ્યું. તેના શ્વાસમાંથી સતત ધુમાડો નીકળતો હતો. પહેલી નજરે એ જીવતું જાગતું મસ-મોટું ટ્રેનનું એન્જિન લાગતો હતો!

"અરે...ફકીરા. યે રૂમી હૈ." સ્વરાએ રૂમીનો હાથ પકડીને પેલા સામું ધીમેથી કહ્યું.

"ઓહ...તો યે હે રૂમી." એ હસીને બોલ્યો. રૂમીનું હૃદય વધુ ધબકવા લાગ્યું. આ માણસને તેણે પહેલીવાર જોયો હતો. *સ્વરાએ તેને મારું નામ કેમ જણાવ્યું હશે?*

"ક્યૂં ભઈ...ચુ*યા સમજા હૈ ક્યા ફકીરા કો?" એ રૂમીની નજીક આવી ગયો અને રૂમીને પાછળ હળવી થપાટ લગાવીને બોલ્યો, પછી એકલો એકલો મોટેથી હસવા લાગ્યો.

"ફકીરા પ્લીઝ...મેરે કો તેરા નાટક નહીં ચાહીયે અભી. યે મેરે સાથ આયા હૈ ઔર ઇસે આજ તૂ કુછ નહીં બોલેગા." સ્વરાએ થોડા મોટા અવાજમાં તેની સામે આંગળી ઊંચી કરીને કહ્યું.

"અરે મેડમ, ગુસ્સા ક્યૂં હોતે હો? કૂલ...કૂલ." એ ફરી મજા લઈ રહ્યો હતો રૂમીની પાછળ હાથ ફેરવીને. રૂમી સ્થિર-ચૂપ હતો. ફકીરા બોલ્યો, "દેખ ભાઈ...તેરે કો કુછ કહેના નહીં હે...બસ તેરી ગર્લ-ફ્રેન્ડ તેરી વજહ સે હરરોજ લેટ આતી હે, ઓર સુબહ જલદી ચલી જાતી હૈ."

રૂમી તે માણસની આંખોમાં ન જોઈ શક્યો. તે સ્વરા તરફ જોઈ ગયો.

"ફકીરા...મેં વાપસ જા રહી હૂં." સ્વરાએ ગુસ્સો કરીને કહ્યું. ફકીરા હસતો બંધ થયો.

"સૉરી...સૉરી." એણે સ્વરા સામે હાથ ઊંચો કરીને કહ્યું. સેક્સોફોનનો અવાજ વધ્યો. તે રૂમીને કહેવા લાગ્યો–

"ચલ ભાઈ...અભી તૂ અઢારહ સાલ કા લગ તો નહીં રહા ફિર ભી તેરે કો એન્ટ્રી દેતા હૂં. આજ કી શામ રૂમી કે નામ." એણે રૂમીના ખભા પર હાથ મૂકીને દબાવ્યો. રૂમીને ખભા પર દર્દ થયું. તે પેલાના રુંવાટીવાળા ચરબીદાર અને ટૂંકા હાથને જોવા લાગ્યો. તેને ગુસ્સો આવી રહ્યો હતો.

"ગર્લ્સ...હરી અપ." તાળી પાડીને બોલતો તે બહાર ચાલ્યો ગયો. બધી છોકરીઓ આમતેમ ઘૂમવા લાગી. રૂમીને કઈ સમજાયું નહીં. તે ખૂણામાં ઊભો રહ્યો. સ્વરા પણ રૂમી સામું જોયા વગર તૈયાર થવા લાગી. તેના વાદળી-ગુલાબી નાનકડા વાળની ઉપર તેણે કાળા વાળની વિગ ચડાવી. એક પેપરના ટુકડામાં વાંચીને તે તૈયાર થઈ રહી હતી. સ્વરાને તૈયાર કરવા બીજી બે છોકરીઓ આવી હતી. બાકી બધી જ પોતાની જાતે

તૈયાર થતી હતી. સ્વરા સ્કૂલ-ગર્લ લાગી રહી હતી. લાલ ટાઈ, આછો સફેદ શર્ટ, ટૂંકું ગુલાબી સ્કર્ટ, ખુલ્લા સફેદ પગ પર કાળી જાળી!

રૂમી સ્વરાની સામું જોઈ રહ્યો હતો. તે રૂમીને લીધે શરમાઈને બીજી તરફ જોઈ રહી હતી.

"જેન્ટલમૅન..." બહારનો માઇકનો અવાજ સંભળાયો. મેડિટેશન માટે હોય તેવું સૂફી ઇન્ડિયન મ્યુઝિક વાગવા લાગ્યું. તબલાંનો અવાજ આવતો હતો. "જેન્ટલમૅન...રાઉન્ડ ઑફ અપ્લોઝ ફોર ઝોયા..." બહાર તાળીઓ વાગી. "જેન્ટલમૅન ઝોયા...ધ બ્યુટી...આઉં...બેબી...શી ઈઝ અમેઝિંગ. સેક્સી...ફકિંગ ફેન્ટાસ્ટિક. ઝોયા."

સીટીઓ અને તાળીઓનો અવાજ. સોંગ બદલ્યું.

ડ્રમ સાથે ધમાકેદાર મ્યુઝિક..."આઈ એમ ધ ગર્લ વિથ બ્યુટીફૂલ આય્ઝ!" વાગ્યું.

રૂમીને બહાર શું ચાલી રહ્યું છે તે જોવું હતું, પરંતુ તે સ્વરાથી દૂર જવા માંગતો ન હતો. ઝોયા બહાર ગઈ.

સ્વરાએ પોતાની ઈયર-રિંગ સરખી કરતાં રૂમી સામું જોયું. એણે હસવાની ટ્રાય કરી. રૂમી મુસ્કુરાયો. કેટલી અદ્‌ભુત લાગતી હતી તે!

"નતાશા..." સ્વરાએ તેના ગાલ પર મેક-અપ કરી રહેલી છોકરીને કહ્યું- "રૂમી કો મેઇન ડોર સે અંદર છોડકે આયેગી?"

તે છોકરી રૂમીને લઈને બહાર શટર પાસે લઈ આવી. અંધારામાં તે દુકાન બહાર આવ્યા અને બાજુની એક સાંકડી ગલીમાં ગયાં. ઠંડી ખૂબ હતી. બહાર સાવ સન્નાટો હતો. અંદર કેવી દુનિયા છે તેનો ખ્યાલ પણ ન આવે તેવો માહોલ હતો. થોડે અંદર ચાલીને તે નતાશા એક જૂની ભંગાર જેવી કારની પાસે ગઈ. કારનું તૂટી ગયેલું બારણું અલગ કર્યું અને પછી કારની જૂની સીટ ખસેડી એક સીડી પકડીને જમીનમાં ઊતરી!

"આપણે ક્યાં જઈએ છીએ?"

"ઇધર નીચે હમારી ક્લબ હૈ."

"સ્વરા ઇધર આયેગી ક્યા?"

"હાં. સ્વરા કા પરફૉર્મન્સ લાસ્ટ મેં હોતા હૈ."

રૂમી તેની પાછળ ઊતર્યો. કારની સીટ બંધ કરી.

"તૂ ઉસે સ્વરા કહતા હૈ?" એ નીચે ઊતરી ગઈ. ફ્લોર પર લાઇટ હતી.

"મતલબ?"

"કુછ નહીં. તૂ આગે ચલા જા. એક ઔર ડોર આયેગા જો હમારી ગેસ્ટ સીટિંગ હૈ. હમ તુજે સ્ટેજ પર દિખેંગે. ઠીક હૈ?"

રૂમી કઈ બોલ્યો નહીં. નતાશા ફરી ઉપર ગઈ. મગજમાં કોઈ વિચાર ન આવ્યો. રૂમી આગળ એક બારણા પાસે ગયો. અંદરનું મ્યુઝિક સંભળાયું. તેણે ધીમેથી બારણું ખોલ્યું.

આહ...

ત્રણ નગ્ન છોકરીઓ...રૂમી બારણું પકડીને ઊભો રહ્યો. ત્યાં ઘણા બધા પ્રોફેશનલ લોકો બેઠા હતા. સિગાર અને વ્હીસ્કીની બૉટલ્સ અલગ અલગ ટેબલ પર પડી હતી. સામે એક નીચું મોટું સ્ટેજ હતું જ્યાં પેલી ઝોયા એક સ્ટીલના ઊભા પાઇપને પકડીને નાચી રહી હતી! તે પોલ-ડાન્સર હશે. તે એક પછી એક કપડાં ઉતારતી જતી હતી. ખૂણા પરના ટેબલ્સ પાસે બીજી ત્રણ નગ્ન છોકરીઓ મોટી ઉંમરના બૂઢ્ઢાઓને ખુશ કરવા પ્રયત્ન કરી રહી હતી. એક પચાસેક વર્ષનો માણસ પોતાના સાદા કપડામાં સ્થિર શાંતિથી બેઠો હતો અને તેની સામે એક સુંદર છોકરી સેડક્ટિવ ડાન્સ કરી રહી હતી.

"માય જેન્ટલમૅન...યુ કેન સી ધ બ્યુટી ઑફ અવર હોટ ગર્લ્સ રાઇટ? વેલ...ઇફ યુ ડોન્ટ સી ઈટ...અવર ગર્લ કેન કમ ક્લોઝર ટુ યૉર ટેબલ વિથ જસ્ટ અ સિંગલ બીગ નોટ! હો હો..." સ્ટેજ પાછળનો અવાજ ધીમો પણ કાનને ગમે તેવો હતો. રૂમી અંદર ગયો અને ખૂણામાં દૂર પડેલી ખુરશી પર બેસી ગયો.

સામે બેઠેલા યુવાને હવામાં હાથ ઊંચો કર્યો. એક છોકરી વાઇનની બૉટલ લઈને આવી. યુવાને પોતાના ખિસ્સામાંથી બન્ડલ કાઢીને તેને ટીપ આપી અને પછી કાનમાં કંઈક કહ્યું. તે છોકરીએ સ્માઇલ કરી અને પેલાના ગાલ પર કિસ કરીને ચાલી ગઈ.

થોડીવાર રૂમીને ગભરાહટ થઈ પરંતુ પછી તે વાતાવરણ, મ્યુઝિક અને

સુંદરતા વચ્ચે ખોવાઈ ગયો. તે નગ્ન છોકરીઓ જોઈને બધું ભૂલી ગયો. તે ચૂપચાપ ત્યાં અંધારાવાળા ખૂણાવાળા ટેબલ પર બેઠો રહ્યો જ્યાં કોઈ છોકરી આવતી ન હતી, અને બધાએ તેને જોયો પણ ન હતો. રૂમીથી દૂર બેઠેલો એક ચાલીસેક વર્ષનો થાકેલો માણસ આંખોમાં આંસુ સાથે રડી રહ્યો હતો. રૂમીને નવાઈ લાગી. તેણે ત્રાંસા થઈને જોયું તો તેની સામે એક છોકરી નગ્ન બનીને ડાંસ કરી રહી હતી. તેને જોઈને રૂમીના શ્વાસ ગરમ થઈ જતા હતા. પેલો માણસ એ છોકરીની સામે રડી રહ્યો હતો! અને છતાંયે એ આદમીને તેના રડવાનું કારણ પૂછવાની જગ્યાએ તે સામે સ્થિર ચહેરા સાથે નાચતી હતી અને થોડી થોડી વારે પોતાનો પાછળનો ભાગ પેલાના ચહેરા પાસે લઈ જતી હતી.

"ઓહ..." રૂમીથી બોલાઈ ગયું. એ નતાશા હતી! રૂમીએ તેની સામું ન જોવાનું યોગ્ય સમજ્યું એટલે તેણે બીજી તરફ પોતાની નજર કરી.

રૂમીની ધડકનો તેજ બની ગઈ. અહીં તેને એકસરખા લોકોની જમાત જોવા મળી રહી હતી. સૂટ-બૂટ અને ટાઈ પહેરીને પોતાની અંદરના હવસી રાક્ષસને ખુશ રાખતા લોકોની અલગ દુનિયા!

રૂમી કલાકો સુધી આ બધું જ જોતો રહ્યો. જ્યારે નતાશાનો ટાઇમ પૂરો થઈ ગયો એટલે તરત જ એ થૅન્ક્સ કહીને ત્યાંથી ચાલી ગઈ. પેલો માણસ હજુ રડતો જ હતો! નતાશા કપડાં પહેરીને સવારે ચાર વાગ્યા નજીક રૂમી પાસે આવી, અને બીયરનો ગ્લાસ આપી ગઈ.

"તૂ અઢારહ સાલ સે બડા નહીં હૈ તો ભી એ બીયર તો ચલેગી. માય ટ્રીટ." એ રૂમીને ગાલ પર હાથ ફેરવીને ગઈ. નતાશા કોઈ અલગ જ લાગતી હતી...અત્યારે અને થોડીવાર પહેલાં. રૂમીએ તે જતી હતી ત્યારે પાછળથી પૂછ્યું:

"સ્વરા કહાં હૈ? વો ક્યા કર રહી હૈ?"

નતાશા તેની બાજુમાં આવી અને રૂમીના કાનમાં કહ્યું: "મેરે ભાઈ... તેરે કો ક્યા લગ રહા હૈ? યે સબ લોગ અભી તક ક્યૂં બૈઠે હૈ?"

રૂમી તે સાંભળીને થીજી ગયો. વિચાર આવ્યો: *"મારી સ્વરા પણ આવું કરશે?"*

રૂમીને છાતીમાં ઊંડી પીડા થઈ. હોઠ સૂકાઈ રહ્યા હતા. નતાશા સ્ટેજ પાછળ અંધારામાં ચાલી ગઈ. રૂમીની આંખોને ત્યાં રહેલું કોઈને ન દેખાતું બારણું દેખાયું જેમાંથી પેલો ફકીરા ઘૂસેલો. *સ્વરા ત્યાં જ હશે. હું તેને લઈને ઘરે ભાગી જાઉં. એ વિચારતો હતો.* સ્વરાના આવા વિચારો તેના શરીરને પરસેવો આપી રહ્યા હતા. બાજુમાં પડેલો બીયરનો ગ્લાસ તેણે હાથમાં લીધો.

"થૂ!" એ ખૂબ જ કડવું હતું. પરંતુ અત્યારે પીવું હતું. તે ગ્લાસ ગટગટાવી ગયો.

સ્વરાનો અહેસાસ ગળામાંથી નીકળીને પેટમાં ઊતરી ગયો. થોડીવારમાં આંખો ઘેરાવા માંડી. સવારના સાડા ચાર થયા હતા.

...અને રૂમી ચમકી ગયો.

પેલો ફકીરા સ્ટેજ પર આવ્યો.

"વેલ...વેલ...વેલ...દોસ્તો...નાઉ ઇઝ ધ ટાઇમ. ટાઇમ આ ગયા હૈ આપકે ઇન્તઝાર કા. ટાઇમ આ ગયા હૈ આપકે સચ્ચે પ્યાર કા. ટાઇમ આ ગયા હૈ બ્યુટી કી બહાર કા. દોસ્તો...ટાઇમ આ ગયા હૈ હમારી ખાસ પેશકશ કે આને કા..." ચારે તરફ તાળીઓ પડવા લાગી. નશામાં ડૂબેલા એ બધા વધુ એક નીટ પૅગ બનાવીને બેસી ગયા. ફકીરા માઇક પર હસી રહ્યો હતો. રંગબેરંગી લાઇટ્સ ચાલુ થઈ ગઈ હતી, અને બધી જ છોકરીઓ અંદર ચાલી ગઈ હતી.

ગિટારનો ધીમો અવાજ ચાલુ થયો. સ્ટેજના ખૂણાઓ પરથી ધુમાડાઓ નીકળ્યા. સેક્સોફોનની ધૂન વાગવા લાગી. સિગાર અને હુક્કાની સુગંધ ફેલાવા લાગી. ફકીરા રાહ જોઈ રહ્યો હતો. થોડીવારમાં તે ફરી સ્ટેજ પર આવ્યો.

"ઓહ બેબી...કમ...કમ...કમ...કમ-ઓન બેબી." એ ખૂણાના બારણા સામે જોઈને બોલતો હતો. બધાનું ધ્યાન તે તરફ હતું.

"ઍન્ડ હિયર શી કમ્સ..." એ મોટેથી બોલ્યો. બધી જ લાઇટ્સ બંધ થઈ, અને સેક્સોફોનનો અવાજ વધુ માદક-મોટો બન્યો. ફકીરા આગળ આવ્યો, અને એક મોટા અવાજમાં જાહેરાત કરી:

"જેન્ટલમૅન...ટેક અ ડીપ બ્રેધ. કોલ યૉર વાઇફ ફોર અ ગુડ નાઇટ. મેક અ બીગ પૅગ ઑફ યૉર વ્હીસ્કી, ઍન્ડ બી રેડી." સૌ અંધારામાં તાળીઓ પાડતા હતા, "સો પીપલ...હોલ્ડ યૉર ડીક વેરી ટાઈટ...બીકોઝ વી આર પ્રેઝન્ટિંગ મેરિલીન ઑફ મુંબઈ...!" તાળીઓ વધી. રૂમી કંઈ સમજતો ન હતો.

સ્ટેજ પર એક નાની સ્પોટલાઇટ થઈ. માદક અવાજ આવવા લાગ્યો, અને એ સ્પોટલાઇટ નીચે સ્કૂલ-ડ્રેસમાં ઊભેલી સ્વરા દેખાઈ.

અદ્‌ભુત હતી એ! ઓડિયન્સ ઊભું થઈ ગયું.

"આઈ વોન્ટ ધીસ અબ્સોલ્યુટ ફકિંગ મટીરિયલ...મૅન" આગળથી કોઈ બોલ્યો. એ સ્વરાની સુંદરતા જોઈને રહી ના શક્યો.

"ઓહ ગૉડ...કાશ મૈં પચાસ સાલ પહલે પેદા હુઆ હોતા." રૂમીની આગળ બેઠેલ બુઢ્ઢો બોલ્યો. રૂમીને તીવ્ર ગુસ્સો આવ્યો.

ધીમું મ્યુઝિક.

સ્વરાનો ડાન્સ.

ધીમેથી મ્યુઝિક વધવા લાગ્યું. સ્વરાએ પોતાની લાલ ટાઈ કાઢીને પબ્લિકમાં ફેંકી. આગળ બેઠેલો ટાઈને લઈને સૂંઘવા લાગ્યો. એ ખુશ થઈ ગયો અને સ્ટેજ પાસે જઈને નોટ્સનું બંડલ મૂકતો આવ્યો.

મ્યુઝિક બદલાયું. તે તાલ સાથે ડોલતી જતી હતી. સ્વરાએ પોતાના સ્કૂલ શૂઝ ફેંક્યાં. થોડીવારમાં શર્ટનાં બટન ખોલ્યાં. આગળ વાહ-વાહ થવા લાગી.

શું નાચ હતો તેનો!

રૂમીની આંખો લાલ વાઇન જેવી થઈ ગઈ હતી. સ્વરાને એ જોઈ શકતો ન હતો અને સ્વરા સિવાય એ કોઈને જોવા માંગતો ન હતો. બીયરનો નશો અને સામે પોતાની...

પોતાની સ્વરાની આવી હરકતો? સ્વરાએ એક પણ વાર અંધારામાં બેઠેલા રૂમીની સામું પણ નહોતું જોયું.

અંધારું થયું ફરીથી. પબ્લિક અવાજ કરવા લાગી. વધુ અવાજ થયો અને સ્વરા પાછી સામે આવી. શર્ટ કાઢ્યો. સ્કર્ટ ફેક્યું. બ્રા અને પેન્ટી.

ઓહ...રૂમીનું માથું ભમવા માંડ્યું હતું. સામે સ્વરા પોતાના લાંબા વાળ પર હાથ ફેરવીને ઉત્તેજિત થતી હોય તેવો ડાન્સ કરી રહી હતી અને સામેથી મોટી મોટી નોટ્સ ઊડતી હતી સ્ટેજ પર. સ્વરાના સાથળ પર રહેલા રબરમાં લાલ નોટોનું બંડલ ભરાવેલું હતું. ફરી અંધકાર. ફરી હાહાકાર!

થોડી જ વારમાં પેલા સ્ટીલ પોલ પાસે તે પહોંચી ગઈ હતી. અને એ સાથે જ ડ્રમ અને પિયાનો સાથેના મ્યુઝિકમાં પોલ-ડાન્સ ચાલુ થયો. સ્વરાની દૂર બીજી છોકરીઓ પણ નાચી રહી હતી, પણ સ્વરા...જલતો અંગારો હતી. તે નશો હતી આજની રાત્રીનો. તે સિગાર હતી આ શિયાળાની લાંબી રાતને ગુજારવા માટેની. એ...

...જલાવી રહી હતી રૂમીને. રૂમી ટેબલ પરથી નીચે પડી ગયો હતો અંધારામાં...પણ આંખો હજુ સ્વરા સામે જ હતી. એ પોલને પકડીને પોતાના શરીરને ઘસી રહી હતી. પોતાની ભરાવદાર છાતીને ઘસતી હતી, અને સામે બેઠેલા લોકોના ચહેરા જોવાલાયક બની જતા હતા. એ પોલ પર પગની આંટી લગાવીને પોતાની કમરને ઘુમાવતી હતી. મ્યુઝિકની બીટ્સ સાથે તે જાણે સ્થિર પોલને નચાવી રહી હતી.

આંખો સ્વરાથી દૂર થતી ન હતી. હરામખોર આંસુ પણ આવતું ન હતું કે જેથી સ્વરા ઝાંખી દેખાવા લાગે. રૂમીનું શરીર રબર જેવું થઈ ગયું હતું અને તે ઊભો થઈ શકતો ન હતો. બાજુમાં પડેલા ગ્લાસને તે ગુસ્સામાં દબાવી રહ્યો હતો પણ શરીર જવાબ આપી દેતું હતું.

“સ્વરા...” તે થોડી-થોડી વારે ધીમેથી બોલતો હતો. તેની આંખો હવે સાવ નગ્ન થઈ ગયેલી સ્વરાને જોઈ રહી હતી.

બસ...બંધ થઈ ગઈ હવે. તે ત્યાં જ સૂઈ ગયો ઘોંઘાટ વચ્ચે.

૪૬

સાંજના છ વાગ્યા હશે. તીવ્ર માથાના દુખાવા સાથે રૂમી બેડમાંથી ઊભો થયો. વિચાર્યું કે ગઈ કાલે શું થયું હતું. એ ચિત્રો આંખો આગળ આવીને જતાં રહ્યાં. તેણે આંખો બંધ કરીને પોતાનું માથું પકડી લીધું. દુખાવો નશાને લીધે હતો. કદાચ સ્વરાને લીધે હતો. કઈ સમજાતું હતું નહીં.

એ ઊભો થઈને બારી પાસે ગયો. તે આજે આખો દિવસ સૂતો રહ્યો હશે. નીચે શહેરનો ટ્રાફિક દેખાતો હતો.

"સ્વરા ક્યાં હશે?" એ વિચાર આવ્યો. ગઈ રાત્રીના દૃશ્યો મનમાં ઊભાં થયાં.

ત્યાં જ એક મોટો કાચ ફૂટવાનો અવાજ આવ્યો. રૂમી ઝબકી ગયો. તે બારણા પાસે આવ્યો. અવાજ પેલી હંમેશાં લૉક રહેતી સ્વરાની સિક્રેટ રૂમમાંથી આવ્યો હતો. રૂમીએ બારણું ખોલ્યું. સામે સ્વરા હતી.

"સ્વરા...?" સ્વરાનો દેખાવ જોઈને એ ચોંકીને ગભરાઈ ગયો. પગ થીજી ગયા.

સ્વરાના રંગીન વાળ કપાઈ ગયા હતા. માથા પર મુંડન હતું. એક પણ વાળ ન હતો. તેનો ચહેરો આંસુથી ભીનો હતો. તેનાં આંસુને લીધે આંખો પરનો મેકઅપ ગાલને કાળા કરી ગયો હતો. આંખો ફરતે કાજળના મોટાં ડાઘ. રડીને લાલચોળ થયેલી આંખો. તેણે પહેરેલાં નાઇટડ્રેસના સફેદ શર્ટનાં બટન પણ આડાઅવળાં બંધ કરેલાં હતાં. કેપ્રી કમરથી ઘણી ઊંચે પહેરેલી હતી. એ પાગલ જેવી લાગતી હતી. રૂમીને જોઈને એ બાલ્કની તરફ ફરી ગઈ.

"સ્વરા...ક્યા હુઆ તુઝે?" રૂમી ગભરાઈને રૂમની અંદર ગયો. ત્યાં સ્વરાના પગ પાસે ટીવી તૂટેલું પડ્યું હતું, અને બધે કાચ પડ્યા હતા. વ્હીસ્કીની બૉટલ ફૂટેલી હતી.

"આઈ એમ રીયલી સૉરી રૂમી..." એ રડતા અવાજે બાલ્કનીમાંથી દેખાતા કેસરી આકાશ સામું જોઈને બોલી. રૂમી વધુ ગભરાયો. તે સ્વરાની બાજુમાં ગયો.

"પણ આ શું? આ...તને...કેમ શું થયું?" રૂમી સ્વરાનો ચહેરો ફરી જોવા માંગતો હતો. તેણે સ્વરાને હળવેથી ખભા પર સ્પર્શી. સ્વરા તરત જ પાછું ફરીને રૂમીને ગળે વળગી પડી. રૂમીને પકડીને એ હીબકે-હીબકે રડી પડી. રૂમીની ગભરાહટ વધી રહી હતી.

"સ્વરા...શું થયું આ બધું? મને તું કહેને પ્લીઝ." રૂમી તેને સાંત્વના આપવા માંગતો હતો. સ્વરા રૂમીથી અળગી થઈને ઝડપથી રૂમીની બાલ્કની પાસે ચાલી ગઈ. રૂમી થોડો પાછળ ઊભો હતો. અહીંથી આખું શહેર દેખાતું હતું. સાંજનો આછો પીળો તડકો શહેરને હજુ ચમકાવી રહ્યો હતો અને ઠંડી હવાની લહેર બારણાને ધક્કો મારી રહી હતી.

"રૂમી...પ્લીઝ મને છોડીને ચાલ્યો જા." એ બહાર જોતી બોલી.

"તને? કેમ?" રૂમી પાછળ ઊભો-ઊભો જ બોલ્યો.

"હજુ પૂછે છે કેમ? જોઈ નહીં ગઈ રાત્રે તારી સ્વરાને?"

"જોઈને."

"તો હજુ કેમ અહીં બેઠો છે?"

"કેમ આવું બોલે છે તું?"

"રૂમી પ્લીઝ...ગઈ કાલે તું ત્યાં બેભાન થઈને પડ્યો હતો."

"હું બીયરના નશામાં હતો સ્વરા."

"તને એવી સ્વરા મંજૂર છે રૂમી?" એ આંસુ લૂછતી બોલી. રૂમી ચૂપ રહ્યો, "મારી દુનિયા અલગ છે રૂમી. મારી દુનિયામાં કોઈને આવવાની પરવાનગી નથી. હું અહીં એકલી જ રહીશ, જીવીશ અને મરીશ."

"પણ મારી દુનિયા તો તું જ છે સ્વરા..." રૂમી બોલ્યો અને એ સાંભળતાંની સાથે જ સ્વરાનો ચહેરો ગુસ્સાથી લાલ થઈ ગયો.

"તને મેં એકવાર કહ્યું સમજાતું નથી? હું નથી માનતી આવા કોઈ બોગસ પ્રેમની અંદર. હું નથી માનતી તારા જેવા નાના છોકરાઓના પાગલપનમાં. તું તારાં કપડાં લઈને નીકળ અહીંથી. આ મારી દુનિયા છે. હું આ માયાવી મુંબઈની મેરિલીન છું. તને ખબર છે મેરિલીન કોણ હતી? એ આખા વિશ્વની સુંદર છોકરીઓમાં આવતી હતી. એ ખૂબ જ પ્રખ્યાત હતી. તેની પાસે બધું જ હતું. છતાં એક રાત્રે ઊંઘની ગોળીઓ ખાઈને

એ શાંતિથી સૂઈ ગઈ. હું આ શહેરની મેરિલીન છું ખબર છે તને? તને ખબર છે મારી સાથે એક નાઇટના કેટલા ભાવ હોય છે? હું મારા ભાવ એ આદમી સાથે સેક્સ કર્યા પછી નક્કી કરું છું. હું આ રૂમની અંદર જીવું છું. મને કોઈની જરૂર નથી. હું એકલી કાફી છું બધાને માટે." એ ગુસ્સામાં ધ્રૂજતી હતી.

રૂમીએ બધું જ સાંભળ્યું અને પછી હળવેથી પૂછ્યું, "તેં ટીવી કેમ તોડ્યું મેરિલીન?" એ આજે બદલાયેલો રૂમી હતો. જ્યાં રોજ સ્વરા હોય ત્યાં તે પોતે હતો, અને તેનું ગાંડપણ આજે સ્વરાએ લઈ લીધું હતું.

"તું મારી સામે જોયા વિના તારી અંદર જેટલું પણ છે એ બોલી દે દોસ્ત." રૂમીએ ફરી કહ્યું. સ્વરા જાણે એ શબ્દોને નમી ગઈ હોય, જાણે વર્ષોથી પોતાની અંદર ભરેલી રહસ્યોની કાળી ખીણમાં રૂમીને લઈ જવા તૈયાર હોય એમ એણે કેસરી આકાશને જોઈને વાતની શરૂઆત કરી–

"મારો જન્મ ક્યાં અને કેવી રીતે થયો હતો એ મને નથી ખબર રૂમી. બસ, એટલી ખબર છે કે અમે કોઈ નાનકડા ગામડામાં હતાં. હું દોઢ-બે વર્ષની હતી. હું, મારા પપ્પા, અને મમ્મી ઘરનું રાશન લેવા માટે બાઇક લઈને ગામથી શહેર તરફ જતાં હતાં. રસ્તામાં કોઈ પથ્થર આવ્યો હશે. બાઇક ઊછળી. રસ્તાની બાજુમાં ઊંડી ખીણ જેવું હતું. મારાં મમ્મી-પપ્પા એમાં પડ્યાં. હું રસ્તાના એક પથ્થર સાથે અથડાઈને ત્યાં રડતી બેઠી રહી. મને એક વર્ષ સગાઓએ સાચવી અને પછી મુંબઈના એક અનાથ આશ્રમમાં મૂકવામાં આવી. હું ત્યાં જ મોટી થઈ. ત્યાં જ ભણી. હું કૉલેજમાં આવી એટલે મેં એ અનાથ આશ્રમ છોડી દીધો. વેઇટરની નોકરી કરીને ભાડાની રૂમમાં રહેતી હતી. મને અજીબ લાગતું હતું કે આખું શહેર સતત મારી સામે જોયા કરતું. દરેક પુરુષ. દરેક હવસખોર માણસ. મારા શરીરને જોઈને પેલી રેસ્ટોરન્ટમાં માણસોની ભીડ વધવા લાગી. રેસ્ટોરન્ટના માલિકે એક મોટું બાર ખોલ્યું હતું. ત્યાં મને બારટેન્ડરની જોબ આપી. મારી સુંદરતા ત્યાં એવાં લોકોની આંખોમાં ચડી જેમની પાસે પૈસો - પાવર - પૉલિટિક્સ બધું જ હતું. અને..." આટલું બોલી અને જાણે સ્વરા થાકી ગઈ.

"...અને?" પાછળથી રૂમી બોલ્યો.

"...અને એક દિવસ એ બાર પર ફકીરા આવ્યો. એ માણસે મને જોઈ. હું તેને વ્હીસ્કી સર્વ કરતી હતી ત્યારે જ એની આંખો જોઈને મને થયેલું કે એ માણસ મારી લાઇફને હતી તેવી નહીં રહેવા દે. ફકીરા મુંબઈના માફિયાઓ અને અન્ડરવર્લ્ડ સુધી પહોંચેલો હતો. બીજે જ દિવસે હું જ્યાં રહેતી હતી ત્યાં ફકીરા નીચે પોતાની કાળી ઍમ્બેસેડર લઈને આવ્યો. એ કાર જે હાલ હું વાપરું છું. મને બારટેન્ડરમાંથી કાઢી મૂકવામાં આવી. ફકીરાએ મને બળજબરી પોતાની કારમાં બેસાડી અને એ પોતાની દુનિયામાં લઈ ગયો. આઠ વર્ષ પહેલાં તો ફકીરા પાસે માત્ર ડાન્સબાર હતા. હું એના ડાન્સબારમાં સૌથી પ્રખ્યાત અને ડિમાન્ડમાં રહેનારી ડાન્સર હતી. મારે લીધે એનું ડાન્સબાર ખૂબ પ્રખ્યાત થયું. એક દિવસ હું કોઈ વ્યક્તિની આસપાસ નાચતી હતી અને એ બોલ્યો – 'ધીસ ગર્લ ઈઝ મેરિલીન મનરો ઑફ મુંબઈ'. એ દિવસે જ ફકીરા મારી કિંમત સમજી ગયો. અન્ડરવર્લ્ડની મદદથી તેણે જમીન નીચે પોતાનું સિક્રેટ સ્ટ્રીપક્લબ ચાલુ કર્યું – 'કિનારે'. કિનારે ક્લબમાં આવનારા દરેક માણસનું બેકગ્રાઉન્ડ ચેક થતું. એમના વિડિયો રેકોર્ડ થતા. એમની ફિંગરપ્રિન્ટ લઈને પછી ક્લબમાં એન્ટ્રી મળતી. આવું એટલે થતું કે જેથી આ ક્લબની કોઈ પણ વાત બહાર ન જાય. જો વાત બહાર જાય તો પેલા વ્યક્તિના જીવનને તબાહ કરી દેવામાં આવે. ઇનફેક્ટ ફકીરાએ અમુક છોકરીને એઇડ્સ કરાવ્યો છે. જો કોઈ 'કિનારે' જેવી સ્ટ્રીપક્લબ ખોલે તો ત્યાં આ એઇડ્સવાળી છોકરીઓને મોકલે. કોઈ વ્યક્તિ જો ફકીરાને ધમકી આપે તો ફકીરા એને મનાવી લે અને પછી ગિફ્ટમાં એઇડ્સગ્રસ્ત છોકરીને પેલા માણસ સાથે મોકલે જેથી પેલા માણસનું મૃત્યુ નક્કી કરી નાખે. ખેર...ફકીરાએ મને સાચવવા આ બિલ્ડિંગ પર આ મકાન આપી દીધું. પોતાની ફેવરીટ કાર અને ડ્રાઇવર ઇમદાદ આપી દીધાં. મારા જેવી આઠ-દસ છોકરીઓને શોધી આવ્યો. મુંબઈની મેરિલીન એટલી પ્રખ્યાત થઈ કે એ અંધારી આલમમાંથી નીકળવું અશક્ય થઈ ગયું."

"...પરંતુ તું આ શહેર છોડીને ભાગી શકી હોત સ્વરા."

"સ્વરા ભાગી ગઈ હોત તો પણ મેરિલીન તેને શોધતી આવત. મેં ઘણીવાર પ્રયત્ન કરેલો. પોલીસના હેડક્વાર્ટરમાં ઘૂસી ગયેલી અને મદદ માંગેલી. જ્યારે ખબર પડી કે પોલીસને ખંડણી મળે છે, અને એ ઑફિસર્સ તો મેરિલીનના પોલડાન્સના ખૂબ મોટા ચાહકો છે. હું ત્યાંથી ભાગી અને ટ્રેનમાં શહેર બહાર જવા ભાગી ત્યારે ફકીરા ગુસ્સે થયેલો. એ પોતે અને એના માણસો મને મારવા માટે મારી પાછળ પડ્યા. હું દોડતાં-દોડતાં તને અથડાઈ. તેં મારી જિંદગી બચાવી. હું ભાગી ચૂકી હતી, કારણ કે એના માણસો તારે લીધે મારી પાછળ ન આવી શક્યા. હું નવી જિંદગી ચાલુ કરી શકી હોત, પરંતુ છતાં બીજે દિવસે જાતે જ, સામેથી હું ફકીરા સામે હાજર થઈ ગઈ. એણે મને મારી. ડરાવી. ધમકાવી."

"...પણ તું કેમ પાછી ફરી?" રૂમી ગભરાઈને બોલ્યો.

"તારે માટે. તેં મારો જીવ બચાવેલો. તારું શરીર, તારી હાલત, તારી જિંદગી જોઈને મારી અંદરનું બાળક જે તારી જેમ અનાથ હતું, જે તારી જેમ બાળપણમાં રસ્તે રઝળતું પડ્યું હતું, જેને આવી અનાથ જિંદગીની પીડા ખબર હતી એ બાળક બોલી ઊઠ્યું કે—'તું ભલે તારા જીવનને ન બચાવી શકે, આ બાળકના જીવનને બચાવીને સાજું કરી દે.' બીજે દિવસે હું મારી કાર લઈને તને જીવતો છે કે મરેલો એ ચેક કરવા આવેલી. તું જીવતો હતો. હૉસ્પિટલમાં મને કહેવામાં આવ્યું કે આ બાળકને દવા કરતાં પ્રેમની જરૂર છે. તું જ્યારે સાજો થયો, અને તને તારી લાઇફ યાદ આવી ગઈ ત્યારે એ મારી જિંદગીની એક અજીબ સફળતા હતી એવું મને લાગ્યું. મેં ફકીરાને વાત કરી કે—'આ મુંબઈની મેરિલીન ક્યારેય ભાગશે નહીં, પરંતુ તે મેરિલીન અને રૂમીને હંમેશને માટે એકલાં છોડી દેશે.' આપણને બંનેને એ ક્યારેય હેરાન નહીં કરે. બદલામાં હું ક્યારેય ભાગીશ નહીં."

"આ તેં શું કરી નાખ્યું સ્વરા?" રૂમી હેબતાઈને ઠંડા કલેજે બોલ્યો.

"એક જિંદગીને જીવતી રાખીને હું મારી જાતને જીવતી રાખવા માંગતી હતી. હું..." હજુ સ્વરા આગળ કશું પણ બોલે, રૂમી તેની બાજુમાં આવ્યો. સ્વરાના રડતા ચહેરાને પકડીને સ્વરાના હોઠને ચૂમી લીધા. જાણે

એક તરફ દસ હજાર દરિયાઓએ માઝા મૂકી, અને બીજી તરફ વર્ષોથી બંધાયેલી ગાંડી નદીકિનારા છોડીને દરિયામાં ભળી ગઈ. એ કિસ એટલી તીવ્ર હતી કે થોડીવારમાં સ્વરાના...મેરિલીનના...હોઠ પર લોહી નીકળવા માંડ્યું. ત્યાં પ્રેમ હતો. હોઠ પર લોહી નીકળ્યું હતું, પણ આ પ્રેમ તો જાણે આખા બ્રહ્માંડની દરેક પીડાનો ઇલાજ હોય એવો હતો.

અને અંતે એ ક્ષણ આવી. એ રૂમીને ભેટી પડી. રૂમીની બાંહોમાં પોતાનું શરીર ઢાળી દીધું, અને રૂમીને ભીંસી દીધો પોતાના હાથ વચ્ચે! અને થોડીવાર કોઈ કંઈ બોલ્યું નહીં.

મુંબઈની એક સાંજ આવી હતી જે ફરીથી આ બંનેના પાગલપનની સાક્ષી હતી. કેમ આવું થયું એ આ સાંજને ખબર ન હતી. એ તો બસ ચૂપચાપ રૂમમાં દાખલ થઈ, અને થોડું હળવું અંધારું કરીને બેસી ગઈ. શહેરની લાઇટ્સ એ સાંજને લીધે ચમકવા લાગી. સમજાયું નહીં કઈ. એક ચકલી આવીને ત્યાં બાલ્કનીમાં બેસીને આ બંનેને જોતી હતી.

બંને મૂંગાં હતાં. આ ઠંડી સાંજ એ પછીની પળોની સાક્ષી હતી. શું થયું પછી? પછી...બસ થોડી મિનિટ પછી જ...સ્વરા...મેરિલીન...એ છોકરી...ધ્રુસકે-ધ્રુસકે રૂમીની બાંહોમાં રડવા લાગી. એ પોલડાન્સર એક બાળકની જેમ રડવા લાગી. એનો રડવાનો અવાજ બાલ્કનીમાંથી બહાર જતો હતો અને આકાશમાં ખોવાઈ જતો હતો.

...અને પછી બંને ગુસ્સે ભરાયાં-પોતપોતાના ભૂતકાળ ઉપર. આ માયાવી શહેર ઉપર. સ્વરાની સુંદરતા ઉપર. જિંદગીએ આપેલી પીડાઓ ઉપર. પેલા નરાધમ ફકીરા ઉપર. માનવજાત ઉપર.

રૂમીનો એક હાથ પકડીને, કાળાં આંસુ સાથે, બાલ્કની તરફ ચહેરો રાખીને, આખા મુંબઈ તરફ સ્વરા બસ મોટે-મોટેથી ચીસો પાડવા લાગી. રૂમીએ પણ પોતાના રાતાચોળ ચહેરા સાથે ચીસો પાડી.

એ મોટી ચીસો...

એ ભીનો ચહેરો...

એ થાકેલી આંખો...

ફરી ચીસો. રાડો.

એવી રાડો જેવી રામ અને મુસ્કાન સળગતાં હતાં ત્યારે શેતાનો સામે નાખેલી.

એવી ચીસો અને ચિચિયારીઓ જેવી પેલાં ભૂંડે ટ્રેનની સામે નાખેલી.

એવી બળબળતી વેદના અને ઘૃણાભરી ચીસો જે બે અનાથ થઈ ગયેલાં બાળક પોતાના ભૂતકાળ તરફ નાખે.

હવે તો સ્વરા રૂમીની બાંહોમાં ઊભી રહીને બસ મોટે-મોટેથી રાડો નાખતી રડી રહી હતી. ચીસો તીણી અને ગુસ્સાભરી હતી. મોડી સાંજની ઠંડીને ડરાવી દેતી ચીસો હતી એ. અંદરનો જ્વાળામુખી ફાટ્યો હતો.

એ ચીસો પછી સન્નાટો હતો અને માત્ર તેનો રડવાનો અવાજ હતો. એક કલાક વીતી ગયો એ બંનેને! સાંજને. એ આંસુઓ ખૂટતાં ન હતાં. આંખોને થકવી દેતાં હતાં. હવે બંનેની થાકેલી આંખો બંધ હતી, પણ આંસુ ચાલુ હતાં. ચીસો પાડીને તે થાકી ગઈ હતી, પણ રૂમનો અંધકાર સ્વરાની અંદરની ચીસોને સાંભળી રહ્યો હતો. એ બંને રાત્રે બાલ્કની પાસે ઊભાં હતાં.

“રૂમી, તું મારી લાઇફમાં આવ્યો એને હજુ બે વર્ષ જ થયાં. મને તો એમ હતું કે તું સાજો થઈ જઈશ એટલે મને છોડીને જતો રહીશ. પરંતુ તું ભોળી માસૂમ જિંદગી લઈને આવેલો. તારો ભૂતકાળ મેં જોયો અને મારી પીડાઓ ગાયબ! તું મને ત્યાં બધે જ લઈ ગયો જ્યાં હું કોઈ માણસ જીવતું રહી શકે એવી કલ્પના પણ કરી શકતી ન હતી. હું તને મારી રાત્રે જિવાતી અજીબ જિંદગી બતાવવા માંગતી ન હતી. હું તને સ્વરા જ આપવા માંગતી નહીં, મેરિલીન નહીં. તારી જિંદગીમાં પીડાઓ ઓછી ન હતી. હું ગુજરાતી શીખી ગઈ, કારણ કે મારી અંદરની પેલી અનાથ છોકરી તને દૂર કરવા માંગતી ન હતી. તું ખુશ રહે એમાં મને કેટલી ખુશી મળતી હતી. પરંતુ...તું સાલા અચાનક મને એટલું વ્હાલ પાછું આપવા લાગ્યો કે તારી સાથે જીવેલી એક-એક ક્ષણ મારી જિંદગીની સૌથી રંગીન ક્ષણ હતી રૂમી. હું જૂની સ્વરાને પકડી રાખવા ટ્રાય કરું અને તું સાલા રોજ એક નવી સ્વરાને પ્રેમ કરી બેસે છે. દસ વર્ષ નાનો છે તું મારાથી! મેં કરેલી તારી બધી જ કેર એક મમ્મી પોતાના દીકરા

માટે કરે એવી હતી. બધું જ આ દુનિયાના નિયમોની વિરુદ્ધ જઈ રહ્યું છે ખબર છે તને? અને છતાંયે લાગે છે કે એક પ્યોર હૃદયના માણસના પ્રેમની વિરુદ્ધમાં દુનિયાનો કોઈ નિયમ નથી" એ બોલી. બંને હસી પડ્યાં.

"હું દિવસે-દિવસે ઇચ્છતી હતી કે તને મેરિલીનની ક્યારેય ખબર ન પડે, પરંતુ ફકીરા એવું ઇચ્છતો નહીં હોય. એણે બળજબરી મારી સાથે પૈસાવાળા લોકોને આ ઘરે આ બ્લુરૂમમાં મોકલ્યા. તને ખબર પડી ગઈ. ખબર છે એ દરેક માણસ મને એક-બે કલાકના સેક્સ માટે લાખો રૂપિયાનો ચેક આપતો. મેં એ બધું કર્યું એની પાછળ પણ એક સિક્રેટ હતું રૂમી."

"સ્વરા...તું બધું જ કહી દઈશ મને?" રૂમીએ હળવેથી હસીને સ્વરાને માથે હાથ મૂકીને કહ્યું. સ્વરાએ હા પાડી. આગળ બોલી–

"મારું બાળપણનું નામ અને અનાથ આશ્રમમાં રજિસ્ટર થયેલું નામ તો 'મલૌની' હતું, પરંતુ ફકીરાએ મને 'સ્વરા' નામ આપ્યું અને મારા ખોટા આઈ-ડી બનાવી આપ્યા. હું સ્વરા તરીકે બધે જ ચાલી શકતી હતી. એવું એટલે કર્યું, કારણ કે 'કિનારે' પર આવતાં ફોરેઇનના ક્લાયન્ટ મને ત્યાં એમના કન્ટ્રીમાં બોલાવતાં. રૂમી, તારી સ્વરા શ્રીલંકામાં કોલસેન્ટરના કામે નહોતી ગઈ, પરંતુ ત્યાના બિઝનેસમેન પાસે ગઈ હતી. સિક્રેટ એ હતું કે-મારી સાથે 'કિનારે' પર કામ કરતી મારી દોસ્ત ઝોયાની મમ્મીના બૅન્ક અકાઉન્ટમાં મેં લાખો રૂપિયા ભેગા કર્યા છે."

"કેમ?" રૂમી ચમકીને બોલ્યો.

"કારણ કે આ બધું જ છોડીને મારે તારી સાથે અલગ દુનિયામાં જવું છે રૂમી. તું મને ગોધરા લઈ જઈશ તો આપણે રામ-મુસ્કાનની જેમ ગમતાં કામ શોધીને જીવી લઈશું."

"સ્વરા..." રૂમી ગભરાઈને કશુંક બોલવા જતો હતો, પરંતુ સ્વરાએ આગળ વાત કહી–

"મેં તને મારાથી દૂર કરવા બધા જ પ્રયત્નો કરી દીધા. તને થપ્પડ મારી. તને મરીનડ્રાઇવ પર એકલો છોડીને ચાલી આવી. તને દરિયાકિનારે છોડીને ઘરે આવીને મને એટલું દુઃખ થયું, કારણ કે હું મારી લાઇફને ત્યાં છોડીને આવી હતી. મેં ગુસ્સે થઈને પેલા કોરા કેનવાસને ધક્કો માર્યો

અને મારી ડાયરી મને મળી. એ ડાયરીમાં મને મળી ગયો તું. એ રૂમી જે એટલો ભોળો કે સ્વરા નામના સિક્રેટના સાઇક્લોનમાં ફસાઈને પીડાતો હતો. હું રાત્રે જ તને લેવા કાર લઈને મરીનડ્રાઇવથી દૂર પાર્ક કરીને ઊભી હતી. મને એમ હતું કે જો તું શહેરમાં ચાલ્યો જાય તો હું મારી રીતે જીવી લઈશ, પણ તું નાલાયક સવાર નજીક શહેરને બદલે દરિયા તરફ ઊપડ્યો. મારે માટે મરવા!"

"તું પણ સ્વરા...અજીબ છે. હું કહું છું કે, હું તને પ્રેમ કરું છું તો મારાથી દૂર ચાલી જાય છે, અથવા તો મને દૂર નીકળી જવાનું કહે છે, પણ જ્યારે આપણી સાથે વિતાવેલી પળ ને યાદ કરું છું...હું નથી જઈ શકતો તારાથી દૂર. હું તારા ચહેરાને, તારી આંખોને, તારી મુસ્કાનને જોયા વગર જીવી નથી શકતો. મારો પ્રેમ તારા આકર્ષણમાંથી નહીં, પરંતુ તારી કાળજીમાંથી, તારી મમતામાંથી જન્મ્યો છે. મારો પ્રેમ તારા શરીરને નહીં, પરંતુ ઝમીરને જોઈને થયો છે. તું ચાહે તો જીવનભર ચૂપ થઈ જા મારી સામે."

"ના. હું ચૂપ નહીં થાઉં હવે. તું પૂછીશ એ બધું જ કહીશ."

"તો મને એ તો કહે કે તે તારા બધા વાળ કેમ કાઢી નાખ્યા? શું થયું સવારે?" આ સાંભળીને સ્વરા રૂમમાં અંધારા અંદર ચાલી ગઈ અને કાળા બેડ પર બેઠી. રૂમી ત્યાં જ બાલ્કનીમાં ઊભો રહ્યો.

"રૂમી...આઈ લવ યુ..." એ અંધારામાંથી બોલી. રૂમીએ એ શબ્દો સાંભળીને પોતાની આંખો મીંચી દીધી. જાણે એ ચાર શબ્દોમાં આખું જીવન સાર્થક થઈ ગયું હોય.

"રૂમી, અહીં મારી પાસે આવ, અને લેમ્પ ચાલુ કર." તે બોલી. રૂમી તેની પાસે ગયો. રૂમીએ પીળો લેમ્પ ચાલુ કર્યો. બેડ પર રૂમી સ્વરાની બાજુમાં બેઠો. સ્વરાએ પોતાનો શર્ટ કાઢ્યો. રૂમીને કંઈ સમજાયું નહીં. પોતાની બ્રા કાઢી. રૂમી બીજી તરફ જોઈને ચૂપ રહ્યો.

"મારું બોડી જો રૂમી. હવે આ બોડી જોઈને કોઈ સીટી નહીં વગાડે. કોઈ રૂપિયા નહીં ફેંકે. કોઈ મેરિલીનના શોની રાહ જોતું આખી રાત નહીં જાગે." એ બોલી. રૂમીએ સ્વરા તરફ જોયું.

"સ્વરા..." એનાથી રાડ નખાઈ ગઈ. તેણે પોતાના બંને હાથથી પોતાની આંખો ઢાંકી દીધી. સ્વરાના આખા શરીર પર ઉઝરડા હતા! કાળા લોહી જામી ગયેલા ડાઘ હતા. તેની છાતી પર...તેના પેટ પર. તેની કમર પર બધે જ. રૂમી આ બધું જોઈને કાંપવા લાગ્યો.

"કોણે તને આવું કરી નાખ્યું સ્વરા?" એ ગભરાતો સ્વરાની ત્વચાને સ્પર્શીને બોલ્યો.

"મેં જાતે કર્યું. મુંબઈની સૌથી સુંદર છોકરી મેરિલીન હવે મરી ગઈ છે! ઊંઘની ગોળીઓ ખાઈને નહીં. પોતાની સુંદરતા મિટાવીને એ મુંબઈને પોતાની મિડલ-ફિંગર બતાવી ચૂકી છે રૂમી. ફકીરાને માટે હવે હું યુઝલેસ છું. હવે આપણે બંને કોઈ ટેક્સીમાં બેસીને ક્યાંક જતાં રહેશું. આ શહેરથી દૂર. આ દુનિયાથી દૂર. મેરિલીન હવે નથી રહી."

૪૭

તે સાંજે મેરિલીન ‘કિનારે’ પર ન ગઈ. ઇમદાદ નીચે લેવા આવ્યો. ફોન કર્યો. સ્વરાએ કહ્યું કે રૂમીને બીયરને લીધે તબિયત ખરાબ છે એટલે એ આજે ક્લબ પર નહીં આવે. રાત્રે બંનેએ સામાન પેક કર્યો. રાત્રે બંને એકબીજાની બાંહોમાં સૂઈ ગયાં. એ રાત શાંત પ્રેમની રાત હતી. અંધારાઓ જીવીને આવેલા એ પ્રેમીઓ હવે ખુદ પ્રકાશ બની ગયાં હતાં.

બીજે દિવસે સવારે વેલેન્ટાઈન ડે હતો. સવારે નવ વાગ્યે રૂમીએ સ્વરાનો મોબાઇલ લઈને ગીત ચાલુ કર્યું. જ્હોન લેનનનું એ ગીત હતું.

“ઈમેજીન ધેર ઈઝ નો હેવન...ઇટ્સ ઇઝી ઇફ યુ ટ્રાય...નો હેલ બીલો અસ...અબોવ અસ ઓન્લી સ્કાય...”

સ્વરા મેગીનું બાઉલ લઈને આવી. રૂમીએ બંનેની ખુરશીઓ કેનવાસ પાસે ગોઠવી.

“ચલ મેગી ખાતાં ખાતાં મને કહે કે આપણે હાલ ક્યાં ભાગવાનું છે.”

“હા. કહું છું ને.” સ્વરા મેગીની ચમચી પરથી ધુમાડાને ફૂંક મારતી બોલી. જો કે તેનો હાથ પકડીને રૂમી મેગી પોતાના મોઢામાં ખેંચી ગયો.

“એ હવે જો મારી ઠંડી કરેલી મેગી ખેંચી છે તો કંઈ જ નહીં કહું પ્લાન વિશે.” સ્વરાએ વોર્નિંગ આપી દીધી.

સ્વરાએ વાત ચાલુ કરી.

“આપણે ગોધરાની આસપાસના કોઈ ગામ...”

ડોરબેલ વાગી. રૂમીએ મોબાઇલમાં ગીત ધીમું કર્યું. બંનેએ એકબીજા સામે જોયું.

આપણા ઘરે ડોરબેલ વાગી? રૂમીને નવાઈ લાગી. સ્વરાએ નેણ ઊંચાં કરીને ઇશારો કરી દીધો.

“શું? ના હું બારણું ખોલવા નહીં જાઉં. તું જા.” રૂમીએ મેગી ઉપર ધ્યાન આપવાનું નક્કી કર્યું!

"રૂમી...જાને પ્લીઝ...મને ખૂબ જ ભૂખ લાગી છે...પ્લસ જો તારે કેનવાસ પર કેમ કંઈ દોર્યું નથી તે સાંભળવું હોય..." સ્વરાએ ફરી સિક્રેટ કહેવાની લાલચ આપી. રૂમી સમજી ગયો. જો આજે નહીં જાય તો મેગીના નામ પર ઘણા સિક્રેટ એ ખાઈ જવાની છે.

ગીત બંધ કરીને મોબાઇલ ખિસ્સામાં નાખી એ બારણું ખોલવા ગયો. ફરી ડોરબૅલ વાગી.

"હાં...કૌન?" રૂમીએ બારણું ખોલતા પહેલાં પૂછ્યું.

"અરે સર...મૈં હૂં." એક આદમીનો અવાજ આવ્યો.

"હાં...મૈં કૌન?"

"અબ સર આપકા નામ મુઝે નહીં પતા, નહીં તો બતાતા આપ કૌન હો."

"હે? અરે તમે કોણ છો?"

"સર..."

"રૂમી, પ્લીઝ ખોલને." સ્વરાએ કહ્યું.

રૂમીએ દરવાજો ખોલ્યો.

"જી...કૌન?"

ધડામ...રૂમીના માથા પર એક લોખંડની પાઇપ લાગી.

"આહ..." રૂમીએ જોરથી રાડ નાખી. સમય સ્થિર થઈ ગયો. સ્વરાના હાથમાંથી નુડલ્સની ચમચી પડી ગઈ. રૂમીનો અવાજ સાંભળીને તેની આંખો ફાટી પડી. પગ ખોટા પડી ગયા. રૂમી ત્યાં જ માથું પકડીને બારણા પાસે પડી ગયો. પડતાંની સાથે જ તેણે સ્વરા સામું જોયુ. સ્વરાએ રૂમીનો ચહેરો જોયો. તે ખુરશીમાંથી ઊભી થઈ.

બારણા અંદર આઠ-દસ માણસો આવ્યા. તેમના હાથમાં હથિયારો હતાં. હૉકી, સાંકળ, તલવાર અને લોખંડની પાઇપ.

"રૂમી..." એણે રાડ પાડી અને રૂમી તરફ દોડી. પેલા માણસો આગળ આવી ગયા હતા. સ્વરાના બંને હાથ પકડી લીધા. એક માણસે રૂમીને પગ મારીને બારણાથી દૂર ધકેલ્યો અને બારણું અંદરથી બંધ કર્યું. સ્વરાને પકડીને એ બધા ઊભા હતા.

"રૂમી..."

"કૌન હો તુમ? ભે**દ...કૌન હો તુમ?"

એનું ગળું ફાટી ગયું આ બધું જોઈને. સામે રૂમીના માથામાં લોહી ચાલ્યું જતું હતું અને એ પણ સ્વરાની રાડો સાંભળતો હતો. ઘા એવો ઘાતકી ન હતો કે જેથી તે બેભાન થઈ જાય. પરંતુ થોડીવારમાં મગજમાંથી લોહી વહી જશે તો એ બેભાન થઈ જશે. પોતાની પાંપણ ઉપરથી લોહી જતું એ જોઈ શકતો હતો. સામે પકડાયેલી સ્વરાને એ જોઈ શકતો હતો, પણ બોલી શકતો ન હતો. આ સખ્ત આઘાત આપતું હતું.

"હેય...હેય...હેય...બેબી...ક્યા હુઆ? ઇતના આવાજ ક્યૂં આ રહા હૈ ભાઈ? અપન ઇધર ખડા હૈ નહીં દિખતા ક્યા તેરે કો?" ટોળા વચ્ચેથી એક માણસ બહાર આવ્યો અને સ્વરાની મોટી ફાટી ગયેલી આંખોને રડતી જોઈને કહ્યું.

"ફકીરા...તું?" સ્વરાનો ચહેરો પરસેવાથી ભીનો થઈ ગયો હતો. ફકીરાની લાલ આંખો પર કાળું કાજળ લગાવેલું હતું. એના વાળથી પણ લાંબી દાઢી પર એક નાની પ્લેટ લટકાવેલી હતી–'જોગી.'

"હાં...મેડમ...હમ. ક્યા હૈ કલ અપના બિઝનેસ ઝીરો હો ગયા હૈ. વો અપની ફિલ્મો મેં હીરો આતા હૈ ઔર હિરોઇન કો પટાતા હે ઔર બાદ મેં વિલન કી જલતી હૈ...ઐસે હીચ અપની લાઇફ મેં હો ગયા થા તો ક્યા કરું બોલ?"

સ્વરા સમજી ગઈ હતી. એ ગુસ્સામાં ધ્રૂજતી હતી. એક માણસે સ્વરાને ગળેથી પકડી રાખી હતી. ફકીરાના માણસો ખુશ થતા હતા.

"ક્યા હૈ કી તેરા યે બચ્ચા...ક્યા નામ?...વો...રૂમી...હાં...રૂમી આયા ના અપની સ્ટોરી મેં તબસે ભે**દ તું બદલ ગયી હૈ. ઔર બદલને કે લિયે ફકીરાને પરમિશન નહીં દિયા થા." રૂમી આ બધું જ સાંભળી રહ્યો હતો. "ઓર તો ઓર ઉસ રાત મૈંને તેરે કો થોડા પ્યારસે સમજાયા કી બહેનજી યે સબ ચૂ*યાપન અપને મેં નહીં ચલતા. લેકિન તૂ તો..." એણે સ્વરાનો ચહેરો પોતાના હાથમાં પકડ્યો. સ્વરાના ગાલ પર પોતાના સૂકા હોઠ ઘસ્યા.

સ્વરાએ પોતાને છોડાવવાની કેટલીયે કોશિશ કરી પણ પેલા કૂતરાઓ તેના શરીરને ચોંટી ગયા હતા.

ફકીરા ચાલતો ચાલતો રૂમી પાસે આવ્યો.

"હાં...તો હમ ક્યા બાત કર રહે થે?" એ રૂમીની બાજુમાં ફર્શ પર પલાંઠી વાળીને બેઠો અને રૂમીના માથામાં આંગળીથી દબાવ્યું. રૂમી રાડ નાખી ગયો. રૂમીના શરીરમાં સામે હાથ ઉઠાવવાની શક્તિ ન હતી.

"સૉરી...સૉરી...મૈં તો જસ્ટ ચેક કર રહા થા કી અંદર દિમાગ હૈ યા નહીં." એણે પોતાની લોહીભીની આંગળી રૂમીના ટીશર્ટ પર લૂછી, "એક્ચ્યુલી ક્યા હૈ સર...કી આપકી યે લવર હૈ ના? યે હમકો દિન કે લાખો રૂપિયે દિલાતી થી. અબ જૈસે મૈંને થોડી દેર પહલે હી કહા. આપ આ ગયે હીરો બનકે. તો અપની ફિલ્મી કહાનીકા વિલન મેરે કો બનના પડા. ઔર વિલન પહલે હીરોઇન કી મારતા હૈના? તો આજ મૈં ઉસ વિષય મેં થોડા આગે બઢને આયા હૂં. આપકી લવર કો થોડા પ્યાર કરકે ચલા જાઉંગા બસ? ઔર બાદ મેં તૂ આના ઘોડા લે કે મુઝે મારને." એ મોટેમોટેથી હસવા લાગ્યો. તેના માણસો પણ મોટેથી હસવા લાગ્યા.

રૂમીનો ગુસ્સો બેકાબૂ થઈ રહ્યો હતો એ પણ ધ્રૂજી રહ્યો હતો. તેની નજર સ્વરા પર જ હતી. સ્વરાને પકડીને ઊભા રહેલા એ દરેકને તે રહેંસી નાખવા માંગતો હતો, પણ થોડી જ મિનિટમાં બનેલી આ ઘટનાએ એને એવો આઘાત આપ્યો હતો કે તે જીરવી શકતો ન હતો અને ઊભા થવાની તાકાત ગુમાવી દીધી હતી.

"ફકીરા...તેરે કો ક્યા ચાહિયે બોલ તૂ...મગર ઉસે છૂના મત." સ્વરા થાકને લીધે હાંફતી બોલી.

"અરે ક્યા બાત હૈ મેરી જાન...અબ આયી ગાડી સ્ટેશન પે. દેખ..." એ ઊભો થયો, "નહીં...નહીં મૈં ઇધર હી ઠીક હૂં." કહીને એ પાછો રૂમીના માથા પર હાથ મૂકીને બેઠો. સ્વરા એ દર્દ અનુભવતી હતી. એ બંને પોતાના દર્દને બદલે એકબીજાની સામું જોઈને વધુ પીડાતાં હતાં,

"દેખ...તુઝે અબ વાપસ અપની ક્લબ મેં નંગી કરવાકે કુછ મિલને વાલા

હૈ નહીં. અબ તો તૂ સાલી અપની પુરાની દુનિયા મેં વાપસ ચલી ગઈ."

"મા***દ...તેરે કો જો ભી ચાહિયે વો મૈં દેતી હૂં. મૈં વાપસ તેરી જૉબ કરુંગી...પ્લીઝ" એટલું બોલતાં જ તેનાં હીબકાં ભરવાનું ચાલુ થઈ ગયું. રૂમી તેને જોઈને એમ જ મૂંગા-મૂંગા રડવા લાગ્યો.

"ઓય-હોય-હોય...ચેલા રોના શરૂ. બસ? ખુશ?" એ ખુશ થઈને બોલ્યો, "ચલો ચલો જલદી સે કામ ખતમ કરતે હૈ. ઔર લડકી, સુન લે...તેરે કો વાપસ રખકે ભી મેરેકો કોઈ ફાયદા દિખતા નહીં હૈ...સો આજ અપની કહાની મેં વિલન અપના કામ કરકે બાદ મેં હીરો કો ફ્રી કર દેગા. ઠીક હૈ?"

"સાલે...તુઝે જો ભી કહના હો વો મુઝે બોલ...ઉસે છોડ દે." સ્વરાએ ફરી આજીજી કરી.

"સાલી આજ ગરમી બહોત હૈ. હૈં ના?" એણે એના માણસો સામે જોઈને પૂછ્યું. બધાએ હા પાડી.

"તો ચલો ફિર નિકલતે હૈ ઇધર સે." એ બોલ્યો. રૂમી અને સ્વરાએ સાંભળ્યું અને એમનાં હૃદય ધીમાં પડ્યાં.

પણ અચાનક એ બધા ભેગા થઈને સ્વરાને ખેંચીને રૂમી તરફ લાવવા માંડ્યા. રૂમી હજુ કંઇ પરિસ્થિતિ સમજી શકતો ન હતો પણ એ ગભરાયો હતો.

"ફકીરા તૂ ક્યા કરના ચાહતા હૈ?" સ્વરા પેલા નરાધમોના ધક્કાને લીધે ગભરાઈને બોલી. ફકીરા સ્વરાની પાછળ ચાલતો હતો. એ બધા સ્વરાને બારણા બહાર લઈ આવ્યા. રૂમીને છાતીમાં ફાળ પડી.

"સ...સ્વ...સ્વરા" એ બોલી શકતો ન હતો અને હવે સખત રીતે ધ્રૂજવા લાગ્યો હતો. ફકીરા રૂમમાં ઊભો હતો, અને તેના માણસો સ્વરાને પકડીને બહાર ઊભા હતા. સ્વરા પોતાને છોડાવવા માટે હવે હારી ચૂકી હતી. તેને બસ રૂમીની ફિકર હતી. રૂમીને આ ફકીરા કંઈ ના કરે એ જ તેની ઇચ્છા હતી, અને એટલે જ પેલા માણસો તેને જેમ ખેંચે તેમ એ ચાલવા માંડતી હતી. પોતાના ક્યાંય જવાથી જો રૂમીને કંઈ ન થતું હોય તો એ માટે પણ એ તૈયાર હતી. પેલા માણસો સ્વરાને લિફ્ટ પાસે

લઈ આવ્યા. લિફ્ટ ઉપર આવી રહી હતી. આ બાજુ ફકીરા જેવો રૂમની બહાર નીકળ્યો એવો તરત જ રૂમી મહામહેનતે ઊભો થઈને દીવાલની સાથે ઘસાતો-ઘસાતો બારણા બહાર નીકળ્યો. સામે લિફ્ટમાં ગોઠવાઈને ઊભેલી સ્વરા તેને દેખાઈ રહી હતી.

"તુમ લોગ ઉસે ટેરેસ પે લે જાઓ. મેં ઇસ લંગુર કો લે કે આતા હૂં." ફકીરાએ રૂમીનો હાથ પકડીને લિફ્ટ તરફ જતાં રોક્યો.

"રૂમી..." સ્વરાએ લિફ્ટનું બારણું બંધ થયું તે પહેલાં અવાજ કર્યો. એ બંને એકબીજાની આંખો સામેથી અલગ કઈ રીતે થઈ શકે? રૂમી પોતાનો હાથ છોડાવીને લિફ્ટ તરફ દોડ્યો પણ લિફ્ટ ઊંચે અગાશી પર ઊભી રહી ગઈ હતી. અભાન રીતે રૂમી કેટલીયે વાર લિફ્ટનું બટન દબાવી રહ્યો હતો.

પોતાનું કંઈક...પોતાનું જીવવાનું કારણ...કોઈ કેમ છીનવી શકે તેની પાસેથી? જાણે કોઈ રૂમીની સ્વરાને નહીં, પરંતુ શ્વાસ લઈ ગયું હોય એમ તેનું શરીર લિફ્ટ પાસે તરફડતું હતું. તે પોતાના લોહીવાળા હાથે લિફ્ટના બટનને સતત દબાવતો રઘવાયો બની ગયો હતો.

"અરે ભાઈ...ટેન્શન મત લે...લિફ્ટ આયેગી ના અભી. ઓર મેરે કો ભી ઉપર હી તો જાના હૈ. તેરી તરહ મેં ભી સ્વરા કે બીના નહીં રહ સકતા. યુ સી?"

રૂમી ગુસ્સાને લીધે લાલચોળ થઈ ગયો હતો. તે માંડ શ્વાસ લઈ શકતો હતો. એ ચાહતો હોત તો મરણિયો બનીને ફકીરા પર હુમલો કરી શકવાનો હતો પણ એ નહીં કરે.

એને અંદર ધક્કો મારીને ફકીરા લિફ્ટમાં અંદર ઘૂસ્યો.

"પ્યાર...પ્યાર...પ્યાર...સાલા આદમી કો ક્યા-ક્યા કરવાતા હૈ."

રૂમી લિફ્ટના ખૂણામાં ઊભો હતો. હાંફતો હતો. લિફ્ટ અગાશી પર આવી. બારણું ખૂલ્યું.

૪૮

"સ્વરા..." રૂમીએ મોટી રાડ પાડી. એ દૃશ્ય જોઈને રૂમી દોડ્યો પણ પાછળ લિફ્ટમાંથી ફકીર તેનું ટીશર્ટ પકડીને ઊભો હતો. રૂમીએ પોતાનું બધું બળ લગાવ્યું અને ટીશર્ટ અડધું ફાટી ગયું. રૂમી આગળ વધ્યો.

"મારો સાલે કો..." ફકીરા પાછળથી બોલ્યો. અડધા માણસો રૂમી પર તૂટી પડ્યા. સામે સ્વરા નીચે પડી હતી અને તેને આ બધા નરાધમોએ માર માર્યો હતો. રૂમી સ્વરાના ચહેરા પર લોહી જોઈને દોડ્યો હતો, પણ હજુ જ્યાં નજીક પહોંચે ત્યાં તેના પર લાતો પડવા લાગી હતી. રૂમી એ બધી લાતો છતાં હજુ સ્થિર આંખે સ્વરા સામું જોઈ રહ્યો હતો. સ્વરા તેની સામું જોઈ રહી હતી. એ મુસ્કુરાઈ! રૂમી મુસ્કુરાયો. બસ...હવે તેને કોઈ માર વાગતો ન હતો. માણસો થાક્યા એટલે બાજુમાં હટી ગયા.

અગાશી પર ઠંડો પવન આવી રહ્યો હતો. વચ્ચે સ્વરા અને રૂમી એકબીજાથી થોડે દૂર પડ્યાં હતાં. આજુબાજુ સર્કલ બનાવીને પેલા બદમાશો ઊભા હતા. શરીર પર લાતો પડવાને લીધે એ બંનેનાં શરીર મડદાની જેમ પડ્યાં હતાં. રૂમીએ પોતાનો હાથ લંબાવ્યો...સ્વરાને સ્પર્શવા માટે.

"દેખો ભાઈ...અબ અસલી ફિલ્મી શોટ આ રહા હૈ. હીરો અપના હાથ દે રહા હૈ ઓર હિરોઇન અભી સામને હાથ દેગી." ફકીરાએ પોતાની બંને હથેળીથી કોઈ ડાયરેક્ટરની જેમ કેમેરો બનાવીને બધાને બતાવ્યો. બધા ખોટું હસવા લાગ્યા. રૂમી અને સ્વરાએ એકબીજાના હાથને સ્પર્શ કર્યો.

"સ્વરા..." રૂમી હસીને બોલ્યો, "પેલા કેનવાસનું શું થયું?" શરીર દુ:ખતું હતું છતાં તે બોલ્યો.

સ્વરા હસી પડી. "રહેવા દે ને...આજે નહીં." એ બંનેને હસતાં જોઈને બધા બળી ઊઠ્યા.

"ચાલો ભાઈ દેર કિસ બાત કી." ફકીરા જોરથી બોલ્યો. બધા આદમી ઝબકી ગયા. રૂમી પાસે આવ્યા. રૂમીના અડધા ફાટેલા ટીશર્ટને પકડીને

એમણે ખેંચ્યું. રૂમીને એમણે ખેંચીને અગાશીના ખૂણામાં ખસેડી લીધો. રૂમીનું શરીર તૂટી ગયું હતું. નજર સ્વરાથી ખસતી ન હતી.

ફકીર સ્વરા પાસે આવ્યો.

"આજ મૈં તેરે કો અપની જૉબ સે ફ્રી કરુંગા ઠીક હૈ?" એ હસ્યો. એણે સ્વરાનો શર્ટ ખેંચીને ફાડી નાખ્યો. સ્વરા આંખો બંધ કરી ગઈ. તેનું શોર્ટ ઉતાર્યું. સ્વરાએ મોટી રાડ નાખી અને ઊભા થવા કોશિશ કરી પણ બીજા બે માણસો તેના હાથ પકડીને બેસી ગયા હતા.

બધાં જ કપડાં ઊતરી ગયાં. એ નગ્ન થઈ ગઈ.

ફકીરાએ તેની સાથે...

અને પછી એક પછી એક દરેક નરાધમે સ્વરા પર...

ઈશ્વર...આવા સમયે મરી જતો હોય છે.

સ્વરા પર બળાત્કાર થતો ગયો. બધા જ એક પછી એક મજા લઈ રહ્યા હતા.

સ્વરા જ્યારે પ્રતિરોધ કરી ના શકી ત્યારે આંખો બંધ કરી દેવી પડી તેને. તે રડતી આંખે ત્યાં પડી રહી. તે રૂમી સામું જોવાને સમર્થ ન હતી. પેલા શેતાનોના અવાજ સ્વરાના કાનને પહોંચતા ન હતા. આંસુ આંખોમાંથી બહાર આવી શકતાં ન હતાં. હૃદય સ્થિર થઈ ગયું હતું અને તેની અંદર રહેલા એક માણસ માટે હજુ ધડકી રહ્યું હતું...રૂમી.

સ્વરાનું શરીર જવાબ આપી દેતું હતું. તે ઠંડી પડી ગઈ હતી. પરસેવો ચાલુ થઈ ગયો હતો અને જ્યારે તેની આંખો ખૂલતી હતી ત્યારે જોઈ ન શકાય એ હદે એમાં લાચારી અને ગુસ્સો ભર્યો પડ્યો હતો. હવે તે રડતી ન હતી.

ફકીરા કંઈક બોલ્યે જતો હતો. એના માણસો ભૂખ સંતોષી રહ્યા હતા.

રૂમીની આંખો હજુ ફાટેલી હતી.

સ્વરાની સામે એ જોઈ રહ્યો હતો. આંખો આંસુ નહોતી પાડી શકતી. એ બંનેએ પોતાના હૃદયને એક બનાવી દીધાં હતાં. એકનું દર્દ બીજું પામતું હતું. એકની ચુપકીદી...બીજું ચૂપ થઈ જતું. એક ધડકતું બંધ થાય તો બીજું પણ...

સ્વરાને જોઈને રૂમીનું શરીર ધીમે-ધીમે ધ્રૂજી રહ્યું હતું. મોઢામાંથી લાળ પડવા લાગી હતી. પગના તળિયે પરસેવો નીતરી રહ્યો હતો. થોડીવારમાં ગળામાંથી ઘરરરર-ઘરરરર અવાજ આવવા લાગ્યો હતો અને હોઠ પર ફીણ વળી ગયાં હતાં. આંખો સફેદ થતી જતી હતી અને કંપન વધતું જતું હતું. પાંપણ ફરી ભેગી થઈ શકતી ન હતી. એના હાથનાં આંગળાંઓ પહોળાં થઈ ગયાં હતાં અને એના પગ ગોઠણ પાસેથી ત્રાંસા રહી ગયા હતા. એ નીચે ફર્શ પર પછડાઈ પડ્યો હતો. બહાર નીકળી ગયેલી જીભ તળિયે સ્પર્શતી હતી અને જીભ પરથી પાણી પડી રહ્યું હતું. આખું શરીર ખોટું પડી ગયું હતું સ્વરાની આ હાલત જોઈને.

સ્વરા ઉપર જેમ અંધકાર છવાયો તેમ રૂમી અંધકાર બનતો ગયો.

સામેનું દશ્ય આછું બની રહ્યું હતું, એ દશ્યમાં હવે માત્ર સ્વરા દેખાતી હતી. એ ઝાંખી બનતી જતી હતી અને તેની ચારે તરફ ધુમાડો છવાયેલો હોય તેવું રૂમી જોઈ રહ્યો હતો. ધુમાડો સફેદ હતો. ધીરે ધીરે સ્વરાની ચારે તરફથી અવાજ આવી રહ્યા હતા. રૂમી સાંભળી શકતો હતો. સ્વરા હસતી હતી એ નાનકડા વાદળની અંદર. રૂમી પણ હતો એ દશ્યમાં. બંને હસી રહ્યાં હતાં. ધુમાડો ઓછો થતો ગયો.

સ્વરા સામે જ પડી હતી. તે રૂમી સામું જ જોઈ રહી હતી. ફકીરા બોલી રહ્યો હતો પણ રૂમી-સ્વરાની દુનિયામાં શેતાનોનો અવાજ ન હતો.

ફરી સ્વરાના શરીર ઉપર વાદળ રચાઈ રહ્યું હતું.

ના. એ વાદળ ન હતું. એ આગનો ધુમાડો હતો. રૂમીનું શરીર એ આકાર જોઈને વધુ ધ્રૂજવા લાગ્યું.

...અબ્બા-મમ્મી...

મગજની અંદર છેલ્લો વિચાર જન્મ પામ્યો હશે. એ પોતાના અબ્બા-મમ્મીને જોઈ રહ્યો હતો. ગોધરાનો એ ચોક હતો. ચારે તરફ નરાધમ, કાળા ચહેરાવાળા શેતાનો ઊભા હતા. મુસ્કાન અને રામ પર આગ લગાડવામાં આવી હતી અને રૂમીની આંખો એ જૂના ભૂતકાળને પોતાની સામે રચાતી કલ્પનાઓમાં જોઈ રહ્યો હતો.

રામ—મુસ્કાન—સ્વરા.

શરીર બળી રહ્યાં હતાં એ બંનેનાં. સફેદ-કોરી આંખો એ જોઈ રહી હતી. નીચે જમીન પર સ્વરા પણ દેખાઈ રહી હતી. ફકીરા હજુ કંઈ બોલી રહ્યો હતો. ભૂતકાળ અને વર્તમાન સાથે ચાલી રહ્યા હતા. રૂમીની આંખો સામે અસ્તિત્વ નાચ કરી રહ્યું હતું. હૃદયનો જૂનો અંધકાર હતો એ. એ અંધકાર અત્યાર સુધી ક્યારેય બહાર નીકળી શક્યો ન હતો.

થોડીવાર પહેલા તેની આંખો બંધ થઈ.

એ ઘટનામાં જ્યારે એણે બીજી ઘટના જોઈ ત્યારે એ સહન ના કરી શક્યો અને આંખો બંધ થઈ ગઈ. એનું શરીર ઝટકા સાથે ત્યાં ખૂણામાં ભીંતના ટેકે સૂઈ ગયું.

"સાલો...બસ કરો અબ. છોડ દો ઉસે અબ." પેલો ફકીરા બોલ્યો. બધા દૂર હટી ગયા.

"મૈંને કહા છોડ દો ઉસે." એ ફરી બોલ્યો. બે-ત્રણ પશુઓએ સ્વરાને હાથ પકડીને ઊભી કરી. સ્વરાનું ધ્યાન હજુ રૂમી તરફ હતું. રૂમી ખૂણામાં આંખો બંધ કરીને પડ્યો હતો.

"ર...રૂમી." એ ધીમેથી બોલી. એ અવાજ સાંભળીને રૂમીની આંખો ક્ષણવારમાં ખૂલી ગઈ. સ્વરાને ઊભેલી જોઈને એણે લાંબો શ્વાસ ભર્યો.

સ્વરાનું નગ્ન શરીર સામે સ્થિર ઊભું હતું અને એનો ચહેરો રૂમી સામું મુસ્કુરાઈ રહ્યો હતો. રૂમી મુસ્કુરાયો.

"ચલો, જલદી કરો. હમેં અભી જાના હૈ...આજ તો ભૂખ લગી હૈ જોર સે." ફકીરાનો અવાજ બંનેને સંભળાયો હશે.

પેલા માણસો સ્વરાને પકડીને અગાશીની દીવાલ સુધી લાવ્યા. સ્વરાને એકાદ ફૂટ પહોળી એ દીવાલ પર ઊભી રાખી અને પકડી રાખી.

"સ...સ..." રૂમીની જીભ બહાર આવી ગઈ. સ્વરાનું શરીર નીચું જોઈને સફેદ થઈ ગયું.

તે એકવીસ માળ ઊંચી ઇમારતની દીવાલ પર ઊભી હતી. નીચે શહેર હતું. નાનાં-નાનાં વાહનો દેખાતાં હતાં. સ્વરા ડરીને પાછળ ધક્કો મારી રહી હતી પણ પેલા પશુઓએ એને પકડી રાખી હતી.

"હાં...તો ભાઈઓ અપની ફિલ્મ થોડા હટકે હૈ. ઇસમેં હીરો મરને વાલા હે ઔર હિરોઇન કા કુછ કરતે હૈ અભી." ફકીરા મોટેમોટેથી હસવા લાગ્યો. સ્વરા પાછું ફરીને રૂમીને જોઈ રહી હતી. સ્વરા હસતી હતી રૂમી સામે.

"સો..."જેન્ટલમૅન...ટેક અ ડીપ બ્રેધ. કોલ યૉર વાઇફ ફૉર ગુડ નાઇટ. મેક અ બીગ પૅગ ઑફ યૉર વ્હીસ્કી. ઍન્ડ બી રેડી." એ બોલ્યો. જે રીતે તે ક્લબમાં મેરિલીનને રજૂ કર્યા પહેલાં કહેતો. તાળીઓ વાગતી.

"સો પીપલ...હોલ્ડ યૉર ડીક વેરી ટાઇટ...બીકોઝ વી આર પ્રેઝન્ટિંગ મેરિલીન ઑફ મુંબઈ..."

એક ક્ષણ માટે બધું જ ત્યાં સ્થિર થઈ ગયું. સ્વરાનું હૃદય ધીમું પડી ગયું. આકાશનાં કાળાં વાદળો મુંબઈ પરથી ભાગવા લાગ્યાં.

"રૂમી..." એ પોતાની બધી જ તાકાત ભેગી કરીને સ્વરા બોલી.

"સ્વરા..." થોથવાતી જીભે રૂમી ધીમેથી બોલ્યો. હવાની ઠંડી લહેર આવી અને બંનેના ચહેરાને સ્પર્શતી ગઈ.

"રૂમી...એક સિક્રેટ કહું?" એ પાછું ફરીને બોલી.

"હં?" એ મુસ્કુરાઈને બોલ્યો.

"આઈ લવ યુ..." એ બોલી અને હસી પડી. રૂમી પણ ભીની આંખે હસી પડ્યો. બહાર લબડી ગયેલી જીભમાં તાકાત આવી અને એ અંદર ચાલી ગઈ. રૂમીના નખ કોન્ક્રિટ સાથે ઘસાયા ઊભા થવા માટે. પણ નહીં.

"થેંક્યુ..." સ્વરાનું હાંફતું હૃદય હસીને બોલ્યું.

"અરે ભાઈ મેરે કો તુમ દોનોં કે રોમાન્સ મેં ફિર સે એનાઉન્સ કરના પડેગા અબ." ફકીરા રૂમી પાસે આવીને બોલ્યો.

"સો...જેન્ટલમૅન...સો મુંબઈ...આઈ એમ પ્રેઝન્ટિંગ મેરિલીન ઑફ મુંબઈ..." એ હાથ ઊંચો કરીને મોટેથી બોલ્યો.

સ્વરાને એ પશુઓએ ધક્કો મારીને છોડી દીધી. સ્વરાનો ચહેરો રૂમી તરફ હતો. એ બંને ચહેરાથી વાતો કરી શકતાં હતાં. સ્વરાનું શરીર ત્રાંસુ થયું અને એ નીચે તરફ વિલીન થઈ ગઈ.

એક આત્મા જાય તો બીજો પણ જવાનો હતો.

રૂમીનું શરીર ઝટકા સાથે ઊછળ્યું. તેની આંખો બંધ થઈ ગઈ. બધા પશુઓ ત્યાંથી ચાલ્યા ગયા. હજુ રૂમીના સ્થિર ચહેરા પર મુસ્કાન હતી.

ધોળા દિવસે આકાશમાંથી એક તારો ખરીને જમીન પર પટકાયો.

એક પ્રેમની દાસ્તાન સમાપ્ત થઈ ગઈ. પ્રેમ નહીં.

૪૯

રૂમી એ અગાશી પર આખો દિવસ અને રાત પડ્યો રહ્યો. બેભાન અવસ્થામાં જ સવાર પડી ગઈ. અગાશીના ખૂણામાં પડેલા તેના શરીરને શિયાળાની સવારની ઠંડી હવાએ જગાડ્યો. ઊગતા સૂરજનો તડકો શરીર પર પડવાને લીધે અડધી આંખો ખૂલી.

શરીર પર પોતાનો શર્ટ ન હતો. માત્ર કેપ્રી જ હતી. પીઠ પર પાઇપના લીલા ડાઘ દેખાતા હતા! બે પગ વચ્ચે કશુંક વાગવાથી ઊભા થવામાં તકલીફ પડી રહી હતી.

શરીરમાં દુખાવો મહેસૂસ થયો. માથામાં થોડી પીડા અનુભવી. થોડીવાર એમ જ પડ્યા રહ્યા પછી એણે એક મોટું બગાસું ખાધું, અને આળસ મરડીને ઊભો થયો. આકાશ સામે પોતાના બંને હાથ ખુલ્લા કર્યા, અને લિફ્ટ તરફ જવાને બદલે દાદર તરફ ગયો. હોકી વાગવાને લીધે પગ દુખતા હશે, તેના પગ છ-સાત પગથિયાં ઊતરીને ઊભા રહી ગયા. અગાશીના ખુલ્લા બારણામાંથી સવારનો તાપ રૂમી ઊભો હતો ત્યાં સુધી પડતો હતો. તે ઊભો રહ્યો. તેને માથામાં ખંજવાળ આવી રહી હતી. કંઈ વિચારવા લાગ્યો, અને પાછો અગાશી પર આવ્યો.

એ પાગલ લાગતો ન હતો!

એ અગાશી પર ચારે બાજુ જોવા લાગ્યો. ખૂણામાં સ્વરાનો ફાટેલો સફેદ શર્ટ પડ્યો હતો તે ઉઠાવીને રૂમી તેને સૂંઘવા લાગ્યો. સૂંઘીને હસીને કશુંક બબડવા લાગ્યો. વધુ હસવા લાગ્યો. મોટે-મોટેથી હસવા લાગ્યો! ફરી-ફરી ફાટેલા શર્ટને સૂંઘી રહ્યો હતો. કેટલીયે મિનિટ સુધી બસ એ રીતે જ એ શર્ટનો ટુકડો પકડીને મોટેમોટેથી હસી રહ્યો હતો! એ જાણે કોઈ ફિલ્મનો વિલન હસી રહ્યો હોય એવો લાગી રહ્યો હતો. વળી પાછું કંઈક મગજમાં સૂઝ્યું, અને અગાશીની દીવાલ પાસે જઈને એકવીસ માળ નીચે જમીન તરફ જોવા લાગ્યો. હસવાનું બંધ કરીને ઝીણી આંખે કંઈક શોધવા લાગ્યો. હવે ચહેરો ગંભીર બન્યો હતો. ચિંતાતુર. કપાળ

પર કરચલીઓ પડી રહી હતી. જાણે નીચે પટકાયેલી સ્વરા શોધતો હતો.

એ દીવાલ પર ચડવા મથવા લાગ્યો. એક-બે વાર ત્રાંસો થઈને તેને અંદરની બાજુ ઊતરી જવું પડ્યું. પગ પર લાગેલી હોકીને લીધે તે દીવાલ પર ઊભો રહી શકતો ન હતો.

દીવાલ પર ચડવાનું સામર્થ્ય ન હતું, પણ સૂવાનું તો હતું જ.

પોતાના બંને હાથથી એણે પોતાનો જમણો પગ પકડીને ઊંચો કર્યો અને દીવાલ ઉપર મૂક્યો. પોતે ત્રાંસો થયો, અને પોતાનું ભૂખ્યું પેટ દીવાલ પર મૂક્યું, અને પછી બંને હાથથી દીવાલની ધાર પકડીને બળ કર્યું. તે દીવાલની ઉપર સૂઈ ગયો.

“ન...નહીં...ન...ન...ના...” એ નીચે જોઈને બબડ્યો. બહાર તરફ ત્રાંસો થઈ જવાથી એ ગભરાયો હતો. પછી ફરી નીચે જોઈને હસવા લાગ્યો. ગુસ્સો આવે તેવું હસી રહ્યો હતો. ગઈ કાલે પેલા માણસો હસતા હતા એવું. દીવાલ પર જ આંખો બંધ કરીને હસવાનું ચાલુ રાખ્યું. થોડીવારમાં ફરી દીવાલ પર ઊંઘ આવી ગઈ.

કલાક પસાર થઈ ગઈ. જ્યારે આંખો ખોલીને બંને તરફ જોયું તો એક અગાશી દેખાઈ, અને બીજી તરફ નીચે દોડતાં ઝીણાં વાહનો, પાતળા રસ્તાઓ, નાની ઇમારતો અને એકદમ નીચે રસ્તા પર સ્વરાનો મોટો લાલ ડાઘ દેખાયો.

તડકાને લીધે માથામાં ખંજવાળ આવવા લાગી. શરીરને ત્રાંસુ કરીને તે અંદરની તરફ ઊતર્યો. નીચે ઊતરીને તેણે બીજા ખૂણામાં પડેલું સ્વરાનું શોર્ટ લીધું. જ્યાં ખંજવાળ આવતી હતી તે ભાગને માથામાં ઘસવા લાગ્યો. તે શોર્ટ વાગતું હતું. વળી શું થયું તો શોર્ટ તેણે ગુસ્સામાં બહાર નીચે ફેંકી દીધું, અને ફરી ટાઇલ્સ પર પડેલો સ્વરાનો શર્ટ લઈ માથામાં ઘસવા માંડ્યું. શાંતિ થઈ. શર્ટ પર માથાનું સુકાયેલું લોહી લાલ ડાઘ પાડી ગયું હતું. શર્ટને ત્યાં જ ફેંકીને તે ફરી પગથિયાં તરફ ચાલ્યો.

એ નીચે ઊતરવા લાગ્યો. ધીમે ધીમે. દુઃખતા પગને લીધે સિસકારા લેતા અવાજ સાથે.

કપાળ પર સૂકાયેલા લોહીને સ્પર્શીને લાલ બની ગયેલો પરસેવો ગાલ

તરફ નીતરી રહ્યો હતો. પગથિયાં ઊતરતાં લાગેલા થાકનો એ પરસેવો હતો. શરીર ઝડપથી ઊતરી શકતું ન હતું, ભૂખ્યા પેટમાંથી આવતો શ્વાસ ભારે થઈ ગયો હતો. રૂમી હજુ આઠ-દસ માળ નીચે આવ્યો હતો પરંતુ થાકીને એ ત્યાં જ પગથિયા પર બેસી ગયો. આંખો બંધ કરીને થાક ખાવા માટે પગથિયા પર ત્રાંસો સૂતો.

એક આંખમાંથી એક ટીપું નીકળીને કાન તરફ ચાલ્યું. બીજી આંખમાંથી નીકળેલું આંસુ બીજા કાન તરફ ચાલવા લાગ્યું. બંને કાન ભીના થયા. રૂમીના ચહેરા પર એકસાથે હજારો સવાલ દેખાતા હતા, જે સવાલો પાસે શબ્દો ન હતા, માત્ર લાગણીઓ હતી. જે રીતે એ હસતો હતો ત્યારે ભૂખ્યું પેટ ઉપર નીચે ધ્રૂજી રહ્યું હતું એ જ રીતે એ રડી રહ્યું હતું.

"સ્વરા..." એક મોટી ચીસ સાથે એ ચહેરા પર બે હાથ રાખીને મોટે-મોટેથી રડી પડ્યો. રડવું પડ્યું.

"સ્વરા..."

રાડના પડઘા પડ્યા.

રૂમીનો લાલ-ભીનો ચહેરો અને મુઠ્ઠી વાળેલા મજબૂત હાથ એક મોટી રાડ નાખીને ઢીલા થયા.

થોડીવાર હીબકાં ચાલુ રહ્યાં. પછી એ ફરી સૂઈ ગયો. સાંજ સુધી. ત્યાં જ.

સાંજે કેપ્રીના ખિસ્સામાં ધ્રુજારી થઈ, અને એ ઝબકી ગયો. તેને ખબર નહોતી પડતી કે શું થઈ રહ્યું છે તેના ખિસ્સા અંદર. તેણે ખિસ્સામાં હાથ નાખ્યો. સ્વરાનો મોબાઇલ હતો! કોઈ કોલ આવી રહ્યો હતો. એ મોબાઇલ જોઈને ગભરાયો...અને જોરથી સામેની ભીંત પર ઘા કર્યો.

મોબાઇલ ચૂપ થઈ ગયો. રૂમી ધીમો-ધીમો કશુંક બબડવા લાગ્યો.

એ પાગલ થઈ ચૂક્યો હતો.

*

ફરી પાગલ! અધૂરો નહીં...પૂરી રીતે. માત્ર મગજથી નહીં...હૃદયથી પણ!

એ બિલ્ડિંગમાંથી બહાર નીકળીને ફરી એ પાગલ મુંબઈના ગાંડાઓમાં એક સમયે ભૂંસાયેલ નામ ફરીથી ઉમેરવા નીકળી પડ્યો. રસ્તાના ટ્રાફિકમાં

નીચું જોઈને કંઈક બબડતો એ નીકળી પડ્યો. ફરી એ જ દિવસો શરૂ થવાના હતા. શરૂ થઈ ગયા હતા. માત્ર શરીર થોડું મોટું થયું હતું. મજબૂત હતું. હાડકાં-છાતી-પાંસળીઓ યુવાન થઈ ગયાં હતાં. અને આ સમયે નીચે કેપ્રી પહેરેલી હતી.

*

ફરી-ફરી એ જ જોવી ન ગમે તેવી, સાંભળવી ન ગમે તેવી, વાંચવી ન ગમે તેવી ઠોકર ખાતી જિંદગી. શૂન્ય મગજ. ઠંડી-ગરમી અને વરસાદમાં હારીને બેભાન થઈ જતું શરીર. કોઈ યાદો નહીં જે તેને રસ્તા પર ઊભો રાખી શકે, વિચારતો કરી શકે. કોઈ તસવીર નહીં જે જૂની એક વ્યક્તિને મનમાં જીવતી કરી શકે. ફરી-ફરી મનમાં અંધકારનું સામ્રાજ્ય.

*

જ્યારે વર્ષો પહેલાં ગોધરાના એ ચોકની વચ્ચે પોતાનું સર્વસ્વ એવાં મા-બાપને રાખ બનતાં જોઈ રહ્યો હતો ત્યારે તેનું ચેતાતંત્ર ગાંડું થઈ ગયું હતું. મગજ અને હૃદય તૂટી ગયાં હતાં. એ જ ઘટના જ્યારે સ્વરાને એકલી નગ્ન હાલતમાં અગાશી પરથી ફેંકાતા જોઈ ત્યારે મગજ અને હૃદયમાં રચાવા લાગી. એવી જ સ્થિતિ. જ્યારે સ્વરાને ફેંકવામાં આવી ત્યારે એ ઘટનામાં રૂમીને જૂની ઘટનાનું ચિત્ર દેખાઈ ગયું. રાખ અને ધુમાડાનું વાદળ દેખાયું. પાગલપન મગજથી નહીં દિલ દુભાવાને લીધે આવેલું હતું. અંદર છાતીમાં જન્મેલા અંધકારને લીધે આવેલું. એ દિલનો નબળો માણસ હતો. સ્વરા તેને કહેતી—રૂમી...તેરા બોડી આદમી કા હૈ લેકિન ઉપરવાલે ને તેરા દિલ ઔરત કા દે દિયા હૈ.

દિલથી જીવનારો અને દિલને અનુસરનારો માણસ દુનિયા જીતી શકે છે અથવા તો ગાંડપણને ગળે વળગાડી બેસે છે!

રૂમીએ બીજો રસ્તો પસંદ કર્યો હતો. કરવો પડ્યો હતો.

અ બુક ઑફ વિશ્વમાનવ

"જીવન એક યુદ્ધ છે, અને યુદ્ધ જીતવાનો નિયમ બૉક્સિંગ રિંગનો છે. બૉક્સિંગમાં જે મારે છે તે નથી જીતતો, જે વધારે માર ખાઈ શકે છે તે જીતે છે. જે પછડાઈ ગયા પછી ફરીથી ઊભો થાય છે તે જીતે છે. જે નથી તૂટતો તે જીતે છે. જીતની એક ક્ષણ માટે છ મહિના સુધી હારતા રહેવાનું જક્કીપણું જેનામાં હોય એ જીતે છે."

—ચંદ્રકાંત બક્ષી

"You can't connect the dots looking forward; you can only connect them looking backward. So you have to trust that the dots will somehow connect in your future. You must trust in something — your gut, destiny, life, karma, whatever. This approach has never let me down, and it has made all the difference in my life."

—Steve jobs

૫૦

"શું થયું? કેમ સ્થિર ઊભો છે? તારી કૉફી ઠંડી થઈ જશે."

"ઓહ હા. હું તો ભૂલી જ ગયો હતો."

તે બંનેએ કેસરી ટી-શર્ટ અને કાળા શોર્ટ પહેર્યાં હતાં.

"રૂમી...તું આવ અહીં બેસ, અને મને તારી વાતો કર."

"ના સેમ...આપણે સૂઈ જઈએ. આવતીકાલે આપણો દિવસ છે ખબર છેને?"

"કંઈ નહીં થાય. તું મને ટેન્શન ના આપ. તું મારી સામે બેસ અને તારું પ્રોમિસ પૂરું કર."

"કયું પ્રોમિસ?"

"તું ભૂલી ગયો? ફ્લાઇટમાં તેં મને કહ્યું હતું કે તું તારી સ્ટોરી કહીશ."

"સેમ, આજે આમેય આપણે મોડું થઈ ગયું છે. તું સૂઈ જા. આપણે સવારે વહેલા જવાનું છે."

"સો વૉટ ઈઝ યૉર સ્ટોરી?"

"સેમ...પ્લીઝ."

"કમ ઓન મેન. આઈ એમ યૉર બેસ્ટ ફ્રેન્ડ."

"હા સેમ. પરંતુ એ બધું કહેવું મને ગમતું નથી."

"કમ ઓન...લેટ્સ સીટ. ટેલ મી યૉર લાઇફ."

"તું આખી રાત જાગવા માગે છે?"

"હા. જો તું તારી વાતો કરે તો."

"આવતીકાલે?"

"આવતીકાલે જોયું જશે. તું અહીં બેસ અને મને વાતો કર તારી. મારે તારી લાઇફ સાંભળવી છે. આટલા મહિનાઓથી આપણે સાથે છીએ પરંતુ તે મને એક પણ વાત કહી નથી."

"હા, પણ હું મારો ભૂતકાળ કહેવા માંગતો નથી."

"કેમ પણ? કરોડો લોકો રાહ જુએ છે કે તું કશુંક બોલે. આખી

દુનિયા આતુર છે તારી સ્ટોરી સાંભળવા માટે. તારા વિચારો જાણવા માટે નાના બાળકથી લઈને મોટા લેખકો તડપી રહ્યા હોય છે. તારા ચાહકો તારા એક ઇન્ટરવ્યૂ માટે મરી પડતા હોય છે. તારે કેમ ચૂપ રહેવું છે?"

"બસ...એમ જ. મને થાય છે કે મારી વાત સાંભળીને બધા સમજવા લાગશે કે દુનિયામાં સારા માણસ બનવાનો કોઈ ફાયદો જ નથી!"

"એવું ના બોલીશ રૂમી. એ બધા તને એકવીસમી સદીનો સૌથી મહાન માણસ માને છે. બધા તને ભગવાનની જેમ ચાહે છે. આખી દુનિયાને આશા છે કે એક દિવસ તું બધું બોલીશ. તારી સફળતાની વાતો લોકોને કેટલી પ્રેરણા આપશે."

"એ જ તો પ્રોબ્લેમ છે સેમ. એ બધા મને ચાહે છે. મારા જીવનને આદર્શ ગણે છે. હું જ્યારે તેમને મારી વાત કહીશ તો તેઓ ડરી જશે. તેમને એવું લાગ્યા કરશે કે સારા માણસ બનવાનો કોઈ ફાયદો જ નથી."

"કઈ રીતે? તું મને કહીશ?"

એ એક ખૂબ મોટી રિસોર્ટની એક ભવ્ય રૂમ હતી. રાત હતી. ખુરશીનો અવાજ આવ્યો. કૉફીની સુગંધ આવી. કૉફીનો મોટો કપ ટેબલ પર મુકાયો. રૂમી એ ખુરશીમાંથી ઊભો થયો અને બારી પાસે ગયો. બહાર પાણી ભરેલું તળાવ રાત્રીની લાઇટમાં ચમકતું હતું. એણે આંખો બંધ કરી અને આંખો સામે એક ભવ્ય ભૂતકાળ લાંબી ફિલ્મની રીલની જેમ પસાર થવા લાગ્યો. એ ધીમે ધીમે પોતાની વાતો કરતો ગયો. રાત મોટી થતી ગઈ. બારી પર બેઠેલી કાળી બિલાડી એ બધું જ સાંભળતી હતી. ત્રેવીસ વર્ષનો રૂમી પોતાની પાછલી જિંદગીમાં ડોકિયું કરીને પોતાના બેસ્ટ ફ્રેન્ડને પોતાની વાતો કરી રહ્યો હતો.

રૂમીએ પોતાના અબ્બાને ભગવાનના ઘરનું ઍડ્રેસ પૂછેલું ત્યાંથી લઈને સ્વરાના મૃત્યુ સુધીની વાત કરી. એ ફરી પાગલ થયો ત્યારે શું થયું એ કહી રહ્યો હતો.

*

"—એ દિવસે ફરીથી મુંબઈના રસ્તાઓ પર આવી ગયો. સ્વરા જ્યાં

નીચે પડી એ જગ્યાએ લોહીનો લાલ ડાઘ હતો. તેનું શરીર ઉઠાવી લેવામાં આવ્યું હતું. હું આખી રાત ટેરેસ પર બેભાન થઈને પડ્યો હતો. પેલા માણસોએ ખબર નહીં એ ઘટનાને સુસાઈડ કહીને દાટી દીધી હશે. હું તો બસ બીજે દિવસે સવારે ઊઠ્યો હતો. એ પણ પાગલ બનીને. હું અને સામે ફરી આખું મુંબઈ શહેર. પહેલીવાર પાગલ થયો ત્યારે ચડ્ડી અને શર્ટ હતા. બીજીવાર માત્ર કેપ્રી પહેરીને નવી જિંદગી શરૂ કરવા હું બિલ્ડિંગ નીચે ઊતર્યો હતો.

અત્યારે એ બધું યાદ કરું છું તો થાય છે કે મારી સાથે થયેલી એ બધી ઘટનાઓએ જ મને અહીં સુધી પહોંચાડ્યો છે! હું આખો દિવસ કંઈક બોલ્યે રાખતો હતો. શિયાળો તો પૂરો થઈ ગયો, પરંતુ એ દિવસોમાં ગરમી ખૂબ જ હતી એટલે છાંયો શોધ્યા કરતો હતો. દાઢી હતી. વાળ લાંબા હતા. મારા પગમાં કંઈ પહેરેલું ન હતું, મારી પાસે શર્ટ ન હતો. ગરમીમાં શરીર આખું પરસેવાથી ભીનું થઈ જતું. ખંજવાળ આવતી. ભીંત સાથે મારી પીઠ ઘસ્યા કરતો કલાકો સુધી! ઘણીવાર રાત્રે જ્યારે રસ્તાઓ પર કોઈ નીકળતું ન હોય ત્યારે આજુબાજુ જોઈ લેતો અને પછી ડામર પર, રોડ પર સૂઈને મારું શરીર ઘસતો! મને એમાં ખૂબ જ મજા આવતી. થોડીવાર માટે બધી ખંજવાળ બંધ થઈ જતી. પરંતુ જ્યારે પીઠ પર રોડના ડામરની અણીઓને લીધે ઉપરની આછી ચામડી નીકળી જતી અને પરસેવો સ્પર્શતો...કેવી જલન થતી હતી!" એ હસી પડ્યો.

"...અને પછી આખી રાત રાડો નાખ્યા કરતો! કોઈ બાજુમાં આવતું અને પૂછતું કે—'ક્યા હુઆ ભાઈ?' અને હું તેની સામે પણ જોરથી રાડ નાખતો! એ ભાઈ ડરીને ભાગતો રોડ પર! હું તેની પાછળ દોડતો!"

"ઓહ ગૉડ...કેમ પણ?" સેમ બોલ્યો.

"મારી પીઠ પર બળતો પરસેવો એ લૂછી દે એ માટે!"

"પાગલ...પણ તું રાડો કેમ નાખતો?"

"કારણ કે મને બોલતાં ન આવડતું. હું બધું જ ભૂલી ચૂક્યો હતો. ફરીથી પહેલાં જેવો જ થઈ ગયો હતો. જ્યારે દસ વર્ષનો હતો અને મારાં મમ્મી-અબ્બા દૂર નીકળી ગયાં હતાં ત્યારે જે રીતે હું ગાંડો થઈ

ગયો હતો એ જ રીતે સ્વરા મને છોડીને નીકળી ગઈ ત્યારે થઈ ગયો."

"ખૂબ ભયાનક હશે એ જિંદગી." સેમ બોલ્યો.

"હા...મારાં અબ્બા-મમ્મીને હું બાળપણમાં ખોઈ ચૂકેલો એટલે હજુ પણ રસ્તા પર કોઈ બાળકને તેની મમ્મી કે અબ્બાની આંગળી પકડીને જતું જોઉં ત્યારે મને ઈર્ષ્યા થાય! હું અંદરથી બળતો હોઉં તે બાળકની ખુશીઓ જોઈને! મને ખબર છે કે આ કેટલા નબળા વિચારો કહેવાય, પરંતુ તેમ છતાં અજાણતાં જ મારા ગાંડપણમાં નીકળેલા બાળપણ સાથે એ ખુશખુશાલ બાળકોને સરખાવું ત્યારે મને મારી સાથે અન્યાય થયો છે એવું લાગ્યા કરે! જો કે હવે મને એ ખબર છે કે આપણી લાઇફમાં અન્યાય અને ન્યાય વિશે વિચારવું યોગ્ય જ નથી."

"કેમ? કેમ યોગ્ય નથી?" સેમે પૂછ્યું.

"કારણ કે મને લાગે છે અહીં સમજી વિચારીને આપણને બધું મળતું નથી. મારી જિંદગી જોઈને મને નથી લાગતું કે અહીં કર્મનાં ફળ મળે છે. હજુ પણ મારાં મા-બાપને સળગાવી નાખનારા શેતાનો જીવી રહ્યા છે. મને ક્યારેક લાગે કે ભગવાન હશે જ નહીં, અને આ આખું બ્રહ્માંડ એક અવિરતપણે અસ્થિર રીતે ચાલતી રેન્ડમનેસ છે. આપણને જેમાં પેટર્ન દેખાય છે એ કદાચ માત્ર ઘટનાઓની રેન્ડમ-અસ્તવ્યસ્ત હારમાળા હોય, અને એમાં આપણને ગ્રાન્ડ ડિઝાઇન દેખાતી હોય, અને હકીકતમાં આ બધું જ કદાચ રેન્ડમ હોય."

"હું તો ભગવાનમાં સંપૂર્ણ રીતે માનું છું. કોઈ તો હશે જે આ બધું ચલાવતું હોય." સેમ બોલ્યો.

"જ્યારે ગમતાં માણસનું મોત નજર સામે દેખાય, અને પાછું એ મૃત્યુ કોઈ ધીમી બીમારી કે ઘડપણ કે અગાઉથી જાણ હોય એવું ન હોય. મારી અને સ્વરાની જેમ હજુ તો રાત્રે છોકરી સાથે જિંદગીને અલગ રીતે જીવવાની વાત કરી હતી અને સવારે એ જતી રહી. આવી કોઈ ક્ષણે જ્યારે માણસનું પોતીકું અચાનક મરી જતું હોય ત્યારે કદાચ દરેક માણસને એક પળ માટે એક લાગણી જન્મી જતી હશે કે – અહીં ઈશ્વર હોતો નથી. આ બધું જ રેન્ડમ છે. આજે સ્વરા ગઈ. કાલે રૂમી જશે.

આવતી ક્ષણનો ભરોસો નથી. દરેક જિવાઈ ગયેલી ક્ષણ જતી રહી છે. બસ અહીં માત્ર એક જ ક્ષણ છે જેમાં શ્વાસ ચાલુ છે. જગત એને વર્તમાન કહે છે. હું એને 'જીવ'ની ક્ષણ કહું છું. અહીં માત્ર જીવની ક્ષણ છે, અને એના સિવાય જો બીજું કશું હોય તો એ નિર્જીવ છે."

"હા રૂમી. મેં પણ જોયું છે કે ઘણા સારા માણસો વહેલા મરી જતા હોય છે. વધારે દુઃખ એમના ભાગ્યમાં આવી જતું હોય છે. એમને ન્યાય નથી મળતો. પણ તેનો મતલબ એવો કે આપણે સારા ન બનવું?"

"સેમ...એવું નથી. લોકો સારા બનીને જીવે છે, સારાં કામ કરે છે, સારી લાઇફ પસાર કરે છે....એનું એક જ કારણ છે કે એ બધું એમને પોતાને ખુશ રાખતું હોય છે. સારા માણસો સારા એટલે છે કે એ સ્થિતિ એમને ખુશ રાખે છે. મને એમાં કર્મો જેવું કઈ નથી લાગતું."

"ઓહો...જે હોય તે...તું આગળ કહે."

"છેલ્લાં વર્ષોમાં પાગલ થયો ત્યારે કોઈ રાત્રે જ્યારે ઊંઘ ન આવતી ત્યારે હું બે-ત્રણ વાગ્યે એમ જ મારું પેન્ટ કાઢીને રસ્તા પર દોડવા માંડતો."

"શીટ! કેમ?"

"ગરમી થતી! જ્યારે પેન્ટ કાઢીને હું દોડતો ત્યારે ઠંડી હવા શરીર સાથે અથડાતી, અને મને મજા પડી જતી! રાત્રે ફૂટપાથ પર સૂતેલા લોકો મારા અવાજ સાંભળીને જાગી જતા. મને નગ્ન દોડતો જોઈને તાળીઓ પાડતા. કદાચ હું એ લોકોને એમનાં ખરાબ સપનાંઓમાંથી જગાડીને ખુશ કરી દેતો હોઈશ. હું દોડતો ત્યારે રાડો પણ નાખતો. ખબર નહીં ત્યારે હું રાડો કેમ નાખતો...કદાચ મારો બધો જ ગુસ્સો કાઢતો હોઈશ. મારી સાથે દિવસે થયેલી ઘટનાઓનો રાત્રે બદલો લેતો હોઈશ."

"ગજબ છે આવી લાઇફ!" સેમ બોલ્યો.

"મુંબઈ, એ સપનાંઓની ગીચ નગરી. મારા જેવા તો કેટલાયે હશે. હા, હું એ બધામાં ટોપર હતો. શહેરમાં એવા લાખો લોકો છે જેમની પાસે કંઈ એજ્યુકેશન નથી. કોઈ ઓળખતું નથી. જેમને દરેક સમયે ઠોકર મારવામાં આવે છે. એ લોકો કોઈ મારા જેવા ભૂખ્યા નથી, પણ તેમને યોગ્ય ખાવાનું મળતું જ નથી. એ બધા બીમાર પડે અને હૉસ્પિટલમાં

જાય છે તો કોઈ ખૂણામાં સડેલો બેડ આપી દે છે અને હજારો રૂપિયા લૂંટી લે છે. એ બધા આવડે તેવી મહેનત કરે છે, પરસેવો પાડે છે અને નાની-નાની વસ્તુઓ વેચે છે. પરંતુ રોજરોજ એમના કીડા-મકોડાની જેમ અપમાન-અવગણના થયા કરે છે. એ લોકો લાઇફનાં એ સપનાંઓને પૂરાં કરવામાં ઘસાઈ જાય છે. દુઃખભરી દુનિયામાંથી બહાર નીકળવા મથ્યા કરે છે. લડે છે. એમને ખબર નથી હોતી કે ગમતું કામ કરીને કેમ જીવી શકાય? એ રાડો નાખે છે. જ્યારે કોઈ સાંભળતું નથી ત્યારે શાંતિથી ફૂટપાથ પર સૂઈ જાય છે. રાત્રે મારા જેવો કોઈ રાડો પાડતો રસ્તા પરથી નીકળે છે ત્યારે એ બધા મને જોઈને ખુશ થવાના જ ને! એમને પણ એક હાશકારો થાય કે અમારાથી પણ વધારે ખરાબ સ્થિતિમાં જીવતો માણસ અહીં છે! એટલે જ એ બધા મને નાગો જોઈને તાળીઓ પાડતા."

"સ્વરાના ગયા પછી થોડા મહિનાઓ પછી મને સ્વરા દેખાવા લાગી હતી. હું ચાલતો હોઉં અને રસ્તાના ખૂણે એ ઊભેલી દેખાતી. હું દોડતો તેની પાસે જતો અને એ ત્યાં હોય જ નહીં. હું સૂતો હોઉં કે ક્યારેક બેભાન થઈ ગયો હોઉં ત્યારે એના હાથનો સ્પર્શ મને થતો અને હું જાગી જતો, પણ જાગું ત્યારે એ મારી બાજુમાં હોય જ નહીં. મારા સોજી ગયેલા અને ફાટી ગયેલા પગના તળિયે ઠંડી ફૂંક મારતી એ. અને હું આંખ ખોલું તો હજુ ત્યાં પગ પર સૂકાયેલું લોહી જ હોય! હું કચરાપેટીમાંથી કોઈ સૂકી બ્રેડ ખાતો હોઉં અને ખુશ થતો હોઉં, એટલામાં એ આવતી. હું તેની સામે હસતો અને તેના હોઠ પર બ્રેડનો ટુકડો મૂકતો, પણ...એ ગાયબ થઈ જતી. મને પછી ખાવું પણ ન ભાવતું."

"એ તારી સાથે વાતો ન કરતી?"

"ના..."

"તું શું કરતો પછી?"

"કંઈ નહીં. શું કરી શકું? એ મારા ફરી લાંબા થઈ ગયેલા વાળ પર હાથ ફેરવતી. હું આંખો બંધ કરી દેતો, કારણ કે નહીં તો એ ચાલી જતી. મારી પીઠ પર પડેલા ઉઝરડાઓ પર એ સ્પર્શ કરતી અને મને બળતરા મટી જતી. એ મારી બાજુમાં આવીને મારા અંદર ચાલ્યા ગયેલા

ગાલ સાથે પોતાના ગાલ ઘસતી અને...ઘણીવાર દિવસો સુધી એ મને ક્યાંય દેખાતી નહીં. હું મારા સૂકા હોઠ પરની પાતળી ચામડીને દાંતથી ઉખાડ્યા કરતો, અને ચારે બાજુ જોયા કરતો. એકવાર...બસ એકવાર એ દેખાઈ જાય તો મને શાંતિ થાય, અને એક દિવસ અચાનક આવી જતી મારી સામે હસતી હસતી. હું ખુશ થઈ જતો."

"એ દૂર ઊભી દેખાય. હું તેની બાજુમાં જતો. પરંતુ એ હસતી હસતી આગળ દોડ્યે જતી. હું ઊભો રહી જાઉં, તો આગળ એ પણ ઊભી રહી જતી. હું પાછળ દોડતો. હું બૂમો પાડતો. હાથ ઊંચો કરીને તેને ઊભી રહેવા કહેતો. તેમ છતાં એ ઊભી ન રહેતી. હું રિસાઈ જતો. હું રસ્તા વચ્ચે જ ઊભો રહી જતો. મને ઊભો રહી ગયેલો જોઈને એ ઊભી રહી જતી. વળી પાછી પોતાની પાસે બોલાવતી. હું ધીમે-ધીમે ચાલવાનું શરૂ કરતો. મને ખબર ન પડતી કે એ મને ક્યાં લઈ જાય છે. રસ્તામાં વાહનો હોર્ન માર્યે રાખતા અને ડ્રાઇવર મને ગાળો આપતા."

"એક દિવસ મને એ એક અજીબ જગ્યા પર લઈ ગઈ."

૫૧

“એ દિવસ યાદ છે જ્યારે હું સ્વરા પાછળ દોડ્યે જતો હતો. એ આગળ દોડતી હતી. થોડી-થોડીવારે પાછું ફરીને હસતી હતી. મારું ધ્યાન તેણે પહેલીવાર પહેરેલા પીળાં ફૂલોવાળા ડ્રેસ ઉપર જ હતું. હું જેમ-જેમ આગળ વધતો ગયો તેમ-તેમ મારી પાછળ બધું ગાયબ થઈ રહ્યું હતું. હું જોઈ શકતો હતો કે મારી આસપાસની બિલ્ડિંગ ગાયબ થતી જતી હતી. મારી નીચે રહેલો ડામરનો કાળો રોડ ગાયબ થઈ રહ્યો હતો. આગળ સ્વરા કોઈ લાલ જમીન પર દોડવા લાગી હતી. હું પણ એ જમીન પર તેની પાછળ દોડવા લાગ્યો હતો. સુનકાર હતો. એ જગ્યા પર ખૂબ જ પવન હતો, કોઈ લોકો હતા નહીં, અને ચારે તરફ આકાશ-ધરતી ભેગાં થઈ જતાં હોય એવું જ લાગતું. એ જમીનનો રંગ ધીમે-ધીમે એકદમ લાલ બની રહ્યો હતો. લોહી જેવી લાલ. પોચી. સપાટ. ચારે તરફ બસ લાલ જમીન. ઉપર નીલું આકાશ. દૂર ચારે તરફ દેખાતી ક્ષિતિજ. ઝડપી હવા.

અચાનક એ દિવસે એ મને ત્યાં લાલ જમીન પર છોડીને એ ગાયબ થઈ ગઈ. હું ભૂખ્યો તરસ્યો ચારે બાજુ રખડ્યા કરું પણ કઈ દિશામાં જવું એ પણ ખબર નહીં. કોઈ દિશા જ હતી નહીં. હું થોડી કલાકમાં જ ગભરાવા લાગ્યો. સામે બધે જ નીલું આકાશ એ લોહી જેવી લાલ ધરતીને સ્પર્શતું દેખાતું. હું ક્યાં જાઉં? મેં તો ગભરાહટને લીધે રડવાનું ચાલુ કરી દીધું. પોચી જમીન પર બેસી ગયો. ચારે તરફ ઝીણી નજર કરી રહ્યો પરંતુ આંસુને લીધે હવે તો કંઈ દેખાતું પણ ન હતું. ‘સ્વરા’ નામ પણ યાદ આવતું ન હતું કે જેથી હું તેને સાદ પાડી શકું. બસ હું તેને તેની આંખો અને ચહેરાથી જ ઓળખતાં શીખ્યો હતો.

...ત્યારે દૂર-દૂર ક્ષિતિજ પાસેથી એ ત્રણેય દેખાયા. દૂરથી એક નાનકડા બિંદુમાંથી તેઓ નજીક આવે તેમ મોટાં થતાં જતાં હતાં. કોઈ મદદ કરશે એવું લાગ્યું. મેં આંખો સાફ કરી. ફરી સાફ કરી. બરાબર જોયું પણ એ સરખાં દેખાયાં નહીં. હું દોડ્યો તેમના તરફ! અને નજીક ગયો એવો

જ એમને જોઈને ફસડાઈ પડ્યો જમીન પર. મારા અબ્બા, મુસ્કાન અને સ્વરા ત્રણેય હતા!"

"ઓહ ગૉડ." સેમ લાંબો શ્વાસ લઈને બોલ્યો.

"હા. મારા ગૉડ દેખાયા! શું કરી શકે એક પાગલ? સહન ના કરી શક્યો એમના ચહેરાઓને! દિલ ખુશી અને દુઃખ બંનેને એકસાથે જીરવી ન શક્યું. હું બેભાન થઈને નીચે પડી જવાનો હતો એટલામાં એ ત્રણેય આવીને મને ભેટી પડ્યાં. મુસ્કાને મને પોતાની બાંહોમાં ભરી લીધો અને મારામાં જીવ આવતો હોય એવું લાગ્યું. સ્વરા અને અબ્બા પણ અમને બંનેને ભેટી પડ્યા. અમે ચારેય એકબીજાને વળગીને ઊભાં હતાં અને મારી આંખોએ પેલી લાલ જમીન ધીમે ધીમે લીલી થતી જોઈ હતી! ચારે તરફ થોડીવાર પહેલા આકાશ ધરતીને સ્પર્શતું હતું તે ક્ષિતિજ પર મને પક્ષીઓ ઊડતાં દેખાતાં હતાં. અમે ઘણી વાતો કરી. મુસ્કાને મને પોતાની ગુલાબી ચુંદડીથી લૂછી આપ્યો. કહેતી હતી કે: 'ગાંડા, જો તો ખરો ક્યાં રમવા ગયેલો? રખડી-રખડીને કેટલો કાળો થઈ ગયો છે! તારા કાળા શરીર પર ખાલી પીળા દાંત ચમકે છે, અને માથામાં આ શું માટી ભરાઈ ગઈ છે? શર્ટ ક્યાં? આમ કપડાં વિના ફરીશ તો ચામડી પર ચાઠાં થશે. લોકો કહેશે કે રામે થોડું પણ મીઠું નથી નાખ્યું એના છોકરામાં!'

કેવી અદ્‌ભુત હતી મારી મમ્મીની આંખો! મમતાભરી. વેદનાભરી. કાળજીભરી. હું તો બસ એ બેબાકળી આંખોને જ જોયા કરતો હતો. થતું હતું મારી મમ્મીને મારાં બધાં જ દુઃખ કહી દઉં...પણ...પેટમાંથી એકપણ શબ્દ નીકળતો ન હતો અને હું હજારો વાતો તેમને કહેવા માંગતો હતો. મમ્મી સિવાય અબ્બા અને સ્વરા તો બસ બોલતાં જ ન હતાં. મારો ચહેરો જોઈને રડતી આંખે ઊભાં હતાં. અબ્બા અને મમ્મીની તો ઉંમર પણ થોડી વધી ગઈ હતી. અબ્બા જીન્સ પેન્ટને બદલે સાદું પેન્ટ પહેરીને આવ્યા હતા. મમ્મી તેના આછા લીલી પાંદડીઓવાળા ડ્રેસમાં વધારે સારી લાગતી હતી."

"રૂમી...તારે હજુ પણ કોઈ સાયકોલૉજિસ્ટને આ બધું કહેવું જોઈએ. તને તારાં મા-બાપ અને સ્વરા સતત દેખાતાં" સેમ થોડો ગભરાઈને બોલ્યો.

"મને ક્યારેક થતું એ બધું ભ્રમ હશે પણ...વળી પાછું લાગતું કે એ બંને મારી આસપાસ જ મારું રક્ષણ કરવા ફરી રહ્યાં છે. મને જિંદગી નામની અઘરી રમત રમાડી રહ્યાં છે."

"તારે માટે એ બધાં મર્યાં જ ન હતાં?" સેમે પૂછ્યું.

"પાગલને માટે પોતાના લોકો ક્યારેય મરતાં નથી હોતાં." રૂમીએ કહ્યું. આગળ બોલ્યો–

"તે દિવસે એ લાલ જમીન પર મારે એ બધાંને કેટલું બધું પૂછવું હતું. પણ એ બધા ધીમે ધીમે મારી આંખો સામે ઓગળી રહ્યાં હતાં. જમીન ફરીથી લાલ થવા લાગી હતી અને આકાશ ફરીથી જમીનને સ્પર્શીને છવાઈ ગયું હતું. ધીમે ધીમે...તેમના શરીર તેજ હવામાં ઝીણી ધૂળ બનીને ઓગળી જવાની તૈયારીમાં હતાં. અડધાં ઓગળી ગયાં હતાં. તેમને હું સ્પર્શી શકતો ન હતો. તેઓ જાણે હવાનો જ એક ભાગ બની ગયા હતા. હું તેમને રોકવા ઇચ્છતો હતો છતાં આંસુ સિવાય મારી પાસે શબ્દો ન હતા. પવન વધુ તેજ બની ગયો અને એ ત્રણેયના ચહેરા હજુ હવામાં મારી સામે મુસ્કુરાતા હતા. હું એમના ચહેરાને હાથથી સ્પર્શવા જતો હતો પણ હું કશું સ્પર્શતો ન હોઉં એવું લાગતું હતું. હું ગભરાયેલો હતો કે ત્રણેય ચાલ્યાં ન જાય તો સારું."

"તને એ સમયે પણ કોઈ વિચાર ન આવતો?" સેમ પોતાના ચહેરા પર હાથ મૂકીને નિરાશ અવાજમાં પૂછી રહ્યો હતો.

"ખબર નહીં સેમ...હું એ બધાં સામે આવે ત્યારે કંઈ બીજું સમજી શકતો નથી. હું શું વિચારું છું, શું બોલું છું, કેવી રીતે આ બધું બની રહ્યું છે, એ બધું જ કોઈ જાદુની જેમ એક પલકારામાં ગાયબ થઈ જાય છે. એ બધાં સાથે હોય ત્યારે મને આ દુનિયા એક મિસ્ટ્રી હોય એવું લાગ્યા કરતું. હમેશા. એમના એક એક શબ્દો મારા કાનમાં અત્યારે કેમ જીવતા થાય છે એ પણ મને સમજાતું નથી."

"તે દિવસે તેમણે તને શું કહેલું એ યાદ નથી?" સેમ આ બધું સમજવા માંગતો હતો.

"હા...તેઓ જ્યારે હવામાં નીકળી ગાયબ થઈ જવાનાં હતાં ત્યારે

મુસ્કાન મારા ગાલ પર હાથ મૂકીને જતી રહી. મેં એ સ્પર્શ અનુભવ્યો. જતાં-જતાં તે તેના અવાજને હવામાં છોડતી ગઈ. એ એ જ બોલી જે મને ઘણીવાર સંભળાયું છે પણ મને ક્યારેય આવડ્યું ન હતું! મને એ કહેતી ગઈ કે - 'તારા હૃદય અંદર બેઠેલા આત્માનું સાંભળ...તું આ સ્થિતિમાંથી બહાર આવી જઈશ.' અને પછી એ જ ક્ષણે એ ત્રણેય ગાયબ થઈ ગયાં. એમને ગુમાવવાના ક્રોધની એક ચીસ સાથે હું ઊભો થઈ ગયો. હું જાગી ગયો. હું તો એક રેલવેસ્ટેશનના પેસેન્જરના એન્ટ્રી-ગેટ પાસે પડ્યો હતો. મારી આંખો ખૂલી ત્યારે આસપાસ હજારો માણસો ભાગમભાગ કરી રહ્યા હતા. જીવનમાં આનાથી મોટી નિષ્ફળતા મેં ક્યારેય જોઈ ન હતી સેમ."

"એ લાલ ધરતી શું હશે?" સેમે પૂછ્યું.

"મને ખાતરી છે એ મારું હૃદય હતું. એ ત્રણેય મારા હૃદયમાં જીવતાં હશે. લાલ જમીન મારા હૃદયની દીવાલો હશે! એ ત્રણેયને અનુસરીને હું કદાચ મારા આત્માને અનુસરતો હોઈશ."

(૫૨)

રૂમીએ મોડી રાત સુધી પોતાના દોસ્ત સેમને આગળની વાત કહી. એ ઘટનાઓ આ રીતે બનેલી:

સ્વરાના ગયાનાં બે વર્ષ પછી એ ગાંડો એક દિવસે એક ઓછા ટ્રાફિકવાળા રસ્તા પર ચાલ્યો જતો હતો. લાંબા ખભા સુધીના વાળ. ઊંડું પેટ. પાતળું પણ લોખંડ જેવું શરીર.

એ ચોમાસાની સાંજ હતી. વાતાવરણમાં બફારો હતો. રસ્તા પર ટ્રાફિક ઓછો હતો અને રસ્તાની બાજુના એક મોટા લીલા ગ્રાઉન્ડ પર છોકરાઓ ક્રિકેટ અને ફૂટબૉલ રમી રહ્યા હતા. ગ્રાઉન્ડની ચારે તરફ વૃક્ષો અને સૌથી બહારની બાજુ લોખંડના સળિયાની બનેલી પહોળી, રૂમીની કમર જેટલી ઊંચી જાળી હતી.

પાંચ વાગ્યા ત્યારે ધીમે-ધીમે વરસાદ ચાલુ થયો. વરસાદની ઝીણી બુંદો ગ્રાઉન્ડની ચારે તરફ બહારની બાજુએ બનાવેલા રસ્તા પર ચાલતા રૂમીના શરીરને ધોઈ રહી હતી. રૂમી ગ્રાઉન્ડ અંદર જોતો કોઈ ઊંડા વિચારોમાં ખોવાઈને ક્યારનો ફર્યા કરતો હતો. ચોમાસાની સાંજ એક સુગંધી હવા લઈને આવી હતી. એ સુગંધી હવા રૂમીના પેટમાં જઈને વધારે જોરથી ભૂખ લગાવી રહી હતી. એ ચાલતો ચાલતો ઊભો રહ્યો. તે ગ્રાઉન્ડની લોખંડની ઊભા સળિયાની બનાવેલી બાઉન્ડ્રી પાસે ગયો. અંદર રમતા બાળકોને જોવા લાગ્યો. અંદર એક સરખા ડ્રેસમાં એ બધા હસતા-ખેલતા હતા અને વરસાદની બુંદોમાં નાહવાનો આનંદ લઈ રહ્યા હતા. રૂમી જાળી પકડીને સ્થિર ઊભો રહ્યો. તેની આંખો વરસાદના પાણીના ભારને લીધે બિડાઈ જતી હતી, અને જે પાણી નાનકડી મૂછ પરથી નીચે વહે તેને હોઠ પી જતા હતા. દાઢીના વાળ ભેગા થઈને પાણીની ધાર તેની કમર પર પહોંચાડી રહ્યા હતા.

સાંજ પાડવા આવી હતી. આછું અંધારું હતું. આ મોટા ગ્રાઉન્ડ પર

વરસાદમાં રમવા માટે બીજી ઘણી બધી ટીમ આવી ગઈ હતી. રૂમી લોખંડના સળિયાઓને પકડીને બધા ખેલાડીઓને જોતો ગ્રાઉન્ડનું આખું ચક્કર પૂરું કરવા આવ્યો હતો. એને આ રમત જોવાની મજા આવી રહી હતી. છોકરાઓ ફૂટબૉલ રમી રહ્યા હતા અને નીચે પડી જતા હતા. વળી પાછા ઊભા થઈને બૉલની પાછળ દોડવા લાગતા હતા. એ ખુશ થઈ ગયો.

"એય લડકે...ક્યા હૈ?" જાળીથી થોડે જ દૂર એક મોટી છત્રી નીચે બેઠેલો માણસ પાછું ફરીને બોલ્યો. રૂમી બહાર નીચે બેસીને જાળી પકડીને બે ઊભા સળિયા વચ્ચે પોતાનું મોઢું ભરાવીને પાછળથી રમત જોઈ રહ્યો હતો. રૂમીને તેણે સાદ કર્યો એવો જ તે ઝબકીને પેલા સામે જોવા લાગ્યો. ત્યાં આસપાસ ઘણા યુવાનો વચ્ચે છત્રી નીચે ખુરશી પર બેઠેલો આ ફૂટબૉલની ટીમનો કોચ હતો. પોતાની ટીમની મેચ જોતાં જોતાં તે પિત્ઝા ખાઈ રહ્યો હતો, અને સૂકાયેલા પિત્ઝાના વધેલા ટુકડાઓ પાછળ ફેંકી રહ્યો હતો. રૂમીનું ધ્યાન પેલા કોચને બદલે પિત્ઝા પર વધુ હતું. ના... પિત્ઝા કરતાં પણ પાછળ ફેંકાતા ટુકડાઓ પર વધુ હતું. ત્યાં ઊભેલા બધા જ લોકોએ રૂમીનો દેખાવ જોઈને મોઢાં બગાડ્યાં, અને ફરી બધા મેચ જોવા લાગ્યા. પેલા કોચનો ચહેરો સૌથી વધારે બગડેલો હતો. થોડીવાર સુધી રૂમીએ રાહ જોઈ, અને પછી જ્યારે બધા આગળ મેચ જોવા લાગ્યા ત્યારે તેણે જાળીમાંથી હાથ લાંબો કરીને અંદર પડેલા પિત્ઝાના ટુકડાને લેવાની ટ્રાય કરી. રૂમીના હાથમાં બે-ત્રણ ટુકડા આવ્યા. તે સીધા ચાવ્યા વગર ગળે ઉતારી ગયો. હાશકારો થયો. ભૂખ ખૂબ લાગી હતી. રૂમીએ સૂઈને હાથ લાંબો કર્યો અને અંદરથી ટુકડાઓ વીણવાનું ચાલુ કર્યું. પેલો કોચ હજુ બગડેલા ચહેરે રૂમીને જોઈ રહ્યો હતો. વરસાદમાં ભીના થતા ટુકડા રૂમીને ચાવવા પડતા ન હતા.

"સાલે ઇસ શહર મેં ઇસકે જૈસે ખતમ હી નહીં હોતે." કોચ પોતાની આંગળીમાં સીટી ફેરવતો પોતાના બાજુમાં ઊભેલા ખેલાડીને કહેતો હતો.

રાત પડી ગઈ અને બધા ઘરે જતા રહ્યા. રૂમી બહારની બાજુમાં

જ્યાં સાંજે ખાતો હતો ત્યાં જ સૂઈ ગયો. વાહનો ઓછાં હોવાથી ઊંઘ સારી આવી હતી.

*

બીજે દિવસે રૂમી ત્યાં જ હતો. આખી રાત એ સળિયા વચ્ચે પોતાના પગ ભરાવીને એ ત્યાં જ સૂતો હતો! ધીમો વરસાદ ચાલુ હતો પણ તેને એ કંઈ પડી ન હતી. વરસાદમાં પિત્ઝાના ટુકડાઓ કે જેમના સુધી રૂમીનો હાથ પહોંચતો ન હતો એ બધા જ ભીના થઈને ઓગળી ગયા હતા. સવાર પડી અને બપોર પણ થઈ ગઈ છતાં પેલા પિત્ઝાના ટુકડા ફેંકવાવાળો માણસ આવ્યો નહીં. રૂમી ભૂખ્યો હતો પણ ત્યાંથી ઊભો થઈને જતો ન હતો.

સાંજે એ બંને ટીમ ફરી આવી અને રૂમીને ત્યાં જ બેઠેલો જોઈને પેલા કોચે ફરીથી પિત્ઝા ઑર્ડર કર્યો. આજે તેણે પોતાની ખુરશી અને મોટી છત્રી બાઉન્ડ્રી નજીક રાખ્યા કે જેથી રૂમીને એ નજીકથી જોઈ શકે. ગઈ કાલ જેમ જ ફરીથી રૂમીએ જાળી આસપાસ પડતા ટુકડા વીણી-વીણીને ખાવાનું ચાલુ કર્યું. કોચ ખુશ થતો હતો આ રમતથી. બાજુવાળાને કહેતો હતો - "સાલા કોઈ બીના ચબાયે કેસે કુછ ખા સકતા હૈ? મૈં તો રોટી હો યા પિત્ઝા પીછે કા ટુકડા ફેંક હી દેતા હૂં!"

ત્રીજો દિવસ આવ્યો અને ફરી રૂમી એક ફૂટ પણ દૂર ગયા વગર ત્યાં જ બેઠો હતો! આજે એ કોચને ગુસ્સો આવ્યો. પોતાની ખુરશી પરથી ઊભા થઈને એ રૂમી તરફ આવ્યો અને સિસોટી મારી. રૂમીએ કાન બંધ કરી દીધા. ખસ્યો નહીં.

"બચ્ચુ...યે ફૂટબૉલ ચલ રહી હૈ કોઈ અન્નક્ષેત્ર નહીં સમજા? અબ ચલ નીકલ ઇધર સે વરના..." રૂમીએ કોચના ગુસ્સાનો જવાબ પોતાના પિત્ઝાનો લોટ ચોંટેલા દાંત બતાવી હસીને આપ્યો. પેલો વધારે ગુસ્સે ભરાયો.

બીજી ટીમનો કોચ દૂરથી કહી રહ્યો હતો - "સર...રહેને દો ઉસે. અપના ટાઇમ વેસ્ટ હો રહા હૈ."

આ કોચ માન્યો નહીં, અને ગુસ્સામાં તેણે રૂમીના માથાના વાળ પકડીને

એને બહારથી અંદર ખેંચ્યો. રૂમીનું આંખુ શરીર ઊંચું થઈને લોખંડની ગ્રીલ પર ઘસાઈને મેદાનમાં અંદર પડ્યું. નીચે પિત્ઝાના ચગદાયેલા ટુકડાઓ હતા. રૂમીથી દર્દને લીધે રાડ નખાઈ ગઈ. તેને પેટમાં ઉપરનો અણીદાર સળિયો વાગ્યો હતો. પેલો કોચ વળી કોઈ મેચ જીતી ગયો હોય એમ છાતી ફુલાવીને પાછો વળ્યો પોતાની ખુરશી ઉપર.

"ક્યા મિલા તુઝે ઉસે બાઉન્ડ્રી સે મેદાન કે અંદર ડાલ કે?" બીજી ટીમના કોચે પેલાને પૂછ્યું.

"શાંતિ..." એ આંખો બંધ કરીને પોતનું ટેબલ સરખું કરીને પિત્ઝા ખોલતો બોલ્યો. સામે મેચ ચાલુ થઈ. રૂમી જાળીને ટેકે બેઠો બેઠો રડી રહ્યો હતો.

એક ટુકડો તેના પગ પાસે આવ્યો. રૂમીને ધૂંધળી આંખોથી પણ તે દેખાયો અને ભૂખને લીધે કે અનાયાસે એ ટુકડા તરફ રૂમીનો હાથ પહોંચી ગયો! ભૂખ કોઈ પણ દર્દથી મોટું દર્દ હોય છે એ ફરી સાબિત થયું.

રૂમીએ જેવો ટુકડો ગળા નીચે ઉતાર્યો એવો જ પેલો રેફરી ફરીથી સામે આવ્યો.

"ક્યા હૈ ભે**દ તેરે કો? ઇતના બડા હો કે ભી કોઈ કામ નહીં કર સકતા ક્યા? તુમ લોગ સાલે કભી ભી કમાને કા સોચતે હી નહીં હો. સાલા કહી સે એક-દો રૂપિયા મિલે યા રોટી કા ટુકડા મિલે તો પડે રહતે હૈ ભે**દ..." એ આટલું બોલતાં તો હાંફવા લાગેલો!

બધા જ ખેલાડી અને બીજો એક કોચ રૂમીના ચહેરાને જોઈ રહ્યા હતા. રૂમી ફરી દાંત બતાવીને ભીની આંખે હસી રહ્યો હતો! પેલો કોચ ગુસ્સે હતો, પરંતુ છેવટે થાકીને પોતાની ખુરશી પર આવીને માથું પકડીને બેસી ગયો. મેચ ચાલુ થઈ.

અચાનક તેને શું સૂઝ્યું કે તે કોચ ફરી ઊભો થયો, અને દોડીને રૂમી પાસે ગયો. રૂમીને હાથેથી પકડીને ઊભો કરતાં બોલ્યો–

"આજા તુઝે આજ થોડા ફૂટબૉલ દિખાતા હૂં."

રૂમી રાડો નાખવા લાગ્યો, પણ પેલો કોચ તેને ઘસડીને ગ્રાઉન્ડ પર લઈ ગયો. રૂમીનું સુકાઈ ગયેલું શરીર ખેંચવું ખૂબ જ સહેલું હતું.

વરસાદથી થોડા ભીના મેદાનમાં લૉન પર રૂમીના પગ ઘસાવાને લીધે લીટા થઈ રહ્યા હતા.

પેલાએ રૂમીને પકડીને ગોલ પોસ્ટ આગળ ઊભો રાખ્યો.

"બોય્ઝ...યે અપને નયે ગોલકીપર હૈ. ઇસકા નામ હે ભૂખડ-જંડ...ક્યા?" બધા યુવાનો હસવા લાગ્યા. રૂમી એ બધાની સામું જોઈને ગભરાઈ ગયો.

"યે ભૂખડ-જંડ અબ ઇસ ગોલ પોસ્ટ કે આગે ખડા રહેગા, ઔર મેરે પ્લેયર્સ કી પ્રેક્ટિસ મેં મદદ કરેગા..." કહીને એણે રૂમીને ગોલ-પોસ્ટ આગળ ઊભો રાખ્યો. રૂમી નીચું જોઈને ડરને લીધે ઊભો રહી ગયો. કોચ પોતાની ખુરશી પર ગયો અને પોતાના ખેલાડીઓને લાઇનમાં ઊભા રહેવા ઇશારો કર્યો. બધા ગોલ પોસ્ટની સામે દૂર લાઇનમાં ઊભા રહી ગયા. થોડીવાર બધા ચૂપ થઈ ગયા.

"મૈંને બોલા યે બંદા અપના ગોલ-પોસ્ટ સમજ લો ઔર ગોલ કરો." કોચ જોરથી બોલ્યો.

સટાક...

પહેલા યુવાને બૉલને કિક મારી અને બૉલ રૂમીના કાન પાસે થઈને હવા ફેંકતો સીધો ગોલ પોસ્ટમાં ઘૂસી ગયો. આજે આસપાસ જે કોઈ પબ્લિક હતું તેમાંથી કોઈ બોલવાવાળું ન હતું કે—આ ગાંડાને વાગી જશે.

બીજા ખેલાડીનો વારો હતો. તેણે બૉલને ઘાસ પર મૂકીને થોડે દૂર જઈને પછી ત્રાંસી કિક મારી.

"ધબ્બ..."

રૂમીની છાતીમાં બૉલ અથડાયો અને રૂમી તરત જ નીચે પડી ગયો. છાતી પર હથેળી મૂકીને સૂઈ ગયો.

ઓહ...એ ચિત્કાર...રૂમીની આંખો પડી ગયા પછી બંધ થઈ ગઈ, પણ આજુબાજુ તાળીઓનો અવાજ સંભળાવા લાગ્યો.

થોડીવાર કોઈ કંઈ બોલ્યું નહીં, અને સૌ એકબીજાની સામું જોવા લાગ્યા. બીજા કોચને થયું કે ગાંડો કદાચ બેભાન થઈ ગયો. તે ખુરશીમાંથી ઊભો થયો. તે રૂમી તરફ ચાલવા લાગ્યો.

પણ ત્યાં જ અચાનક રૂમી ઝડપથી ઊભો થયો. છેલ્લાં ત્રણ વર્ષથી

ઠંડી, તડકો, અને વરસાદ સહન કરીને એ છાતી બનેલી છે. એ છાતીની અંદર અત્યારે સુનકાર છે. સન્નાટો છે. બૉલ વાગવાનો અવાજ મોટો આવ્યો હતો, પરંતુ પાંસળીની સહનશીલતા વધુ હશે.

રૂમી તરત જ ફરી ઊભો થઈ ગયો હતો.

ત્રીજો બૉલ ફરી બાજુમાંથી નીકળી ગયો.

"ટારગેટ ટુ ધેટ મૅન..." પાછા ખુરશી પર બેસીને પિત્ઝા ખાતા કોચે રાડ નાખીને કહ્યું. ખેલાડીઓ સજાગ થયા. કોચ હવે ખુશ થયો.

ચોથો બૉલ રૂમીના પગ પર વાગ્યો. એ ફરીથી પડી ગયો.

અને એક બીજી ઘટના બની ગઈ, જેની કોઈને ખબર ન હતી.

રૂમીના શરીરમાં એક વીજળી જેવો રોમાંચ પસાર થઈ ગયો.

શરીરમાં ખુશીઓનું મોજું ફરી વળ્યું! એક ધ્રુજારી ઊઠી અને હૃદયને કોઈ સંદેશો આપી ગઈ. ઠંડી હવા આવી અને ભૂખ્યા-મરવા પડેલા અશક્ત એવા એના શરીરમાં નવો જ ઉત્સાહ આવ્યો. એનો ચહેરો એ જ ક્ષણે ચમકી ઊઠ્યો. કોઈને ખબર ન પડી કે શું થયું?

થોડી જ ક્ષણો પહેલાં રૂંવાડાં ઊભાં કરી દેનારો ચમકારો એના હૃદયમાં થયો! એના ત્રણ વર્ષથી એક પણ વાર ખૂલીને ન હસેલા એ ચહેરા પર તેજ આવ્યું. એ ઝડપથી ફરી તૈયાર થયો એક યોદ્ધાની જેમ! છાતી બહાર કાઢીને! કેવો અજીબ અનુભવ હતો એ. એ પોતાના બંને હાથ ઊંચા કરીને જાણે જગત જીતી ગયો હોય એમ બધાની સામે કૂદકા મારવા લાગ્યો. રાડો નાખવા લાગ્યો.

"હેય...હો...યે...હોહો." બોલતો તે ગોળગોળ ફરવા લાગ્યો.

બધા વિચારવા માંડ્યા. એકબીજાની સામું જોઈને આ ગાંડાના ખેલને જોઈ હસવા માંડ્યા. એ રીતસર મેદાન પર નાચી રહ્યો હતો! તેને કોઈની બીક કે પરવા હોય એવું લાગતું જ ન હતું.

"ક્યા હુઆ ઇસ પાગલ કો?" પેલો કોચ પિત્ઝાને પડતું મૂકીને ઊભો થઈ ગયો. રૂમીના ચહેરા તરફ એ બધાની આંખો હતી.

મિનિટો સુધી એ ગ્રાઉન્ડ પર રૂમીના અવાજ અને ચીસો સંભળાતી રહી. લોકો ભેગા થવા લાગ્યા. કોઈ કહેતું હતું કે કોઈ સર્કસવાળો આવી

ચડ્ડી પહેરીને આ ગ્રાઉન્ડ પર આજે પરફૉર્મન્સ કરવાનો છે. કોઈ કહેતું હતું કે મેં મારી સગી આંખે જોયું કે આ છોકરો થોડા સમય પહેલાં મરી ગયો હતો. તો કોઈ કહેવા લાગ્યું કે એ બિચારાને આંચકી ઊપડી ગઈ છે.

આ બધાની પરવા કર્યા વગર એ ચાલીસ કિલોનું હાડ-પિંજર મેદાન વચ્ચે અડધી ઊતરી ગયેલી ચડ્ડીમાં ડાન્સ કરી રહ્યો હતો અને આંખમાંથી આંસુ ઊડી ઊડીને ઘાસમાં પડતાં હતાં.

તીવ્ર ખુશીની પળ હતી એ. શરીરમાં અજાણી શક્તિ આવી હતી. ભૂખ મટી ગઈ. તરસ છિપાઈ ગઈ. છાતીમાં દુઃખતું બંધ. ચહેરો સતેજ બની ગયો. રૂમીને એ સંદેશો સમજાઈ ગયો હશે.

કોઈ સમજી શક્યું નહીં આ ઘટનાને. થોડીવારમાં બધા ડરવા લાગ્યા. અમુક છોકરાઓ મેદાન છોડીને બાઉન્ડ્રી પાસે આવી ગયા. જે પ્લેયર્સ બૉલ પકડીને ઊભા હતા એ પણ થોડા-થોડા પાછળ હટવા લાગ્યા હતા.

૫૩

"**એ** દિવસે – એ ક્ષણે જ્યારે મને પેલો ફૂટબૉલ છાતી ઉપર વાગ્યો અને બસ એ જ ક્ષણે દિલમાંથી એક અવાજ આવ્યો. મને યાદ આવ્યાં એ બધાં જ ચિત્રો જ્યાં હું કોઈ ને કોઈ જગ્યાએ ઊભો રહેતો અને બીજા છોકરાઓ મારા પર પથ્થર ફેંકતા! હું થોડીવારમાં વાગવાને લીધે રડવાનું ભૂલી જઈને એ રમતને એટલી બધી ખુશ થઈ રમતો કે ભૂખ-તરસ-દુઃખ-દર્દ બધું જ ગાયબ! મને યાદ આવ્યું કે જૂના દિવસોમાં ચોમાસામાં માટીના ગોળાઓ બનાવીને હું બીજા લોકો સામે ફેંકતો, કારણ કે જેને લીધે એ બધા મને સામે પથ્થર કે માટી ફેંકતા, અને મને બસ એ રમત રમવાની મજા પડી જતી. મને યાદ છે હું ઘણીવાર પાણી ભરેલી બૉટલને હવામાં ઉછાળતો, અને કેચ કરવાને બદલે છાતી પર આવવા દેતો. બૉટલને ફરી ઉછાળી નીચે આવે ત્યારે કિક મારતો અને ચારે તરફ ઉડાડ્યા કરતો. જ્યાં સુધી એ બૉટલ ફાટી ન જાય કે, પછી ભીંત સાથે અથડાઈને તૂટી ન જાય ત્યાં સુધી હું રમ્યે જ રાખતો. અરે...પેલી બીયરની કાચની બૉટલ પણ મને યાદ છે. મેં એ બૉટલને હવામાં ઉછાળી હતી અને સીધી મારા માથા પર પડેલી અને ફૂટી ગયેલી. મારી ખૂબ ખરાબ હાલત થયેલી તે દિવસે. સ્કૂલે જતા બાળકો પથ્થર મારતા તો પણ એ પથ્થરો સાથે રમવાની મજા પડી જતી!"

"તને એવું રમવાની મજા કેમ આવતી?"

"ખબર નહીં. મારું દિલ એ જ ચાહતું હતું. કદાચ પીડાતા માણસોને એવો ગુસ્સો પણ આવતો હશે કે કોઈ મને વધારે મારો. મને વધારે દુઃખ આપો. મને વધારે સજા આપો. સેમ...પણ મારો કેસ અલગ હતો. હું તો એ રમતને ચાહતો હતો. હું એ લોકોને મને ટાર્ગેટ કરીને બૉલ મારતા જોઈને એટલો બધો ખુશ થઈ ગયો કે ત્યાં જ ડાન્સ કરવા માંડ્યો! મને કંઈ સમજાતું ન હતું હું કેમ એવું બધું કરી રહ્યો છું, અને મને કોઈની પડી પણ ન હતી. કોઈ બીક નહીં. કોઈ પીડા નહીં. બસ એક ઘટના મારા

મગજમાં જન્મી અને મારો જૂનો બાળપણનો એક કિસ્સો યાદ અપાવી ગઈ એટલું જ એ દિવસે મને નચાવવા માટે કાફી હતું.

એ બધા જ એક પાછી એક ચાલુ પડી ગયા. એક પછી એક બૉલ મારા તરફ આવવા લાગ્યા અને હું ગાંડો હસતો-હસતો એ બધા જ બૉલ રોકી દેતો હતો. ખૂબ ખુશ થતો હતો જ્યારે બૉલને હું મારા શરીરથી ઊભો રાખી દઉં ત્યારે પીડા ભુલાઈ જતી હતી! એક, બે, ત્રણ...એક પણ બૉલને હું નેટની અંદર જવા દેતો ન હતો. કોઈ સુપર-હીરોની જેમ બૉલને મારા બોડી સાથે ભટકાવા દેતો, અને સામે ઊભેલા વિલનને હું હાથેથી બૉલ આપી દેતો હતો. ડાહ્યો થઈને!

થોડીવારમાં મારું આખું શરીર થાકને લીધે અને બૉલ વાગવાને લીધે લાલ થઈ ગયું હતું અને એ બધા પ્લેયર્સ મારા કરતાં પણ વધુ થાક્યા હતા. કમરે હાથ દઈને હાંફી રહ્યા હતા.

કેવી અજાયબ ખુશી હતી. જો દસ વર્ષમાંથી સ્વરા સાથેના બે વર્ષને કાઢી નાખું તો છેલ્લાં આઠ વર્ષથી સતત - દરેક પળ હારેલા, હારતા માણસને એ સમયે એકવાર જ નાનકડી જીતની ખુશી થઈ હતી. એ ટીમ તો સાંજ થઈ એટલે થાકીને ચાલી ગઈ, ભેગા થયેલા લોકો તાળીઓ પાડતા રહ્યા, સર્કસનો કોઈ ખેલાડી સમજીને ખુશ રહ્યા. મોડી રાત્રે ગ્રાઉન્ડ ખાલી થઈ ગયું, પણ હું ત્યાં સવાર સુધી બેસી રહ્યો."

"ગ્રાઉન્ડ પર?"

"સેમ...આમેય હું વળી મારા બંગલો પર જવાનો હતો? ત્યાં જ હું ગોલ-પોસ્ટની વચ્ચે સૂઈ ગયો. બપોર સુધી એ લોકોની રાહમાં બેઠો, અને એ બધા આવ્યા. હું તો ખુશીને લીધે પાછો કૂદવા લાગ્યો. પેલો કોચ બળી ઊઠતો હતો મારા આવા ખેલને લીધે. શું કરું...હું કંટ્રોલ કરી શકતો ન હતો એ અહેસાસને. બીજે દિવસે મને એક નાનો છોકરો પોતાની તરફથી પિત્ઝાનું પૅકેટ ખુલ્લું કરીને આપી ગયો. હું ઊભા-ઊભા જ તે ખાઈ ગયો, અને ગોલ-પોસ્ટ આગળ ઊભો રહી ગયો."

"હટ અબે સાલે..." પેલા કોચે કહ્યું પણ હવે તો હું ખાઈને બેઠો હતો. એ ખાધેલું પચે નહીં ત્યાં સુધી હટવાનો હતો નહીં! એટલે થાકીને

એ કોચ પણ રમવા આવી ગયો. ફરી બધા લાઇનમાં ઊભા રહી ગયા. એક પછી એક બૉલ આવવા લાગ્યા.

સેમ...તને ખબર છે ખૂબ જ ઓછા બૉલ હું પાછળ જવા દેતો હતો. પેલો કોચ ક્યારનો રાડો નાખતો હતો—તું આમ કર, તું તેમ કર...પણ છેવટે એ પણ સમજી ગયો હતો કે આ પાગલ કંઈ સમજે એમ નથી જ. તેને ખબર પડી રહી હતી કે મારી સામે આવનારો બૉલ રોકાઈ જવાનો જ હતો, અને મને મારા હાથ-પગ ભાંગી જાય કે માથું ફૂટી જાય...કશી જ પડી ન હતી.

ત્રીજો દિવસ આવ્યો. હું ત્યાં જ બેઠો હતો. લોકોનાં ટોળાં આવતાં હતાં મને જોવા માટે. એ લોકો વિચારતા હશે કે આ કોઈ લોખંડનો બનેલો માણસ હશે કે જેથી એને એક પણ બૉલ વાગતો નથી, પણ મારે એમને ક્યાં કહેવું કે આ બૉલ વાગવાને લીધે તો હું ત્રણ રાતથી ઊંઘ્યો નથી! મને રાત્રે બધાં અંગ દુઃખતાં હતાં, પણ છતાંયે મારા ચહેરા પરથી હાસ્ય જતું નથી! ગોલ-પોસ્ટ અંદર નેટ ઓઢીને સૂતાં-સૂતાં પણ હું હસ્યે રાખતો હતો. ખુશીઓ એટલી બધી હતી, ઝનૂન એટલું હતું કે હું આંખો બંધ કરવા રાજી ન હતો! કેવા અદ્ભુત એ ત્રણ દિવસ હતા. મેં સરખું કંઈ ખાધું પણ ન હતું છતાં મારી અંદર તાકાત ખૂટતી જ ન હતી.

હું બસ ખુશ હતો.

બીજું બધું જ મારાથી દૂર હતું.

ચોથો દિવસ એક અલગ ટીમ આવી મારી સામે. બધા મોટા અને મજબૂત ખેલાડીઓ હતા. મને એમની કિક ખૂબ જ વાગતી હતી. થોડીવાર બધું સહન કર્યું. પછી સહન ન થયું. મને ગુસ્સો આવ્યો કે કેમ પણ ખબર નહીં મેં એકવાર બૉલને પકડીને નીચે મૂક્યો અને પેલા ખેલાડીઓ જે રીતે દોડીને મારતા હતા તેમ કિક મારી..."

"ઓ તેરે કી..." સેમ ઊછળીને ખુશ થઈને બોલ્યો. ખુરશીમાંથી ઊભો થઈ ગયો!

"હા...અને બૉલ સીધો જ ગ્રાઉન્ડ બહાર રસ્તા પર! કોઈ ચાલતી કારના કાચ પર!"

"પછી?"

બસ...તે બધાએ ધક્કો મારીને હાંકી કાઢ્યો મને! હું જોઈ રહ્યો હતો પેલો કોચ કારવાળાને પૈસા આપી રહ્યો હતો. હું ગ્રાઉન્ડ બહાર પડ્યો હતો. મોડી રાત સુધી ત્યાં જ પડ્યો રહ્યો. તે રાત્રે બધો થાક ભેગો થયો અને હું બેભાન થઈ ગયો.

*

રૂમી સેમ પાસે આવીને ખુરશી પર બેઠો. કૉફીનો મગ મૂકી દીધો. સેમ રૂમીની સામું નીરખી રહ્યો હતો. બંને એકબીજાની સામે હસી પડ્યા. સેમે રૂમમાં રહેલાં ફ્રીજમાંથી વાઈનની બૉટલ લીધી. કાચના બે ગ્લાસ લીધા.

"અજીબ કહાની છે તારી." સેમ ગ્લાસ ટેબલ પર મૂકીને બોલ્યો.

"હા. અસ્ત-વ્યસ્ત છે. અજીબ નહીં."

"વાઈન લઈશ? આ દેશનો વાઈન સૌથી બેસ્ટ હોય છે." કહીને સેમે બંને ગ્લાસમાં રેડવાઈન ભરવા માંડ્યો.

"સાંભળ્યું છે અહીંની ગર્લ્સ તારી પાછળ પાગલ થઈ રહી છે!" રૂમીએ સેમના ગ્લાસ સાથે પોતાનો ગ્લાસ ભટકાવી 'ચીયર્સ' કરીને કહ્યું. સેમ નીચે જોઈને હસવા લાગ્યો.

"હા. મીડિયા સ્ટોરીઝ. મને અહીં સિલોતા નામની છોકરી મળેલી. તે તેના બોડી પર મારી સાઇન લેવા આવી હતી. મને તે ગમી ગયેલી... તો...અમે ફરી મળ્યાં...બસ."

"હિયર ગોઝ...સેમ્યુઅલ ધ સિકર!" રૂમી હસીને બોલ્યો. સેમ થોડો શરમાયો.

(૫૪)

રિસોર્ટની હવામાં વરસાદની ભીની માટીની ખુશ્બૂ સાથે વાઈનની સુગંધ ભળી જતી હતી. સામે તેનો બેસ્ટફ્રેન્ડ સેમ્યુઅલ સ્થિર બેસીને રૂમીની વાતો સાંભળતો હતો. લાકડાના ફર્નિચરની વાર્નિશની હળવી સુગંધ અનુભવી શકાતી હતી.

રૂમીએ આજે પોતાના જીવનની ઘણી બધી વાતો કહી દીધી હતી. સેમને એ બધી વાતોનો ક્યારેય વિચાર પણ આવ્યો ન હતો. તે અત્યારે રૂમીના ચહેરાને વાંચવાનો પ્રયત્ન કરી રહ્યો હતો.

વરસાદ વધી ગયો હતો અને વાતાવરણમાં ઠંડી પણ વધી હતી. રૂમી વાઈનનો ગ્લાસ લઈને ઊભો થયો. થોડીવાર વરસાદના અવાજ સિવાય બીજો કોઈ અવાજ આવ્યો નહીં. રૂમી ડાબી બાજુ રહેલા ફાયર-પ્લેસ પાસે ગયો, અને લાકડાં ગોઠવવા લાગ્યો. સેમ પણ તેની મદદ માટે આવ્યો. બંને ચૂપ હતા. બંને કંઈક વિચારતા હતા. અગ્નિ ચાલુ થયો અને એ બંને ત્યાં બાજુમાં રાખેલી આરામ-ખુરશી પર બેઠા.

“મને એ વાતનો કોઈ અફસોસ ન હતો કે મારે લીધે પેલા રમવાવાળા છોકરાઓ જતા રહ્યા. દિવસો સુધી કોઈ આવ્યું નહીં એટલે પછી મેં મારો જૂનો ઉપાય શોધી કાઢ્યો. મેં માટીનો મોટો બૉલ બનાવ્યો. ચોમાસું હતું એટલે એ બૉલ તૂટી જાય તો ફરી દબાવીને જોડી દેતો હતો, અને રોજ એ બોલથી આખો દિવસ રમ્યા કરતો હતો. પેલા ખેલાડીઓને જોઈને ખબર પડી ગઈ હતી કે બૉલને પગ મારીને દોડાવવાનો અને હાથથી નહીં અડકવાનો! મને એ દિવસોમાં એટલા પગ દુ:ખતા કે બૉલને હું આગળ દોડાવતો જતો અને રાડો નાખ્યે જતો. ઘણીવાર બપોરના તડકામાં ગરમ થયેલો બૉલ કઠણ થઈ જતો ત્યારે એ બૉલથી રમવાની ખૂબ મજા આવતી. સાંજ નજીક થોડો એવો વરસાદ આવતો, અને બૉલ પીગળીને માટી બની જતો. એ માટીના ઓગળી ગયેલા બૉલને હું પગ માર્યા કરતો, અને ગુસ્સામાં માટી ઉડાડ્યા કરતો.

એક દિવસ સવારે બે-ત્રણ કૉલેજિયન છોકરાઓ ફૂટબૉલ લઈને આવ્યા, અને મારાથી થોડે દૂર રમવા લાગ્યા. એ બધા ખૂબ સારા ટ્રેઇન થયેલા પ્લેયર હશે કારણ કે એ બધા બૉલથી અલગ-અલગ ટેક્નિક્સ અને ટેક્ટિક્સ વાપરીને રમી રહ્યા હતા. તેઓ હકીકતમાં ફૂટબૉલને પગ પર અને ખભા પર બેલેન્સ કરવાનું શીખી રહ્યા હતા. બૉલ સાથે સ્પ્રિન્ટ અને ફ્રી-કિક લઈ રહ્યા હતા. એકબીજાને હેડર આપી રહ્યા હતા.

કોઈ હડકાયા કૂતરાને હાડકું દેખાય એમ મને એ લોકોના પગથી ઉછાળાતો બૉલ દેખાયો. મને તો એમના જેવું કરવું હતું બધું! બસ મગજમાં ચડી ગયું એ! મને થયું કે એ લોકો મને રમાડશે અને બૉલ આપશે, પણ એ લોકોના ચહેરા જોઈને એ શક્ય લાગતું ન હતું. મારે તેમને ગુસ્સે કરીને બૉલને ટચ કરાય તેમ લાગતું હતું. હું તેમની નજીક ગયો અને માટીનો ગોળો બનાવીને એક છોકરાને જોરથી માર્યો."

"ઓ તારી..." સેમ હસી પડ્યો.

"અને રૂમી-ગાંડાએ હંમેશની જેમ ધાર્યું હતું એવું જ થયું. પેલો છોકરો તો ગુસ્સે થયો અને ગુસ્સામાં ગાળો બોલતો-બોલતો પોતાની પાસે જેટલી એનર્જી હતી એટલી ભેગી કરીને દોડીને થોડે દૂરથી પોતાના ફૂટબૉલને મારી તરફ કિક મારી."

"ઓહ...વાગ્યો?"

"ના. બૉલ જેવો મારી તરફ આવ્યો કે તરત જ મેં પગ ઊંચો કરી રોકી દીધો. જો કે એ કહેવું પડે કે એનો થ્રો ખૂબ જ ભારે હતો અને મારા પગની અંદર મને હાડકું ભાંગી ગયું હોય તેવું દુખ્યું, પણ હું તો હસતો હતો!"

"પાગલ..."

"અરે...સાંભળ તો ખરો...પછી તું મને પાગલ નહીં કહે. જેવો બૉલ મારી તરફ આવ્યો અને મેં રોક્યો એટલે બૉલ મારાથી થોડે જ દૂર પડ્યો. હું દોડ્યો. બૉલ તરફ દોડ્યો! ઝડપથી બૉલને બે હાથથી ઉઠાવ્યો અને પછી મારું રોકેટ ચાલુ થઈ ગયું."

"મતલબ?"

"હું ગ્રાઉન્ડથી બહાર તરફ ભાગ્યો. બે-ત્રણ સેકન્ડમાં તો પેલી લોખંડની એકાદ મીટર ઊંચી બાઉન્ડ્રી સુધી પહોંચી ગયો, અને કૂદી પણ ગયો. પેલા લોકો વિચારતા રહ્યા ત્યાં તો હું રોડ પર આવી ગયો હતો."

"તેં બૉલની ચોરી કરી?"

"હાસ્તો. એના સિવાય કોઈ ઉપાય જ ન હતો! હું તો બૉલને બે હાથમાં ટાઇટ પકડીને બે-ત્રણ કિલોમીટર સુધી ભાગતો જ રહ્યો. ભાગતાં-ભાગતાં મેં પાછળ જોયું તો પેલા લોકો મારી પાછળ પોતાનું બાઇક લઈને આવી રહ્યા હતા. તેમને મોડે-મોડે સમજાયું હશે કે હું ચોરી કરીને ભાગતો હતો! એક ગાંડો કે જેને ખાવાની પણ ખબર પડતી ન હતી એને બૉલ ચોરવાની અને ભાગવાની ખબર પડતી હતી! મને અત્યારે પણ એ વાતનો વિશ્વાસ નથી થતો કે એવો વિચાર મારા ખોટકાઈ ગયેલા મગજમાં ક્યાંથી આવે? મારા પાગલપનના કરિયરમાં હું ખૂબ ઓછી વાર ખાવાનું કે ઓઢવાનું ચોરી કરીને ભાગ્યો છું. એ દિવસે ફૂટબૉલની ચોરી મારી લાઇફની સૌથી મોટી ચોરી હતી."

"સારી ચોરી હતી!" સેમે કહ્યું. બંને હસી પડ્યા.

"એ ચોરીએ મારી લાઇફ બદલી દીધી હતી."

"કેમ? પછી તું મોટો ચોર બની ગયો?" સેમ વાઈન પીતો બોલ્યો.

"ના. હું એ બૉલ લઈને એક સાંકડી ગલીમાં ઘૂસી ગયેલો. ત્યાં ખૂબ ઓછા લોકો આવજા કરી રહ્યા હતા. હું દોડી દોડીને એટલો થાક્યો હતો કે ત્યાં એક બંધ દુકાનના શટરને ટેકે હાંફતો બેસી ગયો. હજુ ડર હતો કે પેલા લોકો આવશે, અને બૉલ લઈ જશે. સેમ સાચું કહું તો મને માર ખાવાનો થોડો પણ ડર ન હતો. મારા જેટલો માર કોઈ ગાંડાએ ખાધો નહીં હોય. મને ડર હતો કે તે લોકો બૉલ લઈ જશે, અને એટલે જ હું ત્યાં નીચે બેસીને એ ફૂટબૉલને ચુમ્મીઓ ભરવા લાગ્યો. બૉલ પર ચોંટેલી માટી મારા હોઠ પર લાગી રહી હતી અને હું...જે રીતે સ્વરા મને કરતી તે રીતે...બૉલને ચારે તરફ કિસ કરી રહ્યો હતો. મારી ખુશીઓનો પાર ન હતો.

હું દોડીને થાક્યો હતો. મને ભૂખ મરી ગઈ હતી કારણ કે મારી પાસે પેલો બૉલ આવી ગયો હતો. પરંતુ રમવું ક્યાં એ વિચારીને હું દુ:ખી-દુ:ખી થઈ ગયેલો હતો. મને મારી ચારે તરફ હજારો માણસો અને ગીચ બિલ્ડિંગ જ દેખાતા હતા. જો ગમે ત્યાં રમવા લાગુ તો કોઈ બૉલ લઈ જાય તેનો ડર પણ હતો!"

"ચોરને પણ ચોરીનો ડર?"

"મુંબઈમાં ચોર બનતાં વાર નથી લાગતી. પહેલાં ત્યાં પૈસાવાળા ચોર બને, પછી ગરીબ લોકો ચોર બને, છેલ્લે ભૂખ્યા માણસ ચોર બને."

સેમ હસી પડ્યો. રૂમીએ આગળ કહ્યું:

"એ પછીના થોડા દિવસ તો મેં એ બૉલને એક મિનિટ પણ હાથમાંથી છોડ્યો ન હતો. હું સૂતો હોઉં તો પણ એ બૉલ મારી છાતી સાથે જકડીને રાખતો અને રસ્તા પર રખડતો હોઉં તો પણ. રસ્તા પર એકલો હસ્યા કરતો હતો. એ દિવસોમાં મને કોઈ અજીબ ખુશી મળી ગઈ હતી. હું એનાથી રમતો નહીં...બસ જોયા કરતો! ચારે બાજુ કોઈ જગ્યા શોધતો રહેતો કે જ્યાં હું એકલો એ બૉલ સાથે બેસીને વાતો કરી શકું કે રમી શકું.

એકવાર સાંજે રખડતાં-રખડતાં દરિયાકિનારે આવી ગયો અને જોયું તો ત્યાં અમુક લોકો વોલીબૉલ રમતા હતા. મને પહેલાં તો ત્યાં લોકો પાસે મારો બૉલ લઈ જતા ડર લાગ્યો, પણ છેવટે સાંજે અંધારું થયું એટલે બધા નીકળી ગયા પછી હું છુપાતો-છુપાતો રેતીમાં ગયો. છેવટે મને દરિયાની રેતીનું મોટું ગ્રાઉન્ડ મળી ગયું. એક-બે વાર બૉલ પાણીમાં વહી ગયો. હું પાણીમાં અંદર જઈને બૉલ લઈ આવ્યો. એટલે મને તો મારો બૉલ પાણીમાં વહી જવાની ખૂબ જ બીક લાગતી હતી એટલે પાણીથી દૂર જ મેં રમવાનું શરૂ કરી દીધું. આખી રાત રમ્યો. બૉલને હવામાં ઉછાળતો. પેલા છોકરાઓની જેમ માથું મારતો. પગ મારતો. પગ ઉપર બૉલને સ્થિર રાખતો. બૉલ સ્થિર ન રહે તો ગુસ્સે થઈને ઠંડી રેતીમાં આળોટતો! ગુસ્સે થઈને ચારે બાજુ રેતી ઉડાડતો. તે રાત્રે હું ખૂબ જ ખુશ થઈ ગયો. કોઈ હેરાન કરવા ન આવ્યું. એક-બે કોસ્ટ-ગાર્ડ પોલીસ મને ડરાવવા આવી પણ હું બીજે જઈને રમવા લાગ્યો. સવારે જ્યારે

અજવાળું થવા લાગ્યું ત્યારે હું ફૂટબૉલને રેતીમાં દાટીને ઉપર સૂઈ ગયો. સાંજ સુધી ત્યાં જ રેતીમાં સૂતો રહ્યો. ભૂખ્યો."

મગજમાં અમુક વિચારો આપોઆપ ઉત્પન્ન થતા હતા. બૉલની નવી-નવી ટેકનિક ખબર પડી રહી હતી. તે સમયે એકસાથે ત્રણ દિવસ સુધી મેં મોઢામાં કંઈ નાખ્યું ન હતું. મોઢું સૂકાય એટલે કિનારાની હોટેલ બહાર પડેલા પાઉચના ઢગલામાંથી પાઉચ મોઢામાં નિચોવી લેતો.

ચોથા દિવસે મને ખૂબ જ ભૂખ લાગી હતી. ભૂખને લીધે હું હાંફી રહ્યો હતો. મારી પાસે બંને હાથમાં બૉલ પકડેલો હતો, અને તે બૉલ સમાઈ જાય તેવડો પેટનો ખાડો હતો. ભૂખને ભૂલાવવા માટે મને એવો વિચાર આવ્યો કે બૉલથી રમી લઈશ તો ભુખ યાદ નહીં આવે. એટલે મેં બપોર પછી રસ્તા પર જ સાઇડમાં બૉલથી રમવાનું ચાલુ કર્યું. સેમ... તું મારું માનશે નહીં પણ હું એ બધી જ ટેકનીક કરી શકતો હતો. મને બધું જ યાદ હતું. રસ્તે જતા બે-ત્રણ યુવાનો મને એ રીતે જોઈ ગયા અને એ મારી બાજુમાં આવીને તાળીઓ પાડવા લાગ્યા."

"ઍન્ડ ધ કિંગ હેઝ અરાઈવ્ડ!" સેમ આનંદમાં આવીને તાળીઓ પાડીને બોલ્યો. રૂમી હસી પડ્યો. આગળ કહેવા લાગ્યો.

"મારે તો બસ...લાગેલી ભૂખ ભુલાવવાનો ઉપાય શોધવો હતો. એમાં અચાનક મારી આસપાસ માણસો ભેગાં થવા લાગ્યાં. હું બૉલને બળ કરીને કિક મારતો. સામેની દીવાલ પર બૉલ ઝડપથી અથડાતો. બૉલ અથડાઈને પરત આવે ત્યાં હું ફરી હવામાં ઊછળીને ફરી કિક મારતો.

વળી વચ્ચે-વચ્ચે હું બૉલને છાતીથી રોકી, પગ પર બેસાડું. પગથી ઉછાળી ખભા પર. ખભાથી ઉછાળી દીવાલ તરફ કિક મારું. મને યોગ્ય જગ્યા મળી ગઈ હતી. ભૂખ, તરસ, થાક, ડર, દુનિયા, પાગલપન બધું જ ભુલાઈ ગયું! આખો દિવસ હું ત્યાં એ રીતે બૉલ સાથે રમ્યો, અને સાંજ નજીક તો જાણે જાદુગર.

એક દિવસ.

બે દિવસ.

લોકો મારી બાજુમાં ખાવાનું મૂકી જતા. હું દીવાલ નજીક જ સૂઈ

જતો. રોજ આસપાસ લોકો ભેગા થવા માંડ્યા. મારા વિડિયો ઇન્ટરનેટ પર અને ટીવીમાં આવવા લાગ્યા. અચાનક મારા ચહેરા પાસે માઇક લઈને મને સવાલો પૂછવામાં આવ્યાં. હું ગભરાયો. ભાગ્યો. મારી પાછળ કોઈ ને કોઈ આવી જ જતું.

...પરંતુ હું ખુશ હતો."

૫૫

"હું એક મોટા સર્કલ પર ખૂણાની જગ્યા પર ફૂટબૉલ લઈને મારી સર્કસ જેવી કરતબો કરતો હતો. બૉલને હવામાં ઉછાળી પછી તરત જ જમીન પર ઊલટા થઈને પગથી પકડતો. માથા પર સ્થિર બૉલ રાખીને ડાન્સ કરતો. પગ પર બૉલ લઈને હવામાં ખૂબ ઊંચે જાય એવી કિક મારીને ફરી બૉલ જ્યારે નીચે પડે ત્યારે હું એ જ પગ પર સ્થિર રીતે પકડી લેતો. રસ્તા પર મારાં એવાં કરતબો જોઈને ટ્રાફિક જામ થવા લાગ્યો. એ રાત્રે જામ થયેલા ટ્રાફિકમાં એક વ્યક્તિ હતો જે મારાં કરતબ જોઈ ગયો હતો, જે મારા જીવનના રસ્તાને બદલવાનો હતો.

એ રાત પછીની સવારે બધું બદલાઈ ગયું. હું ઊઠીને બેઠો હતો ત્યાં એક ગાડી આવી અને મારી બાજુમાં જ ઊભી રહી. હું ડરી ગયો પણ તોયે ઊભો રહ્યો. અંદરથી કાળા ગોગલ્સ પહેરેલા માણસે કાચ ખોલ્યો અને મને કહ્યું, 'અંદર બૈઠ જા.' હું પણ ગાડી જોઈને તરત જ કોઈ પણ ડર વિના ફૂટબૉલ લઈને અંદર બેસી ગયો. એક મોટા ગેટ પર ગાડી ઊભી રહી. મને ગાડીનું બારણું ખોલતાં પણ નહોતું આવડતું. ડ્રાઇવરે બારણું ખોલ્યું. ગેટથી અંદર એક મોટું લાંબું બિલ્ડિંગ હતું અને ચારે બાજુ લીલું ટૂંકું ઘાસ હતું. મને લીલા ઘાસ પર ઊભો રાખીને ઠંડા પાણીના પાઇપનો મોટો ધોધ મારી ઉપર ચાલુ કરવામાં આવ્યો.

હું ડરીને ભાગું! એ લોકો મને નવડાવવા માંગતા હતા.

છેવટે મને પકડીને નવડાવ્યો. મારા શરીરમાંથી કાળા પાણીને લીધે લૉનમાં ખાબોચિયાં ભરાઈ રહ્યાં હતાં.

હું તડકામાં નગ્ન ઊભો હતો. એક ઘરડા દાદા મને સાફ કરી રહ્યા હતા. હું હાથ ઊંચા કરીને ઊભો રહી ગયો હતો, અને મારું શરીર એ દાદાએ રૂમાલથી ઘસીને સાફ કર્યું.

થોડીવારમાં ત્રીજો માણસ કપડાં લઈને આવી ગયો. તેમાં એક ટી-શર્ટ અને નાયલોન શોર્ટ હતું. તે દાદાએ મને કપડાં આપ્યાં અને ત્યાંથી ચાલવા

લાગ્યા. હું તો કપડા હાથમાં લઈને ઊભો રહી ગયો. ટી-શર્ટ પહેરતાં જ નહોતી આવડતી. હું પહેરી શકતો ન હતો એ દાદાજીને ખબર પડી. તેમણે કપડાં પહેરાવ્યાં.”

“એ ઘટના મારા જીવનની દિશા બદલી રહી હતી. હું એ સમયે મારી સાથે જે થઈ રહ્યું હતું એ બધું જ સ્વીકારી રહ્યો હતો. મને અંદર બિલ્ડિંગમાં લઈ જવામાં આવી રહ્યો હતો. મારી પાછળ એક નોકર મારો ફૂટબૉલ લઈને ચાલી રહ્યો હતો. મારી આગળ એક બીજો માણસ મને એક મોટા એસી રૂમમાં લઈ જઈ રહ્યો હતો. ત્યાં વચ્ચે લંચ-ટેબલ હતું. મને ત્યાં બેસાડવામાં આવ્યો. મારા ખોળામાં સફેદ રૂમાલ પાથરવામાં આવ્યો. મારા આગળ સુગંધી ખાવાનું જોઈને હું તો બંને હાથથી ખાવા લાગ્યો હતો. મારા એંઠા હાથ નવા ટી-શર્ટને લૂછવા લાગ્યો. મને એ રીતે ગંદકી કરતો જોઈને મને બાથરૂમમાં લઈ જઈને ફરી નવડાવ્યો! ફરી નવું ટીશર્ટ પહેરાવ્યું! કોઈ મને આઇસ્ક્રીમ આપી ગયું. મારો ફૂટબૉલ પણ મને ભુલાઈ ગયો હતો! મેં જમી લીધું એટલે તેઓ મને બીજી એક ઠંડી રૂમમાં લઈ જવામાં આવ્યો. મારી આસપાસ તેઓ કશુંક બોલી રહ્યા હતા. મને કદાચ ત્યાં સૂઈ જવા કહી રહ્યા હતા. હું બેડ પર બેઠો એવી જ ઊંઘ આવવા લાગી હતી. બસ...હું સૂઈ ગયો. સાંજે ઊઠ્યો. મારી સામે એક માણસ ઊભો હતો. બેડ પર મારી બાજુમાં બેસીને એ મને બધું સમજાવવા લાગ્યો. હું તેના ચહેરાને જોઈ રહ્યો હતો. તે જ્યારે મારી સાથે વાત કરી રહ્યો હતો ત્યારે બીજો એક માણસ આવીને મારા પગની સાઇઝ માપી રહ્યો હતો. મોડી રાત્રે મને એક અરીસા સામે બેસાડીને શેવ કરી આપવામાં આવી રહ્યું હતું. હું ચૂપ હતો.

રાત્રે દસેક વાગ્યે મને બિલ્ડિંગની બાજુમાં રહેલ કોન્ફરન્સ હોલમાં લઈ જવામાં આવ્યો. હું અંદર ગયો. સામે ઘણા બધા યુવાનો બેઠા હતા. સ્ટેજ પર સફેદ કલરની મોટી ખુરશીઓ હતી. દરેક ખુરશી પર પ્રોફેશનલ કપડાં પહેરેલા લોકો બેઠા હતા. હું અંદર ગયો એટલે સૌએ તાળીઓ પાડી. હું થોડો ગભરાયો હતો. છતાં મારી પાછળ ઊભેલો માણસ મને સ્ટેજ પર વચ્ચે રાખેલી સીટ પર બેસાડી ગયો.

બીજે દિવસે સવારે મને ફરી તૈયાર કરી, ફૂટબૉલ હાથમાં આપી, ગેમના શૂઝ પહેરાવી, કારમાં બેસાડીને એ જગ્યા પર લઈ જવામાં આવ્યો જ્યાં મારું પાછળનું જીવન મેં વિતાવ્યું છે."

"ગ્રાઉન્ડ પર?" સેમ ચમકીને બોલ્યો.

રૂમી આંખો ખોલીને સેમ સામે હસવા લાગ્યો.

"હા. ગ્રાઉન્ડ પર." તે બોલ્યો.

*

જ્યારે હું કારમાંથી મારો ફૂટબૉલ લઈને ઊતર્યો. સામે મોટું ગ્રાઉન્ડ દેખાયું. ચારેબાજુ ઘણા બધા લોકો મને જોવા માટે ત્યાં ઊભા હતા. મને ઉત્સાહ આપવા અવાજો થઈ રહ્યા હતા. હું મેદાનમાં વચ્ચે ઊભો હતો. એ સમયે તે મારા પગ પાસે આવીને ફૂટબૉલ મૂક્યો.

"યેસ...ઈટ વોઝ મી!" સેમ બોલ્યો. રૂમીની સફરનો એ ભાગ બનેલો એનો આનંદ એના ચહેરા પર દેખાતો હતો.

બૉલને જોઈને આસપાસ બધું જ ધીમું પડી ગયું હતું અને મારા ચહેરા પર એ ક્ષણની ખુશી હતી. એક દુનિયામાંથી અલવિદા લઈને હું મારી સપનાંઓની દુનિયામાં પ્રવેશી રહ્યો હોઉં એવો એ અનુભવ હતો! શહેરના ટ્રાફિકમાં તડકામાં કપડાં પહેર્યા વિના જ્યારે આ ગાંડો ફૂટબૉલ હાથમાં લઈને કોઈ સાથે રમવાની આશાએ ઊભો રહેતો એ આશા પૂરી થઈ. મારો ચહેરો ખુશ થયો હતો! મારા લાંબા વાળની અંદર કોઈ અદશ્ય હાથ ફર્યો. મારા પગ પાસે પડેલા ફૂટબૉલને મેં સ્પર્શ કર્યો. મેદાનની ચારે બાજુથી તાળીઓનો અવાજ આવ્યો. સીટીઓ વાગી. સામે ગોલ-પોસ્ટ દેખાયું. મારા જેવા જ લાલ ટીશર્ટવાળા ખેલાડીઓ દેખાયા. હું બધું જ સમજી ગયો. મેં આંખો બંધ કરી. લાંબો શ્વાસ લીધો. મારા શરીરમાં, હૃદયમાં એક તીક્ષ્ણ સ્પાર્ક થયો. મારા દરેક અંગમાં એક નવી ઊર્જા અનુભવી. અને...

ધીમેથી મારા કાન પાસે સફેદ ધુમાડા જેવા આકારમાં મારી મા મુસ્કાન આવી. એણે મારા કપાળને સ્પર્શ્યું. મારા માથા પર હાથ ફેરવ્યો. મારા

કાન પાસે એક માસૂમ અવાજ સંભળાયો: "જા દીકરા...વિશ્વ આખું તારી રાહ જોઈ રહ્યું છે."

...અને હું થોડો પાછળ હટીને બોલ તરફ દોડ્યો.

બસ...

અત્યાર સુધી એ દૃશ્ય રોજ જીવતો રહું છું.

મારી જિંદગીની એ નવી સવાર. નવો સૂરજ. 'રૂમી ગાંડો' હવે ભૂતકાળ હતો. જે લોકો મને પથ્થર મારતા, જે મને ખાવાનું આપતા, જે મને જોઈને હસતા એ તમામ લોકો હવે મારા ખેલને જોઈને તાળીઓ પાડતા હતા.

સાંજે મને ફરી એ બિલ્ડિંગમાં લાવવામાં આવ્યો. મને બધી જ સારવાર મળી રહી હતી. હું સાજો થઈ રહ્યો હતો. ફૂટબૉલના નિયમો શીખી રહ્યો હતો. જીવતો થઈ રહ્યો હતો.

*

રિસોર્ટની એ ભવ્ય રૂમમાં દીવાલ પરની ઘડિયાળમાં સવારના છ વાગ્યા. સેમ રૂમીના શબ્દોને સાંભળીને સ્તબ્ધ બની ગયો હતો. તે કઈ બોલી શકતો ન હતો. રૂમીને ખબર ન પડે એ રીતે તેમની વાતો ચાલુ થઈ તેની શરૂઆતમાં જ તેણે પોતાના સેલફોનનું વોઈસ-રેકોર્ડર ચાલુ કરી દીધું હતું, કે જેથી રૂમીની એ વાતોને તે દુનિયા સામે મૂકી શકે. રૂમી હજુ આંખો બંધ કરીને બેઠો હતો, ત્યારે સેમે પોતાના ખિસ્સામાં રહેલું રેકોર્ડર ચેક કરી લીધું.

૫૬

રૂમીની આજના દિવસ સુધીની કહાની કંઈક આવી હતી:

એ 2014 ચાલી રહ્યું હતું. ગુજરાતના ગોધરાકાંડ રમખાણને બાર વર્ષ નીકળી ચૂક્યાં હતાં. હજુ અમુક જિંદગીઓ તે દિવસોને રોજ સવારે યાદ કરતી હતી. ઘરમાં ખાટલામાં આરામ કરતા વૃદ્ધ આદમીઓ ક્યારેક ઝબકીને જાગી જતા હતા, અને કોઈ પૂછે કે શું થયું ત્યારે પેલા કાળા દિવસોનું નામ આપીને કહેતા કે ખરાબ સપનું આવ્યું હતું.

ગોધરાકાંડ પૂરો થયાને અમુક દિવસો પછી ગોધરાના રેલવેસ્ટેશનની દૂર એક પુલની નીચેની પીલ્લર પર દિવસોમાં એક પોસ્ટર લગાવાયું હતું. એ પોસ્ટરની અંદર એક બાળકનો બ્લેક-ઍન્ડ-વ્હાઇટ ફોટો હતો. એ ફોટો તેને જાણતા કુરેશી-અંકલ લગાવી ગયા હતા. ફોટોની નીચે લખેલું હતું:

'બાળક ગુમ થયેલ છે.'

તાપ અને વરસાદને લીધે એ કાગળ નીકળી ગયો હતો, પરંતુ એ પીલ્લરની સિમેન્ટ પર કાગળમાં રહેલા ચહેરાના ડાઘ ચોખ્ખા દેખાતા હતા. આજકાલ ત્યાં પુલ નીચે રમતા બાળકોને એ ચહેરો ક્યાંક જોયો હોય તેવો લાગી રહ્યો હતો, પણ નીચે 'બાળક ગુમ થયેલ છે' જેવા આછા શબ્દો વાંચીને કોઈ મંદબુદ્ધિ કે ગાંડો છોકરો ભાગી ગયો હશે એમ સમજીને સૌ નીકળી જતા હતા.

...પણ એ આંખો કેમ જાણીતી હતી? કેમ એ બાળકોને રમતાં રમતાં ઊભા રહી જવા માટે મજબૂર કરતી હતી?

કોઈ યુવાન તે પોસ્ટર જોઈને પોતાના દોસ્તને કહેતો: "આ ફોટો રૂમીનો છે?"

બીજી તરફ મુંબઈ એ 'ગુમ થયેલ' બાળકની મહાગાથાને જોવામાં વ્યસ્ત હતું.

2002માં રૂમી અગિયાર વર્ષની ઉંમરમાં પાગલ થઈને ટ્રેનમાં નીકળી

ગયો હતો. પોતાની તરુણાવસ્થાનાં ચાર વર્ષ તે મગજ-હૃદય-જીવનથી શૂન્ય થઈને મુંબઈના રસ્તાઓ પર ભટકતો રહ્યો હતો. પંદર વર્ષનો થઈ ગયો હતો, ત્યારે અચાનક તેને 2006માં સ્વરા મળી ગઈ. સ્વરા સાથે તે ખુશ હતો. ત્યાં જ ફરીથી તેને પાગલ થવું પડ્યું. તે વર્ષ 2009 હતું, જ્યારે અઢાર વર્ષની ઉંમરે રૂમી ફરીથી મુંબઈના રસ્તાઓ પર ભટકવા લાગ્યો હતો. એ બે વર્ષના અંતે તેને ફૂટબૉલ મળ્યો. 2011માં રૂમીને મેદાનમાં ઉતારવામાં આવ્યો. એ 2011 ના છેલ્લા દિવસો હતા, જ્યારે મુંબઈમાં એક સૂરજ ઊગી રહ્યો હતો, અને એક સમયે આ પાગલને પથ્થરો મારનારા તેના ચાહકો બની રહ્યા હતા. બસ...રૂમી ધીમે-ધીમે મુંબઈમાંથી બહાર નીકળીને દેશમાં આવનારી નવી ક્રાંતિનું પ્રતીક બની ગયો હતો. નવેમ્બર, 2011માં ઇન્ડિયન નેશનલ ટીમ એશિયાની બેસ્ટ ટીમ તરીકે આગળ આવી ચૂકી હતી, અને આવનારા વર્લ્ડ-કપ માટે ક્વૉલિફાઈ થઈ ચૂકી હતી. 'ઓલ ઇન્ડિયા ફૂટબૉલ ફેડરેશન' હવે 'FIFA' ફૂટબૉલ વર્લ્ડકપ માટે સૌથી શ્રેષ્ઠ એશિયન ક્વૉલિફાયર બની ગઈ હતી.

2012.

વીસ વર્ષનો રૂમી 'મુંબઈ ફૂટબૉલ ક્લબ (MFC)'માં રમવા લાગ્યો હતો. રૂમી હવે સ્ટ્રાઈકરની પાછળ 'એટેકીંગ મીડ ફિલ્ડર'ની પોઝિશન પર રમવા લાગ્યો હતો. MFC અને અન્ય કોઈ પણ ક્લબની મેચ ચાલુ થતી ત્યારે મુંબઈના યુવાનો પાગલ થઈ જતા! રૂમીને રમતો જોવા માટે ટિકિટો અઠવાડિયા પહેલાં જ વેચાઈ જતી હતી. રૂમીને લીધે શહેરમાં ફૂટબૉલ યુવાનોના લોહીમાં ભળવા લાગ્યો હતો. મુંબઈ ફૂટબૉલ ક્લબ હવે રૂમીને નેશનલ ટીમ માટે મોકલી રહી હતી. રૂમી મુંબઈથી બહાર નીકળીને પોતાના દેશ માટે રમી રહ્યો હતો. નેશનલ ટીમના કોચ હવે તેને યોગ્ય રીતે ટ્રેઈન કરી રહ્યા હતા. ટીમમાંથી સેમ્યુઅલ રૂમીનો દોસ્ત બની ગયો હતો. સેમ્યુઅલે રૂમીની ચુપકીદીને જોઈ હતી. રૂમીની મહેનત તેણે જોઈ હતી. રૂમી એક સ્પિરિટ હતો. રૂમી દેશને ગૌરવ આપવા માટે પહેલીવાર ઊભી થયેલી ફૂટબૉલ ટીમનું પ્રતીક બની ગયો હતો. ટીમના બીજા ખેલાડીઓ પણ હવે રૂમીને જોઈને મનથી મજબૂત બન્યા હતા.

સુબ્રતા રોય, ક્લીફોર્ડ, મેહતાબ, ડેન્ઝીલ, અને કરનજીત એ બધા જ ખેલાડીઓ પોતાનું શ્રેષ્ઠ પ્રદર્શન કરી રહ્યા હતા.

2013.

એ દિવસો દેશના બાળકોને ફરી શેરીઓમાં રમતા કરી રહ્યા હતા. એ દિવસોમાં દેશ એક અજાણ્યા માણસના પોસ્ટર લગાવવામાં વ્યસ્ત હતો. પોસ્ટરની અંદર એ બાળકની મહાનતાના શબ્દો છપાયેલા હતા. એ પોસ્ટરમાં છપાયેલા હીરોની આંખો બાળકોને રમતાં-રમતાં ઊભા રહી જવા માટે મજબૂર કરી રહી હતી! ગોધરાના પેલા જૂના પુલ નીચે રમતા બાળકો એટલે જ એ આંખો જોઈ વિચારમાં પડી જતા.

એ અવાજ ગાજતો હતો અંધારી ગલીઓની અંદર. ચાહકોના ગળામાંથી સતત એ ધૂન બોલાતી હતી:

"રૂમી...રૂમી..."

એક અફાટ ઊર્જાનો સૂરજ ઊગ્યો હતો. ઝૂંપડપટ્ટીની અંદર જીવતા બાળકો પોતાના મા-બાપને રૂમી વિશે પૂછતાં. મા-બાપ એમનાં ભૂખ્યાં બાળકોને સુવડાવવા માટે માથે હાથ ફેરવીને એ યુવાનની જૂઠી વાર્તા બનાવીને કહેતાં. બાળકો એનાં સપનાંઓમાં ચાલ્યાં જતાં. ઊંઘ આવી જતી. રાત્રે ઊંઘમાં પણ પગથી કિક મારતાં! માણસને ખુશ રહેવા માટે રોટલી કરતાં પણ વધુ સપનાંઓની જરૂર હોય છે. એ બાળકોને કોઈ પૂછે કે—

"બેટા...મોટા થઈને તારે શું બનવું છે?"

"રૂમી..." દરેક બાળક બોલતું.

થોડા સમય પહેલાં સડક પર ખેલ કરતો એક ગાંડો માણસ આજકાલ લાખોની માણસોની ધડકનોને તેજ કરી રહ્યો હતો. કેટલીયે છોકરીઓના સપનાંઓમાં એ પોસ્ટર રમતાં હતાં, કોઈ સિન્ડ્રેલાનો મોગલી હતો એ! રૂમીના ખભા સુધી વિખેરાયેલા વાળ યુવાનો માટે ફેશન બની ગઈ હતી! એ યુવાન આજકાલ ન્યૂઝ-પેપર્સ અને ન્યૂઝ-ચૅનલ્સ માટે હેડ લાઇન બની ગયો હતો. મીડિયા એને માણસથી ઉપર લઈ જઈ રહ્યું હતું! વિચારકો તે યુવાનની લાઇફ જોઈને થોડા વધુ વિચાર કરવા લાગ્યા હતા! મોટી કંપનીઓ માટે તે એક પ્રોડક્ટ બની રહ્યો હતો. છેલ્લા

કેટલાક મહિનાઓથી ખ્યાતનામ મૅગેઝિન્સ માટે એ કવરપેજ બની ગયો હતો. દરેક મૅગેઝિન તેની જૂઠી બનાવટી લાઇફ સ્ટોરીનું કવરેજ કરી રહ્યું હતું. રૂમી નામના ઊગતા સૂરજની પૂજા થઈ રહી હતી. ઊગતી ટીમની પૂજા થઈ રહી હતી. ફૂટબૉલ વિશ્વમાં ભારત નામના ઊગતા દેશની પૂજા થઈ રહી હતી.

2013ના ડિસેમ્બરમાં એ જાહેર થયું કે 'ઇન્ડિયન નેશનલ ટીમ' 2014માં યોજાનારા બ્રાઝીલના વર્લ્ડકપમાં રમશે! એ દિવસ દેશના દરેક નાગરિક માટે ઉત્સવ બની ગયો હતો. આખા વિશ્વમાંથી રમતી 32 ટીમની અંદર ઇન્ડિયન નેશનલ ટીમ આવી ચૂકી હતી. જાપાન, સાઉથ કોરિયા, ઈરાન અને ઑસ્ટ્રેલિયા સાથે ઇન્ડિયન ટીમ એશિયામાંથી આવી ચૂકી હતી. ઇન્ડિયન ફૂટબૉલ ટીમનું ગવર્નમેન્ટ સન્માન કરી રહી હતી. ઍવૉર્ડ્સ મળી રહ્યા હતા. રૂમી માટે 10 નંબરની જર્સી તૈયાર થઈ રહી હતી.

2014.

ત્રેવીસ વર્ષનો રૂમી આ વર્ષના પહેલા પાંચ મહિનામાં જ જગત આખામાં લોકપ્રિય બની ચૂક્યો હતો. ફૂટબૉલ ન જાણતું માણસ પણ રૂમીનું વિકિપીડિયા વાંચતું જેમાં એ વ્યક્તિનો કોઈ ભૂતકાળ ન હતો.

2 જૂન, 2014થી વર્લ્ડકપ ચાલુ થઈ રહ્યો હતો. દુનિયાના ખૂણેખૂણેથી ફૂટબૉલના ચાહકો બ્રાઝીલમાં આવી ગયા હતા. ઇન્ડિયા નવી ક્રાંતિને જોઈ રહ્યું હતું. અચાનક અણધારી ઘટનાઓ બનવા લાગી હતી. 32 ટીમમાંથી જે 8 ગ્રુપ બન્યાં હતાં તેમાંથી "એફ" ગ્રુપમાંથી ઇન્ડિયન ટીમ અને ફ્રાંસ સેકન્ડ રાઉન્ડ માટે આગળ આવી ગયાં હતાં. રૂમી નામના આ નવા-નવા ખેલાડીએ ગ્રાઉન્ડ પર જ પોતાનો ડંકો વગાડી દીધો હતો. ચાહકો હવે એક વ્યક્તિ પાછળ પાગલ થઈ રહ્યા હતા. ઇન્ડિયન ટીમનો જુસ્સો એકદમ વધી ગયો હતો. સપનામાં પણ ન કલ્પી શકાય તે રીતે ઇન્ડિયા સેકન્ડ રાઉન્ડમાં આવી ગયું હતું. 10 નંબરની ત્રિરંગો દોરેલી કેસરી ટી-શર્ટ પહેરીને હંમેશાં ચૂપ રહેતો આ યુવાન ચાહકોની સલામ મેળવી રહ્યો હતો. દુનિયાભરમાં તે છવાયેલો હતો. ઇન્ટરનેટના વિશ્વમાં તે ફેલાઈ ચૂક્યો હતો.

એ જ સમયે ફરીથી લોકોનાં મોઢાં ખુલ્લાં રહી ગયાં. ચીલીને હરાવીને ઇન્ડિયન ટીમ ક્વાર્ટર ફાઇનલમાં આવી ચૂકી હતી!

તે રાત્રે દેશ ગુંજી ઊઠ્યો હતો. રૂમીને ખભા પર બેસાડીને ટીમે તેનું સન્માન કર્યું હતું. ટીમ પોતાનું શ્રેષ્ઠ પ્રદર્શન કરી ચૂકી હતી. ઇન્ટરવ્યૂમાં રૂમીને મળવા માટે લોકો બેતાબ થતા હતા, પરંતુ એ વ્યક્તિ ડ્રેસિંગરૂમમાં બેસીને બુક્સ વાંચતો રહેતો હતો! હવે તેના ચાહકો તેના શબ્દોને સાંભળવા બેતાબ બની ગયા હતા. 32માંથી માત્ર 8 ટીમ વધી હતી! દેશમાં હવે સેમી-ફાઇનલમાં પહોંચવાનાં સપનાંઓ સર્જાવા લાગ્યાં હતાં. ટીમ-સ્પિરિટ યોગ્ય હતો, અને હવે માત્ર કટ્ટર હરીફ સમાન સ્પેન, બ્રાઝીલ અને આર્જેન્ટિના ડરાવી શકે તેમ હતા. દેશના ઇતિહાસકારો હવે કોરા પાનાંઓને ભરીને નવો ઇતિહાસ બનાવી રહ્યા હશે. જે દેશ ફૂટબૉલના નામે શૂન્ય હતો એ દેશ એક મજબૂત ટીમને મેદાનમાં ઉતારી ઇતિહાસને બદલાવવા, ભવિષ્યને હાથમાં લેવા બેઠો હતો.

ફરી ધમાકો સર્જાયો! ક્વાર્ટર ફાઇનલમાં સ્પેનને પહેલીવાર 1-0 થી હરાવીને ભારત સેમી-ફાઇનલમાં આવી ચુક્યું હતું. દુનિયાને તો ખબર હતી કે આ 10 નંબરનો એટેકીંગ મીડ-ફિલ્ડર હજુ તો વોર્મઅપ કરી રહ્યો છે! રૂમીએ આખી FIFAમાં અત્યાર સુધી સૌથી વધુ ગોલ માર્યા હતા. તેને ગોલ્ડન શૂ મળી શકે તેમ હતું. ટીમના બીજા ખેલાડીઓ સુનીલ છેત્રી અને સેમ્યુઅલ જ્હોનસન પણ બેસ્ટ પ્લેયર બની શકે તેમ હતા.

દેશ હવે ચૂપ હતો.

ચિંતા થઈ રહી હતી કે હવે સેમી ફાઇનલમાં શું થશે.

ઇન્ડિયાની સેમી ફાઇનલ મેચ બીજા નંબર પર હતી. પહેલી મેચમાં આર્જેન્ટિના સ્પેન સામે જીતી ચૂક્યું હતું, અને ફાઇનલમાં આવી ચૂક્યું હતું. હવે બીજી મેચમાં ઇન્ડિયા અને બ્રાઝીલમાંથી જે કોઈ પણ જીતે તેને ફાઇનલમાં પહોંચવાનું હતું.

મેચ ચાલુ હતી. આખું વિશ્વ જોઈ રહ્યું હતું. છેલ્લી 20 મિનિટ બાકી હતી. બંનેમાંથી એક પણ ટીમને એક પણ ગોલ થયો ન હતો. બ્રાઝીલનો ગોલ-કીપર લુઇઝ સૌથી બેસ્ટ બ્લોકર હતો. જ્યારે છેલ્લી ત્રણ મિનિટ

બાકી હતી ત્યારે સેમ્યુઅલે રૂમીને બૉલ પાસ કર્યો. ફૂટબૉલ વિશ્વમાં રૂમી જેવી સ્પ્રિન્ટ કોઈનાથી શક્ય હતી નહીં. વર્ષો સુધી તાપ-વરસાદ અને ઠંડી સહન કરીને બનેલું તેનું લોખંડ જેવું શરીર ભાગતું ત્યારે ખેલાડીઓ તેને રોકી શકતા પણ ન હતા. બૉલ એકવાર રૂમીના પગને સ્પર્શી જતો, તો પછી તે રૂમીના પગ સાથે જાણે ચીપકી ગયો હોય તેમ લાગતું. સામેની ટીમના ત્રણ-ચાર ખેલાડીઓ આ એટેકીંગ ફિલ્ડરને ઘેરી લેતા છતાં તે બૉલને બહાર કાઢીને પાસ કરી દેતો હતો.

અને...

ગોલ....!

ઇન્ડિયા જીતી ગયું! ઇન્ડિયા ફાઇનલમાં આવી ગયું!

બસ...જાણે દેશને ફરીથી આઝાદી મળી હોય તેવો ઉત્સવ થઈ ઊઠ્યો. લોકો રસ્તાઓ પર આવી ગયા. દેશ જાણે એક થઈ ગયો હોય તેમ લોકો એકબીજાને ભેટી પડતા હતા. આંખો ખુશીનાં આંસુથી ભરાઈ ઊઠતી હતી. ઢોલ અને બેન્ડવાજાં શેરીએ-શેરીએ વાગી રહ્યાં હતાં. ફાઇનલ માટે હવે નમાજ અને પ્રાર્થના સાથે થઈ રહી હતી. લોકો ટીમને જુસ્સો આપવા માટે રેલીઓ કાઢી રહ્યા હતા. ફાઇનલને દિવસે 13 જુલાઈ, 2014 જાહેર-રજા પણ મંજૂર થઈ ગઈ હતી! દુનિયા આખી એક આશા લઈને બેઠી હતી. આર્જેન્ટિના પૂરી રીતે તૈયાર હતું, જ્યારે ભારતીય ટીમ પાસે નવા-નવા ખેલાડીઓ હતા.

ફાઇનલને આગલે દિવસે બંને ટીમ અને લાખો ચાહકો રિયો-દે-જનૈરોમાં આવી ચૂક્યા હતા. આગલે દિવસે જ શહેર રંગો અને ઉત્સવોથી છવાઈ ગયું હતું. આવતીકાલે સાંજે આઠ વાગ્યે મેચ ચાલુ થવાની હતી. દેશમાં તેનું મોડી રાત્રે એક વાગ્યા પછી પ્રસારણ થવાનું હતું. આખો દેશ રાત્રે મોડે સુધી જાગીને પોતાના સપનાને સાકાર થતું જોવાનો હતો. દેશના બાળકો પણ રાત્રે દોઢ વાગ્યે એ ફાઇનલને જોવા માટે જાગવાના હતા.

બધી ટીમ તેમને આપવામાં આવેલા રિસોર્ટમાં પહોંચી ગઈ હતી. આવતીકાલનો વિચાર બધાને ચિંતા અને ઉત્સાહ બંને આપી રહ્યો હતો. આગલે દિવસે રાત્રે રૂમી અને સેમ તેમને આપવામાં આવેલા ટીમના

રિસોર્ટમાં રાત્રે જાગી રહ્યા હતા. રૂમીએ આખી રાત પોતાની કહાની કહી હતી. તે પહેલીવાર કશુંક બોલી રહ્યો હતો. આખી ટીમ રિસોર્ટ અંદર સૂતી હતી. આવતીકાલે મેચ રમવા માટે આરામ જરૂરી હતો. ખેલાડીઓને ફિટનેસ માટે વાઈન પીવાની મનાઈ હોવા છતાં સેમ વાઈન લઈ આવ્યો હતો. જો કે ખેલાડીઓને રાત્રે જાગવાની પણ મનાઈ હતી, છતાં સેમ અને રૂમી જાગી રહ્યા હતા! આવતીકાલે સર્જવાના ઇતિહાસ કરતાં તેને રૂમીના ઇતિહાસમાં વધુ મજા આવતી હતી.

૫૭

સવાર થવા આવી. ધીમો વરસાદ પડી રહ્યો હતો. રૂમી ઊભો થઈને બારી પાસે ગયો. બારી પાસે બેઠેલી બિલાડી નીચે કૂદી ગઈ. બારી બહાર હાથ લાંબો કરીને રૂમી બહાર આવતા વરસાદને પોતાની હથેળીમાં ઝીલી રહ્યો હતો. રૂમીનો ચહેરો ભાવ-વિહીન હતો. ઊંડા વિચારોમાં એ ડૂબી ગયો હતો. ધીમેથી એણે સેમને કહ્યું:

"સેમ...એક કામ કરીશ?"

"બોલને દોસ્ત...તારે માટે હજાર કામ કરીશ." સેમ રૂમીની નજીક ઊભો રહીને બોલ્યો.

"આ તારા પોકેટમાં મારા અવાજને રેકોર્ડ કરતો મોબાઇલ છે એ લોકો સુધી પહોંચાડી દઈશ?"

સેમ ચમકી ગયો. રૂમીને ખબર હતી કે સેમ તે બંનેની વાતોને રેકોર્ડ કરી રહ્યો છે. સેમ થોડું શરમાઈને બોલ્યો:

"દરેક માણસ સુધી પહોચાડી દઈશ. બસ?"

બહાર વરસાદ ગાજ્યો. રૂમીની નજર બહારના આછા નીલા અજવાળામાં પડતા વરસાદને જોઈ રહી હતી. તે બોલ્યો:

"આવતીકાલે હું લોકો સામેથી જતો રહીશ. હું અહીં નહીં હોઉં. હું તમને કહીશ નહીં કે—હું શું કરીશ, પરંતુ હું બીજા એક વિશ્વમાં ચાલ્યો ગયો હોઈશ. સેમ...આપણા દેશના બાળકો મારા જીવનને જોઈને મારા રસ્તે ચાલવા પ્રયત્નો કરશે. મારી જિંદગીનું સરનામું શોધશે. મારી મહાનતાનું કારણ શોધશે. અત્યાર સુધી મેં મારા જીવન વિશે કશું જ કહ્યું નથી, પરંતુ હું કોઈનાં નવાં ઊગેલાં સપનાંઓ માટે જવાબદાર છું. મારે દુનિયાને કહેવું છે કે રૂમી કોણ હતો. સેમ...મારે આ દુનિયાને એક છેલ્લો સંદેશો દેવો છે." કહીને રૂમીએ લાંબો શ્વાસ લીધો. સેમ સામે જોયા વગર તે બહારના ધીમે-ધીમે બહાર આવતા નીલા પ્રકાશને જોઈને થોડા ઊંચા અવાજે કહેવા લાગ્યો:

"રૂમી લોહિયાળ ગોધરાકાંડનો ભોગ બનેલું એક બાળક હતો. જ્ઞાતિ અને ધર્મના નામે શેતાન બનેલાં માનવીઓના આતંકી કર્મોને લીધે કચડાઈને મુંબઈના ધારાવીમાં ફેંકાયેલું બાળક હતો. રૂમીના બાપનું નામ રામ હતું. રૂમીની માનું નામ મુસ્કાન હતું. રામ અને મુસ્કાન એવાં વિશ્વમાનવો હતાં કે જેમણે આ ધરતી પરનો સૌથી સુંદર પ્રેમ કર્યો હતો. પ્રેમ એમની જ્ઞાતિ હતી. હિંદુ કે મુસ્લિમ નહીં. જિંદગીનો ઉત્સવ એમનો ધર્મ હતો. એ ભેગાં જીવ્યાં. ભેગાં મર્યાં. એમની દુકાન, એમની રેંકડી, એમનું ઘર, એમનું શરીર બધું જ રાખ બનીને આ હવામાં ફરે છે."

"રૂમી એ ગાંડું બાળક હતું જેણે મુંબઈની ધરતી પર કચરામાં ગાંડપણ ગુજાર્યું છે. એ કચરામાં રખડતો, નાચતો, ભાગતો, ભટકતો, રડતો. એને સ્વરા નામની એક અનાથ છોકરીએ મોટો કર્યો છે. રૂમી એ બાળક છે જે આજે જે કંઈ પણ છે એ છોકરીને લીધે છે. સ્વરા રૂમીનું અસ્તિત્વ હતી. સ્વરા રૂમીનો આત્મા હતી. સ્વરા રૂમીનું ધરતી પર જીવવાનું એકમાત્ર કારણ હતી. સ્વરાને પણ એક શેતાન માનવીએ રહેંસી નાખી હતી. સ્વરાને જ્યાં ફેંકવામાં આવેલી એ જમીન પર હજુ એના લોહીનો લાલ ડાઘ છે."

"રૂમી એ ગાંડું બાળક હતું જેને માટે એની સ્વરા હજુ જીવે છે. હજુ રોજ રૂમી સ્વરાને જુએ છે. રોજ સ્વરા..."

રૂમી એ વાક્ય આગળ ન બોલ્યો. ધીમેથી બીજી વાત કહી–

"રૂમી એ માણસ છે જેણે મગજની નસો ફાટી જાય એટલી મહેનત કરી છે. જેણે ફૂટબૉલ સાથે જિંદગીને કસીકસીને જીવી છે. જે કોઈ પણ ફરિયાદ વિના હજારોવાર મેદાનમાં ઊતર્યો છે, અને જિંદગીને ક્યારેય મચક નથી આપી. એ નમ્યો નથી. એ હાર્યો છે, થાક્યો છે, રડ્યો છે, રમતાં-રમતાં એના હાથ-પગ ભાંગ્યા છે છતાં એનો આત્મા નમ્યો નથી. રૂમી એ માણસ છે જે મહાન કહેવાતો હશે કારણ કે જિંદગીએ સેંકડોવાર રેડ-કાર્ડ બતાવ્યું છતાં એ મેદાન છોડીને ભાગ્યો નથી. એ મચક નથી આપતો. રામ અને મુસ્કાનનો બાળક મચક નથી આપતો. સ્વરાનો પ્રેમ અંધારાંને ઓગાળીને રોજ આ મેદાનમાં ગોલપોસ્ટ તરફ દોડતો રહ્યો છે,

અને કેટલીયે ડર - નિરાશા - પીડાને કચડીને એ ગોલ ફટકારી દે છે. સ્થિર માણસ નહીં, હંમેશાં દોડનારો જીતી જાય છે. મહાન બને છે."

રૂમીએ લાંબો શ્વાસ લીધો, અને હસીને સેમની સામે જોયું. સેમ રૂમીને જોઈને હસી પડ્યો. ભેટી પડ્યો. ઘણાં વર્ષથી ચૂપ આ વ્યક્તિ એક જ રાતમાં ઘણું બધું બોલી ચૂક્યો હતો. સેમ પોતાની ભીની આંખે આ અજાયબીને નિહાળી રહ્યો હતો.

*

સેમે પોતાના ખિસ્સામાં રાખેલું રેકોર્ડર બંધ કર્યું. રૂમીને ધીમેથી કહ્યું—

"દોસ્ત...તું સ્વરાની વાત કહીશ?"

રૂમી ચમકી ગયો.

"મેં તને બધી વાતો કરી જ છે. બસ એટલું જ છે." રૂમીએ ધીમા અવાજે કહ્યું. સેમને વધુ ઊંડો જવાબ જોઈતો હતો. તેણે પૂછ્યું:

"મેં રેકોર્ડર બંધ કર્યું છે. આખી દુનિયામાં કોઈ એક માણસને તારે કહેવું પડશે કે તું ક્યાં જતો રહેવાનો છે."

રૂમી હળવું હસ્યો.

હકીકત થોડી અલગ હતી!

'રૂમી' નામનો એ વંટોળ ફૂંકાઈ રહ્યો હતો પરંતુ તેની દિશા અને દશા તે ખુદ જ જાણતો હતો. જોનારા માત્ર એનું સ્વરૂપ જોઈને બોલ્યે રાખતા હતા. સાચી કહાની જાણવા માટે એ ભયાનકતાની અંદર ઘૂસીને તેની ધડકનોને સંભાળવી પડે તેમ હતી. રૂમીએ થોડી વાત કરી:

"અમુક વર્ષ પહેલાં હું સ્વરાના મૃત્યુને સહન ન કરી શક્યો અને પાછો ગાંડો થઈ ગયો. પાગલપનનાં વર્ષ નીકળતાં ગયાં. તે દિવસોમાં પેલી ફૂટબૉલવાળી ઘટના બની. મુંબઈનું એ લોકલ ફૂટબૉલ ગ્રાઉન્ડ હતું જ્યાં તે લોકોએ મને ગોલ-પોસ્ટ આગળ ઊભો રાખીને જીવવાનું કારણ શોધી આપ્યું. એ પછીના દિવસોમાં મેં ક્યારેય ગ્રાઉન્ડ છોડ્યું જ નથી. અહીં બ્રાઝીલમાં પણ હું રાત્રે ત્રણ વાગ્યે ઊઠીને એકલો ગ્રાઉન્ડ પર આવી જાઉં છું. હું હાથમાં ફૂટબૉલ લઈને પહોંચી જાઉં છું. એકલો રમું છું. સામે લાખો ખાલી સીટ મારું પરફૉર્મન્સ જોઈ રહી છે એવું માની લઉં છું.

એ લાખો સીટમાંથી હંમેશાં દૂર કોઈ એક સીટ પર સ્વરા બેઠી હોય છે. હું જોઉં છું તેને. મને રમતો જોઈને તેના ચહેરા પર મુસ્કાનને હું જોઉં છું. પરંતુ હું તેને જોયા પછી દોડી શકતો નથી. પગ ઠંડા થતા જાય છે. હૃદય મોટો અવાજ કરવા લાગે છે. મને ભુલાઈ જાય છે કે બોલને ક્યાં લઈ જવો. મને ગોલ-પોસ્ટ પણ ભુલાઈ જાય છે. હું સ્વરાને જોતો રહું છું. તે ગાયબ થઈને બીજી સીટ પર જતી રહે છે. હું આખા મેદાનમાં તેને શોધું છું એ ક્યાંયે મળતી નથી. મેદાનમાં શાંતિ હોય છે. હું ધીમેથી સાદ પાડું છું—'સ્વરા?'

મને તેનો હસવાનો અવાજ સંભળાય છે. હું પણ હસું છું. તે મને હેરાન કરી રહી છે. તે ફરી ત્યાં ગોલ-પોસ્ટ આગળ દેખાય છે. હું સીટ પરથી પાછો મેદાનમાં જાઉં છું. તે નથી હોતી.

હું ગુસ્સે થઈ જાઉં છું. હું પેવેલિયન બાજુ ભાગી જાઉં છું. હું મેદાન છોડીને નીકળી જાઉં છું. હું મારા રૂમમાં જઈને બેડ પર સૂઈ જાઉં છું. થોડીવારમાં સ્વરાનો અવાજ મારા કાનમાં આવવા લાગે છે. હું ચમકીને આંખો ખોલું છું. તે મારા ફૂટબૉલ જર્સી અને શોર્ટ પહેરીને સામે ઊભી હોય છે. હું સૂતો રહું છું. મારી બાજુમાં આવીને બેડ પર બેસીને તે મારા માથામાં હાથ ફેરવવા લાગે છે. તેનો એ નાજુક હાથ મારા લાંબા વાળમાં ફરે ત્યારે મને ફરી આંખો બંધ કરી દેવાનું મન થાય છે. હું આંખો બંધ કરું છું...અને અચાનક મને મારા અને સ્વરાના જૂના દિવસો યાદ આવવા લાગે છે.

પેલી ઊંચી ઇમારતમાં અમે બંને નાઇટ-લેમ્પ ચાલુ કરીને મોડી સાંજે બેડ પર મસ્તી કરી રહ્યાં છીએ. સ્વરા ગિટાર વગાડીને મારે માટે ગાઈ રહી હોય છે. હું સ્વરાનાં કપડાં પહેરીને તે ક્લબમાં કરે તેવો ડાન્સ કરવા લાગ્યો હોઉં છું. મેં તેના સિલ્ક શોર્ટ અને સફેદ શર્ટ પહેરેલ હોય છે. એ હસી રહી હોય છે, અને હું તેની આસપાસ સેડક્ટિવ ડાન્સ કરવા લાગ્યો હોઉં છું. એ હસી રહી હોય છે, અને હું એક પછી એક કપડાં કાઢી રહ્યો હોઉં છું. એ મને જોઈને આંખો પર હાથ મૂકીને હસે છે. મેં હજુ શર્ટ જ કાઢ્યો હોય છે. મને એ આગળ ડાન્સ કરવાની ના પાડે છે.

અમે બંને ભેટી પડીએ છીએ. એ મારી બાંહોમાં હસતી-હસતી અચાનક રડવા લાગે છે. મને પૂછે છે- 'કેમ હું તેના જીવનમાં આવ્યો?'

હું કંઈ બોલતો નથી. મારે પાછી આંખો ખોલી નાખવી પડે છે. હું અહીં બ્રાઝીલમાં મારા બેડ પર પડ્યો હોઉં છું. સ્વરા મારી બાજુમાં નથી હોતી. હું તેના સવાલનો જવાબ આપી નથી શકતો.

શા માટે હું સ્વરાના જીવનમાં આવ્યો?

ફરી સાજો થવા કે ફરી ગાંડો થવા?

મારે પૂછવું છે—તું કેમ મારા જીવનમાં આવી?

મને ફરી સાજો કરવા કે ફરી ગાંડો કરવા?

હું ખૂબ જ એકલતા અનુભવવા લાગુ છું. સ્વરા ચાલી ગઈ હોય છે, અને હું હેરાન થઈ જાઉં છું. સવારના પાંચ વાગી જતા. હું ફરીથી બેડ પરથી ઊભો થઈને ફૂટબૉલ લઈને હોટેલની બહાર નીકળી પડું છું. હું અહીં રિયોના દરિયા પાસે પહોંચી જાઉં છું. સવારમાં ત્યાં કિનારા પર ખૂબ જ ધુમ્મસ હોય છે. ચોખ્ખું નીલું પાણી ઉછાળા મારતું હોય છે. કિનારા પાસે સવારે કોઈ હોતું નથી. હું બોલને નીચે મૂકીને કિક મારતો કિનારા પાસે દોડવા લાગું છું. દૂર-દૂર સુધી નીકળી જાઉં છું. હું મારા મગજને વિચારવા જ દેતો નથી. બોલ જ્યારે મારા આગળ ધીમો પડે ત્યારે ફરી કિક લગાવું છું અને પાછળ દોડવા લાગું છું. હું મારા મગજને વિચારવા દેતો જ નથી. હું બોલથી પણ આગળ નીકળી જવા માટે દોડું છું. બસ મને કોઈ વિચાર આવવો ન જોઈએ.

સેમ...જીવનનાં ઘણાં બધાં દશ્યો એવાં હોય છે કે જે આપણે ખુદ સમજી પણ શકતા નથી.

સવાર સુધી હું દોડતો રહું છું. સવારે પાછો રૂમ પર આવી જાઉં છું. મારા ચાહકોને દેખાતું મારું જીવન શરૂ થઈ જાય છે. મારા ફીઝીકને સમજીને રિસર્ચ કરીને તૈયાર કરેલું બધું ખાઉં છું. ટ્રેનિંગ ચાલુ થાય છે. મારી ટીમ સાથે થોડી વાતો કરું છું. સ્ટ્રેટેજી બને છે. કોચ મને ગાઈડ કરે છે. હું મેદાનમાં ઊતરું છું. કરોડો ચાહકો મારી રમત જોઈને મને ગૉડ બનાવી દે છે.

તેમને કોઈને ખબર નથી હોતી કે - હું મારા શરીરને ઘસી રહ્યો છું કે જેથી મને રાત્રે ઊંઘ આવી જાય. સવારે ત્રણ વાગ્યામાં ફરી સ્વરા મને જગાડે નહીં. મારે ચોરીછૂપી ઊંઘની ગોળીઓ લેવી ન પડે. મુંબઈ તેની સાથે હતો ત્યારે ત્રણ-ચાર વાગ્યે એ રૂમ પર પાછી આવતી. ડોરબૅલ વગાડતી. આવીને બેડ પર મને પોતાની બાંહોમાં પકડીને એ સૂઈ જતી. હું જાગતો. તેના સુગંધી શરીરને જોતો રહેતો. તેની કમર નીચે બનાવેલા ટેટૂને જોયા કરતો, અને તેના ચહેરાને જોતો. તેની પાંપણો ગણવાની ટ્રાય કરતો. તેના ચહેરાની બાજુમાં મારો ચહેરો લઈ જતો. સ્વરાના ચહેરા પર આવતા વાળને મારી આંગળી ફેરવીને તેના કાન પાછળ મૂકી દેતો. હું તેની વધુ નજીક જતો. તેના ચહેરાને સૂંઘતો. સ્વરાના નાકમાંથી નીકળતા ગરમ શ્વાસને મારા શ્વાસમાં લેવા લાગતો. સ્વરાના ગુલાબી હોઠને જોતો, અને પછી હળવેથી સ્વરા જાગે નહીં તે રીતે મારા હોઠ તેના હોઠ પર સ્પર્શ કરતો.

મારા હોઠ તેને સ્પર્શીને ધ્રૂજવા લાગતા. મારું હૃદય દોડવા લાગતું. મને સ્વરાની બાંહોમાં પડ્યા રહેવાનું મન થતું. આખું જીવન એ જ રીતે પસાર થતું હોત તો કેટલું સારું હોત. પરંતુ મેં કહ્યુંને સેમ...આપણને ક્યારેક આપણી ચોઇસ પ્રમાણે જીવવા નથી મળતું.

હું એક વિશ્વમાં રહેવા માગું છું સેમ. ફૂટબૉલ અથવા સ્વરા. મારું નબળું મગજ અને હૃદય એ બંનેને ચાહી શકતાં નથી.

રૂમીએ ફરી નિ:સાસો નાખીને આંખો સાફ કરી લીધી. સેમ રૂમીની વાતો સાંભળીને સ્થિર બની ગયો હતો. તે બોલી શકતો ન હતો. રૂમીને શું જવાબ આપવો તે સમજ પડતી ન હતી. રૂમીની વાતો મૂંઝવણમાં મૂકી દેતી હતી. વિચિત્ર હતી. સેમ પાસે રૂમી માટે એક જ જવાબ હતો. તે રૂમીની વધુ નજીક ગયો. સવારના સાડા છ વાગી ગયા હતા. હમણાં અડધી કલાકમાં કોચ આવવાના હતા. આજે આખો દિવસ યોગ્ય પ્રેક્ટિસ અને મોટિવેશન આપવાની જરૂર હતી.

સેમ સ્થિર ઊભેલા રૂમી પાસે જઈને રૂમીના ખભા પર હાથ મૂકીને બોલ્યો:

"મને ખબર નથી રૂમી તારી સાચી કહાની શું છે. તું કેટલા વિશ્વમાં જીવી રહ્યો છે. પરંતુ હું એટલું ઇચ્છું છું કે દોસ્ત...તું જે વિશ્વને પસંદ કરે...તારા હૃદયને પૂછીને...તેનો અવાજ સાંભળીને કરજે."

રૂમી મુસ્કુરાયો. પોતાના બેસ્ટ-ફ્રેન્ડને આભાર કહી શક્યો નહીં, એટલે બંને ફરી ભેટી પડ્યા. છેલ્લી અડધી કલાક કોઈ અવાજ આવ્યો નહીં. વરસાદ બંધ થઈ ગયો હતો. સાત વાગ્યા એટલે ડોરબેલ વાગી.

"યેસ કોચ..." રૂમીએ અંદરથી કહ્યું.

"ગુડ મોર્નિંગ માય બોય." બહારથી અવાજ આવ્યો, "ઇટ્સ ટાઇમ." કોચ ઘડિયાળમાં જોઈને બોલ્યો, "ઇન ટ્રેનિંગ રૂમ એટ એઈટ-ઓ-ક્લૉક."

"યા. વિલ બી ધેર." રૂમીએ જવાબ આપ્યો.

૫૮

સમય આવી ગયો હતો. સાંજના સાડા સાત થઈ ગયા હતા. ટીમ ડ્રેસિંગરૂમમાં હતી. બધા ચૂપ હતા. થોડી ચિંતા અને થોડો ઉત્સાહ હતો. બહાર મેદાન ખીચો-ખોચ ભરાઈ ગયું હતું. હજારો રંગો, ડ્રમના મોટા અવાજ. ત્રિરંગા. રંગીન ચહેરાઓ. ચારે તરફ રોશની. આકાશમાં કલર ઉડાડી ચૂકેલા બલૂન. સ્ટેજ. પરફોર્મન્સ. ડાન્સર્સ. ચીયરલીડર્સ. જમ્બો ડિસ્પ્લે. કોમેન્ટ્રી બૉક્સ. લાખો ચાહકો. આશાઓ. અપેક્ષાઓ. રાષ્ટ્રગીતો. દેશ-ભક્તિ. ઝનૂન. જુસ્સો. ઉદાસી.

મેચ પહેલાંની મેડિકલ ફિટનેસ ટેસ્ટ થઈ ચૂકી હતી. હવે માત્ર ટી-શર્ટ અને બૂટ પહેરવાની વાર હતી. બહાર નગારાંનો દેશનો અવાજ સંભળાઈ રહ્યો હતો. ચાહકોના અવાજો ઠંડા ડ્રેસિંગરૂમમાં પડઘાઈ રહ્યા હતા. બધા જ ખેલાડી ચૂપ હતા. એકબીજાની સામે જોઈ રહ્યા હતા. રૂમી ઊભો થયો. પોતાની દસ નંબરની ટી-શર્ટ લઈને પહેરી. તેના ચહેરા પર જુસ્સો દેખાતો હતો. બીજા ખેલાડીઓએ પણ ટી-શર્ટ પહેરી લીધી. દરેકના હૃદયના ધબકાર બહાર સંભળાઈ રહ્યા હતા. સ્પોર્ટ્સની દુનિયાનું સૌથી મોટું યુદ્ધ શરૂ થવાને છેલ્લી પંદર મિનિટની વાર હતી. સન્નાટાની અંદર રૂમી ઊભો થયો. તે માત્ર ત્રણ શબ્દ બોલ્યો:

"પ્લે ઈટ લાઈક ઇટ્સ યૉર લાસ્ટ મેચ..."

બધાની મુઠ્ઠીઓ સખત બની. બધા એકબીજા સામે હસવા લાગ્યા. કોચે બહારથી ડોરબૅલ વગાડી. સેમ ઊભો થઈને બારણું ખોલવા ગયો. કોચ અંદર આવ્યો. શાંતિ હતી. ધીમે-ધીમે તેણે દરેકની આંખમાં જોયું. આવી મહાન ક્ષણો પર ટીમનો કોચ હંમેશાં પ્રોત્સાહન આપતો હોય છે. પાંચ મિનિટ સુધી કોચ કંઈ બોલ્યો જ નહીં. બધા ચૂપ હતા. રૂમ કેસરી ટી-શર્ટ અને તેના પર ત્રિરંગાના રંગથી ચમકી રહ્યો હતો. કોચે ઘડિયાળમાં જોયું, અને થોડું મોટેથી બોલ્યો:

"ફીટ?"

"યેસ સર..." એકસાથે સોળ યોદ્ધાનો અવાજ ગુંજ્યો.

"બોય્ઝ. રીમેમ્બર...ધોઝ વ્હુ આર ફીટેસ્ટ, વિલ સર્વાઈવ ફોરેવર..." તેણે ધીમેથી કહી દીધું. બધાએ મોટો શ્વાસ લીધો. બેલ વાગી. સમય થઈ ચૂક્યો હતો.

ઇન્ડિયન ટીમ બહાર આવી. ડ્રમનો મહા-ભયંકર અવાજ આવ્યો. દેશમાંથી આવેલા ચાહકોએ ઊભા થઈને ટીમને સલામી આપી. લાખો લોકોમાં શાંતિ છવાઈ ગઈ. ટીમે સામે સલામી આપી. દરેક હ્દયની અંદર નવો જ્વાળા ફૂટી નીકળ્યો. હવે તો બસ...જીતવા માટે પગ ધ્રૂજી રહ્યા હતા. હવે તો જીતનો હાહાકાર કરવા માટે ચાહકો મુઠ્ઠી વાળીને ખોંખારો ખાઈ રહ્યા હતા.

બંને દેશનાં રાષ્ટ્ર-ગીત શરૂ થયાં. મિડલ લાઇન પરથી ખેલાડીઓ મેદાનમાં ઊતર્યા. સૌએ પોત-પોતાની પોઝિશન લીધી. છેલ્લી મિનિટ. સન્નાટો. દૂર ખૂણામાંથી એક બૂઢાએ મોટેથી શંખ વગાડ્યો. વિજયનાદ પછી ચાહકોનો મોટો અવાજ આવ્યો. રેફરીની સીટી વાગી. મેચ ચાલુ થઈ.

થોડી જ વારમાં ઇન્ડિયન ચાહકોમાં સન્નાટો છવાઈ ગયો. ફર્સ્ટ હાફમાં આર્જેન્ટિના ત્રણ ગોલ ફટકારી ગયું! આખો દેશ હ્દય પર હાથ રાખીને ઈશ્વર-અલ્લાહને પ્રાર્થના કરવા લાગ્યો. ફોરવર્ડ પ્લેયર મેસ્સી બે ગોલ ફટકારી ચૂક્યો હતો, અને મીડ-ફિલ્ડર ફર્નાન્ડો ગાગો પણ યેલ્લો કાર્ડ મળ્યા પછી એક ગોલ મારી ગયો હતો.

સેકન્ડ હાફ શરૂ થયો. જે ફીટ હતા તેઓ સર્વાઈવ કરવાના જ હતા. ઈશ્વર-અલ્લાહ બંનેના ઘર ભેગા હશે. એ બધી જ પ્રાર્થનાઓ એકસાથે જ અને એક જગ્યાએ જ પહોંચી હશે! ફટ...ફટ...ફટ...

સેકન્ડ હાફ પૂરો થવાને બે મિનિટની વાર હતી, અને ઇન્ડિયન ટીમ ચિક્કાર ઝડપથી ત્રણ ગોલ ફટકારી ચૂકી હતી! એક ગોલ રૂમીએ મિડલ લાઇનથી સહેજ દૂરથી જ મારી દીધો હતો. બોલ હવામાં ઊછળીને ગોલ-પોસ્ટના ખૂણામાં ઘૂસી ગઈ હતી. બીજા બે ગોલ સૌથી નાની ઉંમરના બિમલે ફટકારેલા હતા. આ સિઝનના તે બંને ગોલ સૌથી શ્રેષ્ઠ હતા. બિમલ બંને ગોલમાં ગોલ-કીપરના પગ વચ્ચે પહોંચીને પોતાના નાનકડા

શરીર છતાં સ્વીંગ થઈને ગોલ ફટકારી ગયો હતો.

અને ગ્રાઉન્ડમાં ફરી સન્નાટો થઈ ગયો. મેચનો સમય પૂરો થઈ ગયો. નેવું મિનિટમાં બંને ટીમ ૩—૩ સ્કોર બનાવી ચૂકી હતી. હવે નિયમ મુજબ બીજી ૩૦ મિનિટ મળવાની હતી. આ ત્રીસ મિનિટમાં જે વધુ ગોલ કરે તે યુદ્ધનો વિજેતા બનવાનો હતો. મેચ વધુ રોમાંચક બની હતી. દેશની ટીમનો સ્પિરિટ સાતમા આસમાને હતો. સામેની ટીમ વધુ અનુભવોવાળી હતી. ડર હતો. કૅપ્ટન સુનીલે કહી દીધું કે બધા જ ડિફેન્સ તરફના પ્લેયર વધુ ફોકસ રાખે.

પચીસ મિનિટ. બંને તરફથી એક પણ ગોલ નહીં! છવ્વીસ. ૦—૦. ત્રીસ મિનિટ. ૦—૦. ત્રીસ. ૦—૦! અને ત્રીસ ૦—૦.

પ્રેક્ષકોમાંથી એક પણ અવાજ આવ્યો નહીં. બીજી ત્રીસ મિનિટ પણ પૂરી થઈ ગઈ, અને બંને ટીમે એકબીજાને એકપણ ગોલ કરવા દીધો નહીં. હવે રેફરીએ પેનલ્ટી શૂટ માટે સિગ્નલ આપ્યું. આ નબળા હૃદયના માણસને હાર્ટ-ઍટેક અપાવી દે તેવી સ્થિતિ હતી. બંને ટીમને પાંચ-પાંચ પેનલ્ટી મળવાની હતી. બંને ટીમના એક-પછી-એક પ્લેયર આગળ આવીને ફ્રી-કિક મારી શકે, અને જે ટીમનો ખેલાડી કિક મારે ત્યારે તેની બાકીની ટીમ પાછળ થોડે દૂર એકબીજાના ખભા પર હાથ રાખીને ઊભા રહે.

આર્જેન્ટિનાને પહેલી પેનલ્ટી મળી. તેની ટીમમાંથી મીડ-ફિલ્ડર ઝેવિયર આગળ આવ્યો. ઇન્ડિયન ટીમનો સુબ્રતા પાલ ગોલ-કીપર હતો. ઝેવિયર બોલને દૂર ગોઠવીને ઊભો રહ્યો. બાકી બધા ખેલાડીઓ પાછળ દૂર ઊભા રહી ગયા.

શૂટ. ગોલ. આર્જેન્ટિના—1 ઇન્ડિયા—૦

ઇન્ડિયાની ટીમમાંથી સુનીલ છેત્રી આગળ આવ્યો. સામે ગોલ-કીપર સર્જિયો રોમેરો હાલના સૌથી મહાન ગોલ-કીપરમાંથી એક હતો. સુનીલ ગોલને જમણી બાજુ મારવા ઇચ્છતો હતો.

શૂટ. સન્નાટો. આર્જેન્ટિના—1 ઇન્ડિયા—૦.

હવે સામેથી પાબ્લોએ શૂટ કર્યું. ગોલ. સુબ્રતાના હાથને સ્પર્શીને બોલ નેટમાં ઘૂસી ગયો. આર્જેન્ટિના—2 ઇન્ડિયા—૦

ઇન્ડિયા તરફથી ક્લીફોર્ફ મિરાંડા. શૂટ. ગોલ! આર્જેન્ટિના – 2 ઇન્ડિયા – 1

સામેથી નિકોલસ. શૂટ. ગોલ! આર્જેન્ટિના – ૩.

ઇન્ડિયા તરફથી સેમ્યુઅલ. શૂટ. ગોલ! ઇન્ડિયા – 2

હવે બંને ટીમના ત્રણ-ત્રણ શૂટ આઉટ થઈ ચૂક્યા હતા. આગળ સામેની ટીમનો મેસ્સી આવ્યો. તે કૅપ્ટન હતો, અને આ સિઝનમાં રૂમી પછી સૌથી વધુ ગોલ ફટકારી ચૂક્યો હતો.

સ્ટેડિયમમાં હાહાકાર થઈ ઊઠ્યો. મેસ્સીએ બોલને ઉછાળીને બનાના કિક મારી, પરંતુ સુબ્રતા તેને રોકી ચૂક્યો હતો!

હવે ઇન્ડિયન ટીમમાંથી રૂમી અને બિમલ સિવાય કોઈ યોગ્ય ખેલાડી ન હતો. કૅપ્ટને શાંત મગજથી વિચારીને બિમલને ઇશારો કર્યો. બિમલે દૂરથી દોડીને, બોલ નજીક ધીમા પડીને શૂટ કર્યું. રોમેરો બૉલ આવે તે પહેલાં જ નીચે પડી ગયો હતો. ગોલ!

આર્જેન્ટિના – ૩ ઇન્ડિયા – ૩

હવે બંને દેશ માટે એક-એક શૂટ બાકી હતી.

સ્ટેડિયમમાં શાંતિ હતી. બધા જ પોતાના દેશ માટે મન્નત કરી રહ્યા હતા. બંને દેશમાં પણ સુનકાર હતો. બંને દેશમાંથી માત્ર એક-એક પ્લેયર હવે યુદ્ધનો અર્જુન બની શકે તેમ હતો. આર્જેન્ટિનામાંથી કૅપ્ટન મેસ્સીએ અગસ્ટો નામના એવરેજ પ્લેયરને આગળ કર્યો. હવે એક વધુ પડતો ઈંચની, એક પાછળ રહી ગયેલી સેકંડ હરાવી શકે તેમ હતી. અગસ્ટોએ લાંબી રન લઈને કિક મારી.

ધબ્બ...સુબ્રતાની છાતીમાં ભટકાઈને બોલ ફેંકાઈ ગયો! સ્ટેડિયમ એક સાથે ઊભું થઈ ગયું. ઇન્ડિયાને જીતવાના ચાન્સ વધી ગયા. પ્રેક્ષકોમાંથી રહી-રહીને મોટા-મોટા અવાજ આવવા લાગ્યા

કૅપ્ટન સુનીલ છેત્રીએ રૂમીને ઇશારો કર્યો. રૂમી લાંબો શ્વાસ લઈને આગળ ગયો. બંને ટીમ પાછળ ઊભી રહી ગઈ હતી. બધા ખેલાડીઓ એકબીજાના ખભા પર હાથ મૂકીને ત્રિરંગાને લહેરાવવાનાં સપનાં જોવા લાગ્યા હતા. પ્રેક્ષકોમાંથી એક દાદાજીએ શંખનાદ કર્યો.

રૂમી આગળ આવ્યો. બોલને તેણે હાથથી સરખી પોઝિશન પર ગોઠવ્યો.

લાંબો શ્વાસ લીધો. મેદાન એકદમ શાંત થઈ ગયું. રૂમી સામે ગોલકીપર પણ યોગ્ય રીતે રૂમીની કિકની દિશા સમજવા મથી રહ્યો હતો.

થોડી સેકન્ડની જ વાર હતી. રૂમીએ આસપાસ પોતાના ચાહકો સામે જોયું. ઘણી આંખોમાં આંસુ જોયાં. ખુશીનાં આંસુ. આશા. નમાજ. પ્રાર્થના. અચાનક રૂમીને દરેક અવાજ કાન સુધી પહોંચતો બંધ થઈ ગયો. એ અખંડ શાંતિમાં તે માત્ર હૃદયનો આત્માનો અવાજ સાંભળી શકતો હતો. રૂમીની આંખો સામે પલભરમાં ઘણા ચહેરાઓ ઊભરી આવ્યા. બધું જ ધીમું પડી ગયું. સમય સ્થિર થઈ ગયો. રૂમીની આંખો પ્રેક્ષકોમાં ઘૂમી રહી હતી.

રૂમીએ જોયું કે: આજે તેને સામે પ્રેક્ષકોમાં એ દરેક માણસો બેઠા હતા જેમણે ભૂતકાળમાં, પાગલપનના દિવસોમાં પથ્થરો મારેલા હતા. એ બાળકો અત્યારે મોટા થઈ ગયા હતા! સ્ટેડિયમની સૌથી આગળની લાઇનમાં બેસીને રૂમી સામે હાથ હલાવી રહ્યા હતા.

રૂમીએ જોયું કે: સ્ટેડિયમમાં એક તરફ પેલી સિન્ડ્રેલા અને તેનાં મમ્મી ચૉકલેટ કેકનું સફેદ બૉક્સ લઈને બેઠાં હતાં. તે જોઈ શકતો હતો કે સિન્ડ્રેલા આંસુભરી આંખે તેની સામે તે બૉક્સ ધરી રહી હતી. સિન્ડ્રેલાનો મૌગલી રમી રહ્યો હતો.

દૂર....પેલી બાજુ...ભીની નજરે પેલા દાદાજી બેઠા હતા જેમણે રૂમીને તે સવારે પોતાના બંગલો પર લઈ જઈને સાજો કર્યો. તેમણે તેને એક મહાન વ્યક્તિ બનાવ્યો હતો.

પોતાના હાથમાં પેલું ટિફિન લઈને ખવરાવનાર પેલાં બા બેઠાં હતાં. તેમનો ચહેરો હજુ એવો જ હતો.

પોતાના બાળપણના શહેરમાંથી આવેલા જૂના મિત્રો! આહ...રૂમીનું હૃદય વધુ ધડકવા લાગ્યું. તે બધાના ચહેરા રૂમીએ જોયા. એ બધાએ બાળપણમાં ગોધરાની શેરીઓ ખૂંદી વળી હતી રૂમી સાથે! રૂમી સાથે તે બધાએ વડવાઈઓ પકડીને હીંચકા ખાધા હતા. તે બધા આગળ પેલા કુરેશી અંકલ હતા જેઓ રોજ પાંચ વાર મોટે-મોટેથી નમાજ પઢતા હતા. અત્યારે તેઓ નમાજ પઢી રહ્યા હતા.

એ બધામાં રૂમીએ એક દાદાજીને જોયા. તે દાદાજીએ પોતાના આંખ પેટ અને ચહેરા પર ત્રિરંગો દોરેલો હતો! રૂમી તેમને ઓળખતો ન હતો. રામ તેને ઓળખતો હતો. તે દાદાજીએ રામને બૂટની દુકાન ખોલવા માટે પોતાનું ઘર આપી દીધેલું હતું. તે પોતે પોતાનાં સપનાંઓ પૂરાં કરવા માટે નીકળી પડ્યા હતા. રૂમીને એ ચહેરો જોઈને યાદ આવ્યું કે ધારાવીના સ્ટેશન પર જ્યારે રૂમી નીચે ફેંકાયો, અને રૂમી સ્ટેશન બહાર જતો હતો ત્યારે આ દાદાજી મળેલા! એ દાદાજી પોતાનું ફૂટબૉલ મેચ જોવાનું સપનું પૂરું કરવા આવ્યા હશે. દાદાજીને હજુ ખબર નહીં હોય કે આ પેલાં સ્વપ્નાંઓવાળા રામ-મુસ્કાનનો બેટો છે!

ઓહ...પેલો ફૂટબૉલ કોચ દેખાઈ રહ્યો હતો જેણે પિત્ઝાના ટુકડાઓ ફેંકીને ખાવડાવેલા. તેણે રૂમીને પકડીને, સળિયો પેટમાં વાગ્યો તોયે મેદાનમાં ખેંચ્યો હતો. તેણે જ તો રૂમીને ગોલપોસ્ટ બનાવીને ઊભો રાખેલો. એના લીધે રૂમી અહીં પહોંચ્યો હતો!

રૂમીએ જોયું કે—ચાહકોમાં સ્વરાની કાળી કારનો ડ્રાઇવર ઇમદાદ હતો! પેલી નતાશા હતી.

"રૂમી..." એ સન્નાટામાં કોઈ છોકરીનો અવાજ આવ્યો. રૂમીએ તે અવાજ તરફ જોયું.

સ્વરા!...તું આવી ગઈ? રૂમીને વિચાર આવ્યો. તે દૂર પ્રેક્ષકોમાં બેસીને રૂમીને અવાજ કરી રહી હતી. રૂમીએ બોલની સામે જોયું. હજુ બધાં જ દૃશ્યો ધીમાં પડેલાં જ હતાં. સામે ધીમે-ધીમે પોતાનું શરીર આગળ-પાછળ કરતો ગોલ-કીપર ઊભો હતો. રૂમીએ લાંબો શ્વાસ લીધો. તેના હૃદયે અવાજ આપી દીધો. તેના પગમાં વીજળી જેવો ચમકારો થયો. રૂમીના હાથના સ્નાયુઓ ખેંચાઈને મજબૂત બન્યા. ઠંડી હવાનો ફડફડાટ આવ્યો.

...અને ધીમેથી હવામાં એક ધુમાડો રચાયો. રૂમીના કાન પાસે એ ધુમાડાનું વાદળ આવ્યું. હવે રૂમી બોલ તરફ દોડે તેને છેલ્લી સેકન્ડની વાર હતી. બોલ બસ ચાર મીટર દૂરી પર હતો. ફરી ઠંડી હવાનું ઝોકું આવ્યું. તેના કાન પાસેનું વાદળ આકાર બદલીને બે ચહેરાઓમાં ફરી ગયું.

મુસ્કાન. રામ.

ધુમાડામાંથી બનેલી મુસ્કાન રૂમીના કાન પાસે બોલી:

"જા દીકરા...વિશ્વ આખું તારી રાહ જોઈ રહ્યું છે."

રૂમીએ અબ્બા-મમ્મીના અદૃશ્ય થતા ચહેરા જોયા.

દોડ્યો.

ધમ્મ...

અવાજ સાથે બોલ ઊડ્યો. જમીન પર પોતાનો શિકાર જોઈને હવા કાપીને ઊડતા બાજની જેમ રૂમીના પગથી વછૂટ્યો.

રૂમીએ પોતાના બંને હાથ દુનિયા સામે ફેલાવ્યા.

ગોલ...!

ઇતિહાસ અને ભવિષ્ય એકસાથે જન્મી ઊઠ્યાં.

સ્ટેડિયમ દંગ રહી ગયું. એ રાહ જોઈને બેઠેલા ચાહકો. વિજયનાદ. ઢોલ-નગારાં. ઉત્સવો. દેશ છાતી ફુલાવીને ચાલવા લાગ્યો. આવતીકાલે એ બધાં સપનાંઓ જોશે.

રૂમીને ઊંચકીને, રાષ્ટ્ર-ધ્વજ ઓઢાડીને, ખભા પર બેસાડીને એ યોદ્ધાઓ નાચવા લાગ્યા હતા. વર્લ્ડ-કપ ઉપર અત્યારે ઇન્ડિયા લખાઈ રહ્યું હતું.

'ટીમ ઑફ ધ યર', 'ગોલ્ડન કેપ', 'ગોલ્ડન બૂટ' જાણે ઇન્ડિયન ટીમ માટે જ એવોર્ડ્સની સેરેમની ગોઠવાઈ રહી હતી! રૂમી ડ્રેસિંગ રૂમમાં હતો.

કાઉન્ટ ડાઉન શરૂ થઈ ગયું હતું. થોડી જ વારમાં ટીમને વર્લ્ડકપ અને ઍવૉર્ડ્સ મળશે. સેરેમની ચાલુ થઈ જશે. સ્ટેડિયમ થોડી જ વારમાં એક ભવ્ય ઉત્સવ બનીને ચમકવા લાગશે. રૂમીના બધા જ ટીમ-મેટ્સ અત્યારે બહાર ગ્રાઉન્ડ પર ચાહકોને ઓટો-ગ્રાફ આપી રહ્યા હતા.

રૂમીના ખોળામાં પેલો ફૂટબૉલ પડ્યો હતો. આ બોલને સાથે લઈ જવાનો હતો. બીજું કશું યાદ આવતું ન હતું. બધું સેમને સોંપીને તેને નીકળી જવું હતું. ડ્રેસિંગ રૂમનું બારણું ખૂલ્યું.

"રૂમી." સેમ અંદર આવીને બોલ્યો- "કમ ઓન. બહાર બધા તારી રાહ જુએ છે."

"સેમ...તું મારા બધા એકાઉન્ટ મેનેજ કરી લઈશને?"

"હા. તારી બધી જ કમાણી સ્વરા જ્યાં રહેતી એ અનાથ આશ્રમમાં

જ જશે. તું એ બધું ટેન્શન ન લઈશ. મને ખબર છે તું પાછો આ વિશ્વમાં જ આવીશ.” સેમે રૂમીના ખભા પર હાથ રાખીને કહ્યું.

“કદાચ...” રૂમી લાંબો શ્વાસ લઈને ઊભો થયો. સેમની આંખોમાં જોઈને પોતાના હાથ ફેલાવીને બોલ્યો:

“ચલ હવે...દુ:ખી આત્માને લાસ્ટ હગ આપી દે.”

બંને ભેટી પડ્યા. લાંબા સમય સુધી ભેટી પડ્યા. સેમ રૂમીને બહાર લઈ ગયો. લાખો માણસો ભરેલા ગ્રાઉન્ડની વચ્ચે સ્ટેજ બન્યું હતું. અત્યારે ત્યાં એવોર્ડ્સ જાહેર થઈ રહ્યા હતા.

પછીનું બધું જ ફટાફટ બની ગયું. આખી ટીમ વર્લ્ડકપ સાથે ઊભી રહી. રૂમીને ઍવૉર્ડ્સ હાથમાં આપ્યો. આખું વિશ્વ એ છેલ્લી મિનિટમાં બધું સાંભળવા બેતાબ હતું. હંમેશાંથી ચૂપ રહેતા આ વિશ્વમાનવને સાંભળવા માટે દેશમાં હજુ બાળકો સૂતાં ન હતાં.

રૂમી સ્ટેજ પર આવ્યો. તાળીઓની બોછાર સાંભળી. ‘રૂમી...રૂમી’ના નાદ થઈ રહ્યા હતા. દેશવાસીઓ ટીવી સામે સલામ ભરી રહ્યા હતા. તાળીઓ પાડી રહ્યા હતા. રૂમીએ માઇક હાથમાં લીધું. બધા જ ચાહકોને છેલ્લીવાર ધ્યાનથી જોઈ લીધા. તેમની સામે ભીની આંખે હાથ હલાવીને અલવિદા કર્યું. આ ઐતિહાસિક ક્ષણ જેવું લાગી રહ્યું હતું. બધા આ માણસના શબ્દોને લખવા-સાંભળવા આતુર હતા. રૂમી થોડીવાર બધાની સામે જોઈ રહ્યો. શાંતિ હતી. ફૂટબૉલ વિશ્વ સાથે જોડાયેલા બધા જ શાંત થઈ ગયા હતા. રૂમીએ પોતાની આંખ ફરી લૂછી. કરોડો ચાહકોએ પણ લૂછી લીધી. તે બોલ્યો:

“ફૂટબૉલ...હેસ ગીવન મી અ લાઇફ ઍન્ડ મીનિંગ” તે હાથમાં ઍવૉર્ડને જોઈને આગળ બોલી શકતો ન હતો. ગળામાં ફરી શ્વાસ ઊભો રહી ગયો હતો, “થેંક્યુ...” તે બોલ્યો, અને નીચે ઊતરી ગયો. આખું મેદાન ઊભું થઈને તેને બિરદાવવા લાગ્યું. સૌને ખબર હતી કે તે ઓછા શબ્દોનો માણસ છે.

રૂમી પોતાના ટીમ-મેટ્સને એક પછી એક મળીને ચૂપચાપ ગ્રાઉન્ડ બહાર નીકળી ગયો.

૫૯

ટૅક્સી ઊભી રહી.

તેણે ઘર શોધી કાઢ્યું. બપોરના ચાર વાગ્યા હતા.

બેઝમેન્ટમાં જ્યાં રોજ સ્વરાની પેલી કાળી ઍમ્બેસેડર ન હતી. કદાચ પેલા ફકીરાના માણસો કાર ઉઠાવી ગયા હશે. રૂમીએ પોતાના વાળ કપાવીને નાના કરાવી દીધા હતા. મેચમાં પહેરેલા ટી-શર્ટ અને શોર્ટ પહેરીને તે આવી ગયો હતો. કોઈ ઓળખે નહીં માટે તેણે પોતાના ચહેરા પર રૂમાલ બાંધી લીધો. તે બિલ્ડિંગની અંદર ઘૂસ્યો. વોચમૅનને ખબર ન પડે તે રીતે લિફ્ટ સુધી પહોંચી ગયો. લિફ્ટમાં તેણે 21 નંબરનું બટન દબાવ્યું. લિફ્ટ ઉપર જઈને ઊભી રહી. બારણું ખૂલ્યું. નાનકડી થોડી અંધારી લૉબી દેખાઈ.

જૂની હવા શ્વાસમાં આવી. જૂની યાદો સામે દેખાવા લાગી. ત્યાં સુનકાર હતો. તે થોડું ચાલ્યો. નીચે ધૂળમાં પોતાના સ્પોર્ટ્સ શૂઝનાં પગલાં પડી રહ્યાં હતાં. તે આગળ ચાલીને લોબીના જમણી બાજુ રહેલા બારણા પાસે ગયો. બારણા પર લૉક હતું.

એ સ્વરાનું ઘર હતું. અંદર જૂની યાદો ભરી હતી. તે લૉક તોડવા માટે કંઈક શોધી રહ્યો હતો. લોબીમાં નીચે ધૂળ સિવાય કંઈ પડ્યું ન હતું. તે થોડીવાર ત્યાં જ ઊભો રહ્યો. કશુંક વિચારી રહ્યો હતો.

છેવટે તે સામે દેખાતા પગથિયાં ચડીને અગાશી ઉપર ગયો.

ભૂતકાળ ઘેરી વળ્યો.

રૂમી ઊભો રહી ગયો.

જૂના ચહેરાઓ યાદ આવ્યા. ભયાનક ચહેરાઓ યાદ આવ્યા. પેલો એકમાત્ર સ્વરાનો ચહેરો યાદ આવ્યો. રૂમીના પગ અગાશીમાં આગળ ચાલવા માંગતા ન હતા.

છતાં તે આગળ ચાલ્યો. સાંજના ચાર વાગ્યામાં મુંબઈ અજીબ લાગી રહ્યું હતું. ઘણું બદલી ગયું હતું. તે અગાશીની દીવાલ પાસે ગયો. ઓહ...

મુંબઈ હજુ નાનકડું જ લાગતું હતું. પાતળા રસ્તાઓ અને કાળાં-સફેદ વાહનો દેખાઈ રહ્યાં હતાં. સાંજની ધૂપમાં આખા શહેરના દરેક બિલ્ડિંગની દીવાલ પર ઍસિડ છાંટ્યું હોય તેવો રંગ આખું શહેર ભરીને બેઠું હતું. રૂમીએ નીચે રસ્તા પર જોયું. ત્યાં સ્વરાનો લાલ ડાઘ આછો-આછો હતો. રૂમીએ નીચે જોઈને આંખો બંધ કરીને એક નિ:સાસો નાખ્યો. ચહેરા પર ગુસ્સો આવ્યો. તેનો ચહેરો લાલ થઈ ગયો.

તે નીચે જવા માટે પાછો વળ્યો. પાછા ફરતી વખતે તેણે ખૂણામાં સફેદ લીરાઓ નીકળી ગયેલું કપડું જોયું. તે કપડું રૂમીએ હાથમાં લીધું. સ્વરાનો શર્ટ! ધૂપ, વરસાદ અને ઠંડીમાં તેનો રંગ ફિક્કો પડી ગયો હતો. તેમાં બે-ત્રણ પીળા ડાઘ હતા. રૂમીને તે યાદ ન હતું. અહીંથી તે સવારે જતી સમયે આ કપડું તેના માથામાં ઘસેલું. તે લોહીના સૂકા ડાઘ અત્યારે પીળા થઈ ગયા હતા. રૂમીએ તે શર્ટને પોતાના શોર્ટના કમરના રબરમાં ભરાવ્યું. સ્વરાનાં બીજાં કોઈ કપડાં દેખાતાં ન હતાં.

રૂમી ફટાફટ નીચે ઊતરી ગયો. અગાશીના બારણા પાસે એક લોખંડની પાઇપ પડી હતી. રૂમી તે પાઇપ લઈને લૉક તોડવા લાગ્યો.

બારણું ખૂલ્યું.

હૃદય ખૂલ્યું.

જૂની યાદો બહાર આવી. યાદોમાં સ્વરા દેખાવા લાગી.

રૂમી અંદર ગયો, અને પાછળ બારણું આદત પ્રમાણે લૉક કર્યું. રૂમી બારી પાસે ટેબલ પર પડેલી મેગી-નુડલ્સ જોઈ રહ્યો. તે કાચના બાઉલમાં સૂકાઈને કાળી પડી ગઈ હતી. જમીન ઉપર ધૂળ ચડી ગઈ હતી.

પાંચ વર્ષ થઈ ગયાં હતાં.

બધું હતું ત્યાંનું ત્યાં જ હતું. તે કાચના બાઉલમાં ધૂળવાળી એક ચમચી પડી હતી. એક ચમચી નીચે ફર્શ પર પડી હતી. એક સ્વરાની હતી, એક રૂમીની.

સાંજના પાંચ વાગી ગયા હતા. થોડા ઢળતા સૂરજની રોશની બારીના ધૂળવાળા કાચમાંથી આવીને બેડ પર પથરાઈ રહી હતી. બેડ રોજ પડતી રોશનીને લીધે પીળો પડી ગયો હતો. પીળી રોશનીમાં ઊડતી ઝીણી

ધૂળ દેખાઈ રહી હતી. સામે પેલું સ્ટેન્ડ પર ગોઠવેલું કેનવાસ પડ્યું હતું. કેનવાસના સફેદ કાગળ પર પણ ધૂળ જામી ગઈ હતી. નીચે નાનકડા ટેબલ પર સૂકાયેલા રંગો, પીંછી, અને પેલી નાનકડી પેન્સિલ પડ્યા હતા જેનાથી રૂમી પોતાની ડાયરી લખતો હતો. રૂમી કેનવાસ પાસે ગયો. સ્ટેન્ડ વચ્ચે છૂપાયેલી ધૂળવાળી ડાયરી તે જોઈ રહ્યો. હસી પડ્યો.

રૂમીએ પોતાનાં બૂટ-મોજાં કાઢ્યાં અને બેડ પાસે નીચે મૂક્યાં. ઠંડી ટાઇલ્સનો જૂનો અહેસાસ થયો.

સ્વરાનો અવાજ કાનમાં ગુંજી રહ્યો હતો.

તે તરત જ તે અવાજ તરફ જવા ઊભો થયો. ખૂણા પાસે આછા અંધારામાં થોડું ખુલ્લું બારણું જોયું. સ્વરાનો સિક્રેટ-રૂમ હતો એ. રૂમી તે તરફ ગયો. બારણાને ધક્કો લગાવ્યો. ધક્કા સાથે જ ઘણાં બધાં ચામાચીડિયા અને ગભરાયેલા સફેદ કબૂતર ઊડ્યાં. ઊડીને બધાં જ સામેની ખુલ્લી બાલ્કની તરફ ભાગ્યાં. બારણાનો અવાજ એ સન્નાટામાં મોટો આવી રહ્યો હતો. ચારે બાજુ ધૂળ ભરાઈ પડી હતી. ગંદી વાસ આવી રહી હતી. નીચે કબૂતરના જમીન પર અને બેડ પર બનેલા માળા અને ઈંડાં દેખાઈ રહ્યા હતા. ખૂણામાં નીચે તૂટેલું ટીવી પડ્યું હતું. સ્વરાએ તેને ગુસ્સામાં નીચે નાખી દીધું હતું. ટીવીની અંદરના ભાગમાં ચામાચીડિયા ઊંધા લટકી રહ્યા હતા. બેડ અને ઉપર પંખા પર કબૂતરની ચરક પડી હતી. રૂમી ધૂળ અને ધૂપથી આછા થઈ ગયેલા નગ્ન પોસ્ટરને જોઈ રહ્યો હતો.

અંદર સ્વરા જીવતી થઈ રહી હતી.

તે બાલ્કની પાસે ગયો.

અગાશી પરથી દેખાયેલું અને અહીંથી દેખાતું શહેર અલગ હતાં. સાંજની ધૂપમાં આખું શહેર કેસરી બની ગયું હતું. રસ્તા પર ઘણી જગ્યાએ પીળી લાઇટ ચમકી ચૂકી હતી. ધીમી હવા આવી રહી હતી.

બાલ્કનીના કાટી ગયેલા લોખંડની પાઇપ પકડીને ઊભેલા રૂમીને છાતીમાં અજાણ્યું દર્દ થઈ રહ્યું હતું. આંખો ભીની થઈ રહી હતી અને સામેનું કેસરી ચમકતું દૃશ્ય રોળાઈ રહ્યું હતું.

રૂમીએ અચાનક ઝડપથી તે રૂમમાંથી બહાર નીકળીને બારણું ઝટકા

સાથે બંધ કરી દીધું. અંદર બાલ્કની પાસે ઊભી રહીને રૂમી સામે હસતી સ્વરા સારી દેખાતી ન હતી. તેના માથા પર વાળ ન હતા. રડેલી આંખો, અને ગાલ પર મેક-અપના ડાઘ હતા. તે કશુંક કહેવા માગતી હતી, પરંતુ રૂમી સાંભળવા માંગતો ન હતો. તે દોડતો બહાર આવી ગયો, અને તે બારણાને બહારથી લૉક કરી દીધું.

બહાર બારી પાસે કાળું શોર્ટ અને આછું પીળું ટી-શર્ટ પહેરીને સ્વરા ઊભી હતી. બારી બહાર જોતી હતી. તેણે હજુ રૂમીને જોયો ન હતો. તે કેટલી સુંદર લાગતી હતી. તેના ખભા સુધીના વાળ અને સાંજના તડકામાં ચમકતી તેની ત્વચા. તે પરી જેવી લાગતી હતી.

રૂમી તેની પાસે ગયો. રૂમીનું કેસરી ટી-શર્ટ પણ કેસરી ધૂપમાં ચમકી રહ્યું હતું. રૂમી સ્વરાની એકદમ નજીક ગયો. તેનો હાથ પકડ્યો. સ્વરા ચમકી ગઈ. તે બોલી:

"ઓયે...તું અહીં ક્યાંથી? બ્રાઝીલથી મુંબઈ?"

રૂમી સ્વરાની નીલી આંખોને જોતો રહ્યો. નીલી આંખોમાં કેસરી રોશની મળીને તેને દરિયામાં ડૂબતા સૂરજ જેવી બનાવી રહી હતી. રૂમી બોલ્યો:

"બસ એમ જ...વર્લ્ડકપ જીતાડીને આવ્યો છું. આ નીચે રસ્તાઓ ઉપર ટ્રાફિક દેખાય છે તે બધા દેશની જીતને સેલીબ્રેટ કરી રહ્યા છે."

સ્વરા હસી પડી. રૂમીને કમર પર મારીને થોડી શરમાઈને બોલી:

"ખબર છે હવે. ચૂપ રહે."

સામે શહેરમાં ડૂબતા સૂરજને બંને જોઈ રહ્યાં. રૂમીએ થોડીવાર પછી પૂછ્યું:

"આપણે છેલ્લે ક્યાં હતા?"

"મેગી ખાતાં હતાં, અને હું તને કહેવાની હતી કે કેનવાસ પર કેમ કશું દોર્યું નથી." સ્વરા રૂમીને સમજાવતી હોય એમ બોલી.

"તો આગળ કહેવાની હતી ને?"

"ના. હવે નથી કહેવી." સ્વરાએ કહ્યું. બંને હસી પડ્યાં. બંનેની આંખો ફરી મળે એ પહેલાં જ...

સ્વરા ગાયબ થઈ ગઈ. રૂમીને થોડો ઝટકો લાગ્યો. તેને થોડીવાર શ્વાસ

લેવામાં તકલીફ થઈ. તેણે જામી ગયેલી બારીને ખેંચીને ખોલી. સાંજની ઠંડી હવાની લહેર હોલમાં આવી, અને તાજી હવાથી ઘર ભરાઈ ગયું.

રૂમી કેનવાસ પાસે ગયો. છેલ્લાં કિરણોને લીધે થોડા ચમકતા કેનવાસ પર જામેલી ધૂળ ચમકતી હતી.

રૂમી વિચારવા લાગ્યો. *કયું ચિત્ર બનાવું સ્વરા?*

કલર સૂકાઈ ગયા હતા. ચિત્ર બની શકે તેમ ન હતું.

બધું જ ધૂળ ખાવા લાગ્યું હતું. બેડ પર પડેલું સ્વરાનું ગિટાર પણ ધૂળમાં ઝાંખું દેખાઈ રહ્યું હતું. રૂમીના ગળામાં ભારે લાગી રહ્યું હતું. અવાજ નીકળી શકતો ન હતો. રૂમીની તૂટેલી ચડ્ડી બેડ પર પડી હતી. વર્ષો પહેલા સ્વરા તેને તે ગલીમાંથી લઈ આવેલી ત્યારની તે ચડ્ડી તેણે સાચવેલી હતી. રૂમી તે લીરાને જોઈ રહ્યો. તેણે ધૂળ ભર્યા કેનવાસ પર માથું ટેકવીને આંખો બંધ કરી દીધી.

મગજમાં સ્વરા જ હતી માત્ર.

અસ્તિત્વમાં સ્વરા જ હતી માત્ર.

સ્વરા સાથેનાં હજારો દૃશ્ય યાદ આવીને જતાં રહેતાં હતાં. હવે તે રૂમીના પાંચ વર્ષથી ચૂપ હૃદયને વલોવી રહી હતી. હૃદયનો વલોપાત આંખો સુધી આવી ગયો.

રૂમીની બંને આંખોમાંથી એક સાથે આંસુની એક-એક બૂંદ નીચે કેનવાસ પર પડી. કેનવાસ પરની આછી ધૂળની ચાદર પર આ બંને આંસુ પડ્યાં, અને એ બૂંદો એકબીજાથી થોડી દૂર રહીને નીચે તરફ ચાલવા લાગી. દોડવા લાગી.

થોડે નીચે સુધી સાથે દોડીને બંને અશ્રુબિંદુ ત્યાં જ ધૂળમાં એકલાં જ, અલગ-અલગ સુકાઈ ગયાં.

કેનવાસ પર ચિત્ર રચાયું. બે આછી-ચોખ્ખી-ભીની લીટીઓ બની ગઈ.

તે લીટીઓની બંનેની શરૂઆત હતી. તે જીવતી થતી હતી. થોડો સમય સાથે ચાલતી હતી. એકબીજાને નજીક રહીને તે બંને નીચે તરફ દોડી રહી હતી, અને થોડે આગળ જઈને તે બંને એક-સાથે ઊભી રહી જતી હતી.

રૂમીએ આંખો લૂછીને થોડા દૂર જઈને કેનવાસ જોયું. તે રડતી આંખે હસી પડ્યો.

ભરાયેલું ગળું બોલી ન શક્યું, પરંતુ હૃદય જરૂર બોલી ચૂક્યું:

"સ્વરા...હું અને તું...આ અજાણતાં રચાઈ ગયેલા ચિત્રની જેમ જ હતાં. આપણે બંને પોત-પોતાની કહાની લઈને આવ્યાં હતાં. આ બંને લીટીઓની જેમ આપણે થોડો સમય સાથે ચાલ્યાં હતાં...

...અને એક સમયે બંને અદૃશ્ય થઈ ગયાં.

...અધૂરી કહાનીઓ છોડીને."

રૂમી ગઈ કાલે આખી રાત જાગ્યો હતો. આખા દિવસની પ્રેક્ટિસ અને રાત્રે મેચમાં સૌથી વધુ મહેનત. રૂમીનું આખું લોખંડ જેવું શરીર દુ:ખી રહ્યું હતું. ભારે થાક લાગ્યો હતો. ઓછું હતું તો હવે મગજમાં સ્વરા અને ભારે હૃદય.

તે બેડ પર પડ્યો. ધૂળ ઊડી. આંખો બંધ થઈ.

૬૦

"ઓયે... ચલ ઊભો થા."

અવાજ આવ્યો. સ્વરાના એ ઘરમાં હોલમાં અંધારું હતું. રૂમી ઊભો થયો. સામે ખુલ્લી બારીમાંથી ઠંડી હવા આવી રહી હતી. રૂમીએ પોતાની આંખો ચોળી. કોણ બોલ્યું?

સ્વરા?

તે બેડની બાજુનો નાઇટ-લેમ્પ ચાલુ કરવા ગયો. બેડ પરથી ઊડેલી ધૂળને લીધે ઉધરસ આવવા લાગી. નાઇટ-લેમ્પ ચાલુ થયો.

રૂમી સામેનું દૃશ્ય જોઈને ઝટકા સાથે બેડ પર ઊભો થઈ ગયો. તે ડરી ગયો.

લેમ્પ અંદર જામી ગયેલી ધૂળને લીધે ખૂબ આછું પીળું અજવાળું રૂમમાં ફેલાયું, અને કોઈ દેખાયું. સામે જ. બેડ પર.

મમ્મી...

"મમ્મી!" રૂમી સ્થિર થઈને મુસ્કાનને જોવા લાગ્યો. તે બાજુમાં ન ગયો. સામે બેડની ધાર પર બેઠેલી મુસ્કાન હસી રહી હતી. રૂમી બેડ પર નીચે બેઠો. હસી પડ્યો. મુસ્કાન પાંત્રીસ વર્ષની લાગતી હશે.

"મમ્મી...મને ડરાવી દીધો."

"લે...શું કરું...તું તો મારાથી પણ ડરવા લાગ્યો." રૂમીના પગને તેણે પોતાના ઠંડા હાથથી સ્પર્શ કર્યો. તે લેમ્પની લાઇટમાં કેટલી સારી દેખાતી હતી. એ જ પોતાનો પ્રિય આછો લીલો ડ્રેસ અને કાળી લેગીસ પહેરીને આવી હતી.

"તું એકલી આવી?"

"હું ક્યારેય એકલી આવી છું?"

"ના. તો અબ્બા ક્યાં?" રૂમીને મુસ્કાનને ભેટવાનું મન થતું હતું, પરંતુ તે આગળ વધી શકતો ન હતો. તેને નવાઈ લાગી રહી હતી!

"હમણાં તને સરપ્રાઇઝ આપશે. તું બોલ...કેમ અહીં આવી ગયો?"

મુસ્કાન બેડ પર સરખી રીતે રૂમીના પગ નજીક બેસીને બોલી.

"અહીં આવી ગયો મતલબ?"

"રૂમી...તું મને તો ઉલ્લુ ન જ બનાવીશ." મુસ્કાન પોતાના ચહેરાનો એ જ જૂનો લટકો કરીને બોલી. રૂમી હસીને જવાબ દેવા જતો હતો, ત્યાં પેલા કેનવાસ પાછળથી અવાજ આવ્યો:

"એય...તું જન્મથી જ ઉલ્લુ છે. ડાર્લિંગ."

ઓહ...અબ્બા!

રામ પોતાના હાથમાં રૂમીની લખેલી ડાયરી લઈને આગળ આવ્યો. આવીને તરત જ તેણે રૂમીના બેડ પાસે બેસીને રૂમીના ગળા પાછળ હાથ મૂકીને રૂમીને કપાળ પર ચૂમી લીધો.

અબ્બા...મને હજુ ગાલ પર વ્હાલી-વ્હાલી કરોને.

રામે રૂમીના ગાલ પર પણ વ્હાલી કરી. તે બેડ પરથી ઊભો થઈને સામેના ટેબલ પર બેઠો. રામે મુસ્કાનનું પ્રિય કાળું ટી-શર્ટ પહેર્યું હતું. અબ્બા-મમ્મી ઉંમરમાં ઘણાં મોટાં બની ગયાં હતાં મુસ્કાને ઝઘડવાની શરૂઆત કરી.

"રામ...તે મને બીજીવાર ઉલ્લુ કહી છે તો તારી ખેર નથી. મારા અબ્બાએ પણ મને ઉલ્લુ નથી કહી, સમજ્યો?".

"હે હે...તારા અબ્બાને ખબર હશે. બિચારી મારી છોકરી જન્મથી જ ઉલ્લુ છે!" રામે જીભ કાઢી. બંને એકબીજા સામે હસી પડ્યાં.

તમે હજુ મોટાં નથી થયાં? રૂમી એમના પ્રેમને જોઈને વિચારવા માંડ્યો.

મમ્મી...તેં મને હજુ વ્હાલી-વ્હાલી નથી કરી. રૂમીએ મનમાં ચૂપચાપ ફરિયાદ કરી.

"જોયું રામ...તારા આ મોટા માણસ બની ગયેલા દીકરાને એમ પણ નથી થતું કે તે પોતાની મમ્મીને એકવાર વ્હાલી-વ્હાલી કરે!" મુસ્કાન રામની સામે જોઈને બોલી. રૂમી હસી પડ્યો. બેડ પર પોતાની મુસ્કાન પાસે જઈને ભેટી પડ્યો. મુસ્કાને તેની પીઠ પર હાથ ફેરવ્યો. રામ એ બંનેને જોઈને થોડો જલી ઊઠ્યો. એ આછા અજવાળામાં પેલી ડાયરી વાંચવા લાગ્યો. રૂમી બેડ પર બેઠો.

"અબ્બા...તમે શું વાંચો છો? કઈ બુક છે?" રૂમીને ખબર ન હતી કે એ પોતાની ડાયરી છે. રામે રૂમી સામે જોયું. પછી મુસ્કાનને જોઈને કહ્યું:

"મુસ્કાન...તને યાદ છે એકવાર મેં તને કહેલું કે આપણો દીકરો કોઈ મોટો માણસ ન બંને તો કંઈ નહીં, પરંતુ એકવાર આપણા જેવો પ્રેમ તો જરૂર કરશે?" રામ મુસ્કાનને ડાયરી બતાવીને બોલ્યો. બંને હસી પડ્યાં. રૂમીને ખબર પડી. તે જલદીથી બેડના ખૂણા પર ખસ્યો.

"અબ્બા...તમે મારી ડાયરી વાંચો છો?" રામના હાથમાંથી ડાયરી ખેંચીને રૂમીએ કહ્યું.

"મેં બધું વાંચી નાખ્યું" રામે ડાયરી આપીને નેણ ઉછાળીને ડીકો-ડીકો કરતાં કહ્યું. રૂમીએ ડાયરી લઈને નાઇટ-લેમ્પ નીચે મૂકી દીધી.

"મસ્ત ચોઇસ છે રૂમી. ક્લાસિક." રામે આંખ મારીને રૂમીને કહ્યું. રૂમી સમજી ગયો. તે સ્વરા વિશે કહેતા હતા. વચ્ચે મુસ્કાને ગળું સાફ કરીને બોલવું પડ્યું:

"રામ...હું હજુ છું ને? લિસ્ટમાં?"

રામ શરમાયો. બોલ્યો: "હું તો રૂમીની ચોઇસની વાત કરું છું." પકડાઈ જવાની બીકે રામ બોલવા લાગ્યો, "મેં તો એમ કહ્યું કે આપણી વહુબેટા સારી ચોઇસ છે એમ. બસ. બીજું કંઈ નહીં!"

"હા. મને ખબર છે. એ રૂમીથી મોટી છે, સમજ્યો. ઓલમોસ્ટ આપણા જેવડી." મુસ્કાન બોલી. રામ વધુ મૂંઝાયો.

"સ્વરા..." મુસ્કાને મોટેથી અવાજ કર્યો.

"સ્વરા..." મુસ્કાન ફરીથી બોલી.

"હા....મમ્મી" નાનકડા કિચનમાંથી અવાજ આવ્યો. સ્વરા? ઓહ... બધા? અરે...મમ્મી...તું...અબ્બા? રૂમીના મગજમાં એકસાથે કેટલાયે વિચાર આવવા લાગ્યા. ત્યાં તો રસોડામાંથી પ્લેટમાં કૉફીના ચાર કપ લઈને સ્વરા બહાર આવી. પોતાના સફેદ સિલ્ક શર્ટ અને નીલા સિલ્ક શોર્ટમાં તે અત્યાર સુધીમાં સૌથી સારી દેખાતી હતી. રૂમીને વિશ્વાસ થતો ન હતો. તે આવી. બધા સામે મુસ્કુરાઈ. રામ સ્વરાને જોઈ રહ્યો હતો. રૂમી જોઈ રહ્યો હતો કે રસોડામાં અંધારું હતું. *સ્વરા ક્યાંથી આવી?* રૂમીનું બેબાકળું

બનેલું મગજ વિચારી રહ્યું હતું. મુસ્કાને રામની આંખોને જોઈને ફરી ગળામાંથી અવાજ કર્યો! રામ ઝબકી ગયો. સ્વરા કૉફીને કેનવાસ પાસેના ટેબલ પર મૂકીને રૂમીની એકદમ નજીક જઈને બેસી ગઈ. પહોળા બેડ પર ત્રણેયને ધૂળ ન દેખાઈ. રામનું ધ્યાન હજુ પણ સ્વરા તરફ જ હતું.

"રામ" મુસ્કાને અવાજ કર્યો.

"યસ ઉલ્લુ." રામે કહ્યું.

"મમ્મી...મને ખબર છે અબ્બા મારી સામે જુએ છે, પણ મને શોર્ટ પહેરવાની આદત છે. સૉરી" સ્વરા બોલી, અને રામ-મુસ્કાન બંને હસી પડ્યાં. રૂમીને તો આ પરિસ્થિતિ જ સમજમાં આવતી ન હતી. સ્વરાએ રૂમીના ચહેરા પાસે આવીને રૂમીના હોઠ પર પોતાના હોઠ સ્પર્શ કર્યા. હવે રામે વડીલ દેખાવા ગળામાંથી ખોંખારો ખાધો! સ્વરા ઝબકીને શરમાઈને રૂમીથી દૂર થઈ ગઈ. રૂમી આંખો બંધ કરી ગયો. મુસ્કાન હસી પડી. બોલી:

"કેમ રામ? જ્યારે રૂમી નાનો હતો, અને હું કામ કરતી હોઉં તો પણ મારી પાસે આવીને આવી હરકતો કરતો હતો. હવે અત્યારે તારો છોકરો કરે છે તો ગંદું લાગે છે?"

"ના...હા...મતલબ...એવું નથી...પણ...હું તો જસ્ટ." રામ કન્ફ્યુઝ થઈ ગયો. તે હંમેશાં મુસ્કાન સામે હારવાનું પસંદ કરતો.

"અબ્બા...તમે કૉફી લઈ લો. ઠંડી થઈ જશે." સ્વરા બોલી. રામે કૉફીનો કપ લીધો. મુસ્કાનને આપ્યો. બીજો કપ સ્વરાને આપ્યો. ત્રીજો પોતે લીધો. રૂમી ઊંડા વિચારોમાં ખોવાયેલો હતો. રામે કપ આગળ કર્યો, પરંતુ રૂમીનું ધ્યાન ન હતું એટલે પાછો લઈ લીધો.

"રૂમી...બોલ ત્યારે. શું ચાલે છે નવા-જૂની?" રામે થોડું મોટેથી કહ્યું. રૂમી ઝબકીને અબ્બા સામે જોવા લાગ્યો.

"તમે બધાં એકસાથે કઈ રીતે? મને કોઈ સમજાવશે?" રૂમીએ બને તેટલા નૉર્મલ રહેવાનો પ્રયત્ન કરીને પૂછ્યું.

"હું સમજાવું છું..." પેલાં ત્રણેય એકસાથે માથું હલાવીને બોલ્યાં!

પછી ત્રણેય હસવા લાગ્યાં. રૂમી પણ ધીમું-ધીમું હસવા લાગ્યો.

"મને એ સમજાવ કે તું આખી દુનિયાને અત્યારે તારા પરના રિસર્ચ પર મૂકીને અહીં કેમ આવી ગયો?" અબ્બાએ નેણ ઊંચાં કરીને પૂછ્યું. સ્વરાએ નીચું જોઈ લીધું. પોતાના ઠંડા હાથથી રૂમીનો હાથ છુપાઈને પકડી લીધો. રૂમીને શું જવાબ આપવો તે ખબર ન હતી.

"ના. એવું નથી અબ્બા...પણ...એક્ચ્યુલી...સ્વરા...અને એક રીતે તમે પણ ખરા...તમે બધાં આમ જોઈએ તો...અને આમેય ત્યાં મારું કામ ત્યાં...એટલે..."

"ઓકે...ઓકે. અબ્બાને સમજાઈ ગયું રૂમી..." સ્વરા બોલી.

"હા. ઓકે. સમજાઈ ગયું." અબ્બા-મુસ્કાન બંને માથું ધુણાવીને બોલ્યાં! રૂમીને નિરાંત થઈ.

થોડીવાર કોઈ બોલ્યું નહીં. રૂમમાં બધા જ એકબીજાના ચહેરા જોઈ રહ્યા. રૂમીને હવે થોડી શાંતિ થઈ રહી હતી. તે પરિસ્થિતિનો સ્વીકાર કરી શકતો ન હતો, પરંતુ તેને નજર સામે જે હતું એ દૃશ્ય ખૂબ ગમી રહ્યું હતું. પોતાની સ્વરા અને પોતાના રામ-મુસ્કાન પાસે હતાં. બસ. તે સંપૂર્ણ હતો.

"આ કેનવાસ પર કંઈ દોરતા નથી તમે લોકો?" રામે ચુપકીદી તોડવા માટે પૂછ્યું. સ્વરાએ માથું હલાવીને ના પાડી, જ્યારે રૂમી બોલ્યો:

"ના. અબ્બા. મેં દોર્યું છે પણ અત્યારે દેખાતું નથી. તેમાં મેં એકસાથે નીચે તરફ જતી બે લીટી દોરી છે."

"ઓહ...જોયું મારો બેટો મહાન ફૂટબૉલરની સાથે મહાન પેઇન્ટર પણ છે!" રામે રૂમીના ચિત્રને 'જોઈને' કહ્યું. મુસ્કાન હસી પડી. સ્વરા બોલી:

"હાં. પર ક્યા મતલબ હૈ ઉસકા?" તે ક્યારેક હિન્દી બોલવા લાગતી.

"મતલબ કે—બે પ્રેમી છે જે થોડો સમય સાથે ચાલે છે અને અદૃશ્ય થઈ જાય છે. એકબીજાનાં રહસ્યો કહ્યા વિના ચાલ્યાં જાય છે. બસ..."

રૂમીએ કહ્યું, પણ કોઈ કશું બોલ્યું નહીં. રામે કૉફી પીવાનું ચાલુ કરી દીધું. મુસ્કાન રામને વધુ જાણતી હતી. છેવટે તે બોલી:

"રામ...બોલી જા હવે. તારી વાતો કૉફી પીવાને લીધે કંઈ પેટમાં પડી નથી રહેવાની."

રામ હસી પડ્યો. ખૂબ જ હસ્યો. બધાં હસવા લાગ્યાં. સ્વરા પણ અમસ્તા જ, કોઈ કારણ ખબર ન હોવા છતાં હસવા લાગી. રૂમી પણ હવે તો પેટ પકડીને હસવા લાગ્યો. થોડીવાર રૂમમાં બધાં એકબીજા સામે જોઈને ગાંડાની જેમ હસ્યાં. બધાંની આંખોમાં આંસુ આવી ગયાં ત્યાં સુધી હસ્યા! છેવટે રામ બોલ્યો:

"રૂમી...તારા આ ચિત્રને પાબ્લો પિકાસો પણ સમજી નહીં શકે. તું મહાન પેઇન્ટર પણ છે!" બોલીને એ પાછો મોટેમોટેથી હસવા લાગ્યો. મુસ્કાનને ગુસ્સો આવતો હતો, કારણ કે રામ હવે રૂમીની પણ મજાક કરવા લાગ્યો હતો! સ્વરાએ રૂમીના હાથને પોતાના હાથમાં લઈને ગાલ પર કિસ કરી. રૂમીને નિરાંત થઈ. સ્વરા સમજતી હતી.

ફરી થોડીવાર કોઈ કશું જ બોલ્યું નહીં.

"આપણે શું વાતો કરીએ પણ...?" થોડીવાર કોઈ બોલ્યું નહીં એટલે મુસ્કાને પોતાને જ થતા સવાલનો મોટેથી જવાબ આપી દીધો.

"હાસ્તો..." રૂમીએ પોતાના સવાલને મમ્મીના મોઢેથી સાંભળીને તરત કહ્યું.

"આપણે એક કામ કરીએ...આપણી પાસે વાતો કરવા માટે કંઈ નથી. તો પછી હું ગિટાર વગાડું, અને મેં રૂમી પાસેથી સાંભળ્યું છે કે મુસ્કાન મસ્ત ગીતો ગાય છે. તો..." સ્વરા એટલું બોલીને અટકી ગઈ. રામે રૂમીની ડાયરી પોતાના ચહેરા આડે મૂકીને હસવાનું ચાલુ કરી દીધું.

"હવે તમને શું થયું અબ્બા?" સ્વરા બોલી. મુસ્કાન રામ સામે ગુસ્સાભર્યો ચહેરો કરી રહી હતી.

"સ્વરા...રામને મારાં ગીતો ગમતાં નથી. એટલે એ મારી મજાક કરે છે" મુસ્કાન બોલી. રૂમી વચ્ચે બોલ્યો:

"અબ્બા...મમ્મી સૌથી સારા ગીત ગાય છે. તમે તેને ક્યારેય ધ્યાનથી સાંભળી જ નથી."

"રૂમલી...તું તારા મમ્મીની સાઇડ ક્યારનો લેવા લાગ્યો? તેનાં ગીતો સાંભળીને જ તો આપણા ગોધરામાં એક પણ કૂતરું બચ્યું નથી. ગધેડાઓ

પણ નથી રહ્યા." રામ બોલ્યો. સ્વરા એ સાંભળીને મોટે-મોટેથી હસી પડી. મુસ્કાન હવે રામ સાથે ઝઘડવા માંગતી ન હતી.

"બધાં હંમેશાં અહીં જ રોકાશો ને?" રૂમીએ અચાનક વચ્ચે જ પૂછી નાખ્યું.

બધાંના ચહેરા સ્થિર થઈ ગયા. બધાં ચૂપ થઈ ગયાં. રૂમી દરેક ચહેરા સામે જોવા લાગ્યો. કોઈ જવાબ દેતું ન હતું. છેવટે રામે ગળું સાફ કરીને જવાબ આપ્યો:

"બેટા...તને ખબર છે ને અમે અત્યારે તારા મગજમાંથી ઉત્પન્ન થયેલા લોકો જ છીએ?"

"હા. તો?" રૂમીએ કહ્યું. થોડીવાર ફરી શાંતિ થઈ ગઈ.

"તો તારો શું વિચાર છે?" રામ બોલ્યો.

"કયો વિચાર?" રૂમી થોડો હેરાન થઈને બોલ્યો.

"એ જ કે તારે પાછું તારા કામ પર લાગવાનું છે. અમે તો જસ્ટ તને કંપની આપવા–"

"ના. મારે તે દુનિયામાં પાછું નથી જવાનું..."

"કેમ?" મુસ્કાન થોડી ગભરાઈને બોલી.

"મમ્મી...તમે બધાં જ તો મારી દુનિયા છો. ફૂટબૉલ મને ગમે છે. મારા દિલને ગમે છે. હું કરોડો કમાઉં છું. ઓકે. મને લોકો ચાહે છે. પણ..." રૂમી અટકી ગયો. સ્વરા રૂમીનો હાથ પકડીને બોલી:

"પણ શું રૂમી?"

"તમે બધાં જ જાણો છો મને."

"રૂમી....તને ખબર છે તું ધીમે-ધીમે અમારા બધાં પાછળ પાગલ થઈ રહ્યો છે." સ્વરા બોલી.

બધાં ચૂપ થઈ ગયાં. રૂમીની ધડકન વધી ગઈ. તેણે સ્વરા સામે થોડું ગુસ્સામાં જોયું.

"તો?" તે બોલ્યો.

"તો તારે હવે ફરીથી પ્રેમ કરવો જોઈએ રૂમી..." સ્વરા થોડી ગુસ્સામાં બોલી.

રૂમી હસી પડ્યો. એકલો. હવે રામને કહેવું પડે તેમ હતું:

"સ્વરા સાચું કહે છે રૂમી. તું હવે આ દુ:ખી ચહેરો રાખવા કરતાં ખુશ રહે. તારા ચાહકોને મળવા જા. તેમને તારી કહાની કહે. તેમને તારા મોટા એક્સટેન્ડેડ પરિવારની જેમ પ્રેમ કર. અમે બધા તો છેવટે તારા મગજમાં જ રહેવાનાં છીએ, હૃદયમાં રહેવાનાં છીએ, પણ જીવનમાં નહીં. રીયલ લાઇફમાં નહીં. અમારા હાથમાં રહેલા કૉફી અને કપ પણ તારા મગજમાંથી આવ્યા છે."

રૂમી નીચે જોઈ ગયો. મુસ્કાન બોલી:

"રૂમી. પ્રેમ તો સમય આવ્યે મરી જવો જોઈએ. કારણ કે ત્યારે જ તો એ ફરીવાર જન્મી શકે. અમને બધાને હવે તારે તારા હૃદયના ખૂણામાં નાનકડી જગ્યામાં મૂકી દેવાં જોઈએ, કારણ કે ત્યારે જ તો એક મહાન કામ માટે જીવી શકીશ. ફરીથી પ્રેમ કરી શકીશ."

રૂમીએ ઉપર ન જોયું. આંસુ આવ્યું. હવે સ્વરા બોલી:

"તેં છેલ્લાં પાંચ વર્ષમાં કોઈ બીજી છોકરીને જોઈ છે પણ ખરી?" સ્વરાએ રૂમીનો હાથ પકડીને સાંત્વના આપી. કમર પર મારીને થોડો ખુશ કરવા પ્રયત્ન કર્યો. રૂમી મુસ્કાન સામે જોઈને આંખ લૂછીને બોલ્યો:

"મમ્મી...પ્રેમ સમય આવ્યે મરી જવો જોઈએને?"

"હાસ્તો બેટા."

"તો તમે મરી ગયા પછી પણ કેમ એકબીજાને આટલો બધો પ્રેમ કરો છો?" રૂમીનો સવાલ સાંભળીને મુસ્કાન ચમકી ગઈ. રામ થોડો ગુસ્સે થયો:

"કારણ કે અમારી પાસે લાગણીઓ નથી. અમે માત્ર તારા મનની પેદા કરેલી આકૃતિઓ છીએ રૂમી. અમે તારા હૃદયમાં રહીને પ્રેમ કરીએ છીએ. અમને બધાને પડતાં મૂક, અને આ દુનિયાના પટ પર નીકળી પડ. અમારા જેવા રામ-મુસ્કાન તો અહીં બીજાં ઘણાં જન્મી ગયાં હશે, અને ફરી પ્રેમ કરવા લાગ્યાં હશે. અહીં બધું જ છે બેટા. તારે જે જોઈએ તે ખુશીઓ છે. તારે જેવા જોઈએ તેવા માણસો છે. તું બદલ. પરિવર્તનને અપનાવ. તારા કામને પ્રેમ કર. તારા દોસ્ત બનાવ. આ તારી નાનકડી લાઇફ છે. તને ગમે તે કર. ખુશ રહે બસ. તને..."

"હું ખુશ છું અબ્બા. આ નાનકડી કહેવાતી લાઇફમાં હું ખુશ છું. તમારી બધાં સાથે હું ખુશ છું." રૂમી બોલ્યો. બધાં ચૂપ થઈ ગયાં. રામ રૂમીને આગળ સાંભળવા માંગતો હતો. રૂમી બોલતો ન હતો.

"હું ગિટાર વગાડું?" સ્વરાએ તાણભર્યું વાતાવરણ દૂર કરવા સૌને પૂછ્યું. બધાં એકબીજાં સામે મુસ્કુરાયાં. સ્વરાએ બેડ પર પડેલું ગિટાર લઈને વગાડવા લાગ્યું. અદ્‌ભુત ગિટાર વગાડતી હતી તે. રૂમમાં ઠંડી હવા આવી રહી હતી. સ્વરાના ગિટારનું ધીમું સંગીત વાતાવરણને હળવું બનાવી રહ્યું હતું. રામ પણ આંખો બંધ કરીને બેસી ગયો હતો. મુસ્કાન રામની શરમને લીધે ગાતી ન હતી.

મુસ્કાન ધીમેથી રામની બાજુમાં ગઈ. સ્વરાના ગિટારને ડિસ્ટર્બ ન થાય એટલે તેણે રામની બાજુમાં આવીને કાનમાં પૂછ્યું:

"રામ...આનું શું કરશું?"

રામને સમજાયું નહીં. તેણે મુસ્કાનના કાનમાં કહ્યું:

"કોનું?"

"તારા દીકરાનું બુદ્ધુ." મુસ્કાને ફરી કાનમાં કહ્યું. ગિટાર એ બંનેની વાતોને બેક-ગ્રાઉન્ડ મ્યુઝિક આપી રહ્યું હતું.

"એ આપણો દીકરો છે મુસ્કાન. મને લાગે છે કે થોડો સમય આ મકાનમાં એકલો રહેશે એટલે સમજી જશે."

"ના. નહીં સમજે. તને ખબર છે એ ધીમે-ધીમે પાગલ થઈ રહ્યો છે. ફરીથી..." મુસ્કાને થોડા ધ્રૂજતા અવાજમાં કહ્યું.

રામે માથું હલાવીને નિરાશ ચહેરે 'હા' કહી. વળી અંદરની વાત મુસ્કાનને કાનમાં કહેવી હતી, પરંતુ ના કહી. એ વાત બસ એમ જ મોડી રાત્રીના ત્રણ વાગ્યે ગિટારની ધૂનમાં, ઠંડા પવન સાથે ભળીને બારી બહાર ઊડી ગઈ.

"મુસ્કાન, એ આપણો દીકરો છે! એને બધી ખબર છે. એ એવો પ્રેમ કરશે કે જેમાં પોતાનું સર્વસ્વ આપી દેતો હશે. એવી એવી ભૂલો કરશે જે જેમાં વધુ સારી રીતે રડી શકે. એ આ જીવનના રસ્તાને સમજી વિચારીને

ફૂંકી-ફૂંકીને જીવવાને બદલે પોતાના હૃદયનું સાંભળીને જ દોડતો રહેશે. પ્રેમ હંમેશાં માણસને સ્વતંત્ર કરે છે. પકડતો નથી. એ અત્યારે ધીમે ધીમે સ્વતંત્ર થઈ રહ્યો છે. મને ખબર નથી એ કેમ સ્વતંત્ર થવાનો છે...પરંતુ એ કોઈ નવા માણસમાં ફેરવાઈ રહ્યો છે. એ કાલે ઊઠીને કદાચ પાછો ફૂટબૉલના મેદાનમાં ઊતરશે તો પણ વિશ્વ-વિજેતા બનીને બતાવશે. એ કદાચ કાલે ઊઠીને ફરી પ્રેમ કરશે તો પણ રામ-મુસ્કાનથી પણ શ્રેષ્ઠ જીવીને દેખાડશે. એને ખબર છે કે એને પોતાના જીવનનો કયો ગોલ કઈ રીતે મારવો."

"મને મા થઈને ખૂબ ચિંતા થાય છે" મુસ્કાન ગંભીર થઈને બોલી.

"મુસ્કાન...આપણા કરતાં એણે ખુલ્લા પગે આ દુનિયાના રસ્તાઓને વધુ ભટકેલા છે. એને ખબર છે ભૂખ-દુઃખ-આંસુ-પ્રેમ-વેદના-સંઘર્ષ-સફળતા-મૃત્યુ. એણે પોતાની ત્રેવીસ વર્ષની જીવનીમાં આપણા કરતાં વધુ ઠોકરો ખાધી છે. એને તેની રીતે ઊડવા દે. એને તેની રીતે નિર્ણયો લેવા દે. જો ફરી પાગલ થવું હશે તો પણ એ પોતાના હૃદયને સાંભળીને બન્યો હશે. જો ફરીથી કાલે મેદાનમાં જવું હશે તો એ આવતીકાલે સવારે ઊઠીને અહીં જ પ્રેક્ટિસ કરવા લાગ્યો હશે. મુસ્કાન...જ્યારે કોઈ માળાની અંદર નવું બચ્ચું જન્મે ત્યારે હાથે ઊડી શકતું નથી. એનાં મા-બાપ તેની આંખો સામે એકવાર માળામાંથી ઊડીને ચાલ્યાં જાય છે. બચ્ચું બાવરું બનવા લાગે છે. મારાં મા-બાપ ક્યાં ચાલ્યાં ગયાં તે વિચારીને. તે પણ પોતાની નાનકડી-માસૂમ પાંખો ફફડાવે છે. માત્ર માળાના કાંઠા સુધી પહોંચી શકે છે. પછી ફરીથી એ પાંખો ફફડાવે છે...અને એ નીચે પટકાઈ જાય છે. બસ...હવે તે રડે છે. ફરી-ફરી પાંખો ફફડાવીને ઊડવા મહેનત કરે છે. જ્યારે તે તેના હૃદયમાં થામી લે છે કે હવે તે ઊડી શકશે...તે ઊડવા લાગે છે. તે આપોઆપ શીખી જાય છે. આપણો રૂમી પણ કાલે સવારે કોઈ એક રસ્તો જરૂર પસંદ કરશે. અંતે તો બંને રસ્તા તેને મહાન માણસ બનાવશે. જો કાલે ઊઠીને તે મેદાનમાં ઊતરશે તો પણ એ મહાન બનશે, અને કાલે ઊઠીને અહીં બેઠો-બેઠો એકલો-એકલો હવા સાથે, સ્વરા સાથે, આપણી સાથે વાતો કરતો હશે તો પણ એ મહાન બનશે. એ મહાન

એટલે બનશે, કારણ કે એ ફરી-ફરી પ્રેમ કરી રહ્યો છે, અને પ્રેમ કરનારો દરેક માણસ મહાન બને છે.”

“પ્રેમ કરનારો દરેક માનવી વિશ્વમાનવ છે.” એ બંને સાથે બોલ્યાં.

ગિટાર વાગી રહ્યું હતું.

[સમાપ્ત]

Epilogue – 1

સવાર પડી હતી.

ગોધરાની એક સ્કૂલમાં બપોરની જમવાની રિસેસ પડી હતી. છોકરાઓ બધા પોતાના નાસ્તા લઈને બેંચ કૂદી-કૂદીને ભાગી રહ્યા હતા. એક છોકરી ઊભી થવા ગઈ, ત્યાં જ પાછળથી તેનો નાનકડો પાતળો ચોટલો ખેંચાયો.

"આહ...મમ્મી...એય ચોટલો મૂક મારો..." તેણે પાછળ ફરીને ગુસ્સે થઈને કહ્યું.

"નહીં મૂકું. તારી બેંચ આગળ કર..." પાછળ બેઠેલો છોકરો બોલ્યો.

પેલી છોકરીએ ગુસ્સે થઈને સામે પેલા છોકરાના વાળ પકડી લીધા, અને ખેંચ્યા! બંને રાડો નાખવા લાગ્યાં. કોઈ એકબીજાના વાળ મૂકતું ન હતું. એમની રાડો સાંભળીને પ્રિન્સિપાલ પોતાની ઑફિસમાંથી દોડતા આવ્યા.

"એય...શું થયું? છોડો એકબીજાને..." મેડમે બંનેને છુટ્ટાં પાડીને કહ્યું.

"મેડમ...મેડમ આ રામલો સાલો પાછળથી મારો ચોટલો ખેંચે છે!" એ છોકરી બોલી, અને રામના પગ પર લાત પણ મારી!

"મેડમ...આ મુસ્કુડી...આગળ બેંચ નથી લેતી. હું તેને મારું જ ને..." છોકરો બોલ્યો.

મેડમ હસી પડ્યાં. બંનેને અલગ ક્લાસમાં બેસાડી દીધાં.

બપોર પછી એ બધા સ્કૂલથી છુટ્ટા થતાં હતાં ત્યારે રસ્તામાં પેલો છોકરો પોતાની બૅગ માથા પર મૂકીને, દોડતો-દોડતો પેલી છોકરી પાસે આવ્યો.

"એ મુસ્કાન...ચલ આપણે નદી પાસે રમવા જઈએ..."

"પણ તું મારો ફ્રેન્ડ ક્યાં છે!" છોકરીએ પોતાનો માસૂમ ચહેરો બગાડીને કહ્યું.

“તો બની જા ને અત્યારે...” છોકરાએ પોતાની ટચલી આંગળી આગળ કરીને કહ્યું. છોકરીએ પોતાની ટચલી આંગળી આપી. બંને આંગળીઓની સાંકળ બનાવીને ‘ભેરું’ બનીને નદી તરફ ચાલવા લાગ્યાં.

“એ ભેરું...ચલ નદીએ નથી જવું. પેલા ફકીરબાબા બેસે છે ત્યાં જઈએ.” છોકરી બોલી.

એ બંને એ જગ્યા તરફ ઊપડ્યાં જ્યાં પ્રેમીઓ આવીને બેસતાં હતાં. જ્યાં રામ અને મુસ્કાનના ચહેરાઓ દોર્યા હતા.

Epilogue - 2

એક સાંજે રોજની જેમ મુંબઈ શહેર ભાગી રહ્યું હતું. લોકો ઘરે જઈ રહ્યા હતા. ટ્રેનો ધીમે-ધીમે ચાલી રહી હતી. રાત્રીની લાઇટ્સ ચમકી રહી હતી, અને શહેરને સાચા અર્થમાં સપનાંઓનું શહેર બનાવી રહી હતી. દરિયાકાંઠે પ્રેમીઓ બેઠાં હતાં. વડીલો ઘરે બેસીને ટીવી જોઈ રહ્યાં હતાં. મોટી સ્ત્રીઓ જમવાનું બનાવી રહી હતી. ઘરે-ઘરેથી જમવાની સુગંધ ભેગી થઈને હવામાં ભળી જતી હતી. ટ્રાફિકનો ઘોંઘાટ હતો. ક્યાંક પાર્ટીઓ ચાલી રહી હતી. ક્યાંક નનામીઓ ચાલી રહી હતી. રૂમી જેવા ગાંડાઓ રોડની કિનારી પર રખડી રહ્યા હતા. શહેર ધમધમી રહ્યું હતું. ભાગી રહ્યું હતું.

શહેરના વચ્ચે આવેલી એક હૉસ્પિટલ અંદર એક નાનકડા બેડ પર લાંબી દાઢીવાળો માણસ પડ્યો હતો. તેનું ટૂંકું શરીર કથળી ગયું હતું. તેના માથાના વાળ ન હતા. તેના ટૂંકા હાથ અંદર સોય ભરાવેલી હતી. તેની આંખો અંદર ચાલી ગઈ હતી, અને તેને ભયાનક ભૂત જેવો દેખાવ આપી રહી હતી. તેની બાજુમાં એક ડૉક્ટર હાથમાં રિપોર્ટ લઈને આવ્યા. પૂછ્યું:

"સર...આપકા નામ ક્યા બતાયા?"

"ફકીરા..."

"સર...આપકા કોઈ રિલેટિવ ઇસ શહરમેં હૈ?"

"નહીં. મેરે આદમી હૈ. મેરે લોગ હૈ જો મુઝે જાનતે હૈ. ક્યૂં ક્યા હુઆ ડૉક્ટર? ટેલ મી."

"આઈ એમ સૉરી ટુ રીવીલ ધીસ ટુ યુ, બટ...આપકો એઇડ્સ હૈ." ડૉક્ટર બોલ્યા. ફકીરાની આંખો ફાટી રહી. મોત દૂર ન હતું.

હૉસ્પિટલથી દૂર, આ શહેરથી ઉપર, ત્યાં આકાશમાં પ્રેમીઓનો ભગવાન હતો જે ડૉક્ટરના શબ્દો સાંભળીને હસી રહ્યો હતો.

Epilogue – 3

મુંબઈથી થોડે દૂર એક કૉમ્યુનિટી સેન્ટર બન્યું છે. પહાડીઓ વચ્ચે લીલીછમ મેદાની જગ્યામાં બનેલું એ સેન્ટર જાણે પોતે એક ગામડું હોય એવું વિશાળ છે. એ સેન્ટરના ગેટ પર નાનકડા અક્ષરે સેન્ટરનું નામ લખ્યું છે–

स्वरा

એ સેન્ટર પર અનાથ બાળકોને આશ્રય આપવામાં આવે છે. દેશભરના અનાથ બાળકો ત્યાં આવે છે. ભણે છે. જીવે છે. ફૂટબૉલ રમે છે.

હા...આ આશ્રમ પર બાળકો ફૂટબૉલ રોજ રમે છે. ફૂટબૉલ રમતાં-રમતાં એમાં અમુક તો એવાં બાળ-ખેલાડીઓ પેદા થયા છે કે બાજુના મુંબઈ શહેરથી રસિયા માણસો મેચ જોવા આવે છે!

એ બાળકોને ફૂટબૉલ શીખવવા માટે જગતનો સૌથી મહાન ફૂટબૉલર આવ્યા કરે છે. બાળકો સાથે બાળક બનીને એ ફૂટબૉલર સૌને શીખવે છે. બીજી તરફ આખું જગત વિચાર્યા કરે છે કે એ માણસ ત્યાં, એ પહાડો વચ્ચે બનેલી જગ્યા પર કેમ જતો હશે?

આ નવલકથા કઈ રીતે બની?

આ નવલકથા ચાર સત્યઘટનાઓને સાંભળ્યા કે જોયા બાદ, એ ઘટનાઓને આધારિત રહીને લખાયેલી કાલ્પનિક વાર્તા છે. અહીં નીચે મેં એ ચાર સત્ય ઘટનાઓ શું હતી એના વિશે લખ્યું છે. આથી મારા વહાલા વાચકોને વિનંતી કે અહીંથી નીચે જેટલું લખાયું છે એ બધું જ આખી વાર્તા વાંચી લીધા પછી જ વાંચે. અહીંથી નીચેનું બધું સ્પોઇલર સમજવું.

અ બુક ઑફ રામ-મુસ્કાન

વર્ષ ૨૦૧૦. એન્જિનિયરિંગનું બીજું વર્ષ ચાલુ થયું હતું. એ સમયે મારી કૉલેજ CHARUSAT, ચાંગાના કોમ્યુનિકેશન ડિપાર્ટમેન્ટમાં સ્વિત્ઝરલૅન્ડથી એક રિસર્ચર સ્ટુડન્ટ આવેલી. એમના રિસર્ચનો વિષય હતો: Godhara Riots (ગોધરાકાંડ). એ સમયે હું અમારી કૉલેજમાં મૅગેઝિનનો એડિટર હતો. અમારા પ્રોફેસરને એમ હતું કે મારું વતન ગોધરા છે! (મારું મૂળ વતન અમરેલી જિલ્લાનું સરંભડા નામનું ગામ છે.) પ્રોફેસરે મને એ રિસર્ચર છોકરી સાથે ઇન્ટરવ્યૂ કરાવ્યો. એ પૂછતી હતી કે ગોધરાકાંડમાં શું-શું થયું અને મેં શું-શું જોયું? મેં કહ્યું હું તો એ શહેરનો નથી, પણ મારે પણ જાણવું છે. તો ચાલો, હું તમારી સાથે ગોધરા આવું અને ત્યાં તમને ગુજરાતી જવાબોનું અંગ્રેજી કરવામાં મદદ કરું.

અમે બંને ગોધરા ગયાં. ત્યાં ઘણાબધા માણસોને મળ્યાં. ઘટનાઓ સાંભળી. પુરાવાઓ જોયા. એવાં વૃદ્ધો જોયાં જેઓ હજુ રોજ રાત્રે ગોધરાકાંડનાં સપનાંઓથી ભડકીને જાગી જાય છે. વિધવાઓ અને અનાથ બાળકો જોયાં જેઓ ન્યાયની રાહે બેઠાં છે. ત્યાં અમને એક ફકીરબાબા મળ્યા જેમણે વાત કહી એક એવા કપલની, જેમાં છોકરો હિંદુ અને છોકરી મુસ્લિમ

હતી. એ બંને સાથે રહેતાં. બાળક હતું. ગોધરાકાંડ સમયે લોકોએ ભેગાં મળીને એ પ્રેમીઓને સળગાવી નાખ્યાં. એ અનાથ બાળકનો હજુ પત્તો નથી. એ બાળક ગુમ થયાના પોસ્ટર હજુ ક્યાંક ચોંટેલાં છે.

એ ઘટનાઓમાંથી 'ધ બુક ઑફ રામ-મુસ્કાન'નો જન્મ થયો.

ધ બુક ઑફ રૂમી

મને એકલા રખડવાનો ગાંડો શોખ છે. સમય મળે ત્યારે કોઈ પ્લાન વિના એકલા નીકળી પડવું ખૂબ જ ગમે છે. કૉલેજમાં હતો ત્યારે એકવાર ખિસ્સામાં માત્ર ચારસો પચાસ રૂપિયા હતા, અને હું એકલો ચાર દિવસ માટે મુંબઈ જતો રહેલો. રૂપિયા બચાવવા અને નવા અનુભવો કરવા હું બસ-સ્ટેશન, રેલવેસ્ટેશન કે ફૂટપાથ પર સૂઈ જતો! બિસ્કિટ કે સાદા પેપર ઢોસા ખાઈ લેતો. બધે ચાલીને કે લોકલ ટ્રેનમાં જતો. એકવાર હું ધારાવી ગયો. ઝૂંપડપટ્ટીના એ દરિયામાં હું અંદર ગયો, અને ભૂલો પડ્યો. ધારાવીની એ ઝૂંપડાઓની પઝલમાંથી સાંજ સુધી બહાર નીકળી ન શક્યો. મેં ત્યાં જે જોયું એ બધું જ લખવું હતું. તે દિવસે હોળીનો તહેવાર હતો અને બાળકોએ મને રોળેલો. હું ડરી ગયેલો. બાળકો ગટરના પાણીમાં પણ કૂદકા મારતાં હતા. હું ડરતાં-ડરતાં એક મેદાન પાસે પહોંચ્યો જ્યાં એક મોટા ઉકરડામાં એક પાગલ જેવું બાળક બેઠેલું દેખાયું. તે બાળક એટલું ભૂખ્યું હતું કે તે પોતાની બાજુમાં ઊભેલી ગાયના મોઢામાંથી પ્લાસ્ટિક ખેંચીને ખાવા પ્રયત્ન કરતુ હતું! મેં દોડીને બાળકને મારી બૅગમાંથી બિસ્કિટ આપ્યાં ત્યારે તેની બિસ્કિટ ખાવાની ઝડપ મને ત્યાં જ રડાવી ગઈ. તે ભૂખ્યા બાળક પાસે કલાકો રહ્યો. તેને કશી જ મદદ ન કરી શક્યો. પરંતુ મારે જગતને કહેવું હતું કે આ વેદના તેના મગજમાં ઘૂસીને જુએ. આ નવલકથામાં રૂમીનું વેદનાભર્યું જીવન મેં જાણીજોઈને લાંબું રાખ્યું છે. એ પીડા વાચક પણ પામે એ જરૂરી હતું, હું અને તમે એ જિંદગીને શબ્દો થકી જીવીએ અને પછી જગતને જોવાની આપણી નજર થોડી પણ બદલે તો મારું એ વેદનાને લખવું સાર્થક લાગશે.

ધ બુક ઑફ મેરિલીન

મુંબઈના પ્રવાસો દરમિયાન જ એકવાર ટ્રેનમાં હું ગુજરાત પરત આવતો હતો ત્યારે મારી સામે એક છોકરી બેઠી હતી. તે બારડાન્સર હતી. તે અમદાવાદ જઈ રહી હતી, કારણ કે મુંબઈના બાર બંધ થઈ રહ્યા હતા. મારી બાજુમાં જ એ બેઠેલી હોવાથી અમે ખૂબ બધી વાતો કરી. તે છોકરીએ મને એની 'ઝોયા' નામની એક દોસ્તની વાત કરી. ઝોયા એક અનાથ બાળકી હતી. અનાથઆશ્રમમાં મોટી થયેલી. મુંબઈમાં નોકરી કરવા આવી. એની સુંદરતા જોઈને કોઈએ એને બારટેન્ડર બનવાની સારા પગારની ઑફર કરી. બસ...એને પછી એવી દુનિયામાં ખેંચી લેવામાં આવી કે એ એક સિક્રેટ ક્લબની સ્ટ્રીપર બની ગઈ. એ એટલી સુંદર હતી કે તેને અન્ડરવર્લ્ડના ડોન પણ બોલાવતા. ક્લબમાં એ મુંબઈની મેરિલીન મનરો કહેવાતી. તેની ક્લબના માલિકે જ તેને મારી નાખેલી, કારણ કે એ મુંબઈ બહાર ભાગવા પ્રયત્નો કરતી! ઝોયા પોતાનાં જીવનનાં ઘણાંબધાં સિક્રેટ લઈને મરેલી.

એ વાતે મને કેટલાયે દિવસ સુધી ડિસ્ટર્બ રાખ્યો. કોઈની જિંદગી આટલી પીડાભરી કેમ હોઈ શકે? કેમ કોઈ આટલા મોટા શહેરને છોડીને ભાગી ન શકે? એ કેદખાનું કેવું જેમાં આખું શહેર તમારી જેલ હોય!

સ્વરા એ ઝોયા છે.

અ બુક ઑફ વિશ્વમાનવ

મારા એન્જિનિયરિંગ કૉલેજના જિગરી દોસ્ત 'બિમલ જ્હા' પર મેં બૂક લખવાનું વિચારેલું! બિમલ બિહારનો હતો. પપ્પા બાળપણમાં જ ગુજરી ગયેલા. મમ્મી એકલાં. તેણે કૉલેજના બીજા વર્ષમાં ભણવાનું છોડી દીધું. કારણ કે તે ફૂટબૉલમાં કરિયર બનાવવા માંગતો હતો! 'ભારત' નામના દેશમાં ફૂટબૉલનું કરિયર! ઉપરથી ગરીબ ઘર! એનું સપનું અને ઝુનૂન એવાં તે હિમાલય જેવાં હતાં કે મેં એને ખૂબ સમજાવ્યો છતાં એક દિવસ કોઈને ખબર ન પડે એમ હોસ્ટેલમાંથી પોતાની સામાનની બૅગ લઈને

નીકળી ગયો. આખી દુનિયામાં એણે કોઈને કહ્યું નહીં કે ક્યાં જાય છે! બસ...એની બૅગમાં ફૂટબૉલના બૂટ, કપડાં, અને ફૂટબૉલ. એ સમયે એની પાસે ફોન પણ ન હતો.

એ ગયાના ચાર વર્ષ પછી એક દિવસ બપોરે મને કોલ આવ્યો કે એ મને મળવા આવે છે. અમે રેલવેસ્ટેશન પર ભેગા થયા. તેણે મુંબઈમાં એકલા-એકલા ખૂબ ખરાબ દિવસો ગુજારેલા. પરંતુ એનું ગાંડું ઝનૂન! અહોહો. એ એકલાં એકલાં પણ મેદાનો પર મહિનાઓ સુધી રમ્યો, અને અજાણ્યા છોકરાઓ સાથે પણ. એની પાસે પૈસા ન હતા તો વોચમૅનની નોકરીઓ કરીને પણ રમવા જતો. પુણે ફૂટબૉલ ક્લબમાં તો એ સિલેક્ટ પણ થવાનો હતો!

...પણ રમતાં રમતાં એનો બે વાર પગ ભાંગ્યો. એ રમી નહીં શકે એવું ડૉક્ટરે કહ્યું. પાછળથી બિમલના જીવનમાં શું થયું એ પણ એક મોટી આત્મકથા જેવું છે. મેં અહીં તેના સપનાને જિવાડવા પ્રયત્ન કરેલો છે. મારો એ દોસ્ત હજુ મારો જિગરી દોસ્ત છે. ક્યારેક હું એને એની આત્મકથા લખવા કહીશ. હજુ ઘણી વાર છે.

*

વ્હાલા વાચક...આ નવલકથા વાંચવા માટે આપનો સમય આપ્યો તેનો હું ઋણી છું! આ ચાર ઘટનાઓને ભેગી કરીને મેં વાર્તાને શક્ય તેટલી વાસ્તવ રાખવા પ્રયત્ન કર્યો છે. જોકે એવી ઘણીબધી વાતો છે જેમાં જરૂર મુજબ મેં ફેરફાર કર્યા છે.

લેખકની અન્ય નવલકથાઓ

'નૉર્થપોલ'

ભણતરના પીંજરામાં અને અણગમતા જીવનની જેલમાં કેદ થઈ ગયેલો એક કૉલેજિયન છોકરો. ઝનૂની, બળવાખોર, બેફીકર, અને પોતાની છાતીમાં હજાર સૂરજની આગ લઈને જીવતો એ ભોળો છોકરો.

એને ગમતું કામ ખબર નથી.
જે કામ કરે છે એ ગમતું નથી!

એને જીવવું કેમ એ ખબર નથી.
જે જીવે છે એ ગમતું નથી!

પોતાના અંતરમનના યુદ્ધથી થાકીને પોતાની જિંદગીને જડમૂળથી બદલવા એક દિવસ આ યુવાન નીકળી પડ્યો!
યાંત્રિક જિંદગીથી દૂર.
સમાજથી દૂર.
મા-બાપથી દૂર.

પ્રસ્તુત છે જીતેશ દોંગા લિખિત એકવીસમી સદીના બુદ્ધની સફર! આ ધરતી પર મારે કેમ જીવવું એવો સવાલ લઈને નીકળેલા એક ભોળા ભટકેલા યુવાનની આત્મખોજ. પોતાના સત્યની શોધમાં સવાલોનો થેલો ભરીને નીકળેલી હૃદયને હચમચાવી દેતી એક ભવ્ય જિંદગી. એક પ્રેરણાત્મક પ્રયોગશાળા. - **નૉર્થપોલ.**

ગુજરાતી મૉડર્ન સાહિત્યમાં આ એ નવલકથા છે જેણે ગુજરાતી યુવાવર્ગને અંગ્રેજી છોડીને ગુજરાતી નવલકથાઓ વાંચતો કર્યો છે.

- પ્રકાશક

'ધ રામબાઈ'

'ધ રામબાઈ'ની વાર્તા શું છે એ કહેવું ખૂબ અઘરું છે. તમે જો લેખક ઉપર વિશ્વાસ રાખી શકો અને વાર્તા વાંચતા જાઓ તો એક સમયે તમને ખબર પડી જશે કે 'ધ રામબાઈ' શું છે. છતાં...

જ્યારે માનવજાત અજ્ઞાન, અંધારા, અને અભણતાના યુગમાં જીવતી હતી ત્યારે કાઠિયાવાડની ધરતીના કોઈ નાનકડા ગામમાં જન્મેલી એક ભોળી અભણ સ્ત્રીની જીવનયાત્રાની આ વાર્તા છે. એની અંદરના ચૈતન્યના નાચનું આ મહાકાવ્ય છે. તમે આ પુસ્તકમાં જે યાત્રા કરવાના છો એ બધું જ ધરતીના પટ પર ભૂતકાળમાં બની ગયું છે.

રામબાઈની વાર્તામાં કોઈ વિલન નથી. કોઈ હીરો નથી. કદાચ જિંદગી વિલન છે. ભોળી રામબાઈ હીરો. આપણી રામબાઈ કોઈ પરચા પૂરતી નથી. એ દુઃખ સહે છે. એ પીડાય છે. એ ભોગ બને છે. છતાં દરેક સમયે ધડ દઈને ઊભી થાય છે. એ સંત નથી. સતી નથી. એ સામાન્ય સ્ત્રી છે અને એની સામાન્યતામાં જ મહાનતા છે. આ સામાન્યતાનું મહાકાવ્ય છે. એક સ્ત્રીની સત્ય જીવનગાથા તમારા માનસપટ પર અમર થવા આવી છે.

...પણ એ વાચક...આ બાઈની અંદર ચારસો સૂરજની આગ છે હો. બહારથી તો એ ગામડાની ગરીબડી સ્ત્રી હતી, પણ અંદર ચોસઠ જુગનો નાથ પણ જોઈને બળી મરે એવી મીઠી જિંદગી જીવી હતી. આ વાર્તા વાંચીને, જીવીને તમે ભીની આંખ અને તૂટેલા હૃદય સાથે ચૂપચાપ બેઠા રહેશો અને તમને મળેલી પોતાની જિંદગી તરફ જોયા કરશો.

એય રામબાઈ...તું તો કૉસ્મિક ફેરીટેલ જેવી છે. તું તારી આંખો આકાશ તરફ રાખે છે અને ઊગ્યા કરે છે. તું પડે છે. ફરી-ફરી પડે છે અને પછી ઊગતા સૂરજની જેમ ઊઠે છે, અને ચાલતી થાય છે આ મહાન-ભવ્ય રસ્તા ઉપર. જીવન નામના રસ્તા પર. તારું આવું જીવવું જોઈને મારું મોઢું ફાટ્યું રહે છે. આત્મા મૂંગા-મૂંગા બરાડા પાડે છે. તારી ગાથા થકી માનવતાનાં મૂલ્યોનું વિરાટ દર્શન થયા કરે છે.

આ ધરતી ઉપર માણસ તો ઘણા પાકશે, પણ તારા જેવા માણસને

પાકવા માટે આ ધરતી એકલીએ બ્રહ્મમાં ઘણાંય ધક્કા ખાવા પડશે. તારા નૂર, ઝમીર અને જીવનને સલામ.

જીતેશ દોંગાની નવલકથાઓ શરૂઆતમાં ધીમે-ધીમે બધું મજબૂત બાંધે છે. ધીમે-ધીમે મને પટાવે ફોસલાવે છે. મને આમતેમ રમાડે છે. થોડો-થોડો મીઠો તડકો આપે છે, અને પછી અચાનક મને ધડામ દઈને એવા તે બ્લેક-હોલમાં ફેંકી દે છે જ્યાં મને મારું ભાન નથી. સમયનું ભાન નથી. જીવ-જીવનનું ભાન નથી. હું હું નથી. હું બીજું દ્રવ્ય બનીને પીગળી ગયો હોઉં છું અને વાર્તાનું ગુરુત્વાકર્ષણ મને પળભરમાં માણસ તરીકે બદલી નાખે છે.

- પ્રકાશક

'વાર્તા પેટી' ગિફ્ટ-બૉક્સ

'વિશ્વમાનવ' એક ભોળા બાળકના મગજમાં ચાલતા વિશ્વની વાર્તા.

'નૉર્થપોલ' એક યુવાનની આત્મખોજની રોમાંચક વાર્તા.

'ધ રામબાઈ' એક વૃદ્ધ સ્ત્રીની કૉસ્મિક સત્ય વાર્તા.

આ ત્રણ નવલકથાઓ બાળક, યુવાન, અને વૃદ્ધ એમ ત્રણ અવસ્થાઓની અલૌકિક સફર છે. જીવનને જડમૂળમાંથી બદલી શકવાની ક્ષમતા ધરાવતાં પુસ્તકો છે. આ ત્રણેય પુસ્તકોનો સેટ (ગિફ્ટ-બૉક્સ) આપના પ્રિયજનોને આપવા માટે ઉત્તમ ગિફ્ટ છે. જીવનભર યાદ રહે એવું સાહિત્ય. આખા જીવનને આવરી લેતી ત્રણ વાર્તાઓ. (ત્રણેય વાર્તાઓ સ્વતંત્ર નવલકથાઓ છે.)

આ 'વાર્તા પેટી' નામના બૉક્સમાં લેખકે જાતે સાઇન કરેલી ત્રણેય નવલકથાઓ છે.

લેખકનું કોઈ પણ પુસ્તક મેળવવા માટે:

લેખકની કોઈ પણ નવલકથા કે પછી Signed copies સાથેનું ત્રણેય નવલકથાનું 'વાર્તા પેટી' ગિફ્ટ બૉક્સ ઘરબેઠાં મેળવવા માટે આપ +91 98250 32340 પર વૉટ્સએપ ઑર્ડર કરી શકો છો અથવા Amazon.in, navbharatonline.com, bookpratha.com વગેરે કોઈ પણ સાઇટ પર જઈને લેખકનું નામ કે નવલકથાનું નામ સર્ચ કરીને લઈ શકશો. આ ઉપરાંત આપની નજીકના કોઈ પણ બુકસ્ટોરમાં કે ઑનલાઇન (લેખક કે નવલકથાનું નામ ગૂગલ સર્ચ કરીને) પણ આપ અલગ-અલગ પ્લૅટફૉર્મ પરથી પણ ઑર્ડર કરી શકો.

- પ્રકાશક

આ પુસ્તક વાંચ્યા પછીની આપની લાગણીઓ અને પ્રતિભાવ અહીં લખજો.
અન્યને વાંચવા આપજો. આવો, ગુજરાતી ભાષાને જીવંત રાખીએ.

....

....

....

....

....

....

....

....

....

....

....

....

....

....

....

....

....

....

....

....

....

....

www.ingramcontent.com/pod-product-compliance
Ingram Content Group UK Ltd.
Pitfield, Milton Keynes, MK11 3LW, UK
UKHW042100021026
15589UKWH00001B/88